அவர்களை அவர்கள் போக்கில் விடுங்கள்

அவர்களை அவர்கள் போக்கில் விடுங்கள்

தங்களுடைய வாழ்க்கையை முற்றிலுமாக மாற்றிவிட்டதாக இலட்சக்கணக்கான மக்கள் கொண்டாடிக் கொண்டிருக்கின்ற ஒரு நிரூபணமான வழிமுறை

மெல் ராபின்ஸ்

மொழிபெயர்ப்பு:

PSV குமாரசாமி

MANJUL

மஞ்சுள் பப்ளிஷிங் ஹவுஸ்

First published in India by

MANJUL

Manjul Publishing House
Corporate and Editorial Office
•2nd Floor, Usha Preet Complex, 42 Malviya Nagar, Bhopal 462 003 – India
Sales and Marketing Office
•C-16, Sector 3, Noida, Uttar Pradesh 201301 – India
Website: www.manjulindia.com
Distribution Centres
Ahmedabad, Bengaluru, Kochi, Kolkata, Chennai,
Hyderabad, Mumbai, New Delhi, Pune

Tamil translation of *The Let Them Theory* by Mel Robbins

English edition first published by Hay House Publishers

Tamil translation published by Manjul Publishing House, by arrangement with 143 STUDIOS PUBLISHING c/o Hodgman Literary, USA in association with Europa Content.

This Tamil edition first published in 2025

ISBN 978-93-5543-910-9

Translated by PSV Kumarasamy
Edited by Nagalakshmi Shanmugam
Layout by Manoranjan Kumar

Cover design: Peter Garceau
Interior design and illustrations: Julie Davison

Printed and bound in India by Thomson Press (India) Ltd

இப்புத்தகத்தை என்னுடன் சேர்ந்து
எழுதியுள்ள என் மகள் சாயருக்கு.

சில நேரங்களில் என் கழுத்தைப் பிடித்து நெரிக்க
உனக்குத் தோன்றியிருக்கும் என்றாலும், நான்
என்னுடைய இந்த அனுபவத்தை உன்னுடன் பகிர்ந்து
கொண்டதில் மகிழ்ச்சியடைகிறேன்.

உள்ளடக்கம்

பகுதி 3:
'அவர்களை அவர்கள் போக்கில் விடுங்கள்' கோட்பாடும் உங்கள் உறவுகளும்

நீங்கள் எந்த அன்பிற்குத் தகுதியானவரோ, அந்த அன்பைத் தேர்ந்தெடுங்கள்

முன்னுரை

என் கதை

என்னுடைய 41-வது வயதில், நான் வேலையில்லாமலும், 8 இலட்சம் டாலர் கடனுடனும் இருந்தேன். அதே நேரத்தில் என்னுடைய கணவரின் உணவகமும் இழுத்து மூடப்பட வேண்டிய நிலைக்கு வந்திருந்தது. வாழ்க்கையில் நான் தோற்றுவிட்டிருந்த உணர்வு என்னை ஆட்கொண்டது. அதிலிருந்து மீள்வேன் என்ற நம்பிக்கை அப்போது என்னிடம் துளிகூட இருக்கவில்லை.

வாழ்க்கையை ஓட்டுவதற்கே நாங்கள் மிகவும் சிரமப்பட்டுக் கொண்டிருந்தபோது, என்னுடைய தோழிகளும் நண்பர்களும் தங்களுடைய வேலையில் வெற்றி மேல் வெற்றியைக் குவித்துக் கொண்டிருந்ததை நான் பொறாமையுடன் பார்த்துக் கொண்டிருந்தேன். நியூயார்க் நகரத்திலுள்ள ஏழை மக்களுக்கு இலவசமான சட்ட உதவி வழங்குகின்ற சங்கத்தில் வழக்கறிஞர் வேலை, பாஸ்டனில் ஒரு நிறுவனத்தில் வழக்கறிஞர் வேலை, துளிர் நிறுவனங்கள் சிலவற்றில் வேலை, விளம்பர நிறுவனம் ஒன்றில் வர்த்தக வளர்ச்சிப் பிரிவில் வேலை, வாழ்க்கையை மேம்படுத்துவதற்கான ஊக்குவிப்புப் பயிற்றுவிப்பாளர் வேலை, வானொலி நிலையத்தில் நிகழ்ச்சித் தொகுப்பாளர் வேலை போன்ற பல வேலைகளை நான் முயன்று பார்த்தேன். ஆனால், நான் விழுந்திருந்த படுகுழியிலிருந்து இவை எதனாலும் என்னை வெளியே கொண்டுவர முடியவில்லை.

பதற்றத்தையும் சுய சந்தேகத்தையும் கையாள்வதற்கு நான் கையாண்ட உத்தி, தவிர்த்தலாக இருந்தது. காலையில் படுக்கையைவிட்டு எழுவதைத் தவிர்ப்பதற்காக, அடிக்கின்ற அலாரத்தின் தலையில் ஒரு குட்டு குட்டிவிட்டு, மீண்டும் இழுத்துப் போர்த்திப் படுத்துக் கொள்வது; வலியை மதுவில் கரைக்க முயல்வது; பொறுப்பைத் தவிர்ப்பதற்காகக் கணவன்மீது

பழி போடுவது; வேலை தேடுவதைத் தவிர்ப்பதற்காக அதை முடிந்த அளவு தள்ளிப்போடுவது என்று அது பல வடிவங்களில் வெளிப்பட்டது.

நீங்கள் இதுபோன்ற ஒரு சூழலில் இருந்தால், காலையில் படுக்கையைவிட்டு எழுவது, கட்டணங்களைச் செலுத்துவதற்கு அனுப்பப்பட்டிருக்கும் நினைவூட்டல் கடிதங்களைப் பிரித்துப் படிப்பது, குடும்பத்தினரோடு இருக்கும்போது அவர்களுடன் இலயித்திருப்பது, ஒரு நல்ல உணவைச் சமைப்பது, வேலைக்கு விண்ணப்பிப்பது, காலார நடந்துவிட்டு வருவது, செலுத்தியுள்ள சந்தாவை இரத்து செய்வது என்பன போன்ற சாதாரணமான விஷயங்கள்கூட எப்படி மலையளவுக்குப் பெரிதாகத் தெரியும் என்பதை உங்களால் புரிந்து கொள்ள முடியும். நாம் எந்த அளவுக்குப் போராடிக் கொண்டிருக்கிறோம் என்பதை நேர்மையாக ஒப்புக் கொள்வதுகூடக் கடினமாக இருக்கும். அனைத்துமே சாத்தியமற்றதாகத் தெரியும். காலையில் நான் கண்விழிப்பதற்காகவே காத்துக் கொண்டிருப்பதுபோல, பதற்றம் உடனடியாக என் உடலுக்குள் புகுந்து கொள்ளும். மீதமிருக்கின்ற என் வாழ்நாள் முழுவதும் நிலைமை இப்படித்தான் இருக்கப் போகிறதோ என்ற அச்சம் என்னை வாட்டி எடுக்கும்.

இதுபோல, மீள முடியாத ஒரு நிலையில் மாட்டிக் கொள்வதில் ஒரு நகைமுரண் இருக்கிறது. என்ன செய்ய வேண்டும் என்பதை நான் துல்லியமாக அறிந்திருந்தேன்: காலையில் சரியான நேரத்திற்கு எழுந்திருக்க வேண்டும்; கட்டப்பட வேண்டிய கட்டணங்களைச் செலுத்துவதற்கு ஓர் ஏற்பாட்டைச் செய்ய வேண்டும்; குழந்தைகளைப் பள்ளிக்கு அனுப்புவதற்கு அவர்களைத் தயார் செய்ய வேண்டும்; காலார நடந்துவிட்டு வர வேண்டும்; எனக்கு உதவுமாறு தோழிகளிடம் கோரிக்கை வைக்க வேண்டும்; வரவுசெலவுத் திட்டம் ஒன்றைத் தயாரிக்க வேண்டும்; ஒரு வேலையைத் தேடிக் கொள்ள வேண்டும். ஆனாலும், இவை எவற்றையும் என்னால் செய்ய முடியவில்லை.

நான் எப்படி என் வாழ்க்கையை மாற்றினேன்

என் வாழ்க்கையில் அனைத்தும் முற்றிலுமாக மாறிய அந்தக் காலைப் பொழுதை என்னால் மறக்கவே முடியாது. அன்றும் காலையில் அலாரம் தன் பணியைச் செவ்வனே செய்தது. நானும் வழக்கம்போல, என் படுக்கையிலிருந்து எழாமல், பிரச்சனைகள் குறித்த நினைப்பால் உறைந்து போயிருந்ததால், மற்றொரு நாளைச் சந்திக்கத் துணிவில்லாமல் துவண்டு போய்க் கிடந்தேன்.

அப்போது, திடீரென்று விநோதமான ஒன்று நிகழ்ந்தது. திடீரென்று என் தலைக்குள், என் வாழ்க்கையை முற்றிலுமாக

மாற்றிய ஒரு யோசனை மின்னல்போலத் தோன்றியது. நாசா அமைப்பு விண்ணில் ராக்கெட்டுகளை ஏவுகின்றபோது, அங்கு எண்கள் இறங்குவரிசையில் எண்ணப்படுகின்ற காட்சி என் நினைவுக்கு வந்தது; 5-4-3-2-1. நானும் அதேபோல, பின்நோக்கி எண்களைக் கூறிவிட்டு, படுக்கையிலிருந்து ஒரு ராக்கெட்டைப்போல சீறி எழுந்தால் என்ன என்று எனக்குத் தோன்றியது.

உடனேயே அது பைத்தியக்காரத்தனமானதாக எனக்குத் தோன்றியது. ஆனால், தப்பிப்பதற்கு ஏதாவது ஒரு துரும்பு கிடைக்காதா என்று தத்தளித்துக் கொண்டிருந்த நான், அதை முயன்று பார்க்க முடிவு செய்தேன். நான் 5-4-3-2-1 என்று எண்ணி முடித்தக் கையோடு படுக்கையிலிருந்து துள்ளி எழுந்தேன். அக்கணத்தில், நான் எந்த அளவுக்குக் களைப்பாக இருந்தேன் என்றோ, என்னுடைய பிரச்சனைகளை எதிர்கொள்ள நான் எந்த அளவுக்கு விரும்பவில்லை என்பதைப் பற்றியோ நான் யோசித்துக் கொண்டிருக்கவில்லை. என் மூளை என்னிடம் கிசுகிசுத்து, என்னை அதைச் செய்யவிடாமல் தடுப்பதற்கு அதற்கு ஒரு வாய்ப்பு கிடைப்பதற்கு முன்பாகவே நான் இயங்கினேன். அது ஒரு ராக்கெட்டை விண்ணில் ஏவுவதற்கு ஒப்பானது. நீங்கள் 5-4-3-2-1 என்று எண்ணத் தொடங்கிய பிறகு அதை நிறுத்துவது என்ற பேச்சிற்கே இடமில்லை.

என் எண்ணங்கள் என்னை முடக்கிப் போட்டு, என் பயங்களும் மன அழுத்தங்களும் என்னை முழுமையாக விழுங்கிக் கொண்டிருந்த, என் வாழ்க்கையின் அந்தக் கட்டத்தில், இந்த யோசனை முற்றிலும் அந்நியமான ஒன்றாக இருந்தது. நான் மோசமாக உணர்ந்து கொண்டிருந்த அதே தருணத்தில், செய்யப்பட வேண்டிய காரியங்களை என்னால் செய்ய முடிந்திருந்தது என்பதை நான் உணர்ந்து கொண்டபோது, அது எனக்குள் ஒரு புதிய நம்பிக்கையைத் தோற்றுவித்தது. “மெல், உன்னால், முடியும்!” என்று எனக்கு நானே கூறிக் கொண்டேன். அந்த உத்தி வேலை செய்தது.

அந்த ஐந்து நொடிகளில், அளவுக்கதிகமாகச் சிந்தித்துக் கொண்டிருந்த என்னுடைய மனத்திற்கு நான் கடிவாளம் போட்டிருந்தேன். அது எனக்கு ஒரு சிறிய வெற்றியுணர்வைக் கொடுத்ததோடு, எனக்குள் ஒரு மாபெரும் நம்பிக்கை மலர்வதற்கும் வழி வகுத்தது. ஐந்து நொடி பயத்தை என்னால் உதறித் தள்ளிவிட முடியும் என்றால், என்னால் வேறு எதை வேண்டுமானாலும் உதறித் தள்ளிவிட முடியும் என்ற தைரியம் எனக்குள் பிறந்தது.

அதனால், நான் இந்த உத்தியை என் வாழ்வின் அனைத்து அம்சங்களிலும் பயன்படுத்தத் தொடங்கினேன்.

5-4-3-2-1 அலாரம் அடித்த உடனேயே எழுந்திரு.

5-4-3-2-1 தொலைபேசியை எடுத்து, வேலை தேடுவதற்கான தொடர்புகளை ஏற்படுத்திக் கொள்.

5-4-3-2-1 பல மாதங்களாகப் பிரிக்கப்படாமல் இருக்கின்ற கட்டண நினைவூட்டிக் கடிதங்களைப் பிரித்துப் படி.

இதை நான் '5 நொடி விதி' என்று அழைக்கத் தொடங்கினேன். ஒரு நேரத்தில் வெறுமனே 5 நொடிப் பொழுது மட்டுமே இயங்குகின்ற ஒரு செயல் அது. இந்த உத்தியைப் பயன்படுத்தி, நான் சிக்கியிருந்த குகைக்குள்ளிருந்து நான் மெதுவாக வெளியே வந்தேன். நான் உங்களிடம் பொய் சொல்ல மாட்டேன். அது எளிதானதாக இருக்கவில்லை. அதற்கு அடுத்த இரண்டு ஆண்டுகள் என் வாழ்வில் மிகக் கடுமையான ஒரு காலகட்டமாக இருந்தன.

பெருங்கடனிலிருந்து வெளியே வருவதும், திருமணப் பிரச்சனைகளிலிருந்து மீள்வதும் அவ்வளவு சுலபமல்ல. பதற்றத்தைத் தணிப்பதும், சுய சந்தேகத்தைப் புறந்தள்ளுவதும் எளிதாக இருக்கவில்லை. ஒரு வேலையில் உங்களால் எந்த அளவுக்குப் பங்களித்துவிட முடியும் என்ற சந்தேகம் உங்களை வாட்டிக் கொண்டிருக்கின்றபோது, எப்படி உங்களால் உங்கள் சுயவிபரக் குறிப்பை மெருகேற்ற முடியும்? உங்களை நீங்களே வெகுநாள்கள் கைவிட்டிருந்த பிறகு, நல்ல பழக்கங்களை வளர்த்துக் கொண்டு உங்களுடைய ஆரோக்கியத்தை மீட்டெடுப்பதற்கு நீங்கள் மிகவும் சிரமப்பட வேண்டியிருக்கும்.

அத்துடன், நாள் முழுவதும் வேலை பார்த்துவிட்டு வீடு திரும்பிய பிறகு, மூன்று குழந்தைகளைப் பார்த்துக் கொள்வதும், கணவனோடு சில நிமிடங்களைச் செலவழிப்பதும், இன்னும் கூடுதலாக எப்படிப் பணம் சம்பாதிக்கலாம் என்று இரவு வெகு நேரம் கண்விழித்து யோசித்துக் கொண்டிருப்பதும் வசீகரமானவையல்ல.

ஆனால், அதைத்தான் நான் செய்தேன்.

செயல்நடவடிக்கையே விடை என்பதை '5 நொடி விதி' எனக்குக் கற்றுக் கொடுத்தது. உங்களுடைய பிரச்சனைகள் குறித்து வெறுமனே சிந்தித்துக் கொண்டிருப்பது அவற்றைத் தீர்த்துவிடாது என்பதையும், ஒரு விஷயத்தைச் செய்வதற்கு ஏற்ற மனநிலை வந்தவுடன் அதைச் செய்யலாம் என்று நீங்கள் காத்துக் கொண்டிருந்தால் அதை நீங்கள் ஒருபோதும் செய்யப் போவதில்லை என்பதையும், உங்களுடைய உதவிக்கு எவரும் வரப் போவதில்லை என்பதையும் அது எனக்குக் கற்றுக் கொடுத்தது. உங்களை நீங்களே காப்பாற்றிக் கொண்டால்தான் உண்டு. தினந்தோறும் சிறிய அடிகளை முன்னோக்கி எடுத்து வைக்க உங்களை நீங்களே உந்தித் தள்ளியாக வேண்டும் – குறிப்பாக நீங்கள் அதைச் செய்ய விரும்பாதபோது!

5-4-3-2-1 உத்தியைப் பயன்படுத்தி, சாக்குப்போக்குகள் கூறிக்

கொண்டிருப்பதை நான் விட்டொழித்தேன். பதற்றம், பயம், திக்குமுக்காடல் உணர்வு போன்றவற்றின் ஊடாக என்னை நான் உந்தித் தள்ளினேன். பல வாரங்களாக, என் வாழ்க்கையை நிமிர்த்திக் கொள்வதற்குத் தேவையான நடவடிக்கைகளில் தினந்தோறும் நான் ஈடுபட்டு வந்தேன். இந்த உத்தியை, என் கணவர் தன்னுடைய தொழில்ரீதியான பிரச்சனைகளைக் களைவதற்குப் பயன்படுத்தி அதில் வெற்றி கண்டார். ஆனால், இந்த '5 நொடி விதியைப்' பற்றி நான் அடுத்த மூன்று ஆண்டுகளுக்கு எவரிடமும் மூச்சுவிடவில்லை. இதை நான் மற்றவர்களோடு பகிர்ந்து கொள்ளத் தயங்கினேன். ஏனெனில், முதலில், இது ஏன் வேலை செய்தது என்பதற்கான காரணத்தை நான் அறிந்திருக்கவில்லை. இரண்டாவது, பிறருக்கு அறிவுரை வழங்குகின்ற நிலைக்கு நான் வந்துவிட்டிருந்ததாக நான் நினைக்கவில்லை.

ஆனால், நான் கலந்து கொண்டிருந்த ஒரு நிகழ்ச்சி, அனைத்தையும் மாற்றிவிட்டது. அந்நிகழ்ச்சியில் கலந்து கொள்வதற்கு, என்னுடைய தோழி ஒருவர், வேலை மாற்றம் தொடர்பான அறிவுரை வழங்குவதற்கான கச்சிதமான ஒரு நபர் என்று என்னைப் பரிந்துரை செய்திருந்தார். நான் எண்ணற்ற முறை என் வேலையை மாற்றிக் கொண்டிருந்ததால் (எனக்கே அதன் கணக்கு மறந்துவிட்டது), அவர் என்னைப் பற்றி அப்படி நினைத்திருந்திருக்க வேண்டும். சான்பிரான்சிஸ்கோ நகரில் நடைபெற்ற அந்த நிகழ்ச்சியில் கலந்து கொள்வதற்கு, அந்த நிகழ்ச்சியை ஏற்பாடு செய்திருந்தவர்கள், எனக்கும் என்னுடைய கணவருக்கும் விமானப் பயணச்சீட்டுகளை அனுப்பி வைத்திருந்தனர். அத்துடன், நாங்கள் தங்குவதற்கு ஓர் ஓட்டல் அறையையும் அவர்கள் ஏற்பாடு செய்திருந்தனர். நாங்கள் பொருளாதாரரீதியாகக் கஷ்டப்பட்டுக் கொண்டிருந்த அக்கட்டத்தில் அது ஓர் இலவச உல்லாசப் பயணம்போலத் தோன்றியதால், அதற்கு நான் உடனே ஒப்புக் கொண்டேன். அதற்கு முன்பு நான் ஒருபோதும் மேடை ஏறி உரை எதையும் நிகழ்த்தியிருக்கவில்லை. அதற்கு முன்பு, உயர்நிலைப் பள்ளியில் படித்துக் கொண்டிருந்தபோதுதான் நான் பலர் முன்னால் மேடையில் ஏறியிருந்தேன். அது என் நினைவுக்கு வந்தவுடன் பதற்றம் என்னை இறுகப் பற்றிக் கொண்டது. "ஐயோ! எதில் நான் தலையைக் கொடுத்துள்ளேன்?" என்று நான் மிரண்டேன்.

அந்த நிகழ்ச்சியில் நான் மேடையேறியபோது, அங்கு எழுநூற்றுக்கும் மேற்பட்டப் பார்வையாளர்கள் இருந்ததைக் கண்டதும் என் சப்தநாடியும் ஒடுங்கிவிட்டது.

அதையடுத்து, அடுத்த 21 நிமிடங்கள், உதறலில் மேடையில் எதையெதையோ நான் உளறிக் கொண்டிருந்தேன். 19-வது நிமிடத்தில், என் பேச்சை எப்படி முடிப்பது என்பது எனக்குத் தெரியாமல் போனதால், '5 நொடி விதியைப்' பற்றியும், அதை

நான் எப்படிப் பயன்படுத்தினேன் என்பது பற்றியும் பேசி நான் சமாளித்தேன். அப்போது நான் சற்று நினைவிழந்திருக்க வேண்டும் என்று நான் நினைக்கிறேன். ஏனெனில், நான் என்னுடைய மின்னஞ்சல் முகவரியைப் பார்வையாளர்களுக்குக் கொடுத்திருந்தது என் நினைவிலேயே இல்லை. நான் மேடையிலிருந்து கீழே இறங்கியபோது, என் வாழ்நாளில் நான் எதிர்கொண்டிருந்த படுமோசமான நிகழ்ச்சி அதுதான் என்று நான் நினைத்துக் கொண்டேன். நல்லவேளையாக அது முடிந்துவிட்டது என்று நான் ஆசுவாசமடைந்தேன்.

'டெட்எக்ஸ்' சொற்பொழிவுகளின் தொடக்கக் காலம் அது. அதை அவர்கள் ஒரு வீடியோவாக எடுத்திருந்தபோதிலும், அதற்கு அடுத்த ஆண்டுதான் அவர்கள் அதை இணையத்தில் தரவேற்றம் செய்தனர். அது ஒரு வைரல் நிகழ்வாக ஆனதோடு, அக்காலகட்டத்தில் மிக அதிகமான நபர்களால் பார்க்கப்பட்ட டெட்எக்ஸ் நிகழ்ச்சியாகவும் மாறியது. '5 நொடி விதியும்', 5-4-3-2-1 பின்னோக்கி எண்ணுதலும், வாய்வார்த்தையாகவே உலகெங்கும் சென்றடைந்தன. அது பரவத் தொடங்கியதும், நான் கொடுத்திருந்த மின்னஞ்சல் முகவரியில் என்னைத் தொடர்பு கொண்டு, என்னுடைய '5 நொடி விதியைப்' பயன்படுத்தியதன் மூலம் அவர்களுடைய வாழ்க்கை எப்படி நல்லவிதமாக மாறியிருந்தது என்பதை எண்ணற்றோர் என்னுடன் பகிர்ந்து கொள்ளத் தொடங்கினர். அது என்னை மிகவும் நெகிழ வைத்தது. நான் என் குழந்தைகளைத் தூங்க வைத்தப் பிறகு, இரவு வெகுநேரம்வரை கண்விழித்து அமர்ந்து கொண்டு அவற்றுக்குப் பதிலெழுதினேன்.

நான் என் பிரச்சனைகளில் மூழ்கிக் கிடந்தபோது, நான் எதிர்கொண்டிருந்த பிரச்சனைகள் இந்த உலகிலேயே எனக்கு மட்டுமே இருந்ததாக நான் நினைத்துக் கொண்டிருந்தேன். அது உண்மையன்று. நாம் அனைவருமே ஊக்குவிப்பு இல்லாமல் போராடிக் கொண்டுதான் இருக்கிறோம். அது ஓர் உலகளாவிய பிரச்சனை. '5 நொடி விதி' அதற்கான விடையாக இருந்ததுபோலத் தோன்றியது. அது எனக்கு மட்டுமல்லாமல், இந்த உலகிலுள்ள எண்ணற்றவர்களுக்குப் பலனளித்ததுபோலவும் தெரிந்தது.

மக்கள் என்னுடன் பகிர்ந்து கொண்டிருந்த கதைகள் அற்புதமானவையாக இருந்தன. வேலை மாறுவது தொடர்பான பயத்தைக் குறைப்பதற்கும், தள்ளிப்போடுதலைத் தடுப்பதற்கும், சாக்குப்போக்குகள் சொல்வதை மீறுவதற்கும், உடல் எடையைக் குறைப்பதற்கும், மதுப் பழக்கம் போன்றவற்றிலிருந்து மீள்வதற்கும், தொழில்களைத் தொடங்குவதற்கும், அவற்றை விற்பதற்கும், தங்களுடைய உடல் ஆரோக்கியத்தையும் திருமண உறவையும் மேம்படுத்துவதற்கும் மக்கள் இந்த '5 நொடி விதியைப்' பயன்படுத்தியிருந்தனர். மருத்துவச் சிகிச்சைகளில்கூட அது

பயன்படுத்தப்பட்டது கண்டு நான் மிகவும் வியப்படைந்தேன். மருத்துவர்களும் உளவியலாளர்களும், பேரதிர்ச்சிக்குப் பிந்தைய மன உளைச்சல் வியாதி, அதீதமான கட்டாய மனப்பிறழ்ச்சி மற்றும் மனச்சோர்வு போன்ற நோய்களுக்குச் சிகிச்சை அளிப்பதற்கு இதைப் பயன்படுத்தத் தொடங்கியிருந்தனர். நான் இந்த முன்னுரையை எழுதிக் கொண்டிருந்த நேரத்தில்கூட, ஆயிரத்திற்கும் மேற்பட்டோர் தற்கொலை எண்ணங்களிலிருந்து விடுபடுவதற்கும் பிறருடைய உதவியை நாடுவதற்கும் இந்த '5 நொடி விதியைத்' தாங்கள் பயன்படுத்திக் கொண்டிருந்ததாக எனக்குத் தெரிவித்தனர்.

என்னுடைய டெட்எக்ஸ் உரை இணையத்தில் பிரபலமானதால், வேறு சில நிகழ்ச்சிகளில் கலந்து கொண்டு உரையாற்றுவதற்கு எனக்கு அழைப்புகள் வந்தன. ஒரு மதுவிடுதியில், வீடுமனை விற்றல்-வாங்கல் தொழிலில் ஈடுபட்டிருந்த நபர்களிடையே உரையாற்றுமாறு எனக்கு ஓர் அழைப்பு வந்தது. ஒரு மதுவிடுதியில், ஒரு கையில் ஒரு பீர் கோப்பையுடன், அங்கு ஒலித்துக் கொண்டிருந்த சத்தமான இசையையும் மீறி, அடுத்த அறையில் கேட்டுக் கொண்டிருந்த மக்களின் விவாதக் குரல்களையும் மீறி நான் உரையாற்றியபோது, எனக்கு அது தர்மசங்கடமாகத்தான் இருந்தது. ஆனாலும், எப்படியோ நான் அதில் தட்பிப் பிழைத்தேன். தேவாலயங்களிலுள்ள கீழறைகளில், பள்ளி வகுப்பறைகளில், உணவு இடைவேளையின்போது தோழி ஒருத்தியின் அலுவலகத்தில் என்று நான் பல இடங்களில் உரையாற்றினேன். அதைத் தொடர்ந்து அந்த வட்டம் விரிவடையத் தொடங்கியது.

ஒரு மைக்கின் முன்னால் நின்ற உடனேயே பதற்றம் என்னைத் தொற்றிக் கொள்ளும். இந்த உரைகளுக்கு எனக்கு ஊதியம் எதுவும் வழங்கப்படவில்லை. ஆனால், நான் '5 நொடி விதியைப்' பற்றி அதிகமாகப் பேசப் பேச, அதைப் பயன்படுத்தியவர்களுக்கு அது எந்த அளவுக்கு ஆற்றல்மிக்கதாக விளங்கியது என்பதை அதிகமாகத் தெரிந்து கொள்ளத் தெரிந்து கொள்ள, நான் பயன்படுத்திக் கொண்டிருந்த இந்த எளிய உத்தியால் எப்படி இவ்வளவு அற்புதமான விளைவுகளை ஏற்படுத்த முடிந்தது என்பதைத் தெரிந்து கொள்ள வேண்டும் என்ற என்னுடைய ஆர்வம் மேன்மேலும் தீவிரமடைந்து கொண்டிருந்தது.

நான் மீண்டும் என் வழக்கறிஞர் தொப்பியை எடுத்து மாட்டிக் கொண்டு, பழக்கங்கள், நடத்தை, ஊக்குவிப்பு அறிவியல் ஆகியவை குறித்த ஆய்வில் இறங்கினேன். '5 நொடி விதி' எதனால் வேலை செய்தது என்பதை நான் கண்டுபிடித்தாக வேண்டியிருந்தது. அதைப் பயன்படுத்திக் கொண்டிருந்த சாதாரணமான நபர்களின் அனுபவங்களிலிருந்து நான் அதற்கான சான்றுகளைச் சேகரித்தேன். உளவியலாளர்கள்,

போதை அடிமைகள் தொடர்பான வல்லுநர்கள், இந்த விதியைத் தங்களுடைய நோயாளிகளுக்குப் பரிந்துரைத்த மருத்துவர்கள் போன்றோரின் அனுபவங்களிலிருந்து எனக்குச் சில துப்புகள் கிடைத்தன. அனைத்தும் ஓர் எளிய விளக்கத்தை அளித்தன. அது இதுதான்:

சிறிய, தொடர்ச்சியான செயல்நடவடிக்கைகள் எல்லாவற்றையும் மாற்றுகின்றன

இதற்கிடையே, நான் என்ன செய்து கொண்டிருந்தேன் என்பது குறித்து என்னுடைய குடும்பத்தாருக்கும் நெருங்கிய நண்பர்களுக்கும் எந்த யோசனையும் இருக்கவில்லை. ஏனெனில், அவர்களிடம் இதைப் பற்றிக் கூற நான் அஞ்சினேன். "யார்? மெல்லா? அவள் அறிவுரை வழங்குகிறாளா?" என்று அவர்கள் என்னை எள்ளி நகையாடுவார்கள் என்று நான் பயந்தேன். "தன்னுடைய சொந்த வாழ்க்கையை ஒழுங்காக நடத்த முடியாத அவள், இப்போது ஊராருக்கு உபதேசம் செய்கிறாளா? வேடிக்கையாக இருக்கிறது!" என்று அவர்கள் பரிகசிப்பார்கள் என்று நான் பயந்தேன்.

இந்தக் கட்டத்தில் என்னுடைய கணவர் தன்னுடைய உணவகத் தொழிலை இழுத்து மூடியிருந்தார். அது மட்டுமல்லாமல், அவர் கடுமையான மனச்சோர்வால் பாதிக்கப்பட்டிருந்தார். கடனும் பெரிதாகக் குறைந்திருக்கவில்லை. குடும்பத்தை ஓட்டுவதற்காக, நான் ஒரு முழுநேர வேலை பார்த்து வந்தேன். பின்மாலை நேரங்களிலும் வார இறுதி நாள்களிலும், நான் சிறு சிறு நிகழ்ச்சிகளில் கலந்து கொண்டு உரையாற்றினேன். இவ்வளவு கூத்துக்கும் நடுவே, '5 நொடி விதிக்குப்' பின்னாலிருந்த அடிப்படை அறிவியலை அறிந்து கொள்கின்ற ஆய்விலும் நான் ஈடுபட்டிருந்தேன்.

நான் இந்த '5 நொடி விதியை' முழுநேரமாகக் கற்றுக் கொடுக்க விரும்பினேன். எப்படியோ அதையே என்னுடைய தொழிலாக ஆக்கிக் கொள்ளவும் நான் ஆசைப்பட்டேன். ஆனால், அதை எப்படிச் செய்ய வேண்டும் என்பது தெரியாமல் நான் தவித்தேன். இப்போது திரும்பிப் பார்க்கின்றபோது, அக்காலகட்டத்தில், நான் ஒரு போலி என்ற உணர்வால் நான் பாதிக்கப்பட்டிருந்தேன். ஏதாவது ஒரு விஷயத்தில் என்னை ஒரு வல்லுநர் என்று கூறிக் கொள்ள எனக்கு என்ன அருகதை இருந்தது? என்னை அந்த இடத்தில் நிறுத்திக் கொள்வதற்கு ஏதாவது ஒரு நியாயமான சாக்குப்போக்கு கிடைக்காதா என்ற ஏக்கத்துடன் நான் காத்துக் கொண்டிருந்தேன் என்று நான் நினைக்கிறேன்.

இன்றுதான் அதைத் தொடங்குவதற்கு ஏற்ற நாள் என்று யாராவது வந்து என்னிடம் கூறுவார்கள் என்று நான் காத்துக் கொண்டிருந்திருக்கலாம். அல்லது. என்னுடைய பயம் இன்னும் கொஞ்சம் குறையட்டும் என்று நான் காத்துக் கொண்டிருந்திருக்கலாம். அல்லது, கச்சிதமானதொரு நேரம் வரும் என்று நான் காத்துக் கொண்டிருந்திருக்கலாம். ஆனால், காத்திருப்பதிலுள்ள ஒரு பிரச்சனை, அது தானாகத் தீரப் போவதுமில்லை, எவரும் உங்களுடைய உதவிக்கு வரப் போவதுமில்லை என்பதுதான். அதைத் தொடங்குவதற்கு உங்களுக்கு ஒன்றே ஒன்றுதான் தேவை. உங்களுக்கு நீங்களே கொடுத்துக் கொள்கின்ற அனுமதிதான் அது.

பணம் பண்ணுவதற்கு ஓர் ஊக்குவிப்புப் பேச்சாளராக ஆக முயற்சிப்பது என்ற என்னுடைய தீர்மானம், என்னுடைய வாழ்க்கையில் நான் மேற்கொண்ட மிகச் சிறந்த தீர்மானங்களில் ஒன்று. இது குறித்த இன்னும் அதிகமான தகவல்களை நான் பின்னர் தருகிறேன்.

சொற்பொழிவாற்றுவதற்கு எனக்குக் கிடைத்தப் பணம் முழுவதையும் கடனை அடைப்பதற்கு மட்டுமே நான் பயன்படுத்தினேன். முதல் ஆண்டில் நான் 17 சொற்பொழிவுகள் ஆற்றினேன். அதற்கு அடுத்த ஆண்டு, அதன் எண்ணிக்கை 47 ஆக உயர்ந்தவுடன், நான் என்னுடைய வேலையை விட்டுவிட்டேன். மூன்றாவது ஆண்டு அது 99 ஆக ஆனது. அத்துடன், ஜேபிமோர்கன்சேஸ் நிறுவனம் 24 நகரங்களில் ஏற்பாடு செய்திருந்த சொற்பொழிவுகளிலும் நான் கலந்து கொண்டேன். ஓர் ஆண்டில், உலகிலேயே அதிக எண்ணிக்கையில் பேசுவதற்கு அழைக்கப்பட்டிருந்த பெண் சொற்பொழிவாளராக நான் ஆனேன். நான் வியந்து பாராட்டிய நிறுவனங்கள் என்னைப் பேசுவதற்கு அழைக்கத் தொடங்கின.

இது எப்படி நிகழ்ந்தது? காலையில் படுக்கையிலிருந்து எழுந்திருக்க வேண்டும் என்ற விருப்பம் இல்லாதிருந்தபோதிலும், துள்ளி எழ என்னை நான் வற்புறுத்தியிருந்ததன் மூலம் இது நிகழ்ந்திருந்தது. நான் பயந்து போயிருந்த நேரங்களிலும், சுய சந்தேகத்தாலும் திக்குமுக்காடல் உணர்வாலும் நான் அலைக்கழிக்கப்பட்டிருந்த நேரங்களிலும் எப்படி என்னை உந்தித் தள்ளுவது என்பதை நான் கற்றுக் கொண்டிருந்ததால் இது நிகழ்ந்திருந்தது. இதை உங்களாலும் கற்றுக் கொள்ள முடியும். அதில் நீங்கள் கற்றுத் தேர்கின்றபோது, சிறிய, தொடர்ச்சியான அடிகளை முன்னோக்கி எடுத்து வைப்பதன் மூலம் உங்களால் எதை வேண்டுமானாலும் சாதிக்க முடியும் என்பதை நீங்கள் உணர்ந்து கொள்வீர்கள்.

நான் பேசுவதற்கு ஆண்டுக்கு 150 நாள்கள் பயணம் செய்து கொண்டிருந்தேன். '5 நொடி விதியைப்' பற்றியும் ஊக்குவிப்பு

அறிவியலைப் பற்றியும் நான் மேடைகளில் முழங்கினேன். என் கணவர் எங்கள் வீட்டையும் எங்களுடைய மூன்று குழந்தைகளையும் பார்த்துக் கொண்டார். '5 நொடி விதியைப்' பற்றியும், என்னுடைய பேச்சைப் பற்றியும் செய்திகள் பரவின. ஒரு முறை, 27,000 பேர் அடங்கிய ஒரு கூட்டத்தில் நான் பேசினேன். உலகின் தலைசிறந்த நிறுவனங்களின் முதன்மை நிர்வாக அதிகாரிகள், தொழில்முறை விளையாட்டு வீரர்கள், மருத்துவர்கள், நரம்பியல் நிபுணர்கள், பிரபல நூலாசிரியர்கள் போன்றோர் என்னைப் பரிந்துரைக்கத் தொடங்கினர். எனக்கு வந்து கொண்டிருந்த மின்னஞ்சல்கள் அனைத்திற்கும் பதிலளிக்க எனக்கு நேரமில்லாமல் போனதால், நான் செய்திமடல் ஒன்றைத் தொடங்கினேன். இறுதியில், டெட்எக்ஸ் நிறுவனத்தாரை அழைத்து என்னுடைய மின்னஞ்சல் முகவரியை என் உரையிலிருந்து நீக்குமாறு நான் கேட்டுக் கொள்ள வேண்டியதாயிற்று.

நான் ஒரு முனைவர் பட்டம் பெற்றவளா அல்லது தொழில்முறை உளவியல் ஆலோசகரா என்று என்னிடம் கேட்கப்பட்டபோதெல்லாம், "இல்லை. நான் எல்லாவற்றையும் கஷ்டப்பட்டுக் கற்றுக் கொண்டவள். என் சொந்த வாழ்க்கையைக் கிட்டத்தட்ட நாசமாக்கிவிட்டு, அதைச் சரி செய்தாக வேண்டிய கட்டாயத்தால் நான் கற்றுக் கொண்டவை இவை," என்று நான் பதிலளித்தேன்.

சில ஆண்டுகால அனுபவம், நான் சேகரித்திருந்த சான்றுகள், நான் மேற்கொண்டிருந்த ஆய்வுகள் ஆகியவற்றை அடிப்படையாகக் கொண்டு, 2017ல், '5 நொடி விதி' என்ற நூலை நான் என்னுடைய சுயபதிப்பாக வெளியிட்டேன். அமேசான் தளத்தில் அந்த ஆண்டில் அதிகமாக வாசிக்கப்பட்ட முதல் ஆறு நூல்களில் ஒன்றாக அந்நூல் இடம்பெற்றது. இன்று இலட்சக்கணக்கான மக்களால் படிக்கப்பட்டுள்ள அந்த நூல், 41 மொழிகளில் மொழிபெயர்க்கப்பட்டுள்ளது.

அப்புத்தகத்தை நான் ஓர் ஒலிப் புத்தகமாக வெளியிட்டபோது, சுயமாக வெளியிடப்பட்டிருந்த ஒலிப் புத்தகங்களின் வரலாற்றில் உலகிலேயே முதலிடத்தை அது பிடித்தது.

கடந்த பல ஆண்டுகளாக, அமெரிக்கா முழுவதும் பயணம் செய்து எண்ணற்றச் சொற்பொழிவுகளை ஆற்றியிருந்த நான், மூன்று முக்கியமான விஷயங்களைக் கற்றுக் கொண்டிருந்தேன். முதலாவது: வாழ்க்கையில் முன்னேறுவதற்காகத் தங்களால் முடிந்த ஆகச் சிறந்த முயற்சிகளை மேற்கொண்டு வருகின்ற எண்ணற்றோரைப்போலவே நானும் செயல்பட்டுக் கொண்டிருந்தேன். இப்போது இருப்பதைவிடச் சற்றுக் கூடுதலான மகிழ்ச்சியைப் பெறுவதற்காகவும், சற்று மேம்படுவதற்காகவும் எளிய வழிகளை நான் தேடிக் கொண்டிருந்தேன். அதை நான் எனக்காக மட்டுமல்லாமல், என்னைச் சார்ந்திருந்தவர்களுக்காகப்

பெறவும் நான் ஆசைப்பட்டேன்.

இரண்டாவது: மிகச் சிக்கலான யோசனைகளையும் அறிவியல் ஆய்வுகளையும்கூட மக்கள் தங்களுடைய வாழ்க்கையை மேம்படுத்திக் கொள்வதற்கு உதவுகின்ற விதத்தில் எளிமைப்படுத்தி, நடைமுறையில் செயல்படுத்தத்தக்க அறிவுரைகளாக வழங்குவதில் நான் சிறந்து விளங்கியதாக என்னிடம் மீண்டும் மீண்டும் கூறப்பட்டது.

மூன்றாவது: நான் கற்றுக் கொண்டிருந்த விஷயங்களை மற்றவர்களுடன் பகிர்ந்து கொள்வது எனக்குப் பெரும் மகிழ்ச்சியளித்தது.

அதனால், மக்கள் தங்களுடைய வாழ்க்கையை மேம்படுத்திக் கொள்வதற்கு உதவுகின்ற எளிய வழிமுறைகளைக் கண்டறிந்து அவற்றை அவர்களுடன் பகிர்ந்து கொள்வதை என்னுடைய இலட்சியமாக நான் ஆக்கிக் கொண்டேன். இதில் நான் குறிப்பிட்டுள்ள 'எளிய' என்பதுதான் முக்கியமானது. ஒரு விஷயத்தை மக்கள் நினைவில் வைத்திருந்தால்தான், அதை அவர்கள் பயன்படுத்துவர். ஒரு கண்ணாடி முன்னால் நின்று உங்கள் கையை உயர்த்தி, அந்தக் கண்ணாடியில் தெரிகின்ற உங்கள் பிம்பத்தின் கையோடு சேர்த்து ஒரு தட்டு தட்டுவது உங்களுடைய தன்னம்பிக்கையை அதிகரித்துக் கொள்வதற்கான ஓர் உறுதியான வழிமுறை என்பது உங்களுக்குத் தெரியுமா? நானும் முதலில் இதைத் தெரிந்து கொள்ளாமல்தான் இருந்திருந்தேன். நான் என்னுடைய ஆய்வுகளின் மூலமாக அதைத் தெரிந்து கொண்டபோது உருவானதுதான், நியூயார்க் டைம்ஸ் பத்திரிகை தொகுத்து வழங்குகின்ற, விற்பனையில் சிறந்து விளங்குகின்ற நூல்களின் பட்டியலில் இடம்பெற்ற 'த ஹை 5 ஹேபிட்' என்ற நூல்.

இந்த இரண்டு நூல்களில் கூறப்பட்டிருந்த விஷயங்களைத் தங்களுடைய வாழ்க்கையில் பயன்படுத்தி அதன் மூலம் நல்ல விளைவுகளை மக்கள் பெறத் தொடங்கியதும், பல பெருநிறுவனங்களும் ஊடகங்களும் தங்களுடைய ஊழியர்களுக்கும் பார்வையாளர்களுக்கும் பிரத்யேகமாகச் சில திட்டங்களை வடிவமைத்துக் கொடுக்கும்படி என்னிடம் கேட்டுக் கொண்டன.

அதனால், நான் '143 ஸ்டூடியோஸ்' என்ற ஒரு நிறுவனத்தைத் தொடங்கினேன். அந்த நிறுவனம், விருதுகளைப் பெற்றுள்ள ஒலிப் புத்தகங்கள், அச்சுப் புத்தகங்கள், இணைய வகுப்புகள் போன்றவற்றையும், ஸ்டார்பக்ஸ், ஆடிபிள், அல்ட்ரா பியூட்டி, ஜேபிமோர்கன்சேஸ், லிங்க்ட்இன், ஹெட்ஸ்பேஸ் போன்ற நிறுவனங்களின் ஊழியர்களின் வளர்ச்சிக்கான சிறப்புப் பயிற்சி வகுப்புகளையும் தயாரித்துக் கொடுத்தது.

2022ல், 'த மெல் ராபின்ஸ் பாட்காஸ்ட்' என்ற

வலையொலிப்பதிவு ஒன்றை நாங்கள் தொடங்கினோம். இன்று அது 194 நாடுகளில் ஒலிபரப்பப்பட்டுக் கொண்டிருக்கிறது. உலகிலேயே தலைசிறந்த வலையொலிப்பதிவுகளில் ஒன்றாக அது இப்போது திகழ்ந்து கொண்டிருக்கிறது. நாங்கள் தயாரித்த இலவச இணைய வகுப்புகளில் பத்து இலட்சத்திற்கும் அதிகமான மாணவர்கள் கலந்து கொண்டு பயனடைந்திருக்கின்றனர். நான் முன்பு குறிப்பிட்டிருந்த அந்தச் செய்திமடலை இப்போது பதினைந்து இலட்சத்திற்கும் அதிகமானோர் வாரத்திற்கு இரண்டு முறை படித்துக் கொண்டிருக்கின்றனர். இவற்றைக் குறித்துக் ஊடுதலான தகவல்களைப் பெற நீங்கள் விரும்பினால், இந்நூலின் இறுதியில் இடம்பெற்றுள்ள நூலாசிரியர் குறிப்பில் கொடுக்கப்பட்டுள்ள வலைத்தளத்தை நீங்கள் அணுகலாம்.

நான் சாதித்திருந்த எதுவொன்றிலும் எனக்கு முன்னனுபவங்களோ அல்லது அது தொடர்பான 'முறையான தகுதிகளோ' இருக்கவில்லை.

நான் டெட்எக்ஸ் மேடையில் பதற்றத்துடன் ஏறியபோது எனக்கு வயது 41. ஒரு சொற்பொழிவுக்காக நான் முதன்முதலாக ஊதியம் பெற்றபோது என்னுடைய வயது 46. 49-வது வயதில் என்னுடைய முதல் புத்தகம் வெளியானது. என்னுடைய தயாரிப்பு நிறுவனத்தை நான் தொடங்கியபோது எனக்கு 50 வயது. உலகிலேயே மிகவும் வேகமாக வளர்ந்து கொண்டிருக்கின்ற வலையொலிப்பதிவை நான் தொடங்கியபோது எனக்கு 54 வயது.

நான் செய்திருந்த ஒரே ஒரு காரியத்தால் என் வாழ்க்கை மாறவில்லை. ஆயிரக்கணக்கான நாள்கள் காலையில் படுக்கையிலிருந்து எழுந்திருக்க வேண்டும் என்ற விருப்பம் இல்லாதிருந்தபோதிலும், 5-4-3-2-1 என்ற தாரக மந்திரத்தைப் பயன்படுத்தித் துள்ளி எழ நான் என்னை வற்புறுத்தியிருந்ததன் மூலமாகத்தான் என் வாழ்க்கை மாறியது.

என் வாழ்க்கையை மாற்றியது வசீகரமானதாக இருக்கவில்லை, கடினமானதாக இருந்தது

ஏதோ ஓர் இரகசியத்தின் காரணமாக நான் பெரும் வெற்றியையும் பொருளாதாரச் சுதந்திரத்தையும் அடைந்துவிடவில்லை. பெரும்பாலான மக்கள் செய்யத் தயாராக இல்லாதிருந்த ஒன்றை நான் செய்யத் தயாராக இருந்ததன் மூலமே அதை நான் சாதித்தேன். நான் எப்படி உணர்ந்தாலும், தினமும் காலையில் நான் என்னைப் படுக்கையிலிருந்து எழுந்து கொள்ள வற்புறுத்தினேன். நான் இன்று இருக்கின்ற நிலையை அடைவதற்கு நான் பத்தாண்டு காலம் கடுமையாக முயன்றேன்.

அது மிகவும் வலியேற்படுத்துகின்ற, மிக மிக மெதுவானதொரு செயல்முறையாக இருந்தது.

எண்ணற்ற நாள்களில் நான் செய்திருந்ததெல்லாம், முந்தைய நாளைவிடச் சற்று மேம்பட்டு இருக்க முயன்றது மட்டும்தான். பெரும்பாலான நேரங்களில் அதை மட்டுமே நீங்கள் செய்தால் போதுமானது. நான் வித்தியாசமானவள் அல்லள், நான் தனித்துவம் மிக்கவள் அல்லள், நான் பிறவியிலேயே திறமை படைத்தவள் அல்லள், நான் அதிர்ஷ்டசாலியும் அல்லள். எனக்கு வேலை செய்த சில உத்திகளை நான் தற்செயலாகக் கண்டுபிடித்து, அவற்றைப் பயன்படுத்தினேன், அவ்வளவுதான். அவற்றை உங்களோடு பகிர்ந்து கொள்வதுதான் இன்று என்னுடைய இலட்சியமாக ஆகியுள்ளது.

தம்பட்டம் அடித்துக் கொள்வதற்காக நான் இவற்றைச் சொல்லவில்லை. உங்களால் என்ன செய்ய முடியும் என்பது குறித்து உங்களுக்கு எந்த யோசனையும் இருப்பதில்லை என்பதை உங்களுக்குத் தெரிவிப்பதற்காகவே நான் இவற்றைக் கூறியுள்ளேன். ஒரு காலத்தில் நானும் அப்படித்தான் இருந்தேன். செயல்நடவடிக்கைகளின் மூலம் நான் சில அசாதாரணமான விஷயங்களைச் சாதித்துள்ளேன். அது உங்களுக்கும் சாத்தியம்தான்.

உங்கள் வாழ்க்கையை மாற்றிக் கொள்வதற்கான தயார் நிலையில் நீங்கள் இருப்பதாக நீங்கள் ஒருபோதும் உணர மாட்டீர்கள். உங்களுக்கு நீங்களே அளித்துக் கொண்டிருக்கின்ற சாக்குப்போக்குகள்மீது ஒரு கட்டத்தில் உங்களுக்குச் சலிப்புத் தட்டிவிடும். உடனே நீங்கள் செயல்நடவடிக்கையில் இறங்கிவிடுவீர்கள். உடற்பயிற்சிக்கூடத்திற்குச் செல்ல வேண்டும் என்ற உணர்வு உங்களுக்கு ஒருபோதும் ஏற்படாது. ஆனால், ஒரு நாள், அங்குச் சென்றுவிடுவது என்று நீங்கள் முடிவு செய்வீர்கள். அந்தக் கடினமான உரையாடலை நிகழ்த்த வேண்டும் என்ற உணர்வு உங்களுக்கு ஒருபோதும் ஏற்படாது. அதைத் தொடர்ந்து தவிர்த்துக் கொண்டிருப்பது குறித்து நீங்களே நொந்து போய் அதை மேற்கொள்ளத் துணிவீர்கள். ஒரு மேம்பட்ட வேலையைத் தேடிக் கொள்ள வேண்டும் என்ற உணர்வு உங்களிடம் ஒருபோதும் இருக்காது. ஆனால், ஒரு நாள் ஒரு புதிய வேலையைத் தேட உங்களை நீங்களே உந்தித் தள்ளுவீர்கள்.

5-4-3-2-1 உத்தி, நீங்கள் உங்களுடைய சொந்த மனத்தடையை மீறுவதற்கும் செயல்நடவடிக்கையில் இறங்குவதற்கும் உங்களை ஊக்குவிக்கும். அதை நீங்கள் தொடர்ந்து நீண்டகாலம் பயன்படுத்தி வந்தால் உங்களால் எதையெல்லாம் சாதிக்க முடியும் என்பதைக் கண்டு நீங்களே வியப்பீர்கள்.

'5 நொடி விதி' வேலை செய்வதற்குக் காரணம், நீங்கள் உங்களுடன் நடத்திக் கொண்டிருக்கின்ற அகப்போராட்டத்தை

வெல்வதற்கு அது உங்களுக்கு உதவுகிறது என்பதுதான். ஆனால், இந்த விதியால் சிலவற்றைச் செய்ய முடியாது. அவை: நீங்கள் எதிர்கொண்டாக வேண்டிய புறப் போராட்டங்கள் குறித்து அதனால் எதுவும் செய்ய முடியாது. நீங்கள் எத்தனை முறை 5-4-3-2-1 என்று எண்ணிக் கொண்டிருந்தாலும், போக்குவரத்து நெரிசல் குறித்தோ, இங்கிதமற்று நடந்து கொள்கின்ற அந்நியர்கள் குறித்தோ, சின்ன விஷயங்களைக்கூடத் தனியாகச் செய்ய உங்களை அனுமதிக்காத ஒரு மேலதிகாரி குறித்தோ, உங்களை எப்போதும் எடைபோட்டுக் கொண்டிருக்கின்ற, உங்களுக்குக் குற்றவுணர்வை ஏற்படுத்திக் கொண்டிருக்கின்ற, உங்களைப் புண்படுத்துகின்ற விதத்தில் குத்திக் காட்டுகின்ற அல்லது அதீத வேண்டுகோள்களை முன்வைக்கின்ற குடும்ப உறுப்பினர்கள் குறித்தோ உங்களால் எதுவும் செய்ய முடியாது. ஆனால், ஒன்று மட்டும் உறுதி. நீங்கள் இந்த உத்தியைக் கையாண்டு உங்களை மாற்றிக் கொள்ள முனைகின்றபோது, மற்றவர்களும் மாறிக் கொண்டால் நன்றாக இருக்குமே என்ற ஏக்கம் உங்களிடம் தோன்றுவதை உங்களால் தடுக்க முடியாது.

அந்த இடத்தில்தான் இந்தப் புத்தகம் உள்ளே நுழைகிறது.

மக்கள் தங்களை மேம்படுத்திக் கொள்வதற்கான எளிய வழிகளைக் கண்டறிவதற்கும், அவற்றை அவர்களுக்குக் கற்றுக் கொடுப்பதற்கும் நான் கடந்த பத்து ஆண்டுகளைச் செலவிட்டுள்ளேன். ஆனால், அக்காலகட்டம் முழுவதும், நம்முடைய வாழ்க்கை மகிழ்ச்சியானதாக இருப்பதற்கு அடிப்படையாக இருக்கின்ற ஒரு விஷயத்தை நான் ஒருபோதும் தொட்டதில்லை. உறவுகள்தான் அது. அந்த இடத்தில்தான் 'அவர்களை அவர்கள் போக்கில் விடுங்கள்' கோட்பாடு தலைகாட்டுகிறது. மற்றவர்களைத் திறமையாகக் கையாள்வதைப் பற்றிப் பேசுவதற்கான வேளை வந்துவிட்டதாக நான் நினைத்தேன். உங்களுடைய வாழ்க்கையில் இடம்பெற்றிருக்கின்ற ஒவ்வொருவருடனும் மேம்பட்ட உறவுகளை உருவாக்கிக் கொள்வதற்கான வழிமுறைகளை ஆய்வு செய்வதை இனியும் என்னால் தள்ளிப்போட்டுக் கொண்டிருக்க முடியாது என்பதை நான் புரிந்து கொண்டேன்.

இரண்டு ஆண்டுகளுக்கு முன்பு, 'அவர்களை அவர்கள் போக்கில் விடுங்கள்' என்ற கருத்தை நான் தற்செயலாகக் கண்டறிந்தேன். திடீரென்று என் வாழ்க்கையில் ஒரு புதிய பிரகாசம் தோன்றியதைப்போல அது எனக்குப் பட்டது.

'5 நொடி விதி', நான் என்னுடன் கொண்டிருந்த உறவை மாற்றியது.

'அவர்களை அவர்கள் போக்கில் விடுங்கள்' கோட்பாடு, பிறருடனான என்னுடைய உறவை மாற்றியது.

'5 நொடி விதி', சுயமுன்னேற்றத்தைப் பற்றியது. கடினமான

நாள்களில் நீங்கள் உங்களுடைய படுக்கையிலிருந்து எழுவதற்கும், உடற்பயிற்சிக்கூடத்திற்குச் செல்வதற்கும், உட்கார்ந்து எழுதத் தொடங்குவதற்கும், கட்டண நினைவூட்டல்களைத் தாங்கி வந்துள்ள கடிதங்களைப் பிரிப்பதற்கும், ஒரு வகுப்பில் சேர்வதற்கும், உங்களுடைய வங்கிக் கணக்கில் எவ்வளவு பணம் இருக்கிறது என்பதைத் தெரிந்து கொள்வதற்கும், மலைபோலக் குவிந்துள்ள துணிகளைத் துவைப்பதற்கும், உங்களுடைய வேலையில் முன்னேறுவதற்கு உதவுகின்ற பயிற்சி வகுப்புகளில் சேர்வதற்கும் அது 'உங்களுக்கு' உதவும்.

ஒவ்வொரு முறை நீங்கள் 5-4-3-2-1 என்று எண்ணுகின்றபோதும், தயக்கம், தள்ளிப்போடுதல், அளவுக்கதிகமாகச் சிந்தித்தல், சந்தேகம் போன்றவற்றைக் கடந்து செல்ல 'உங்களை' நீங்கள் உந்தித் தள்ளுகிறீர்கள்; நீங்கள் எப்படி உணர்ந்தாலும், செயல்நடவடிக்கையில் இறங்குவது எப்படி என்பதை 'உங்களுக்கு' நீங்களே கற்றுக் கொடுக்கிறீர்கள். அதனால்தான் அது வேலை செய்கிறது.

ஆனால், கடந்த சில ஆண்டுகளின் ஊடாக என் மனத்தில் ஒரு யோசனை ஓடிக் கொண்டிருந்தது: "முன்னே செல்வதற்கு நான் எதற்காக என்னைத் தொடர்ச்சியாக உந்தித் தள்ளிக் கொண்டே இருக்க வேண்டும்? நான் தோற்றுவிடுவேனோ என்று நான் எதற்காக பயந்து கொண்டிருக்கிறேன்? நியாயமான ஆபத்தைக் கொண்டுள்ள காரியங்களில் இறங்குவதற்குக்கூட நான் எதற்காகப் பதற்றமடைகிறேன்? எனக்குத் தேவையானவற்றைக் கேட்பதற்குக்கூட நான் ஏன் கஷ்டப்படுகிறேன்?"

நீங்கள் நின்று நிதானித்து, பின்வரும் கேள்விகளை உங்களிடம் கேட்டுக் கொள்ளுங்கள்: நீங்கள் ஏன் தயங்குகிறீர்கள்? எது உங்களைத் தள்ளிப்போடத் தூண்டுகிறது? நீங்கள் ஏன் மிகவும் களைப்பாக உணர்கிறீர்கள்? ஒரு தீர்மானம் குறித்து நீங்கள் ஏன் அளவுக்கதிகமாகச் சிந்திக்கிறீர்கள்? உங்கள் சந்தேகங்களுக்குப் பின்னால் உள்ள காரணம் எது? நீங்கள் செய்தாக வேண்டிய காரியங்களைச் செய்வதையோ அல்லது நீங்கள் விரும்புகின்ற விதத்தில் நீங்கள் உங்களுடைய வாழ்க்கையை வாழாமல் இருப்பதையோ எது தடுத்துக் கொண்டிருக்கிறது? நீங்கள் எதைக் கண்டு அஞ்சி நடுங்கிக் கொண்டிருக்கிறீர்கள்?

இவற்றுக்கான பதில்களை நான் கண்டுபிடித்தபோது நான் உண்மையிலேயே அதிர்ச்சியடைந்துவிட்டேன். மற்றவர்கள்தான் அது. அல்லது, மற்றவர்கள் என்மீது தாக்கம் ஏற்படுத்துவதை நான் அனுமதித்துக் கொண்டிருந்த விதம் என்று அதை அழைக்கலாம். நான் மற்றவர்களைப் பற்றி யோசிப்பதற்கு ஏராளமான நேரத்தையும் ஆற்றலையும் செலவழித்துக் கொண்டிருந்தேன். அவர்கள் என்ன செய்கிறார்கள், என்ன சொல்கிறார்கள், எப்படிச் சிந்திக்கிறார்கள், எப்படி உணர்கிறார்கள், என்னிடமிருந்து என்ன

எதிர்பார்க்கிறார்கள் என்பன போன்றவை அதில் அடங்கும்.

நீங்கள் சரியான விஷயங்களைச் செய்தால் மக்களுக்கு உங்களைப் பிடித்துவிடும் என்று நீங்கள் எண்ணிக் கொள்கிறீர்கள். வேலை குறித்து நீங்கள் அதிகமாகப் பேசினால் உங்களுடைய மேலதிகாரி உங்களை மெச்சுவார் என்று நீங்கள் எண்ணுகிறீர்கள். உங்களுடைய அம்மாவின் விருப்பத்திற்கு ஏற்ப நீங்கள் செயல்பட்டுக் கொண்டு, அதே நேரத்தில் உங்களுடைய நண்பர்களையும் குஷிப்படுத்தினால், எப்படியோ உங்களுக்கு அமைதி கிட்டிவிடும் என்று நீங்கள் கணக்குப் போடுகிறீர்கள். ஆனால், அது சாத்தியமில்லை.

இந்தப் புத்தகம் முன்வைக்கின்ற 'அவர்களை அவர்கள் போக்கில் விடுங்கள்' கோட்பாடு உங்களுக்கு விடுதலையைப் பெற்றுக் கொடுக்கும். மற்றவர்களுடைய அபிப்பிராயங்கள், எடைபோடுதல்கள் ஆகியவற்றிலிருந்து அது உங்களுக்கு ஆசுவாசத்தைப் பெற்றுக் கொடுக்கும். உங்களைச் சுற்றியுள்ளவர்களையும் சுற்றியுள்ளவற்றையும் நிர்வகிக்க நீங்கள் முயலும்போது உங்களுக்கு ஏற்படுகின்ற திக்குமுக்காடல் உணர்விலிருந்து அது உங்களுக்கு விடுதலையைப் பெற்றுத் தரும்.

வாழ்வதற்கு ஒரு மேம்பட்ட வழி இருக்கிறது.

'அவர்களை அவர்கள் போக்கில் விடுங்கள்' கோட்பாடு, உங்களுடைய நேரத்தையும் ஆற்றலையும் எப்படிப் பாதுகாத்துக் கொள்வது என்பதையும், உங்களுக்கு அர்த்தமுள்ளதாக நீங்கள் கருதுகின்ற விஷயங்களில் நீங்கள் உங்களுடைய கவனத்தைக் குவிப்பது எப்படி என்பதையும் நீங்கள் கற்றுக் கொள்வதற்கான நிரூபணமான ஒரு வழிமுறையாகும். பிறருடைய அங்கீகாரத்தைப் பெறுவதற்காக நீங்கள் மற்றவர்களைத் தேவைக்கதிகமான காலம் துரத்திச் சென்று கொண்டிருந்துவிட்டீர்கள்; அவர்களைக் குஷிப்படுத்துவதற்காக ஏற்கனவே ஏகப்பட்ட நேரத்தை நீங்கள் வீணாக்கிவிட்டீர்கள்; அவர்களுடைய அபிப்பிராயங்கள் உங்களை இழுத்துப் பிடிக்க நீங்கள் அனுமதித்துவிட்டீர்கள். உங்களுடைய சக்தியைப் பிறருடைய கைகளுக்கு மாற்றுவதை நிறுத்துவது எப்படி என்பதையும், உங்களுடைய கனவுகளுக்கும், உங்களுடைய இலக்குகளுக்கும், உங்களுடைய மகிழ்ச்சிக்கும் முன்னுரிமை வழங்குகின்ற ஒரு வாழ்க்கையை உருவாக்கிக் கொள்வது எப்படி என்பதையும் கற்றுக் கொள்ளுங்கள். இக்கோட்பாடு, வெறுமனே உங்களுடைய வாழ்க்கையை மாற்றுவதோடு நின்றுவிடாமல், உங்களைச் சுற்றியுள்ள ஒவ்வொருவருடைய வாழ்க்கையையும் மாற்றும்.

இப்புத்தகத்தால் உங்களுக்கு எப்படி உதவ முடியும்

'அவர்களை அவர்கள் போக்கில் விடுங்கள்' கோட்பாடு என்றால் என்ன, அது எப்படி வேலை செய்கிறது, உங்களுடைய வாழ்க்கையில் உங்களுடைய கட்டுப்பாட்டின் கீழ் நீங்கள் வைத்துக் கொள்ள விரும்புகின்ற எட்டு முக்கியப் பகுதிகளில் அதை எப்படிப் பயன்படுத்துவது என்பன போன்றவற்றை இந்நூல் விவரிக்கும். ஆய்வுகளின் அடிப்படையில் அமைந்துள்ள இந்நூல், ஏராளமான நிரூபணங்களைக் கொண்டுள்ளது. இதில் இடம்பெற்றுள்ள கதைகள், இக்கோட்பாட்டை நீங்கள் உங்களுடைய வாழ்க்கையில் முயற்சித்துப் பார்க்க உங்களுக்கு உத்வேகமளிக்கும். இதன் அணுகுமுறை, ஸ்டோயிசிசம் போன்ற பண்டைய தத்துவங்களிலும், முக்கியமான மதங்களிலும், ஆன்மிக நடைமுறைகளிலும் பயன்படுத்தப்பட்டுள்ளதை நீங்கள் இந்நூலைப் படிக்கும்போது தெரிந்து கொள்வீர்கள்.

இதன் பெரும்பகுதி, அறிவியல் ஆய்வுகளின் அடிப்படையில் அமைந்துள்ளபோதிலும், இதை ஓர் ஆய்வறிக்கையாகவோ அல்லது ஒரு பாடப்புத்தகமாகவோ எடுத்துக் கொள்ள முடியாது. உங்களுடைய வாழ்க்கையின் முக்கியமான அம்சங்களில் பயன்படுத்தத்தக்க ஒரு வழிகாட்டிக் கையேடாக இதை நீங்கள் எடுத்துக் கொள்ளலாம். அதனால்தான் இது எளிதாகப் புரிந்து கொள்ளத்தக்க விதத்தில் எழுதப்பட்டுள்ளது. அத்துடன், ஒவ்வொரு பகுதியின் முடிவிலும் அப்பகுதியின் சுருக்கம் கொடுக்கப்பட்டுள்ளது.

இதை நீங்கள் படித்து உங்கள் வாழ்க்கையில் செயல்படுத்துவதற்காக நான் ஆவலுடன் காத்துக் கொண்டிருக்கிறேன். எப்படி நீங்கள் உங்களுடைய மகிழ்ச்சியை மற்றவர்களுடைய நடத்தையோடும் அபிப்பிராயங்களோடும் உணர்வுகளோடும் பிணைத்துள்ளீர்கள் என்பதையும், அதன் விளைவாக, மகிழ்ச்சியாக இருப்பதற்கான உங்களுடைய திறனைத் தெரியாத்தனமாக எப்படி நீங்கள் நாசமாக்கியிருக்கிறீர்கள் என்பதையும் இதைப் படிக்கும்போது நீங்கள் தெரிந்து கொள்வீர்கள்.

அதற்கு ஒரு முற்றுப்புள்ளி வைக்க இந்நூல் உங்களுக்கு உதவும்.

நீங்கள் இந்நூலைப் படித்து, கிரகித்து, கற்றுக் கொண்டவற்றை உடனடியாக நடைமுறைப்படுத்தினால், உங்கள் வாழ்க்கை இப்போது இருப்பதைவிட அதிக இலகுவானதாக இருக்கும், உங்களுடைய உறவுகள் இப்போது இருப்பதைவிட மேம்படும் என்ற உத்தரவாதத்தை என்னால் உங்களுக்கு வழங்க முடியும்.

அது, நீங்கள் அனுபவித்துள்ளதிலேயே மிக அதிகச்

சுதந்திரத்தையும் அதிகாரத்தையும் நீங்கள் பெறுகின்ற ஓர் உணர்வை உங்களுக்குக் கொடுக்கும். 'அவர்களை அவர்கள் போக்கில் விடுங்கள்' என்ற நான்கு வார்த்தைகளிலிருந்து அது தொடங்குகிறது.

பகுதி 1

‘அவர்களை அவர்கள் போக்கில் விடுங்கள்’ கோட்பாடு

அத்தியாயம் 1

உங்களால் கட்டுப்படுத்த முடியாத விஷயங்களில் உங்கள் வாழ்க்கையை வீணாக்காதீர்கள்

உங்கள் இலக்குகளை அடைவதற்கோ, மகிழ்ச்சியாக உணர்வதற்கோ, உங்கள் வாழ்க்கையை மாற்றுவதற்கோ நீங்கள் போராடிக் கொண்டிருந்தால், இதை நீங்கள் தெரிந்து கொள்ள வேண்டும் என்று நான் விரும்புகிறேன்: "பிரச்சனை உங்களிடம் இல்லை. உங்களை அறியாமலேயே நீங்கள் பிறருக்கு அளித்துள்ள அதிகாரம்தான் பிரச்சனையே."

இதை உணர்ந்து கொள்ளாமலேயே நாம் அனைவருமே இதைச் செய்து கொண்டிருக்கிறோம். நீங்கள் சரியான விஷயத்தைச் சொன்னால் எல்லோரும் திருப்தி அடைந்துவிடுவர் என்றும், நீங்கள் அதிகமாக வளைந்து கொடுத்தால் உங்களுடைய வாழ்க்கைத் துணைவர் மகிழ்ச்சி கொள்வார் என்றும், நீங்கள் நல்ல தோழமை உணர்வுடன் பழகினால் உங்களுடைய அலுவலக சகாக்களுக்கு உங்களை இன்னும் கூடுதலாகப் பிடித்துப் போய்விடும் என்றும், நீங்கள் உங்களுடைய குடும்பத்தாருடன் ஒரு சுமூகமான உறவைக் கொண்டிருந்தால் அவர்கள் உங்களை எடைபோடுவதை நிறுத்திவிடுவர் என்றும் நீங்கள் தவறாக நினைத்துக் கொண்டிருக்கிறீர்கள்.

இதை நான் நன்றாகவே அறிவேன். ஏனெனில், இதை நானும் என் வாழ்க்கையில் கடைபிடித்திருக்கிறேன். நான் போதுமான காரியங்களைச் செய்தால், சரியானவற்றைக் கூறினால், எல்லோரையும் மகிழ்ச்சியாக வைத்துக் கொண்டால் நான் என்னைப் பற்றி நல்லவிதமாக உணர்வேன் என்று

நினைத்துக் கொண்டு ஆண்டுக்கணக்கில் நான் எல்லோருக்கும் எல்லாவற்றையும் செய்ய முயன்றேன்.

ஆனால், உண்மையில் என்ன நடந்தது தெரியுமா? நீங்கள் எவ்வளவு கடினமாக உழைத்தாலும், எவ்வளவு வளைந்து கொடுத்தாலும், எவ்வளவு உங்களைக் குறுக்கிக் கொண்டாலும், யாராவது ஒருவர் ஏமாற்றமடைந்து கொண்டுதான் இருப்பார், யாராவது ஒருவர் உங்களைக் கடுமையாக விமர்சித்துக் கொண்டுதான் இருப்பார். நீங்கள் எவ்வளவுதான் முயன்றாலும், பலருக்கு அது ஒருபோதும் போதுமானதாகத் தோன்றாது என்ற உணர்வு உங்களிடம் கண்டிப்பாக ஏற்படும்.

ஆனால், விஷயங்கள் இப்படி இருக்க வேண்டிய அவசியமில்லை. நீங்கள் பறிகொடுத்துள்ள அதிகாரத்தை உங்களுக்கு மீண்டும் பெற்றுக் கொடுப்பதே இந்நூலின் நோக்கம். பிறருடைய அபிப்பிராயங்கள், மனநிலைகள், செயல்பாடுகள் என்பன போன்ற, உங்களால் கட்டுப்படுத்த முடியாத விஷயங்களுக்காக நீங்கள் உங்களுடைய நேரத்தையும் ஆற்றலையும் வீணடிப்பதை நிறுத்திவிட்டு, உங்கள் கட்டுப்பாட்டில் இருக்கின்ற ஒரே ஒரு விஷயத்தில் உங்களுடைய முழுக் கவனத்தையும் குவிக்க உங்களுக்கு இந்நூல் உதவும். அந்த ஒரு விஷயம்? நீங்கள்தான் அது.

நீங்கள் மற்றவர்களைப் பொருட்படுத்துவதை நிறுத்துகின்றபோது, நீங்கள் நினைத்துள்ளதைக் காட்டிலும் உங்களிடம் அதிக அதிகாரம் இருப்பதை நீங்கள் உணர்வீர்கள். ஏனெனில், அதை நீங்கள்தான் உங்களை அறியாமலேயே தாரை வார்த்துள்ளீர்கள்.

இப்போது நாம் ‘அவர்களை அவர்கள் போக்கில் விடுங்கள்’ கோட்பாட்டைப் பற்றிப் பார்க்கலாம்.

‘அவர்களை அவர்கள் போக்கில் விடுங்கள்’ கோட்பாடு என்றால் என்ன?

‘அவர்களை அவர்கள் போக்கில் விடுங்கள்’ கோட்பாடு சுதந்திரத்தைப் பற்றியது. இந்த நான்கு வார்த்தைகள், நீங்கள் மற்றவர்களுக்கு முக்கியத்துவம் கொடுப்பதால் உங்களுக்கு ஏற்படுகின்ற சிரமங்களிலிருந்து உங்களை விடுவிக்கும். மற்றவர்கள் என்ன நினைப்பார்களோ, என்ன பேசுவார்களோ, என்ன செய்வார்களோ என்று அளவுக்கதிகமாகக் கவலைப்பட்டுக் கொண்டிருப்பதை நீங்கள் நிறுத்தும்போது, உங்களுடைய சொந்த வாழ்க்கையின்மீது கவனத்தைக் குவிக்கத் தேவையான ஆற்றல் உங்களுக்குக் கிடைக்கும். நீங்கள் எதிர்வினையாற்றுவதை

நிறுத்திவிட்டு உண்மையிலேயே வாழத் தொடங்குவீர்கள்.

பிறரைத் திருப்திப்படுத்த முயன்று அதனால் பைத்தியம் பிடிக்கின்ற நிலைக்கு உங்களைத் தள்ளிக் கொண்டிருப்பதற்குப் பதிலாக, அவர்களை அவர்கள் போக்கில் விட்டுவிட நீங்கள் கற்றுக் கொள்வீர்கள்.

அந்த நிலை எப்படி இருக்கும்? இப்படிக் கற்பனை செய்து கொள்ளுங்கள். நீங்கள் உங்களுடைய வேலையிடத்தில் இருக்கிறீர்கள். உங்களுடைய சக ஊழியர் ஒரு மோசமான மனநிலையில் இருக்கிறார். அவருடைய எதிர்மறைப் போக்கு உங்கள்மீது தாக்கம் ஏற்படுத்த அனுமதிப்பதற்குப் பதிலாக, உங்களுடைய மனத்திற்குள் “அவர், அவர் போக்கில் செயல்பட்டுக் கொண்டிருக்கட்டும்,” என்று கூறிக் கொண்டு, அவரை அவருடைய போக்கில் விட்டுவிடுங்கள். அவர் தனக்குத் தானே புலம்பிக் கொண்டிருக்கட்டும். அது உங்கள் பிரச்சனை அன்று. நீங்கள் உங்கள் வேலையில் கவனத்தைக் குவியுங்கள்.

அல்லது இப்படிக் கற்பனை செய்யுங்கள். வாழ்வில் நீங்கள் மேற்கொண்டுள்ள தேர்ந்தெடுப்புகள் குறித்து உங்கள் அப்பா இன்னொரு கடுமையான விமர்சனத்தை முன்வைக்கிறார். அது உங்கள் கன்னத்தில் அறைந்தாற்போல உங்களை உலுக்கிவிடுகிறது. அது உங்கள் மொத்த நாளையும் நாசமாக்க அனுமதிப்பதற்குப் பதிலாக, “அவர் தன் போக்கில் செயல்பட்டுக் கொண்டிருக்கட்டும்,” என்று கூறிவிட்டு, அவரை அவருடைய போக்கில் விட்டுவிடுங்கள். அவர் தன்னுடைய அபிப்பிராயங்களை அவருடன் வைத்துக் கொள்ளட்டும். அவற்றால், நீங்கள் யாராக இருக்கிறீர்களோ அதையோ, நீங்கள் எவற்றையெல்லாம் சாதித்துள்ளீர்களோ அவற்றையோ, சுயமாகத் தீர்மானம் எடுப்பதற்கு உங்களுக்கு இருக்கின்ற உரிமையையோ மாற்ற முடியாது.

மற்றவர்கள் எவருக்கும் உங்கள்மீது செல்வாக்குச் செலுத்துகின்ற சக்தி கிடையாது. அதை நீங்களாகவே அவர்களிடம் கொடுத்தால்தான் உண்டு.

அது வேலை செய்வதற்கு இதுதான் காரணம்: உங்களால் கட்டுப்படுத்த முடியாத விஷயங்களைக் கட்டுப்படுத்துகின்ற முயற்சியை நீங்கள் கைவிடும்போது, நீங்கள் உங்களுடைய ஆற்றலை விரயம் செய்வதை நிறுத்துகிறீர்கள். அதன் மூலம், நீங்கள் உங்களுடைய நேரத்தையும் மன அமைதியையும் கவனக்குவிப்பையும் மீட்டெடுக்கிறீர்கள். உங்களுடைய மகிழ்ச்சி உங்களுடைய சொந்தச் செயல்நடவடிக்கைகளோடுதான் பிணைக்கப்பட்டுள்ளதே தவிர, வேறு யாரோ ஒருவருடைய நடத்தை, அபிப்பிராயம், அல்லது மனநிலையோடு முடிச்சுப் போடப்பட்டிருக்கவில்லை என்பதை நீங்கள் உணர்ந்து கொள்வீர்கள்.

இது எளியதாக இருப்பதாக உங்களுக்குத் தோன்றுகிறதா? அப்படித் தோன்றினால், அது சரிதான். அது உண்மையிலேயே எளியதுதான். ஆனால், இந்த மாற்றம், அனைத்தையும் மாற்றிவிடும். இந்தப் புத்தகத்தின் தலைப்பு, 'அவர்களை அவர்கள் போக்கில் விடுங்கள்' என்று இருந்தாலும், இது உண்மையில் உங்களைப் பற்றியதுதான். உங்கள் நேரத்தையும் ஆற்றலையும் பற்றியது இது. இவை இரண்டும் உங்களிடமுள்ள மிக முக்கியமான வளங்களாகும்.

மற்றவர்கள் தங்கள் வாழ்க்கையை அவர்கள் போக்கில் வாழ நீங்கள் எவ்வளவு அதிகமாக அனுமதிக்கிறீர்களோ, உங்கள் சொந்த வாழ்க்கை அவ்வளவு அதிகமாக மேம்படும் என்பதை 'அவர்களை அவர்கள் போக்கில் விடுங்கள்' கோட்பாடு உங்களுக்குக் கற்றுக் கொடுக்கும். அவர்கள் தங்கள் விருப்பம்போல இருக்கவும், தங்கள் விருப்பம்போல உணரவும், தங்கள் விருப்பம்போலச் சிந்திக்கவும் நீங்கள் எவ்வளவு தூரம் அனுமதிக்கிறீர்களோ, அவர்களுடனான உங்கள் உறவு அவ்வளவு அதிகச் சிறப்பானதாக இருக்கும்.

என் வாழ்க்கையில் இடம்பெற்றிருந்த வளர்ந்தவர்களை வளர்ந்தவர்களாக இருக்க நான் அனுமதித்தது, என் வாழ்க்கையை நல்லவிதமாக மாற்றியது. இதை நீங்களும் கடைபிடித்தால், அது உங்களுடைய வாழ்க்கையையும் கண்டிப்பாக மாற்றும். ஏனெனில், உங்கள்மீது செல்வாக்குச் செலுத்துவதற்கு மற்றவர்களை அனுமதிப்பதை நீங்கள் நிறுத்தும்போதுதான், உங்களிடம் எவ்வளவு அதிக சக்தி இருக்கிறது என்பதை நீங்கள் உணர்வீர்கள்.

'அவர்களை அவர்கள் போக்கில் விடுங்கள்' கோட்பாட்டைப் பற்றிய மிகவும் வியப்பான விஷயம் என்ன தெரியுமா? அதை நான் கண்டுபிடித்த விதம்தான்.

அக்கதையை நான் உங்களிடம் பகிர்ந்து கொள்ள எனக்குச் சற்றுக் கூச்சமாக உள்ளது.

ஏனெனில், வாழ்க்கை குறித்த என்னுடைய மொத்த அணுகுமுறையையும் மாற்றிய ஒன்றை உயர்நிலைப் பள்ளி மாணவர்களுக்கான அதிகாரபூர்வமான ஒரு நடன நிகழ்ச்சியில்தான் நான் கற்றுக் கொண்டேன்.

என் வாழ்க்கையை மாற்றிய ஒரு பள்ளி நடன நிகழ்ச்சி

பள்ளிகளில் மாணவர்களும் மாணவியரும் சேர்ந்து நடனமாடுகின்ற நிகழ்ச்சி மிகுந்த மன அழுத்தத்தை உருவாக்குகின்ற ஒன்று. என் மகள்கள் இருவருடைய நடன

நிகழ்ச்சிகளில் நான் கலந்து கொண்டிருந்ததால், என் மகனுடைய முறை வந்தபோது, அது மிகவும் இலகுவாக இருக்கும் என்று நான் நினைத்துவிட்டேன். அது தவறு.

என் மகள்கள் இருவரும் அது குறித்து அதீத அக்கறை கொண்டிருந்தனர். பல மாதங்களுக்கு முன்பே அதற்கான முன்தயாரிப்பில் அவர்கள் தீவிரமாக இறங்கினர், அதற்காகப் புதிய ஆடைகளைத் தைத்துக் கொண்டனர், சிகையலங்காரத்திலும் ஒப்பனையிலும் அதீத கவனம் செலுத்தினர், ஒத்திகை பார்த்தனர், நிகழ்ச்சிக்குப் பிந்தைய விருந்துகள் குறித்துப் பெரிதாக அலட்டிக் கொண்டனர்.

ஆனால், என் மகன் ஒக்லி அதற்கு நேர் எதிராக இருந்தான். அவனும் அவனுடைய நண்பர்களும், அதில் கலந்து கொள்வதா, வேண்டாமா என்று முடிவெடுக்க முடியாமல் தவித்துக் கொண்டிருந்தனர். நான் துருவித் துருவிக் கேட்டபோதும், அவன் அது பற்றிய எந்தத் தகவலையும் என்னிடம் கூற மறுத்துவிட்டான். இது அந்த வயதில் இருக்கின்ற பையன்களின் வழக்கமான நடத்தைதான் என்பதைப் பலரும் ஒப்புக் கொள்கின்றனர்.

ஆனால், அந்த நிகழ்ச்சி நடக்கவிருந்த வாரத்தில், தானும் அதில் கலந்து கொள்வதென்று அவன் முடிவெடுத்தான். அதனால், அதற்கான தயாரிப்புப் பணியால் வீடு அல்லோலகல்லோலப்பட்டது.

அந்த நாளும் வந்தது. அவன் விரும்பியிருந்த அனைத்தும் தயாராக இருந்தன, நடன நிகழ்ச்சிக்குப் பிறகு நடத்தப்படும் விருந்தை நாங்கள் அளிப்பதற்கும் ஏற்பாடாகி இருந்தது.

அவனை நேர்த்தியான உடையில் பார்த்தபோது, அவன் எவ்வளவு அழகான இளைஞனாக வளர்ந்திருந்தான் என்பதைக் கண்டு நான் மலைத்துப் போனேன். அந்தப் பதினெட்டு ஆண்டுகள் எவ்வளவு விரைவாக உருண்டோடியிருந்தன! என் மூத்த மகள் சாயர், கல்லூரிப் படிப்பை முடித்துவிட்டு பாஸ்டனில் ஒரு நிறுவனத்தில் வேலை பார்த்துக் கொண்டிருந்தாள். இளையவள் கென்டால், விரைவில் கல்லூரிப் படிப்பை முடிக்கவிருந்தாள்.

நான் என்னுடைய சமையலறையில் நின்று கொண்டு இவற்றை அசைபோட்டுக் கொண்டிருந்தபோது, நேரம் வேகமாக உருண்டோடிக் கொண்டிருந்ததை நான் உணர்ந்தேன். அது இன்னும் மெதுவாகச் சென்றால் எவ்வளவு நன்றாக இருக்கும் என்று நான் ஏங்கினேன். காலதேவன் குரூரமானவன். நீங்கள் காரியங்களை அரக்கப் பறக்கச் செய்யாமல் இருந்தாலும்கூட, நேரம் வேகமாக ஓடிக் கொண்டேதான் இருக்கும். உங்களுக்குப் பிடித்தமானவர்களுடன் நீங்கள் செலவழிக்கின்ற நேரம், உருகிக் கொண்டிருக்கின்ற ஒரு பனிக்கட்டியைப் போன்றது.

ஒரு நிமிடம் அது அங்கிருக்கும். அடுத்த நிமிடம் அது காணாமல் போய்விடும்.

காலம் குறித்த ஒரு சோகமான உண்மை இது: அந்தப் பனிக்கட்டி உருகுவதை நம்மால் தடுக்க முடியாது. நாம் நேசிக்கின்ற நபர்களுடன் சேர்ந்து இருப்பதற்கு நமக்குக் கிடைத்துள்ள நேரத்தை முழுமையாகப் பயன்படுத்திக் கொள்வது மட்டுமே நம்மால் செய்ய முடிகின்ற ஒரே காரியம். இதுபோன்ற நினைவுகள் மனத்தில் தோன்றுகின்றபோது, நான் சோகமாகிவிடுவேன்.

உங்களைப் பற்றி எனக்குத் தெரியாது. ஆனால், நான் என் வாழ்க்கையின் ஊடாக, அதை நின்று நிதானித்து இரசித்துக் கொண்டிருக்காமல், படுவேகமாக ஓடிக் கொண்டிருந்ததைப் போன்ற உணர்வுதான் எனக்கு எப்போதும் ஏற்படும். நான் எனக்குப் பிடித்தமானவர்களுடன் இருக்கின்ற அரிய கணங்களில்கூட, பொருட்படுத்தத் தேவையில்லாத அற்ப விஷயங்கள் குறித்து யோசிப்பதில் அக்கணங்களை நான் வீணாக்கிவிடுவேன்.

என் மகன் கடைசி நேரத்தில் காரியங்களைச் செய்வது குறித்து நானும் மன அழுத்தம் அடைந்து அவனையும் அழுத்தத்திற்கு ஆளாக்க வேண்டுமா என்று நான் யோசித்தபோது, அது தேவையில்லை என்பது தெளிவாயிற்று.

இதையொத்த நிகழ்வுகள் ஏதேனும் உங்களுடைய வாழ்விலும் கண்டிப்பாக இடம்பெற்றிருக்கும் என்பதால், நான் என்ன சொல்ல வருகிறேன் என்பதை நீங்கள் புரிந்து கொண்டிருப்பீர்கள் என்று நான் நம்புகிறேன்.

நான் என் மகன் அருகே சென்று, "நீ மிகவும் வசீகரமாக இருக்கிறாய்!" என்று கூறி அவனை அன்போடு கட்டியணைத்தேன்.

"நன்றி, அம்மா," என்று கூறிய அவன், தன் கைக்கடிகாரத்தைப் பார்த்தான். உடனே, "அம்மா, நேரமாகிவிட்டது, கிளம்பலாம்," என்று கூறினான்.

அக்கணம், கண்மூடித் திறப்பதற்குள் பறந்துவிட்டது. வாழ்க்கை வேடிக்கையானது. ஒரு கணம், காலம் எவ்வளவு விரைவாக ஓடிக் கொண்டிருக்கிறது என்ற ஆற்றாமை உங்களுக்குள் பொங்கி எழுகிறது. மறுகணம், நீங்கள் மறுபடியும் வேகமாக, கார் சாவி எங்கே இருக்கிறது என்று அரக்கப் பறக்கத் தேடத் தொடங்குகிறீர்கள். சமையலறையில் கழுவுவதற்குக் குவிந்து கிடக்கும் பாத்திரங்கள் உங்களுக்கு எரிச்சலூட்டுகின்றன.

வீட்டைவிட்டுக் கிளம்பும்போது, ஃபிரிட்ஜுக்குள் நான் வைத்திருந்த, பெண்கள் தங்களுடைய கைகளில் அணிந்து கொள்கின்ற அழகான சிறிய மலர் வளையல் ஒன்றை எடுத்து நான் என் மகனிடம் நீட்டினேன். அதைப் பார்த்தவுடன் அவன் முகம் மாறியது. "அம்மா, நான் சேர்ந்து நடனமாடப் போகின்ற பெண் இதை வேண்டாம் என்று என்னிடம் முன்பே கூறவிட்டாள். அதனால் இதை உங்களுடன் எடுத்து வராதீர்கள்," என்று அவன் கூறிவிட்டான்.

"ஆனால், இது அழகாக இருக்கிறது. நிஜமாகவே இது

வேண்டாமா?" என்று நான் கேட்டேன்.

"வேண்டாம், அம்மா. அவளுக்கு இது பிடிக்காது."

"நான் எதற்கும் எடுத்து வருகிறேன். அவளுக்குப் பிடித்தால் அணிந்து கொள்ளட்டும். இல்லையெனில் விட்டுவிடட்டும்."

அவன் என்னிடம் வெடித்தான். "அம்மா, தயவு செய்து இதை அங்கு எடுத்து வராதீர்கள்."

நான் கண்களை உருட்டியவாறு என் மகளைப் பார்த்தேன். அவள் எனக்கு ஆதரவாகப் பேசுவாள் என்று நான் எதிர்பார்த்தேன். ஆனால், அவளோ, "அம்மா, விட்டுவிடுங்கள். அவனே பதற்றத்தில் இருக்கிறான். அவனுக்கு அந்தப் பெண்ணுடன் பெரிதாகப் பரிச்சயம் கிடையாது. அவனை வற்புறுத்தாதீர்கள்," என்று அவன் பக்கம் பரிந்து பேசினாள்.

அது எனக்கு எரிச்சல் ஏற்படுத்தியது. என் மனம் சிறிது வேதனைப்பட்டது என்றுகூடச் சொல்லலாம். அந்த மலர் வளையலை வாங்குவதற்காக நான் மிகவும் மெனக்கெட்டிருந்தேன். அதற்காக இணையத்தில் நான் ஆய்வு செய்தேன். உள்ளூர்ப் பூக்கடைக்குச் சென்று ஆர்டர் கொடுத்து, அதை வாங்கிப் பத்திரமாக ஃபிரிட்ஜில் வைத்திருந்தேன். நான் அவனுக்கு அழகான ஒன்றைச் செய்ய முயல்கிறேன். ஆனால், அவன் என்னிடம் எரிந்து விழுகிறான். அவனுக்கு இதில் அனுபவமும் கிடையாது. அவனுக்கு என்ன தெரியும்?

அதனால், நான் அந்த மலர் வளையலை என்னுடைய கைப்பையில் வைத்துக் கொண்டு அவர்களுடன் புறப்பட்டேன். நாங்கள், ஜோடிகள் புகைப்படம் எடுத்துக் கொள்கின்ற இடத்திற்குச் சென்று இறங்கினோம். அங்கு என் மகன் அப்பெண்ணை எங்களிடம் அறிமுகம் செய்து வைத்தான். அப்பெண், கோட்டில் அணிந்து கொள்ளப்படுகின்ற ரோஜா மலர் ஒன்றை வைத்திருந்தாள். அதை என் மகனின் கோட்டில் அணிவிப்பதற்குத் தனக்கு உதவுமாறு அவள் என் கணவரைக் கேட்டுக் கொண்டாள்.

நான் என்னுடைய கைப்பைக்குள் கையைவிட்டு, ஏதோ முதல் பரிசு பெற்றிருந்த லாட்டரிச் சீட்டை வெளியே எடுப்பதுபோல அந்த மலர் வளையலை வெளியே எடுத்து அவளிடம் நீட்டி, "இது போன்ற ஒன்றை வேண்டாம் என்று நீ கூறியதாக ஓக்லி என்னிடம் கூறினான். ஒருவேளை உனக்கு இது தேவைப்படலாம் என்று இதை நான் கையோடு கொண்டு வந்தேன்," என்று கூறினேன்.

என் மகன் என்னை எரித்துவிடுவதுபோலப் பார்த்தான். நான் வாயை மூடிக் கொண்டு சும்மா இருந்திருக்கலாம் என்று தோன்றியது. ஓக்லி அந்தப் பெண்ணின் பக்கம் திரும்பி, "நீ இதை அணிந்து கொள்ளத் தேவையில்லை," என்று மன்னிப்புக் கேட்கும் தொனியில் கூறினான்.

அவள் அவன் பக்கம் திரும்பி, “பரவாயில்லை. நான் இதை அணிந்து கொள்கிறேன்,” என்று கூறினாள்.

அவள் தானாகவே தயாரித்திருந்த மலர் வளையல் ஒன்றைத் தன் மணிக்கட்டில் ஏற்கனவே அணிந்திருந்ததை அப்போதுதான் நான் கவனித்தேன். கென்டால் தன் கண்களைச் சுழற்றினாள். என் கணவர் நெளிந்தார். என்னால் மட்டும் அப்போது மாயமாய் மறைந்து போக முடிந்திருந்தால், அக்கணமே நான் மறைந்து போயிருப்பேன்.

என் மகன் என் கையிலிருந்து அந்த மலர் வளையலைப் பிடுங்கி, அந்தப் பெண் நீட்டிக் கொண்டிருந்த கையில் அதை அணிவித்தான். பின், அவள் கொடுத்த ரோஜாவை என் கணவர் என் மகனின் கோட்டில் குத்தினார். நாங்கள் சில புகைப்படங்கள் எடுத்துக் கொண்டோம். திடீரென்று, எதிர்பாராமல் மழை பெய்யத் தொடங்கியது. அது சாதாரணமான தூறல் அன்று. அது படபடவெனக் கொட்டித் தீர்த்துவிட்டது. மழை வருமென்று வானிலை அறிவிப்பு எதுவும் வராததால், அங்கிருந்த சுமார் இருபது மாணவ மாணவியரும் சரி, அவர்களுடைய பெற்றோரும் சரி, மழைக் கோட்டோ அல்லது குடையோ கொண்டு வந்திருக்கவில்லை.

“ஐயோ பாவம்! இந்தக் குழந்தைகள் மழையில் தொப்பலாக நனையப் போகிறார்கள்,” என்று நான் நினைத்தேன். ஆனால், அந்தக் குழந்தைகள் அதைச் சிறிதும் பொருட்படுத்தவில்லை. அவர்கள் சிறு சிறு குழுக்களாக நின்று கொண்டு தங்களுக்குள் பேசிக் கொண்டிருந்தனர். அப்போது அவர்களில் ஒரு மாணவன், “நிகழ்ச்சிக்கு முன்பாக நாம் எங்கே சாப்பிடச் செல்கிறோம்?” என்று மற்றவர்களிடம் கேட்டது என் காதில் விழுந்தது.

நான் என் மகனின் அருகே சென்று அவனிடம் ஒரு கிசுகிசுப்பான குரலில், “நிகழ்ச்சி தொடங்குவதற்கு முன்பு உணவருந்தச் செல்வதற்கு நீங்கள் எந்த ஓட்டலிலும் முன்பதிவு செய்யவில்லையா?” என்று கேட்டேன்.

“இல்லை.”

நான் என் கணவர் பக்கம் திரும்பி, “இவர்கள் எந்த உணவகத்திலும் முன்பதிவு செய்யவில்லையாம்,” என்று தெரிவித்தேன்.

“அப்படித்தான் தெரிகிறது,” என்று என் கணவர் விட்டேத்தியாகப் பதிலளித்தார். அந்த விஷயம் என் கணவரையும் என் மகனையும் பெரிதாகப் பாதித்திருந்ததுபோலத் தோன்றவில்லை. ஆனால், அது என்னை மிகவும் பாதித்தது. இந்தக் குழந்தைகள் எப்படி இப்படிப் பொறுப்பின்றி நடந்து கொள்கின்றனர்? என் மகள்கள் பல மாதங்களுக்கு முன்பே ஒவ்வொரு விஷயத்தையும் பார்த்துப் பார்த்துச் செய்திருந்தனரே!

உணவருந்த எங்குச் செல்லலாம் என்று அந்த மாணவர்கள்

தங்களுக்குள் விவாதித்துக் கொண்டிருந்தனர். நான் அவர்களிடம், “நீங்கள் எங்கே போகப் போகிறீர்கள்?” என்று கேட்டேன்.

என் மகன் என் பக்கமாகத் திரும்பி, பதின்ம வயதினருக்கே உரிய விதத்தில், “நாங்கள் ‘அமிகோஸ்’ உணவகத்திற்குப் போகப் போகிறோம்,” என்று கூறினான்.

அது ஒரு துரித உணவகம். ஆனால், அது மிகவும் சிறியது. அதில் கண்டிப்பாக 20 பேர் உட்கார்ந்து சாப்பிட முடியாது. எங்களுடைய உரையாடலைக் கேட்டுக் கொண்டிருந்த பிற அம்மாக்கள் உறைந்து போயினர். அப்பாக்கள்கூட அந்த யோசனை குறித்துச் சந்தேகம் கொண்டிருந்ததைப்போலத் தோன்றியது. கொட்டும் மழையில், குடை, மழைக் கோட்டு போன்ற எதுவும் இல்லாமல், அனைவரும் உட்கார்ந்து சாப்பிட வசதி இல்லாத துரித உணவகம் ஒன்றுக்கு அவர்கள் செல்லவிருந்தனர் என்பதைக் கேள்விப்பட்டபோது என்னால் சும்மா இருக்க முடியவில்லை.

இது என்ன மடத்தனமான காரியம் என்று நான் கொதித்தேன். அங்கிருந்த பல பெற்றோர்களுக்கும் இதே மனநிலைதான் இருந்தது. அவர்களில் சிலர் இடையில் புகுந்து, சூழலைத் தங்களுடைய கட்டுப்பாட்டிற்குள் கொண்டுவர முயன்றனர். நான் என் அலைபேசியை எடுத்து, 20 பேர் அமர்ந்து உண்பதற்கு வசதியான ஏதேனும் ஓர் உணவகத்தில் முன்பதிவு செய்ய முடியுமா என்று தேடினேன்.

அப்படி எதுவும் கிடைக்கவில்லை. என் மகள் என்னை அவதானித்துக் கொண்டிருந்ததை என்னால் உணர முடிந்தது. நான் பிற பெற்றோர்களிடம், “என்னால் எந்த உணவகத்திலும் முன்பதிவு செய்ய முடியவில்லை. ஏதாவது பீட்சா கடையை அணுகி, அவர்கள் பீட்சாவை இங்குக் கொண்டுவந்து தருவார்களா என்று பார்க்கலாம்,” என்று கூறினேன்.

அப்போதுதான் என் மகள் என் கையைப் பிடித்து என்னை ஓர் ஓரமாக இழுத்துச் சென்று, என் கண்களை நேருக்கு நேராக நோக்கி, “ஓக்லியும் அவனுடைய நண்பர்களும் ஏதோ ஒரு துரித உணவகத்திற்குச் செல்ல விரும்பினால், அவர்கள் அப்படிச் செய்ய அனுமதியுங்கள்,” என்று கூறினாள்.

“அவர்கள் அங்குச் செல்வதற்கு முன்பு தொப்பலாக நனைந்துவிடுவார்களே!”

“அம்மா, அவர்கள் நனைந்துவிட்டுப் போகட்டும்.”

“அவனுடைய காலணிகள் அழுக்காகிவிடுமே!”

“அவை அழுக்காகட்டும்.”

“கென்டால், அவை புதிய காலணிகள்!”

“அம்மா, நீங்கள் எரிச்சலூட்டிக் கொண்டிருக்கிறீர்கள். அவர்கள் தங்களுடைய நடன நிகழ்ச்சிக்குத் தொப்பலாக நனைந்த உடையுடன் செல்லட்டும். அவர்கள் எங்குச் சாப்பிட

விரும்புகிறார்களோ அங்குச் சாப்பிட்டுக் கொள்ளட்டும். இது அவர்களுடைய நிகழ்ச்சி. உங்களுடையதன்று. இத்துடன் நிறுத்திக் கொள்ளுங்கள்.

"அவர்களை அவர்கள் போக்கில் விடுங்கள்!"

அந்த வார்த்தைகள் என்னை நெகிழச் செய்தன. அச்சூழலை என் கட்டுப்பாட்டிற்குள் கொண்டு வருவதற்கு நான் முயன்றதால் எனக்குள் அதிகரித்திருந்த மன அழுத்தம் மெதுவாகக் குறையத் தொடங்கியிருந்தது. இதில் நான் ஏன் என் மூக்கை நுழைக்க வேண்டும்? இச்சூழலை நான் ஏன் கட்டுப்படுத்தத் துடிக்க வேண்டும்? இதற்குப் பதிலாக, நடன நிகழ்ச்சிக்குப் பிறகு ஏற்பாடு செய்யப்பட்டுள்ள இரவு விருந்து பற்றி நான் ஏன் யோசிக்கக்கூடாது? இவர்கள் என்ன செய்யப் போகிறார்கள் என்பது குறித்து நான் எதற்காக அலட்டிக் கொள்ள வேண்டும்?

"அவர்கள் அவர்கள் போக்கில் செல்லட்டும். இது அவர்களுடைய நடன நிகழ்ச்சி. என்னுடையதன்று," என்று என்னை நானே கடிந்து கொண்டேன். "அதைக் கட்டுப்படுத்த முயலாதே. அதை நிர்வகிக்க முயலாதே. அவர்களை அவர்கள் போக்கில் விட்டுவிடு!"

இறுதியில் அதைத்தான் நான் செய்தேன். பிற பெற்றோர் தங்களுடைய குழந்தைகளுடன் வாக்குவாதத்தில் ஈடுபட்டுக் கொண்டிருந்தபோது, நான் என் மகனை நோக்கிச் சென்றேன். என்னைப் பார்த்ததும் அவன், "இப்போது என்ன சொல்லப் போகிறீர்கள்?" என்று கேட்டான். "இந்த நாற்பது டாலர்களை வைத்துக் கொள். அமிகோஸ் உணவகத்திற்குச் சென்று உனக்குப் பிடித்தமானதைச் சாப்பிட்டுக் கொள். உன் நடன நிகழ்ச்சி பிரமாதமாக அமைய என் வாழ்த்துகள்!" என்று நான் கூறினேன்.

அதைக் கேட்டதும் அவனுடைய முகத்தில் ஒரு விசாலமான புன்னகை படர்ந்தது. அவன் என்னைக் கட்டியணைத்தவாறே, "நன்றி, அம்மா," என்று கூறினான்.

என் மகனும், அன்று அவனுடன் ஆடவிருந்த பெண்ணும், உடனடியாக அந்த இடத்திலிருந்து வெளியேறி, கொட்டும் மழைக்குள் சென்றனர். அந்தப் பெண்ணின் ஆடையில் சேறு தெறித்ததையும், என் மகனின் புதுக் காலணிகள் அழுக்காகிக் கொண்டிருந்ததையும் நான் பார்த்தேன். அதைப் பற்றி நான் துளிகூடக் கவலைப்படவில்லை. இன்னும் சொல்லப் போனால், அக்காட்சி அழகாகவே இருந்தது.

அந்த ஒரு கணம், வாழ்க்கை குறித்து நான் கொண்டிருந்த மொத்த அணுகுமுறையையுமே மாற்றவிருந்ததை அப்போது நான் அறிந்திருக்கவில்லை.

'அவர்களை அவர்கள் போக்கில் விடுங்கள்'... என்னவோர் அபாரமான யோசனை

ஒரு வாரத்திற்குள் நான் எந்த அளவுக்கு வித்தியாசமாக உணர்ந்தேன் என்பதை என்னாலேயே நம்ப முடியவில்லை. நான் பதற்றம், விரக்தி அல்லது மன அழுத்தம் கொள்ளும்போதெல்லாம், "அவர்களை அவர்கள் போக்கில் விட்டுவிடு!" என்று எனக்கு நானே கூறிக் கொள்ளத் தொடங்கினேன். கிட்டத்தட்ட அனைத்து நேரங்களிலும் எனக்கு ஏற்பட்டிருந்த பதற்றமும் மன அழுத்தமும் பிறரால்தான் ஏற்பட்டிருந்தன என்பது எனக்கே வியப்பாக இருந்தது.

நான் பேக்கரிக்குச் சென்றபோது, அங்கு எனக்குப் பிடித்தமான கேக் இல்லையா? பரவாயில்லை, அவர்கள் விற்றுத் தீர்த்துவிட்டுப் போகட்டும்.

என் மகன் இரவில் நீண்ட நேரம் வெளியே தங்கிக் கொள்ள நான் அனுமதிக்காமல் இருந்தது குறித்து அவன் என்மீது சீற்றம் கொண்டிருக்கிறானா? அவன் அப்படி இருந்துவிட்டுப் போகட்டும்.

வீட்டுக்கு அருகே நடைபெற்றுக் கொண்டிருக்கின்ற கட்டட வேலை காரணமாகப் பெரும் சத்தம் உண்டாகிக் கொண்டிருக்கிறதா? இருந்துவிட்டுப் போகட்டும்.

வீட்டில் இருப்பவர்கள் தாங்கள் சாப்பிட்டத் தட்டைக் கழுவாமல் சமையலறையில் அப்படியே வைத்துவிடுகிறார்களா? போட்டுவிட்டுப் போகட்டும்.

என்னுடைய அண்டைவீட்டு நாய் நாள் முழுவதும் குரைத்துக் கொண்டே இருக்கிறதா? அது குரைத்துக் கொண்டிருககட்டும்.

நிகழ்ச்சிகளுக்கு என் குடும்பத்தார் தாமதமாக வருகிறார்களா? வந்துவிட்டுப் போகட்டும்.

என்னுடைய வேலை குறித்து என்னுடைய உறவினர்கள் என்னை எடைபோடுகிறார்களா? எடைபோட்டுக் கொள்ளட்டும்.

நான் இணையத்தில் தரவேற்றம் செய்திருந்த புகைப்படம் பலருக்குப் பிடிக்கவில்லையா? அவர்கள் அதை வெறுக்கட்டும்.

என்னுடைய குழந்தை வளர்ப்பு முறை என் மாமியாருக்குப் பிடிக்கவில்லையா? அவர் கோபித்துக் கொள்ளட்டும்.

அந்த நான்கு வார்த்தைகள்: 'அவர்களை அவர்கள் போக்கில் விடுங்கள்.' அது அனைத்தையும் மாற்றிவிட்டது. முன்பு என்னைத் தொந்தரவு செய்த எதுவும் இப்போது என்னைப் பாதிப்பதில்லை. எனக்கு எரிச்சல் ஏற்படுத்திக் கொண்டிருந்த நபர்கள் இனியும் எனக்கு எரிச்சல் ஏற்படுத்தவில்லை. நான் வாழ்க்கையின்மீது வைத்திருந்த இறுகலான பிடி தளரத் தொடங்கியிருந்தது. முன்பெல்லாம், அலுவலகத்தில் எனக்கு

மன அழுத்தம் ஏற்படுத்திய சூழல்கள் குறித்து நான் வீட்டுக்கு வந்ததும் வராததுமாகப் புலம்பத் தொடங்கிவிடுவேன். இப்போது அவை என் முதுகில் சவாரி செய்ய நான் அனுமதிப்பதில்லை. தேவையற்றக் கவலைகளும் எரிச்சலும் என்னுடைய மூளையில் ஆக்கிரமித்திருந்த பகுதி இப்போது காலியாக இருந்ததால், முக்கியமான விஷயங்களைப் பற்றி யோசிப்பதற்கு அங்கு இடமிருந்தது.

நான் கவலைப்பட்டுக் கொண்டிருந்த பல விஷயங்கள், அவற்றுக்கு நான் அளித்துக் கொண்டிருந்த கவனத்திற்கும் ஒதுக்கிக் கொண்டிருந்த நேரத்திற்கும் தகுதியானவை அல்ல என்பதை நான் அதிகமாகப் புரிந்து கொள்ளத் தொடங்கினேன். என்னுடைய ஆற்றலைச் செலவழிக்கின்ற அளவுக்கு எல்லோரும் தகுதியானவர்கள் அல்லர் என்ற எண்ணம் எனக்குள் ஏற்பட்டது. அது எனக்குச் சுதந்திர உணர்வைக் கொடுத்தது.

“அவர்களை அவர்கள் போக்கில் விட்டுவிடு,” என்று நான் எவ்வளவு அதிகமாகக் கூறிக் கொண்டிருந்தேனோ, அவ்வளவு கூடுதலான நேரம் எனக்குக் கிடைத்தது. யோசிப்பதற்கும், சுவாசிப்பதற்கும், எனக்குப் பிடித்தமான பொழுதுபோக்குகளில் ஈடுபடுவதற்கும், நான் முக்கியமானவை என்று கருதியவற்றில் ஈடுபடுவதற்கும், என்னைக் கவனித்துக் கொள்வதற்கும் எனக்கு நேரம் கிடைத்தது.

இதனால், நான் மகிழ்ச்சியாகவும் சமநிலையுடனும் இருந்ததாக நான் உணர்ந்தேன். அதன் தாக்கம் மறுதலிக்க முடியாததாக இருந்தது. அதை என் கணவர்கூடக் கவனித்துவிட்டு, “நீ வித்தியாசமாக இருப்பதுபோலத் தெரிகிறாய்,” என்று குறிப்பிட்டார். அவர் கூறியது சரிதான். நான் உண்மையாகவே வித்தியாசமாக உணர்ந்தேன். அது என்னுள் ஒரு நல்லவிதமான உணர்வைத் தோற்றுவித்ததால், அதை நான் இணையத்தில் பகிர்ந்து கொள்ள விரும்பினேன். அதனால், நான் ‘அவர்களை அவர்கள் போக்கில் விடுங்கள்’ கோட்பாட்டை விளக்கி, 60 நொடி நீளமுள்ள காணொளி ஒன்றைப் பதிவு செய்து அதைச் சமூக ஊடகங்களில் தரவேற்றம் செய்தேன். அதில் நான் கூறியிருந்த விஷயம் இதுதான்:

> *இந்த வார இறுதியில் உங்களுடைய நண்பர்கள் ஒன்றாகச் சேர்ந்து காலை உணவு அருந்தியபோது உங்களைக் கூப்பிடவில்லையா? இருந்துவிட்டுப் போகட்டும். நீங்கள் காதலித்துக் கொண்டிருக்கின்ற நபருக்குத் திருமணப் பந்தத்தில் மாட்டிக் கொள்ள விருப்பமில்லையா? அவர்களை அப்படியே விட்டுவிடுங்கள். இந்த வாரம் நீங்கள் செல்லத் திட்டமிட்டிருந்த ஒரு நிகழ்ச்சிக்கு உங்களுடைய குழந்தைகள் வர விரும்பவில்லையா? அவர்களை விட்டுவிடுங்கள். பிறர் நம்முடைய எதிர்பார்ப்புகளுக்கு ஏற்ப நடந்து கொள்ள வேண்டும் என்று*

அவர்களை வற்புறுத்துவதற்கு நாம் ஏராளமான நேரத்தையும் ஆற்றலையும் செலவழித்துக் கொண்டிருக்கிறோம். உங்களுடைய காதலியோ, தொழிற்கூட்டாளியோ, குடும்ப உறுப்பினர் ஒருவரோ உங்களுடைய எதிர்பார்ப்புகளின்படி நடந்து கொள்ளவில்லை என்றால், அவர்கள் தங்களை மாற்றிக் கொள்ள வேண்டும் என்று அவர்களைக் கட்டாயப்படுத்தாதீர்கள். அவர்கள் அவர்களாகவே இருந்து கொள்ளட்டும். ஏனெனில், அப்படி நடந்து கொள்வதன் மூலம் தாங்கள் உண்மையில் யார் என்பதை அவர்கள் உங்களிடம் வெளிப்படுத்துகின்றனர். அவர்களை அவர்கள் போக்கில் விட்டுவிட்டு, அடுத்து ஆக வேண்டிய காரியத்தைப் பாருங்கள்.

அடுத்த 24 மணிநேரத்திற்குள் 1.5 கோடி மக்கள் அந்தக் காணொளியைப் பார்த்துவிட்டனர். ஒரு வாரத்திற்குள் அந்த எண்ணிக்கை 6 கோடியாக உயர்ந்தது. அந்த வீடியோவுக்கு ஆயிரக்கணக்கானோர் தங்களுடைய கருத்துகளைப் பதிவிட்டிருந்தனர். செய்தி ஊடகங்கள் அக்கோட்பாட்டைப் பற்றிய கட்டுரைகளை வெளியிட்டன, அதன் ஆற்றலை வானளாவப் புகழ்ந்தன. உலகெங்கிலுமிருந்து எனக்கு எண்ணற்ற மின்னஞ்சல்கள் வந்தன. சமூக ஊடகங்களின் வழியாக 'நேரடிச் செய்திகளும்' வந்து குவிந்தன. அதில் பலர் சில கேள்விகளைக் கேட்டிருந்தனர். எண்ணற்றோர், அதைத் தாங்கள் பயன்படுத்தியதால் தங்களுக்கு ஏற்பட்டிருந்த நற்பயன்களைப் பற்றிக் குறிப்பிட்டிருந்தனர். உளவியலாளர்களும் சிகிச்சையாளர்களும் அதைப் பற்றித் தங்களுடைய வலைப்பக்கங்களில் எழுதித் தள்ளினர்.

அதற்கு உடனடியாக இந்த அளவு பிரம்மாண்டமான வரவேற்பு இருக்கும் என்று நான் எதிர்பார்த்திருக்கவில்லை. அதனால், நான் அக்கோட்பாட்டை விளக்கி, அதைப் பயன்படுத்தி என்னுடைய சொந்த வாழ்க்கையில் நான் அடைந்திருந்த பயன்களைப் பற்றியும் ஒரு வலையொலிப்பதிவைத் தயாரித்து இணையத்தில் தரவேற்றினேன். அது பல்லாயிரக்கணக்கானோரால் பகிர்ந்து கொள்ளப்பட்டு வைரலானது. அந்த ஆண்டில் அதிகமாகப் பகிர்ந்து கொள்ளப்பட்ட முதல் ஆறு வலையொலிப்பதிவுகளில் அதுவும் ஒன்று என்று ஆப்பிள் நிறுவனம் அறிவித்தது.

அது வெறும் தொடக்கம் மட்டுமே. அதைத் தொடர்ந்து, 'அவர்களை அவர்கள் போக்கில் விடுங்கள்' என்ற வாசகத்தை ஏராளமானோர் தங்கள் உடல்களில் பச்சை குத்திக் கொண்டனர்.

'அவர்களை அவர்கள் போக்கில் விடுங்கள்' கோட்பாடுதான் நான் கண்டுபிடித்திருந்ததிலேயே மிகவும் ஆற்றல்மிக்கது. உலகெங்கிலும் ஏராளமான மக்கள் இந்த வாசகத்தைத் தங்களுடைய உடலில் நிரந்தரமாகப் பச்சை குத்திக் கொள்கின்ற அளவுக்குப் போய்விட்டிருந்த செயல்தான் என்னை இந்தப் புத்தகத்தை எழுதத் தூண்டியது. அதற்கு முன்பாக, இந்த

Let them
Let Them
Let them
Let them
Let them
Let them
Let Them
Let Them
Let Them
Let them
Let Them
Let Them
Let them
Let Them
Let them

Let them
let them
Let them
Let them
let Them
LET THEM
Let them
Let Them
LET THEM
Let Them
let them
LET THEM
Let them
Let them

நான்கு வார்த்தைகளால் எப்படி உலகளாவிய ஒரு விதத்தில் உடனடியாகப் பெரும் தாக்கம் ஏற்படுத்த முடிந்தது என்பதைப் புரிந்து கொள்ள நான் முயன்றேன்.

இக்கோட்பாட்டிற்கான ஆய்வு

இக்கோட்பாடு குறித்து நான் இரண்டு ஆண்டுகள் ஆய்வு மேற்கொண்டேன். அது ஏன் வேலை செய்தது என்பதைப் புரிந்து கொள்ள நான் விரும்பினேன். ஒருவருடைய வாழ்க்கையைப் பரிபூரணமாக மாற்றுகின்ற விதத்திலும், மற்றவர்களுடனான அவர்களுடைய உறவு மேம்படக்கூடிய விதத்திலும் அவர்கள் இதைப் பயன்படுத்துவதற்கான வழிமுறைகளை வகுக்க நான் தலைப்பட்டேன்.

இந்நூலுக்காக, உளவியல், நரம்பு அறிவியல், நடத்தை அறிவியல், உறவுகள், மன அழுத்தம், மகிழ்ச்சி போன்ற துறைகளில் வல்லுநர்களாக இருந்த பலரிடம் நான் பேசினேன். அவர்களை இந்நூலில் நீங்கள் சந்திப்பீர்கள். இது உண்மையிலேயே மிகச்

சிறப்பாக வேலை செய்கிறது என்பது மறுக்கப்பட முடியாத உண்மை.

"நம்மைச் சுற்றியுள்ள அனைத்தையும் கட்டுப்படுத்த வேண்டும் என்ற விருப்பம் அனைத்து மனிதர்களிடமும் இயல்பாக இருக்கிறது," என்று மனித இயல்பு குறித்த அடிப்படை விதி கூறுகிறது.

நம்முடைய நேரம், நம்முடைய எண்ணங்கள், நம்முடைய செயல்நடவடிக்கைகள், நம்முடைய சுற்றுச்சூழல், நம்முடைய திட்டங்கள், நம்முடைய வருங்காலம், நம்முடைய தீர்மானங்கள் போன்ற, நம் வாழ்வில் இடம்பெற்றுள்ள அனைத்தையும் கட்டுப்படுத்த நாம் துடிக்கிறோம். விஷயங்கள் நம் கட்டுப்பாட்டில் இருக்கின்றபோது, நாம் பாதுகாப்பாகவும் சௌகரியமாகவும் இருப்பதாக நாம் உணர்கிறோம். அதனால், நம்மைச் சுற்றியுள்ள அனைத்தையும் கட்டுப்படுத்த நாம் முயற்சிக்கிறோம். சில வேளைகளில், நாம் அப்படிச் செயல்பட்டுக் கொண்டிருக்கிறோம் என்ற பிரக்ஞைகூட நமக்கு இருப்பதில்லை.

ஆனால், நம்மால் கட்டுப்படுத்த முடியாத ஒரு விஷயம் இருக்கிறது. நீங்கள் எவ்வளவு கடினமாக முயன்றாலும், மற்றொரு நபரைக் கட்டுப்படுத்தவோ அல்லது மாற்றவோ உங்களால் ஒருக்காலும் முடியாது. உங்கள் கட்டுப்பாட்டில் இருக்கின்ற ஒரே நபர் நீங்கள் மட்டுமே. உங்கள் எண்ணங்கள், உங்கள் செயல்நடவடிக்கைகள், உங்கள் உணர்வுகள் ஆகியவற்றை மட்டுமே உங்களால் கட்டுப்படுத்த முடியும்.

நீங்கள் நீண்டகாலமாக இந்த அடிப்படை மனித இயல்பிற்கு எதிராகச் செயல்பட்டு வந்துள்ளீர்கள்; மக்களை மாற்றப் போராடிக் கொண்டிருக்கிறீர்கள்; உங்களைச் சுற்றியுள்ள சூழலை மாற்ற எத்தனிக்கிறீர்கள்; பிறர் உங்களைப் பற்றி என்ன சொல்வார்களோ, எப்படி நினைத்துக் கொள்வார்களோ என்று நீங்கள் கவலைப்படுகிறீர்கள். அதன் காரணமாக, நீங்கள் தேவையற்ற மன அழுத்தத்திற்கு ஆளாகிறீர்கள், மற்றவர்களுடனான உங்கள் உறவுகளில் உரசல்கள் தோன்றுகின்றன. இவற்றை நானும் செய்து வந்தேன்.

இக்கோட்பாடு, வாழ்க்கை குறித்த என்னுடைய மொத்த அணுகுமுறையையும், நான் பிறரைக் கையாண்ட விதத்தையும் பரிபூரணமாக மாற்றியது. அடிப்படை மனித இயல்புக்கு எதிராகச் செயல்பட்டுக் கொண்டிருப்பதற்குப் பதிலாக அதை சுவீகரித்துக் கொள்ள நான் கற்றுக் கொண்டேன். மற்றவர்கள் எப்படிச் சிந்திப்பர், என்ன சொல்வர் என்பன போன்ற, என்னுடைய கட்டுப்பாட்டில் இல்லாத விஷயங்களில் என் ஆற்றலை விரயம் செய்வதற்குப் பதிலாக, என்னுடைய கட்டுப்பாட்டிலுள்ள 'என்'மீது நான் கவனம் செலுத்தத் தொடங்கினேன்.

அதன் விளைவு? அதற்கு முன்பு ஒருபோதும் இல்லாத

அளவுக்கு என் வாழ்க்கை என் கட்டுப்பாட்டிற்குள் வந்தது. அது எனக்கு ஓர் அபாரமான விடுதலையுணர்வைக் கொடுத்தது. அடுத்தவர்கள்தாம் என் பிரச்சனை என்று அவர்கள்மீது பழிபோடுவதை நான் நிறுத்தினேன். அதன் விளைவாக, நான் கனவிலும் நினைத்துப் பார்த்திராத விதத்தில் என் உறவுகள் மேம்பட்டன. பல ஆண்டுகளாக மூடி வைக்கப்பட்டிருந்த ஓர் அறையைத் திறந்துவிட்டது போன்ற ஓர் உணர்வு எனக்கு ஏற்பட்டது. அந்தக் கதவுக்குப் பின்னால் என்ன இருந்தது? மற்றவர்களை நிர்வகிக்க வேண்டிய தேவையால் ஏற்பட்டிருந்த சுமை இல்லாத ஒரு வாழ்க்கை எனக்கு அங்கே காத்துக் கொண்டிருந்தது.

'அவர்களை அவர்கள் போக்கில் விடுங்கள்' கோட்பாடு ஒரு பாதிதான். அதற்கு அடுத்தக் கட்டம் ஒன்றும் இருக்கிறது: "இதற்கு நான் பொறுப்பேற்றுக் கொள்கிறேன்."

அடுத்து வரும் பக்கங்களில், நாம் இந்த இரண்டையும் பற்றி விரிவாக அலசவிருக்கிறோம். அதற்குப் பிறகு, உங்களுடைய வாழ்க்கையின் முக்கியமான எட்டுப் பகுதிகளில் இக்கோட்பாட்டால் எத்தகைய தாக்கம் ஏற்படுத்த முடியும் என்பதை நீங்கள் கற்றுக் கொள்வீர்கள்.

நீங்கள் தவறான விஷயங்களைக் கட்டுப்படுத்த முயன்று கொண்டிருப்பதன் மூலம் எவ்வாறு உங்களை அறியாமலேயே மற்றவர்களை ஒரு பிரச்சனையாக ஆக்கியுள்ளீர்கள் என்பதை நீங்கள் தெரிந்து கொள்வீர்கள். உண்மையில், மற்றவர்கள் உங்களுடைய மகிழ்ச்சிக்கு ஒரு மூலாதாரமாக மட்டுமே இருக்க வேண்டும். அவர்களை நீங்கள் கட்டுப்படுத்த முயன்றால் அது நடக்காது.

இக்கோட்பாட்டில் நீங்கள் கைதேர்ந்தவராக ஆகின்றபோது, உங்களால் கட்டுப்படுத்த முடியாத விஷயங்களைக் கட்டுப்படுத்த முயல்வதை நீங்கள் நிறுத்திவிடுவீர்கள். இது வெறுமனே ஒரு நல்லவிதமான உணர்வை அனுபவிப்பது தொடர்பானது மட்டுமன்று. இது உங்களுடைய மொத்த வாழ்க்கையையும் மறுவடிவமைப்பு செய்வது தொடர்பானது. நீங்கள் எப்போதும் விரும்பி வந்துள்ள வகையான வாழ்க்கையை வாழத் தேவையான சுதந்திரத்தைக் கைவசப்படுத்த இந்நூல் உங்களுக்கு உதவும் என்று நான் நம்புகிறேன்.

அதை நோக்கிய நம்முடைய பயணத்தை இப்போது நாம் தொடங்கலாம்.

அத்தியாயம் 2

தொடங்குதல்: அவர்களை அவர்கள் போக்கில் விடுங்கள் + இதற்கு நான் பொறுப்பேற்றுக் கொள்கிறேன்

'அவர்களை அவர்கள் போக்கில் விடுங்கள்' கோட்பாட்டை நான் கண்டுபிடித்ததற்குச் சில காலத்திற்குப் பிறகு, ஒரு நாள் நான் சமூக ஊடகத் தளங்களில் வலம் வந்து கொண்டிருந்தபோது, என்னுடைய பழைய தோழி ஒருத்தியின் புகைப்படத்தை நான் பார்த்தேன். அதில் அவள் மிக அழகாக இருந்தாள். அந்தப் புகைப்படத்திற்குக் கீழே, சமீபத்தில் தன்னுடைய தோழிகள் சிலருடன் தான் கழித்திருந்த அற்புதமான வார இறுதி நாள்களைப் பற்றி அவள் குறிப்பிட்டிருந்தாள். அதை அவள் உணர்ந்து இரசித்து எழுதியிருந்ததாகவே எனக்குப் பட்டது.

அந்தப் புகைப்படத்தை நான் உற்றுப் பார்த்தபோது, அதில் அவள் மகிழ்ச்சியாகவும் ஆசுவாசமாகவும் புத்துணர்ச்சியுடனும் காட்சியளித்துக் கொண்டிருந்தது என்னை மிகவும் கவர்ந்தது. அதைப் போன்ற ஒரு வார இறுதி எனக்குக் கிட்டினால் எவ்வளவு நன்றாக இருக்கும் என்று நான் எண்ணினேன். அந்தச் சமூக ஊடகத்தில், அதைப் போன்ற மேலும் பல புகைப்படங்கள் இடம்பெற்றிருந்தன.

உணவகங்களில் சேர்ந்து சாப்பிடுதல். ஒன்றாக நடனமாடுதல். பொருள்களை வாங்குவதற்காகக் கடைகளுக்குச் செல்லுதல். நீச்சலடித்தல். மதுவிருந்துகளில் கலந்து கொள்ளுதல். இப்படிப் பற்பல நடவடிக்கைகள்.

அவற்றில் இடம்பெற்றிருந்த நபர்களை நான் கூர்ந்து கவனித்தபோதுதான், அவர்கள் அனைவரையும் எனக்குத் தெரியும் என்பதை நான் அறிந்து கொண்டேன். உடனே என்

இதயம் நொறுங்கியது. அவர்கள் அனைவரும் என் தோழிகள். அவர்கள் அனைவரும் ஒன்றாகச் சேர்ந்து சுற்றித் திரிந்து கொண்டிருந்தனர்.

நான் மட்டும் தனித்து விடப்பட்டிருந்தேன் என்ற உணர்வு என்னை இடியெனத் தாக்கியது. அது ஒன்றும் பெரிய விஷயமில்லை என்று நான் அதை ஒதுக்கித் தள்ள முயன்றாலும், அது ஏற்படுத்தியிருந்த வலியை என்னால் களைய முடியவில்லை.

அவர்கள் எவ்வளவு குதூகலமாக இருந்திருப்பார்கள் என்று நான் கற்பனை செய்தேன். அந்த நடவடிக்கைகளின் மூலம் அவர்கள் எந்த அளவுக்கு நெருக்கமாகி இருந்திருப்பார்கள் என்றும் நான் யோசித்தேன். அவர்களை எனக்குப் பல ஆண்டுகளாகத் தெரியும். நாங்கள் ஒன்றாகப் பல காரியங்களைச் செய்திருந்தோம், எண்ணற்ற விஷயங்கள் குறித்து உரையாடியிருந்தோம்.

இப்போது, நிராகரிப்பு, பாதுகாப்பின்மை, குழப்பம் போன்ற உணர்வுகள் என்னைச் சூழ்ந்து கொண்டன. என் மனத்திற்குள் பல கேள்விகள் வட்டமிட்டன: அவர்கள் எப்போது இவற்றைத் திட்டமிட்டார்கள்? என்னை ஏன் அவர்கள் சேர்த்துக் கொள்ளவில்லை? நான் ஏன் அவர்களுடைய அந்த நிகழ்ச்சிகள் எதற்கும் அழைக்கப்படவில்லை? நான் கடைசியாக எப்போது என் தோழிகளுடன் வெளியே ஒன்றாகச் சென்றிருந்தேன்?

அப்போது அந்த அறைக்குள் நுழைந்த என் கணவர், என்னை ஒரு முறை ஏறிட்டுப் பார்த்துவிட்டு, “உனக்கு என்னவாயிற்று?” என்று கேட்டார்.

நான் ஏக்கப் பெருமூச்சு ஒன்றை விட்டவாறே அவரிடம் உண்மையைக் கூறினேன். “சமீபத்தில் ஒரு வார இறுதியில், என்னுடைய தோழிகள் அனைவரும் ஒன்றாகச் சேர்ந்து குதூகலமாக ஓரிடத்திற்குச் சென்று வந்துள்ளனர் என்பதை நான் இப்போதுதான் கண்டுபிடித்தேன். ஆனால், அவர்கள் என்னை அதற்கு அழைக்கவில்லை.”

“உனக்கு எவ்வளவு கஷ்டமாக இருக்கும் என்பதை என்னால் புரிந்து கொள்ள முடிகிறது,” என்று என் கணவர் கூறினார்.

“ஒருவேளை நான் அவர்களுக்குப் பிடிக்காதது எதையோ செய்திருந்திருக்கக்கூடும். அதனால், அவர்கள் என்மீது கோபமாக இருக்கலாம்,” என்று நான் புலம்பினேன்.

என் கணவர் தன் நெஞ்சுக்குக் குறுக்கே தன் கைகளைக் கட்டியவாறு, “அது குறித்து நீ ஏன் இவ்வளவு கவலைப்படுகிறாய்?” என்று கேட்டார்.

நான் அவரை ஏறிட்டுப் பார்த்தேன்.

“இனியும் நீ அவர்களுக்கு நெருக்கமானவளாக இருப்பதுபோலத் தெரியவில்லை.”

என் கணவர் கூறியது சரிதான். ஆனாலும், நான் எந்தத் தவறும் செய்திருக்கவில்லை என்ற உறுதியைப் பெற நான் விரும்பினேன்.

நான் ஏதாவது தவறு இழைத்திருக்கக்கூடுமோ என்று நான் என் மண்டையை உடைத்துக் கொண்டேன். அப்படிப்பட்டக் காரணங்கள் எதுவும் என் மனத்தில் தோன்றவில்லை.

அவர்களுடன் நான் ஆண்டுக்கணக்கில் நெருக்கமாகப் பழகியிருந்தேன். ஆனால், சமீப காலமாக ஒரு குழுவாக அவர்களுடன் நான் அதிகமாக நேரம் செலவழித்திருக்கவில்லை. நான் அவர்களைச் சில நிகழ்ச்சிகளில் பார்த்திருந்தேன். ஆனால், நெருக்கமான தனிப்பட்ட நட்பைப் பேணுகின்ற எந்தக் காரியத்திலும் நான் ஈடுபட்டிருக்கவில்லை. அறிவார்ந்த முறையில் இதை என்னால் புரிந்து கொள்ள முடிந்தது. ஆனால், உணர்ச்சிபூர்வமாக அது எனக்கு வேதனை ஏற்படுத்தியது. என்னுடைய பள்ளிப் பருவத்தில் நான் என் தோழிகளால் உதாசீனப்படுத்தப்பட்டிருந்த நாள்கள் என் நினைவுக்கு வந்தன.

கோட்பாட்டை நடைமுறையில் பயன்படுத்துதல்

அவர்களை நானே அழைத்து விஷயங்களைச் சீர் செய்துவிடலாமா என்று நான் யோசித்தேன். அப்போதுதான், 'அவர்களை அவர்கள் போக்கில் விட்டுவிடு' என்ற வாசகம் என் முன் தோன்றி, என்னை என்னிடமிருந்தே காப்பாற்றியது.

நான் பழைய மாதிரி இருந்திருந்தால், இது குறித்துப் பல நாள்கள் குமுறிக் கொண்டிருந்திருப்பேன். இல்லையில்லை, பல வாரங்களுக்கு மருகியிருந்திருப்பேன். என் உணர்ச்சிகள் என்னைத் தம் கட்டுப்பாட்டிற்குள் எடுத்திருந்திருக்கும். அது என்னைத் துளிகூட பாதிக்கவே இல்லை என்பதுபோல நடிக்க நான் முனைந்திருப்பேன். என் தோழிகளை வில்லிகளாக என் மனத்தில் சித்தரித்திருப்பேன். அது என்னை மேலும் மோசமாக உணர வைத்திருக்கும்.

ஆனால், இம்முறை அப்படி நிகழவில்லை. அது என்னைப் பத்து நிமிடங்களுக்குத் தொந்தரவு படுத்திக் கொண்டிருந்தது. எனக்கு நானே, "அவர்களை அவர்கள் போக்கில் விட்டுவிடு," என்று கூறிய உடனேயே நான் சற்று ஆசுவாசமடைந்தேன். இரண்டாவது முறை அதை நான் சொல்லியபோது, நான் மேலும் ஆசுவாசமடைந்தேன். மூன்றாவது, நான்காவது, ஐந்தாவது, முப்பதாவது முறை என்று அதை நான் கூறக் கூற, நான் மேன்மேலும் நல்லவிதமாக உணர்ந்தேன்.

இதுபோன்ற வலிமிக்கத் தருணங்களில் நீங்கள் அதை மீண்டும் மீண்டும் கூறிக் கொண்டேயிருக்க வேண்டும். ஏனெனில், நமக்கு ஏற்பட்டுள்ள வலி அப்படி எளிதாக மறைந்துவிடாது. அது மீண்டும் மீண்டும் தலைதூக்கிக் கொண்டேதான் இருக்கும். அதை அமிழ்த்தி உட்கார வைக்க நீங்கள் அதைப் பல முறை கூற

வேண்டியிருக்கும்.

அவர்கள் அந்த உல்லாசப் பயணத்திற்குப் போய்க் கொள்ளட்டும். அவர்கள் அந்த வார இறுதியை ஒன்றாகச் செலவழித்துக் கொள்ளட்டும். நான் இல்லாமல் அவர்கள் குதூகலமாக இருந்துவிட்டுப் போகட்டும்.

முதலில் இந்த வார்த்தைகள் ஒரு நிராகரிப்புபோலத் தோன்றலாம். இது நான் விட்டுக்கொடுப்பது அன்று. மாறாக, என்னிடம் இருப்பதாக நான் நினைத்துக் கொண்டிருக்கின்ற கட்டுப்பாட்டிலிருந்து என்னை விடுவித்துக் கொள்வது இது. நான் என்னதான் தலைகீழாக நின்றாலும், நடந்து முடிந்துவிட்ட அந்த விஷயத்தை என்னால் மாற்ற முடியாது. என்னை விட்டுவிட்டுச் செல்ல அவர்கள் எடுத்த முடிவு என்னை மோசமாக உணர வைக்க வேண்டிய அவசியமில்லை. ஆனால், அச்சூழலை என் கட்டுப்பாட்டில் எடுக்க நான் முனைவதுதான் என்னை மோசமாக உணரச் செய்கிறது.

இது எனக்குப் புரியத் தொடங்கியதும், என் மனத்தில் இருந்த பாரம் இறங்கியதைப்போல நான் உணர்ந்தேன். அந்தச் சூழலைச் சரி செய்ய வேண்டும் என்ற அழுத்தம் என்னிடமிருந்து மறைந்தது. எனக்கு ஒரு முக்கியமான விஷயம் புலப்பட்டது: அவர்கள் எங்கோ சென்றதற்கும் எனக்கும் எந்தத் தொடர்பும் கிடையாது.

அவர்கள் எனக்கு எதிராகச் சதி செய்து கொண்டிருக்கவில்லை. என் தகுதி பற்றி அவர்கள் ஓர் அறிவிப்பை வெளியிட்டிருக்கவில்லை. அப்படி அவர்கள் வெளியிட்டிருந்தாலும், அது அப்படியே இருந்துவிட்டுப் போகட்டும்.

நாம் உண்மையிலேயே எதைக் கட்டுப்படுத்த முயல்கிறோம்

நம்மைச் சுற்றியுள்ள உலகை நம் கட்டுப்பாட்டிற்குள் வைத்திருக்க நாம் அனைவருமே முயன்றிருப்போம். இயல்பிலேயே பிரச்சனைகளைச் சரி செய்கின்ற குணமுடையவள் நான். நான் காரியத்தில் இறங்கி அதைச் சரி செய்யாவிட்டால் நிலைமை மோசமாகிவிடும் என்று நம்புகிறவள் நான். உறவுகளும் நட்பும் வாடிவிடாமல் பார்த்துக் கொள்பவளாக நான்தான் இருக்க வேண்டும் என்று நினைப்பவள் நான். என் முயற்சி பலனளிக்காவிட்டால், அதற்கு நான் என்மீதே பழிபோட்டுக் கொள்வேன். எனக்குத் தெரிந்த ஒருவர் மனமுடைந்து போயிருந்தால், ஒரு குழுவில் நான் சேர்த்துக் கொள்ளப்படாமல் இருந்தால், அதைச் சீர் செய்ய வேண்டிய பொறுப்பை நானே

என் தலைமீது இழுத்துப் போட்டுக் கொள்வேன்.

விஷயங்களை நம் கட்டுப்பாட்டில் வைத்துக் கொள்ள வேண்டும் என்ற உந்துதலுக்கான அடிப்படைக் காரணம் பயம் என்று உளவியலாளர்கள் கருதுகின்றனர். நம் உறவினர்களும் நண்பர்களும் நம்மைத் தங்களுடன் சேர்த்துக் கொள்ளாமல் விட்டுவிடக்கூடும் என்று நாம் பயப்படுகிறோம். பிறரால் விரும்பப்படாதவர்களாக நாம் ஆகிவிடக்கூடும் என்று நாம் பயப்படுகிறோம். நாம் களத்தில் இறங்காவிட்டால் குடி மூழ்கிவிடும் என்று நாம் பயப்படுகிறோம். இந்த பயம் பல விதங்களில் வெளிப்படுகிறது. நம்முடைய குழநதைகள் சரியான தீர்மானங்களை எடுப்பதை உறுதி செய்வதற்காக நாம் எப்போதும் அவர்களை வட்டமிடுகிறோம். நாம் தலையிடவில்லை என்றால் நிலைமை மோசமாகிவிடும் என்ற கவலையால், நம்முடைய வாழ்க்கைத் துணைவர்களின் பழக்கவழக்கங்களை நாம் மாற்ற முனைகிறோம். நம்முடைய நண்பர்களைவிட நமக்கு அதிகமாகத் தெரியும் என்ற மிதப்பில், நம்முடைய அபிப்பிராயங்களை நாம் அவர்கள்மீது திணிக்க முயல்கிறோம்.

இதுபோன்ற பயங்களை நான் என்னுடைய வாழ்வில் தொடர்ந்து எதிர்கொண்டு வருகிறேன். ஒரு காரியத்தை நான் செய்யாவிட்டால் நான் மறக்கப்பட்டுவிடுவேன் என்ற பயம். நான் ஏற்றுக் கொள்ளப்படாமல் அல்லது விரும்பப்படாமல் போய்விடுவேன் என்ற பயம். என் தலைமையில் இது நடைபெறாவிட்டால் இது சரியாக நடந்தேறாது என்ற பயம். கட்டுப்பாட்டு உணர்வு நமக்கு ஒரு போலியான பாதுகாப்புணர்வை அளிக்கிறது. விஷயங்கள் நம் கட்டுப்பாட்டில் இருந்தால் நம்மால் நம்மை மனக் காயங்களிலிருந்தும், ஏமாற்றங்களிலிருந்தும், நிராகரிப்புகளிலிருந்தும் காத்துக் கொள்ள முடியும் என்று நாம் நினைக்கிறோம்.

ஆனால், அது வெறும் மாயை. நாம் என்னதான் முயன்றாலும், நம்மால் மக்களையும் சூழல்களையும் நம்முடைய கட்டுப்பாட்டிற்குள் வைத்துக் கொள்ள முடியாது. தாங்கள் என்ன நினைக்கிறார்களோ, அதைத்தான் மக்கள் செய்வார்கள். அவர்கள் தங்களுடைய சொந்தத் தேர்ந்தெடுப்புகளை மேற்கொள்வர், தங்களுக்குப் பிடித்தமான விதத்தில் தங்களுடைய வாழ்க்கையை வாழ்வர்.

இந்தக் கட்டுப்பாடு எதுவும் நமக்கு உண்மையிலேயே நல்லவிதமான உணர்வைக் கொடுப்பதில்லை. அது நமக்கு ஆசுவாசத்தைக் கொடுப்பதில்லை, நம்முடைய பயத்தைத் தணிப்பதில்லை. மாறாக, அவற்றை அது மிகைப்படுத்துகிறது. எந்தவொரு விஷயத்தையும் நீங்கள் எவ்வளவு அதிகமாகக் கட்டுப்படுத்த முயல்கிறீர்களோ, அவ்வளவு அதிகமான பதற்றத்தையும் மன அழுத்தத்தையும் நீங்கள் உணர்வீர்கள்.

என் தோழிகளைப் பற்றி நான் நினைத்துக் கொண்டிருந்தபோது, என்னுடைய தோழிகள் என்னைப் பற்றி என்ன நினைத்துக் கொண்டிருந்தார்கள் என்பதை மட்டும் கட்டுப்படுத்த நான் முயன்று கொண்டிருக்கவில்லை, என்னுடைய அசௌகரிய உணர்வைக் கட்டுப்படுத்தவும் நான் முயன்று கொண்டிருந்தேன். பிறரால் நிராகரிக்கப்படுவது எனக்குப் பிடிக்காது என்பதால், அச்சூழலைச் சரி செய்ய வேண்டும் என்ற உந்துதல் எனக்குள் தோன்றியிருந்தது.

அப்போதுதான், 'அவர்களை அவர்கள் போக்கில் விடுங்கள்' கோட்பாடு இன்னும் ஆழமான ஒரு நிலையில் என்மீது தாக்கம் ஏற்படுத்தத் தொடங்கியது.

'அவர்களை அவர்கள் போக்கில் விடுங்கள்' கோட்பாடு, ஞானத்தைச் செயல்படுத்துவதற்கான ஒரு கருவி

'அவர்களை அவர்கள் போக்கில் விடுங்கள்' கோட்பாடு வெறுமனே மனப்போக்கைத் திரிக்கின்ற ஒன்று மட்டும் அன்று. இது பல நூற்றாண்டுகளாக இருந்து வந்துள்ள பண்டைய தத்துவங்களில் ஊறிப் போயுள்ள ஒரு விஷயமும்கூட. ஸ்டோயிசிசம், புத்த மதம், பற்றற்று இருத்தல் கோட்பாடு என்பன போன்றவை அவற்றில் சில.

ஸ்டோயிசிசம் உங்களுடைய சொந்த எண்ணங்களையும் செயல்நடவடிக்கைகளையும் கட்டுப்படுத்துவதைப் பற்றித்தான் பேசுகிறதே ஒழிய, பிறருடையவற்றைக் கட்டுப்படுத்துவது பற்றிப் பேசவில்லை. மற்றவர்கள் தங்களுடைய சொந்தத் தீர்மானங்களை எடுப்பதற்கும், அவர்கள் தங்களுடைய வாழ்க்கையைத் தங்களுக்குப் பிடித்தமான வழியில் வாழ்வதற்கும் அவர்களை அனுமதிப்பது குறித்து ஸ்டோயிசிசம் பேசுகிறது. பிறருடைய நடத்தையின்மீது செல்வாக்கு செலுத்துவதற்கான உணர்வை அது ஊக்குவிப்பதில்லை. 'அவர்களை அவர்கள் போக்கில் விடுங்கள்' கோட்பாட்டை நீங்கள் உங்கள் வாழ்க்கையில் செயல்படுத்துவதன் மூலம், ஸ்டோயிசிசத்தின் அடிப்படைக் கொள்கையை நீங்கள் உங்கள் வாழ்க்கையில் செயல்படுத்துகிறீர்கள். உங்கள்மீது கவனத்தைக் குவியுங்கள். ஏனெனில், அங்கேதான் உங்களுடைய உண்மையான அதிகாரம் கொலுவீற்றிருக்கிறது.

புத்த மதம், வலியைத் தாங்கிக் கொள்வதை ஊக்குவிக்கிறது. ஏனெனில், துன்பம் என்பது எதார்த்தத்தை ஏற்றுக் கொள்ள மறுப்பதிலிருந்து உருவாகிறது என்று அது போதிக்கிறது. 'அவர்களை அவர்கள் போக்கில் விடுங்கள்' கோட்பாடு, எதார்த்தத்தை ஏற்றுக் கொள்ள உங்களுக்கு உதவுவதோடு, அதை

மாற்றுவதற்கான தேவையிலிருந்து உங்களை அப்புறப்படுத்தவும் செய்கிறது. பிறருடைய தேர்ந்தெடுப்புகளையும் நடத்தையையும் கட்டுப்படுத்துவது உங்கள் பொறுப்பு அன்று என்பதை நீங்கள் ஏற்றுக் கொள்கிறீர்கள். அதன் மூலம், உங்களால் உங்களுடைய உணர்ச்சிகளிலிருந்து விடுபட முடிகிறது.

புத்த மதத்தின் மற்றொரு கோட்பாடான பற்றற்று இருத்தல், நம்மை உணர்ச்சித் தூண்டுதல்களுக்கு ஆளாக்குகின்ற சூழல்களிலிருந்து விலகி இருக்கும்படி நமக்குப் போதிக்கிறது. ‘அவர்களை அவர்கள் போக்கில் விடுங்கள்’ கோட்பாட்டை நீங்கள் செயல்படுத்தும்போது, நீங்கள் உணர்ச்சிரீதியான விலகியிருத்தலைக் கடைபிடித்துக் கொண்டிருக்கிறீர்கள். உங்கள் சூழ்நிலைக்கும் உங்கள் உணர்ச்சிகளுக்கும் இடையே மனரீதியான இடைவெளி ஒன்றை நீங்கள் ஏற்படுத்திக் கொள்கிறீர்கள். அதன் மூலம், உங்களுடைய உணர்ச்சிக் கொந்தளிப்பான சூழ்நிலை உங்களை விழுங்கிவிடாதபடி நீங்கள் பார்த்துக் கொள்கிறீர்கள். இதன் விளைவாக, நீங்கள் அமைதியாகவும் ஒரு தெளிவான மனநிலையுடனும் இருக்கிறீர்கள். உங்கள் செயல்நடவடிக்கை முழுமையாக உங்கள் கட்டுப்பாட்டில் இருக்கிறது.

‘அவர்களை அவர்கள் போக்கில் விடுங்கள்’ கோட்பாட்டிற்கும் ஒரு விஷயத்தை உதறித் தள்ளுவதற்கும் இடையே ஒரு வித்தியாசம் இருக்கிறது. ஒரு விஷயத்தை நீங்கள் உதறித் தள்ளுகின்றபோது, அது அப்படித்தான் என்பதை ஏற்றுக் கொண்டு அதை நீங்கள் கடந்து போய்விடுகிறீர்கள். அங்கு எதுவும் தீர்க்கப்படுவதில்லை. ‘அவர்களை அவர்கள் போக்கில் விடுங்கள்’ கோட்பாட்டைப் பொறுத்தவரை, விஷயங்கள்மீதான உங்கள் கட்டுப்பாட்டை நீங்கள் தளர்த்திக் கொள்கிறீர்கள், அவ்வளவுதான். மற்றவர்கள் யாராக இருக்கிறார்களோ அவர்களாகவே இருப்பதற்கு நீங்கள் அனுமதிக்கின்றபோது, மன அழுத்தம், விரக்தி, உணர்ச்சிக் கொந்தளிப்பு ஆகியவற்றை உள்ளடக்கிய ஒரு நச்சுச் சுழற்சியிலிருந்து உங்களை நீங்கள் விடுவித்துக் கொள்கிறீர்கள். ஒரு நோக்கத்துடன்கூடிய, அமைதியானதொரு வாழ்க்கையை வாழத் தொடங்குவதற்கு அது உங்களுக்கு உதவும்.

நடைமுறையில் இக்கோட்பாடு எப்படி வேலை செய்கிறது

இது உங்கள் வாழ்க்கையின் வெவ்வேறு பகுதிகளில் எவ்வாறு வேலை செய்கிறது என்று யோசியுங்கள். இப்படிக் கற்பனை செய்யுங்கள். நீங்கள் உங்களுடைய அலுவலகக் கூட்டம் ஒன்றில் கலந்து கொண்டிருக்கிறீர்கள். அப்போது, உங்களுக்குத் திடீரென்று அற்புதமான யோசனை ஒன்று உதிக்கிறது. அது

குறித்து நீங்கள் சிறிது விரிவாக யோசித்துவிட்டு, அதை அந்தக் குழுவிடம் பகிர்ந்து கொள்கிறீர்கள். அவர்கள் அதைக் கேட்டப் பிறகு அங்கு ஒரு மயான அமைதி நிலவுகிறது. அவர்கள் உங்களைப் பார்த்து இலேசாகத் தலையசைத்துவிட்டு மீண்டும் தங்களுடைய விவாதத்தைத் தொடர்கின்றனர். ஆனால், அடுத்து மற்றொருவர் முன்வைக்கின்ற ஒரு யோசனை எல்லோருடைய கவனத்தையும் கவர்ந்துவிடுகிறது. அது உங்கள் மனத்தைக் காயப்படுத்துகிறது. உங்கள் யோசனையை நீங்கள் வேறு விதமாக முன்வைத்திருந்திருக்க வேண்டுமோ என்று நீங்கள் யோசிக்கத் தொடங்குகிறீர்கள்.

இது போன்ற சமயங்களில், நீங்கள் தேர்ந்தெடுப்பதற்கு இரண்டு வழிகள் இருக்கின்றன. ஒன்று, அவர்களுடைய நிராகரிப்பு உங்களை நசுக்கிவிட நீங்கள் அனுமதிக்கலாம். அல்லது, அவர்களை அவர்கள் போக்கில் விட்டுவிட நீங்கள் தீர்மானிக்கலாம். அவர்கள் உங்களுடைய யோசனையை நிராகரித்துக் கொள்ளட்டும். வேறொரு யோசனையை அவர்கள் வரவேற்றுக் கொள்ளட்டும். அவர்களுடைய நிராகரிப்பால் உங்கள் யோசனையின் மதிப்பைக் குறைக்க முடியாது. அவர்கள் அந்த இரண்டாவது யோசனையை வேறு ஏதோ ஒரு காரணத்திற்காகத் தேர்ந்தெடுத்திருக்கக்கூடும். அதற்காக உங்களுடையது ஒரு சிறந்த யோசனை அன்று என்று அர்த்தமாகிவிடாது. அந்த நிராகரிப்புக்குப் பிறகும் நீங்கள் அதே நபர்தான், அதே திறமைசாலிதான். அக்கூட்டத்தில் ஒரு யோசனையை உங்களால் முன்வைக்க முடிந்ததே உங்கள் திறமையைப் பறைசாற்றுகிறது.

நீங்கள் அவர்களை அவர்கள் போக்கில் விட்டுவிடத் தீர்மானிக்கின்றபோது, எது உங்கள் கட்டுப்பாட்டில் இருக்கிறது, எது உங்கள் கட்டுப்பாட்டில் இல்லை என்பதை நீங்கள் அடையாளம் கண்டுகொள்கிறீர்கள். அதற்குள் கிடந்து உழன்று கொண்டிருப்பதற்குப் பதிலாக, நீங்கள் உங்களை நிதானப்படுத்திக் கொண்டு, உங்களை அதிலிருந்து விலக்கிக் கொள்கிறீர்கள். நான் முன்பே கூறியதுபோல, நீங்கள் கொடுத்தாலொழிய, உங்களைக் கட்டுப்படுத்துவதற்கான அதிகாரம் மற்றவர்களுக்கு இல்லை. 'அவர்களை அவர்கள் போக்கில் விடுங்கள்' என்று நீங்கள் கூறுகின்ற ஒவ்வொரு முறையும், அந்த அதிகாரத்தை அவர்களிடமிருந்து எடுத்துக் கொள்வதை நீங்கள் தேர்ந்தெடுக்கிறீர்கள்.

என் விஷயத்திற்கு வருவோம். என்னுடைய தோழிகள் ஓர் உல்லாசப் பயணத்திற்குச் சென்றிருந்தார்கள் என்ற விஷயமே எனக்குத் தெரியாது. ஆனால், அந்தப் புகைப்படத்தைப் பார்த்தவுடன், நான் அதற்குக் கடுமையாக எதிர்வினையாற்றினேன். என் உணர்ச்சிகள் என்னைத் தம் கட்டுப்பாட்டில் எடுத்துக் கொண்டன. ஒதுக்கித் தள்ளப்பட்டிருந்த ஒருத்தியாக நான் உணர்ந்தேன். பின் அதையும் தாண்டி, ஒருவேளை நான்

அவர்கள் விஷயத்தில் ஏதாவது தவறு செய்திருக்கக்கூடும் என்று நான் நினைத்தேன். நிலைமையை அது மேலும் மோசமாக்கியது.

இவை அனைத்தும் எனக்கு நானே செய்து கொண்டிருந்தவைதாம். என் தோழிகள் எனக்கு எதுவும் செய்திருக்கவில்லை. அவர்கள் பாட்டுக்குத் தங்களுடைய வாழ்க்கையை வாழ்ந்து கொண்டிருந்தனர். தாங்கள் ஒரு வார இறுதியை யாருடன், எப்படிக் கழிப்பது என்பதைத் தேர்ந்தெடுப்பதற்கு அவர்களுக்கு முழு உரிமை இருந்தது. என்னை உண்மையில் காயப்படுத்தியிருந்தது அவர்களுடைய அப்பயணத்திற்கு நான் ஆற்றியிருந்த எதிர்வினைதான்.

இப்படிக் கற்பனை செய்து கொள்ளுங்கள். உங்களுக்கும் மற்றவர்களுக்கும் இடையே இருக்கின்ற அதிகார இழுபறியை, விளையாட்டு மைதானங்களில் இருக்கின்ற 'ஸீசா'வுடன் ஒப்பிட்டுக் கொள்ளுங்கள்.

மற்றவர்கள் ஏதோ ஒன்றைச் செய்கிறார்கள் (எடுத்துக்காட்டு: ஓர் உல்லாசப் பயணத்திற்கு அவர்கள் உங்களை அழைக்கவில்லை) என்று வைத்துக் கொள்வோம். இதற்கு நீங்கள் ஒரு நேர்மறையான முறையில் எதிர்வினையாற்றலாம் அல்லது ஓர் எதிர்மறையான விதத்தில் எதிர்வினையாற்றலாம். நீங்கள் எதிர்மறையான விதத்தில் அதற்கு எதிர்வினையாற்றினால், அது உங்களைப் பிடித்துக் கீழே இழுக்கும். அதாவது, உங்களுடைய எதிர்வினையாற்றல்தான் உங்களுக்கும் அந்த மற்றவருக்கும் இடையே இருக்கின்ற அதிகார இழுபறியின் நிலையை மாற்றுகிறது.

இணையத்தில் நான் அந்தப் புகைப்படத்தைப் பார்த்தபோது நான் எப்படி உணர்ந்தேன் என்பதைக் கீழ்க்கண்ட படம் விவரிக்கிறது.

1. 'அவர்களை அவர்கள் போக்கில் விடுங்கள்' என்று கூறாமல் இருக்கும்போது

தாழ்வுணர்ச்சி
பொறாமை
பாதுகாப்பின்மை உணர்வு
ஒதுக்கித் தள்ளப்பட்ட உணர்வு
மதிப்புக்குறைவு உணர்வு

எது என்னைக் கீழே போக வைத்தது? அது நான்தான்.

ஒருவருடைய எண்ணங்கள், செயல்கள் அல்லது உணர்ச்சிகள், ஏதோ ஒரு விதத்தில், நீங்கள் ஒரு மோசமான நபர் அல்லது நீங்கள் ஏதோ தவறு செய்துள்ளீர்கள் என்ற உணர்வை உங்களுக்குள் தூண்டிவிட நீங்கள் அனுமதித்தால், நீங்கள் அந்த நபருக்கு அதிகாரம் அளிக்கிறீர்கள் என்று பொருள். அதன் காரணமாக, அதிகார இழுபறி 'ஸீசாவில்' அவர் உயர்வார், நீங்கள் தாழ்வீர்கள்.

என் விஷயத்தில், நான் ஏதோ தவறு செய்திருக்க வேண்டும் என்ற எண்ணம் என்னிடம் தோன்றியபோது துல்லியமாக அதுதான் நிகழ்ந்தது. நான் தாழ்வுணர்ச்சி அடைந்தேன், பொறாமை கொண்டேன், பாதுகாப்பின்மையுணர்வு, ஒதுக்கித் தள்ளப்பட்ட உணர்வு, மதிப்புக்குறைவு உணர்வு ஆகியவை எனக்குள் புகுந்து கொண்டன. அந்த எண்ணங்கள் கனமானவையாக இருந்ததால், 'ஸீசா' என் பக்கம் தாழ்ந்தது.

2. 'அவர்களை அவர்கள் போக்கில் விடுங்கள்' என்று கூறும்போது

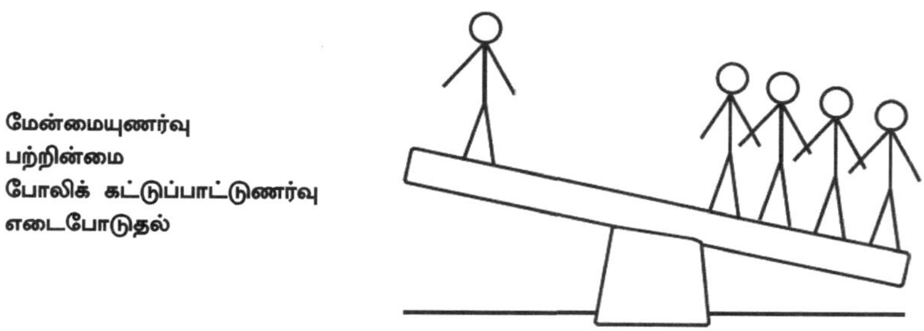

'அவர்களை அவர்கள் போக்கில் விடுங்கள்' என்று நீங்கள் கூறுகின்றபோது, உங்களை அமிழ்த்திக் கொண்டிருக்கின்ற எதிர்மறைச் சுமையிலிருந்து நீங்கள் விடுதலை பெறுகிறீர்கள். அதன் காரணமாக, நீங்கள் 'ஸீசாவில்' மேலே செல்கிறீர்கள், மற்றவர் கீழே தாழ்கிறார்.

மற்றவர் கீழேயும் நீங்கள் மேலேயும் இருப்பது உங்களுக்கு ஒரு நல்லவிதமான உணர்வைக் கொடுக்கும். உங்களிடம் ஒருவிதமான போலி மேன்மையுணர்வு ஏற்படும். மற்றவரைவிட நீங்கள் மேம்பட்டவர் என்ற உணர்வு உங்களிடம் ஏற்படும். நீங்கள் அவர்களைவிட அறிவார்ந்தவராக உணர்வீர்கள். அதனால்தான், அச்சூழலிலிருந்து உங்களைப் பிரித்துக் கொள்வது உங்களுக்குச்

சாத்தியப்படுகிறது.

நீங்கள் உணர்ச்சிரீதியாக அதலபாதாளத்தில் இருக்கின்றபோது, சிறிதளவு மேன்மையுணர்வு கொண்டிருப்பது உங்களுக்கு வெகுவாக உதவும். தற்காலிகமாக உங்களுக்குக் கிடைத்திருக்கின்ற, பிறர்மீதான அந்த அதிகாரம், அச்சூழலிலிருந்து விடுபட உங்களுக்குக் கைகொடுக்கும், எதார்த்தத்தை ஏற்றுக் கொள்ள உங்களைத் தூண்டும்.

நீங்கள் விடுத்திருந்த அழைப்புக்குப் பதிலழைப்பு விடுக்காத நண்பரைவிட மேம்பட்ட உணர்வு கொள்ள இது உங்களுக்கு உதவும். அன்றாட வேலைகளில் உங்களுக்கு உதவாத உங்களுடைய சக அறைவாசியின் விஷயத்திலும், உங்களுடைய வேலையில் நீங்கள் கையாள வேண்டியிருக்கின்ற இங்கிதமற்ற வாடிக்கையாளர் விஷயத்திலும் இது பொருத்தும்.

அதையடுத்து, 'அவர்களை அவர்கள் போக்கில் விடுங்கள்' கணம் முடிவுக்கு வரும்.

அப்போது நீங்கள், "அடுத்து என்ன?" என்று யோசிப்பீர்கள். நீங்கள் 'ஸீசாவின்' மேற்பகுதியில் உட்கார்ந்து கொண்டு, கீழேயிருக்கின்ற மற்றவரைப் பார்த்துக் கொண்டிருப்பீர்கள். தனித்து விடப்பட்டுள்ள உணர்வு உங்களிடம் தோன்றும். என் விஷயத்தில், அவர்களை நான் அவர்கள் போக்கில் விட்டுவிட்டப் பிறகு, அடுத்து என்ன செய்வது என்று தெரியாமல் நான் குழம்பினேன்.

தனிமைப்படுத்தப்பட்டது போன்ற அந்த உணர்வில் நீங்கள் சிறிது நேரம் திளைத்தப் பிறகு, அதிலிருந்து விடுபட வேண்டும் என்ற ஏக்கம் உங்களிடம் தோன்றும்.

என் விஷயத்தில், நான் அந்த மேன்மையுணர்வில் திளைத்துக் கொண்டிருந்தால், என்னால் அவர்களுடன் சகஜமாகப் பேச முடியாமல் போய்விடும். அவர்களைப் பார்க்கின்ற ஒவ்வொரு முறையும் என்னிடம் ஓர் அசௌகரிய உணர்வு தலைதூக்கத் தொடங்கும்.

ஒதுக்கித் தள்ளப்படுவதை எவரும் விரும்புவதில்லை. நண்பர்களுடன் சேர்ந்து குதூகலமாகச் சுற்றித் திரிய வேண்டும் என்றுதான் எல்லோரும் விரும்புவர்.

ஆனால், உங்கள்மீது ஏறி அமர்ந்துள்ள மேன்மையுணர்வு ஒரு நல்ல நட்புறவை நிலைநிறுத்துவதற்குக் குறுக்கே வரும்.

'அவர்களை அவர்கள் போக்கில் விடுங்கள்' என்று மீண்டும் மீண்டும் சொல்வது உங்களுடைய மனக்காயத்தைத் தற்காலிகமாகத் துடைக்கும், அவ்வளவுதான். மற்றவர்களைவிட நாம் மேம்பட்டவர்கள் என்ற உணர்வு சிறிது நேரத்திற்கு வேண்டுமானால் நமக்கு ஒரு நல்லவிதமான உணர்வைக் கொடுக்கலாம்.

ஆனால், நீங்கள் வெறுமனே 'அவர்களை அவர்கள்

போக்கில் விடுங்கள்' என்று சொல்லிக் கொண்டிருந்தால், நீங்கள் நண்பர்கள் இல்லாமல் தவிப்பீர்கள் என்பதை உங்களுக்கு எச்சரிக்க நான் கடமைப்பட்டுள்ளேன். 'அவர்களை அவர்கள் போக்கில் விடுங்கள்' கோட்பாட்டை நீங்கள் பின்பற்றியிருந்தும் உங்களுக்கு ஏன் நண்பர்களே வாய்க்கவில்லை என்று நீங்கள் யோசித்துக் கொண்டிருப்பீர்கள்.

அதைச் சமாளிப்பதற்கு ஒரு வழி இருக்கிறது. 'இதற்கு நான் பொறுப்பேற்றுக் கொள்கிறேன்' என்ற, இக்கோட்பாட்டின் இரண்டாவது முக்கியமான பகுதிதான் அது.

உங்களுடைய அதிகாரம் மற்றவர்களை நிர்வகிப்பதில் இல்லை, மாறாக, உங்களுடைய எதிர்வினையில்தான் இருக்கிறது. 'இதற்கு நான் பொறுப்பேற்றுக் கொள்கிறேன்' என்று நீங்கள் கூறுகின்றபோது, அடுத்து நீங்கள் பேசப் போகின்ற வார்த்தைக்கு, அடுத்து நீங்கள் யோசிக்கப் போகின்ற சிந்தனைக்கு, அடுத்து நீங்கள் மேற்கொள்ளப் போகின்ற செயல்நடவடிக்கைக்கு நீங்கள் பொறுப்பேற்றுக் கொள்கிறீர்கள். நீங்கள் தனியாக உங்களுடைய மேன்மையுணர்வுடன் மேலே உட்கார்ந்திருக்காதபோது அடுத்து நிகழவிருப்பது உங்கள் கட்டுப்பாட்டில் இருக்கிறது என்பதையும், வாழ்க்கை மனநிறைவையும் குதூகலத்தையும் அளிப்பதாக இருக்கிறது என்பதையும் புரிந்து கொள்ள 'இதற்கு நான் பொறுப்பேற்றுக் கொள்கிறேன்' கோட்பாடு உங்களுக்கு உதவும்.

'இதற்கு நான் பொறுப்பேற்றுக் கொள்கிறேன்' கோட்பாடு மிக முக்கியமானது

இந்த இரண்டு பகுதிகளையும் நீங்கள் சொல்கின்றபோதுதான் இக்கோட்பாடு சிறப்பாகச் செயல்படுகிறது.

'அவர்களை அவர்கள் போக்கில் விடுங்கள்' என்று நீங்கள் கூறுகின்றபோது, மற்றவர்களுடைய நடத்தை உங்களைப் பாதிக்க நீங்கள் அனுமதிக்கப் போவதில்லை என்ற பிரக்ஞைபூர்வமான தீர்மானத்தை நீங்கள் மேற்கொள்கிறீர்கள். 'இதற்கு நான் பொறுப்பேற்றுக் கொள்கிறேன்' என்று நீங்கள் கூறுகின்றபோது, அடுத்து நீங்கள் செய்யவிருக்கின்ற காரியங்களுக்கு நீங்கள் பொறுப்பேற்றுக் கொள்கிறீர்கள்.

'இதற்கு நான் பொறுப்பேற்றுக் கொள்கிறேன்' என்ற கோட்பாட்டிலுள்ள ஒரு சிறப்பான விஷயம், உங்களால் எவற்றைக் கட்டுப்படுத்த முடியும் என்பதை அது உடனடியாகச் சுட்டிக்காட்டிவிடுகிறது. உண்மையில், உங்களால் கட்டுப்படுத்த முடிகின்ற விஷயங்கள் ஏராளமாக இருக்கின்றன. அவற்றில், உங்கள் மனப்போக்கு, உங்கள் நடத்தை, உங்கள் விழுமியங்கள்,

உங்கள் தேவைகள், உங்கள் விருப்பங்கள், உங்கள் எதிர்வினைகள் ஆகியவை குறிப்பிடத்தக்கவை.

இது எடைபோடுதலுக்கு நேரெதிரானது. 'இதற்கு நான் பொறுப்பேற்றுக் கொள்கிறேன்' கோட்பாடு, சுயபிரக்ஞை, இரக்கம், அதிகாரமளித்தல், பொறுப்புடைமை ஆகியவற்றை உள்ளடக்கியது.

உங்களைக் கூப்பிடாமல் தனியாகச் சென்றுவிட்டிருந்த உங்களுடைய நண்பர்கள் உங்களைவிட மேம்பட்டவர்கள் அல்லர். அதேபோல, நீங்களும் அவர்களைவிட மேம்பட்டவர் அல்லர்.

இதுதான் 'அவர்களை அவர்கள் போக்கில் விடுங்கள்' கோட்பாட்டின் சாராம்சம்.

மற்றவர்கள் தங்கள் வாழ்க்கையை வாழ நீங்கள் எவ்வளவு அதிகமாக அனுமதிக்கிறீர்களோ, உங்கள் சொந்த வாழ்க்கை அவ்வளவு அதிகமாக மேம்படும். நீங்கள் எவ்வளவு அதிகமாக உங்கள் கட்டுப்பாட்டை விட்டுக்கொடுக்கிறீர்களோ, அவ்வளவு அதிகமாக அதை நீங்கள் பெறுவீர்கள்.

'அவர்களை அவர்கள் போக்கில் விடுங்கள்' கோட்பாடு மேன்மையுணர்வைப் பற்றியதன்று. உங்களுக்கும் மற்றவர்களுக்கும் ஓர் இடத்தை ஏற்படுத்திக் கொள்வதைப் பற்றியது அது. மற்றவர்கள் தங்களுடைய வாழ்க்கையை வாழ அனுமதிப்பதையும், அதைத் தொடர்ந்து நீங்கள் உங்களுக்கும் அதே அனுமதியைக் கொடுத்துக் கொள்வதையும் பற்றியது அது.

3. 'இதற்கு நான் பொறுப்பேற்றுக் கொள்கிறேன்' என்று கூறுகின்றபோது

ஏற்புடைமை
புரிதலுணர்வு
இரக்கவுணர்வு
பொறுப்புடைமை
உண்மையான கட்டுப்பாடு

என் விஷயத்தில், முதலில் நான் 'அவர்களை அவர்கள் போக்கில் விடுங்கள்' என்று கூறினேன். அது என்னுடைய மனக்காயம் ஆறுவதற்கும், நான் அச்சூழலிலிருந்து விடுபடுவதற்கும் எனக்கு உதவியது. நான் அப்போது உணர்ந்து கொண்டிருந்த உணர்ச்சிகளிலிருந்து என்னைத் தனியாகப் பிரித்துக் கொள்ளவும்

அது எனக்குத் துணை புரிந்தது. எடுத்து வைக்கப்பட வேண்டிய முக்கியமான முதலடி அதுதான். ஏனெனில், நீங்கள் உணர்ச்சிக் கொந்தளிப்பில் மாட்டிக் கொண்டு உங்களை நீங்களே வறுத்தெடுப்பது மாயாஜாலமாக உங்களுடைய நட்பை மேம்படுத்தாது.

நான் பெற்றிருந்த மேன்மையுணர்வு, சூழலை மேலேயிருந்து பார்ப்பதை எனக்குச் சாத்தியமாக்கியது. நான் எவ்வளவு அதிகமாக 'அவர்களை அவர்கள் போக்கில் விடுங்கள்' என்று கூறினேனோ, அச்சூழலில் என்னுடைய பாத்திரம் என்ன என்பது குறித்தும், நான் என்ன நடவடிக்கையில் இறங்க வேண்டும் என்பது குறித்தும் நான் தீர்மானிப்பதற்கு அவ்வளவு அதிகமான இடத்தை அது எனக்கு அளித்தது.

நான் சற்று நிதானித்து, கண்ணாடியில் என்னைப் பார்க்கத் தொடங்கியவுடன், என்னால் அதிகமானவற்றைப் பார்க்க முடிந்தது.

கடந்த சில ஆண்டுகளாக நான் கடினமாக உழைத்துக் கொண்டிருந்ததால், நான் என் நண்பர்களை அரிதாகவே பார்த்தேன். நான் என் தோழிகள் எவரையும் எதற்காகவும் அழைத்திருக்கவுமில்லை. அதனால், அவர்கள் என்னை வேண்டுமென்றே தவிர்த்திருந்திருக்க மாட்டார்கள். மாறாக, என்னைப் பற்றிய நினைப்பே அவர்களுக்கு இருந்திருக்காது. அவர்களைச் சந்திக்க நான் எந்த முயற்சியும் எடுத்திருக்காதபோது, அவர்கள் எதற்காக என்னைப் பற்றி நினைத்து கொண்டிருக்க வேண்டும்? அதே நேரத்தில், நானும், என் வாழ்க்கை, என் குடும்பம், என் குழந்தைகள் என்று இருந்துவிட்டதால், இணையத்தில் அந்தப் புகைப்படத்தை நான் பார்க்கின்றவரை நானும் அவர்களைப் பற்றி நினைத்திருக்கவே இல்லை என்பதே அப்பட்டமான உண்மை.

அவர்கள் உல்லாசப் பயணம் சென்றபோது எனக்கு அழைப்பு விடுப்பதற்கு அவர்கள் எனக்குக் கடன்பட்டிருக்கவில்லை. அவர்கள் என்னை அழைத்திருந்தால், அது எனக்கு ஒரு நல்லவிதமான உணர்வைக் கொடுத்திருக்கும் என்பதை மறுக்க முடியாதுதான். ஆனால், நட்புறவைப் பேணுவது யாருடைய பொறுப்பு? நான் நேர்மையாக இருந்தால், இந்த நட்புறவைப் பொறுத்தவரை என் பங்கை நான் முறையாகச் செய்திருந்தேனா என்ற கேள்வியை என்னிடம் நான் கேட்டாக வேண்டும். அப்படி நான் கேட்டபோது, 'இல்லை' என்பதே அதற்கான பதிலாக வந்தது.

நீங்கள் ஒரு வளர்ந்த நபராக இருக்கின்றபோது, உங்களுடைய சமூக வாழ்க்கை உங்கள் பொறுப்பு. நீங்கள் குதூகலமாக இருக்க விரும்பினால், அதற்கான முயற்சிகளை நீங்கள்தான் மேற்கொண்டாக வேண்டும்.

என் சிந்தனை இப்படி அமைந்திருந்தது: மற்றவர்கள் எப்போதும் என்னை அவர்களுடன் சேர்த்துக் கொள்ள வேண்டும் என்ற எதிர்பார்ப்பை இனி நான் நிறுத்திக் கொள்கிறேன். என் வாழ்க்கையில் நான் எவற்றையெல்லாம் விரும்புகிறேனோ, அவற்றுக்கு இனி நான் பொறுப்பேற்றுக் கொள்கிறேன். மற்றவர்களை அணுகுவதற்கு நானே முயற்சிகளை மேற்கொள்கிறேன். நானே முன்வந்து என் தோழிகளை என் வீட்டுக்கு அழைக்கப் போகிறேன். என் வேலைக்கு ஒரு கடிவாளம் போட்டுவிட்டு, நட்புக்கும் நான் சிறிது நேரத்தை ஒதுக்கப் போகிறேன். சமூக வாழ்க்கை எனக்கு முக்கியமானதாக இருப்பதால், அதற்கு நான் பொறுப்பேற்றுக் கொள்ளப் போகிறேன்.

அந்தப் புகைப்படத்தில் இருந்த என்னுடைய தோழிகளில் சிலரை நான் தொடர்பு கொள்ளப் போகிறேன். சும்மா ஒப்புக்காக இல்லை. வாடிப் போயிருந்த நட்பிற்கு உயிரூட்டுவதற்காகவும் இல்லை. அடுத்த முறை அவர்கள் இன்னோர் உல்லாசப் பயணம் செல்கின்றபோது அதற்கு என்னை அவர்கள் அழைக்க வேண்டும் என்பதற்காகவும் இல்லை. 'அவர்களை அவர்கள் போக்கில் விட்டுவிடு' என்றும், 'இதற்கு நான் பொறுப்பேற்றுக் கொள்கிறேன்' என்றும் நான் கூறிய பிறகு, நான் என் தோழிகளை நினைத்து உண்மையிலேயே ஏங்குவதால், நான் அவர்களுடனான உறவைப் புதுப்பித்துக் கொள்ள விரும்புகிறேன். அத்துடன், அந்தப் புகைப்படங்கள், நான் மிதமிஞ்சிய அளவில் என் வேலையில் மூழ்கியிருப்பதை எனக்கு வெளிச்சம் போட்டுக் காட்டியிருந்தன.

இதில் குதிப்பதற்கு முன்பாக இரண்டு எச்சரிக்கைகள்

'அவர்களை அவர்கள் போக்கில் விடுங்கள்' கோட்பாட்டைத் தங்களுடைய வாழ்க்கையில் செயல்படுத்தியவர்களில் பலர் என்னிடம் இரண்டு முக்கியமான கேள்விகளை முன்வைத்தனர். அவற்றை இப்போது பார்க்கலாம்.

'அவர்களை அவர்கள் போக்கில் விடுங்கள்' கோட்பாடு குழந்தைகளுக்குப் பொருந்துமா?

இக்கோட்பாட்டை நீங்கள் தாராளமாகக் குழந்தைகளிடமும் பயன்படுத்தலாம். ஆனால், இப்புத்தகம், வளர்ந்தவர்களுக்கு இக்கோட்பாட்டை எப்படிப் பயன்படுத்துவது என்பதைப் பற்றியது. அதனால், குழப்பத்தைத் தவிர்ப்பதற்காக,

இப்புத்தகம் நெடுகிலும், வளர்ந்தவர்கள், குழந்தைகள் ஆகிய இருவருக்கும் இடையேயான வேறுபாட்டை நான் தெளிவாகக் குறிப்பிட்டுள்ளேன்.

'அவர்களை அவர்கள் போக்கில் விடுங்கள்' கோட்பாடு உங்களைத் தனிமையாக உணர வைத்தால்?

இது ஒரு முக்கியமான விஷயம். இக்கோட்பாட்டைப் பின்பற்றிய பிறகு தங்களைத் தனிமையுணர்வு வாட்டியெடுத்ததாகப் பலர் என்னிடம் தெரிவித்திருந்தனர். அப்படி நீங்கள் உணர்ந்தால், நீங்கள் இக்கோட்பாட்டைச் சரியாகப் பின்பற்றிக் கொண்டிருக்கவில்லை என்று அர்த்தம். நான் ஏற்கனவே குறிப்பிட்டிருந்தபடி, இதை நான் 'அவர்களை அவர்கள் போக்கில் விடுங்கள்' கோட்பாடு என்று அழைத்துக் கொண்டிருந்தாலும், இது 'அவர்களை அவர்கள் போக்கில் விடுங்கள்' கோட்பாடு, மற்றும் 'இதற்கு நான் பொறுப்பேற்றுக் கொள்கிறேன்' கோட்பாடு ஆகிய இரண்டையுமே உள்ளடக்கிய ஒன்றுதான். இவை இரண்டும் சேர்த்தே பயன்படுத்தப்பட வேண்டும். முதல் கோட்பாட்டோடு நீங்கள் நிறுத்திவிடக்கூடாது. பலர் இந்த இரண்டாவது கோட்பாட்டை மறந்துவிடுகின்றனர். அது தவறு. ஏனெனில், இந்த இரண்டாவது கோட்பாட்டில்தான் உண்மையான அதிகாரம் உள்ளது. இந்த இரண்டாவது கோட்பாட்டில்தான், உங்களுடைய அடுத்த நகர்வுக்கும், நீங்கள் உருவாக்க விரும்புகின்ற வாழ்க்கைக்கும், உறவுக்கும், தொடர்புகளுக்கும் நீங்கள் பொறுப்பேற்றுக் கொள்கிறீர்கள். இதை நீங்கள் மேற்கொள்ளவில்லை என்றால், அது முற்றுப் பெறாத ஒன்றாக இருக்கும்.

நீங்கள் வெறுமனே 'அவர்களை அவர்கள் போக்கில் விடுங்கள்' என்று மட்டும் கூறிக் கொண்டிருந்தால், நீங்கள் ஒரு குறைவான எண்ணிக்கையிலான நண்பர்களோடு இருந்தாக வேண்டிய நிலைக்குத் தள்ளப்படலாம், உங்களுடைய சமூக வாழ்க்கை பாதிக்கப்படலாம். அப்போது, நீங்கள், 'அவர்களை அவர்கள் போக்கில் விடுங்கள்' கோட்பாடு ஏன் சரியாக வேலை செய்யவில்லை என்று குழப்பமடையக்கூடும். 'அவர்களை அவர்கள் போக்கில் விடுங்கள்' என்று கூறுகின்றபோது நமக்கு மேன்மையுணர்வு அதிகரிப்பதால், நீங்கள் சோர்ந்து போயிருக்கின்ற நிலையிலிருந்து அதனால் உங்களை மீட்க முடியும். ஆனால், இக்கோட்பாட்டின் நோக்கம் அதுவன்று.

இக்கோட்பாடு, நீங்கள் உங்களுடைய அலைபேசி அழைப்பை ஏற்காமல் இருப்பதற்கும், மனக்காயம் அடைந்திருக்கும் குடும்ப உறுப்பினர் அல்லது நண்பர் ஒருவருடன் பேச மறுப்பதற்குமான ஒரு சாக்குப்போக்கு அன்று. மற்றவர்களை மௌனமாக வதைப்பதற்கோ, மக்களை உங்களுடைய சமூக ஊடகங்களிலிருந்து

மறைப்பதற்கோ, கடினமான உரையாடல்களைத் தவிர்ப்பதற்கோ அல்லது ஒரு நட்பை முறித்துக் கொள்வதற்கோ உங்களுக்கு வழங்கப்பட்டுள்ள ஓர் உரிமமும் அன்று அது.

இக்கோட்பாடு உங்களுக்குத் தனிமையுணர்வை ஏற்படுத்தக்கூடாது. மாறாக, உங்களுடைய உறவுகள் ஒவ்வொன்றிலும் நீங்கள் மனநிறைவைப் பெற்றிருப்பதற்கு அது துணை புரிய வேண்டும். இக்கோட்பாடு, உங்களுடைய வாழ்க்கையை மேம்படுத்துவதற்கானதே அன்றி, அதை மோசமாக்குவதற்கானது அன்று. அதனால், நீங்கள் எப்போதும், ‘இதற்கு நான் பொறுப்பேற்றுக் கொள்கிறேன்’ என்பதையும் சேர்த்தே கூற வேண்டும். ஏனெனில், அதுதான் உங்கள் வாழ்க்கையை மாற்றவல்லது.

நீங்கள் ஒரு வளர்ந்த நபராக இருக்கின்றபோது, உங்கள் வாழ்க்கையின் அனைத்து அம்சங்களுக்கும் நீங்கள்தான் பொறுப்பேற்றுக் கொள்ள வேண்டும். வேறு யாராவது உங்களைக் காப்பாற்றுவார்கள் என்றோ, உங்களுடைய பிரச்சனைகளைத் தீர்ப்பார்கள் என்றோ, உங்களுடைய கட்டணங்களைக் கட்டுவார்கள் என்றோ, உங்களுடைய சமூக வாழ்க்கையை நிர்வகிப்பார்கள் என்றோ, உங்களுடைய மனக்காயங்களுக்கு மருந்திடுவார்கள் என்றோ, உங்களுடைய வாழ்க்கைத் துணைவர் உங்களுடைய கனவு நாயகராக மாறுவார் என்றோ, நீங்கள் உங்களுடைய ஆகச் சிறந்த வடிவமாக ஆவதற்கு அவர் உங்களை ஊக்குவிப்பார் என்றோ நீங்கள் நினைத்துக் கொண்டிருந்தால்... அது ஒருக்காலும் நிகழப் போவதில்லை. எவரும் உங்களுடைய உதவிக்கு வரப் போவதில்லை. அப்படி யாரோ ஒருவருக்காக, ஓர் அனுமதிக்காக, ஓர் அழைப்புக்காக நீங்கள் காத்துக் கொண்டிருந்தால், நீங்கள் உங்களுடைய நேரத்தை விரயமாக்கிக் கொண்டிருக்கிறீர்கள், அவ்வளவுதான். அந்தக் காலம் எப்போதோ காலாவதியாகிவிட்டது.

உங்களுடைய ‘இதற்கு நான் பொறுப்பேற்றுக் கொள்கிறேன்’ யுகம்தான் இங்கு இப்போது இருக்கிறது.

நீங்கள் விரும்புகின்ற எதையும் உருவாக்கிக் கொள்வதற்கான திறன் உங்களிடம் இருக்கிறது. அதற்குத் தேவையான நேரத்தையும் ஆற்றலையும் முதலீடு செய்வதற்கு நீங்கள் தயாராக இருக்க வேண்டும். அதற்கு நீங்கள் அற்ப விஷயங்களில் நேரத்தை வீணடித்துக் கொண்டிருப்பதை நீங்கள் நிறுத்த வேண்டும். மேலும், பிறரைக் கட்டுப்படுத்துவதற்கான முயற்சிகளையும் நீங்கள் கைவிட வேண்டும்.

பகுதி 2

‘அவர்களை அவர்கள் போக்கில் விடுங்கள்’ கோட்பாடும் நீங்களும்

பிறர் தங்களுடைய வாழ்க்கையை வாழ நீங்கள் எவ்வளவு அதிகமாக அனுமதிக்கிறீர்களோ, உங்கள் சொந்த வாழ்க்கை அவ்வளவு அதிகமாக மேம்படும்.

— **மெல் ராபின்ஸ்**

மன அழுத்தத்தை மட்டுக்குள் வைத்திருத்தல்

அத்தியாயம் 3

அதிர்ச்சியான உண்மை: வாழ்க்கை அழுத்தம் மிக்கது

'அவர்களை அவர்கள் போக்கில் விடுங்கள்' கோட்பாட்டைச் சிறப்பாகவும் விரைவாகவும் பயன்படுத்துவதற்கான வழி, தினந்தோறும் நீங்கள் எதிர்கொள்கின்ற எண்ணற்றச் சிறு சிறு மன அழுத்தங்களை மீறுவதுதான்.

நான் எந்த மன அழுத்தங்களைப் பற்றிப் பேசிக் கொண்டிருக்கிறேன் என்பதை நீங்கள் எளிதாக ஊகித்திருப்பீர்கள்: அன்றாடம் நம்முடைய அலைபேசிகளில் வந்து விழுகின்ற குறுஞ்செய்திகள், தகவல் அறிவிப்புகள், மிக மெதுவாக இயங்கிக் கொண்டிருக்கின்ற இணையத் தொடர்பு, திட்டங்களில் ஏற்படுகின்ற திடீர் மாறுதல்கள், அலுவலகத்தில் ஒன்றன் பின் ஒன்றாகத் தொடர்ந்து நடைபெற்றுக் கொண்டிருக்கின்ற சந்திப்புக் கூட்டங்கள், பிறருடைய உணர்வுகளை மதிக்காமல் நடந்து கொள்கின்ற நபர்கள், நீண்ட வரிசைகள், மெதுவாக நடந்து செல்கின்ற நபர்கள். இப்படி இன்னும் சொல்லிக் கொண்டே போகலாம். இச்சிறிய எரிச்சலூட்டிகள் முக்கியத்துவமற்றவைபோலத் தோன்றினாலும், அது உண்மையன்று.

பல நேரங்களில் மக்கள் உங்களுக்கு எரிச்சலூட்டக்கூடும் என்பதும், நீங்கள் ஏற்கனவே அளவுக்கதிகமானவற்றை இழுத்துப் போட்டுக் கொண்டு திணறிக் கொண்டிருக்கக்கூடும் என்பதும் உண்மைதான். நவீன வாழ்க்கைமுறை உங்களுடைய ஆற்றலைக் கொஞ்சம் கொஞ்சமாக உறிஞ்சி உங்களுடைய மன அழுத்தத்தைப் படிப்படியாக அதிகரிக்கிறது என்பதையும் மறுப்பதற்கில்லை.

மற்றவர்களின் நடத்தையின்மீது உங்களுக்குக் கட்டுப்பாடு

கிடையாது என்பதால், அது குறித்து உழன்று கொண்டிருப்பதில் அர்த்தமில்லை.இங்கிதமற்றநபர்களோ அல்லது அற்ப விஷயங்களோ உங்கள் ஆற்றலை உறிஞ்சுவதற்கு நீங்கள் அனுமதித்தால், உங்களுடைய முழு ஆற்றலையும் பயன்படுத்தக்கூடிய நிலையை உங்களால் ஒருக்காலும் அடைய முடியாது.

உங்களிடம் இப்படிக் கேளுங்கள்: ஒரு பல்பொருள் அங்காடியில் இருக்கின்ற ஒரு நீண்ட காத்திருப்பு வரிசை உங்களைத் தொந்தரவு செய்ய எதற்காக நீங்கள் அனுமதிக்க வேண்டும்? போக்குவரத்து நெரிசல் எதற்காக உங்கள் மனநிலையைப் பாதிக்க வேண்டும்? நீங்கள் ஒரு முக்கியமான வேலையில் மூழ்கியிருக்கும் சமயத்தில் அதில் ஏதேனும் குறுக்கீடு நேரும்போது உங்களுக்கு ஏன் திக்குமுக்காடல் உணர்வு ஏற்பட வேண்டும்? பொது இடத்தில் யாரோ ஒருவர் சத்தமாகப் பேசுவது எதற்காக உங்களுக்கு எரிச்சல் ஏற்படுத்த வேண்டும்? குடும்ப உறுப்பினர் ஒருவர் தாமாகவே முன்வந்து வழங்குகின்ற ஓர் அறிவுரையை உங்கள்மீது தனிப்பட்ட முறையில் நிகழ்த்தப்பட்ட ஒரு தாக்குதலாக நீங்கள் ஏன் எடுத்துக் கொள்ள வேண்டும்? நெரிசல்மிக்கத் தெரு ஒன்றில் உங்களுக்கு முன்னால் மெதுவாக நடந்து செல்கின்ற ஒருவர் எதற்காக உங்களைத் தொந்தரவு செய்ய வேண்டும்?

இவை எனக்கும் நேர்ந்துள்ளன. அன்றொரு நாள், தொட்டித் தாவரங்கள் சிலவற்றை வாங்குவதற்காக நான் வழக்கமாகச் செல்கின்ற ஒரு கடைக்கு நான் சென்றிருந்தேன். அங்கிருந்த காசாளர் மிகவும் மெதுவாக இயங்கிக் கொண்டிருந்தார். அங்கு இரண்டே இரண்டு வரிசைகள் மட்டுமே திறந்து வைக்கப்பட்டிருந்தன. ஒவ்வொரு வரிசையிலும் ஐந்து பேர் நின்று கொண்டிருந்தனர்.

தேவையில்லாமல் காத்துக் கொண்டிருப்பது எனக்கு எரிச்சலைக் கொடுத்தது. எனக்கு வீட்டில் அவசர வேலை இருந்தது. எனக்குப் பின்னால் இருந்தவரிடம், "யாராவது இவ்வளவு மெதுவாகச் செயல்படுவார்களா?" என்று கேட்க வேண்டும்போல எனக்குத் தோன்றியது.

ஆனால், நான் தயங்கினேன். பிறகு, "அவர்கள் அவர்கள் போக்கில் செயல்பட்டுக் கொள்ளட்டும்," என்று எனக்கு நானே கூறிக் கொண்டேன். அது உடனடியாக வேலை செய்தது. நான் சற்று ஆசுவாசமடைந்தேன். அதனால் அந்தக் காசாளர் வேகமாக இயங்கத் தொடங்கினாரா? இல்லை.

ஆனால், அதைவிட மேம்பட்ட ஒன்று நிகழ்ந்தது. அற்ப விஷயங்கள் என் அன்றாட வாழ்க்கையில் பெரும் மன அழுத்தத்தை ஏற்படுத்துவதற்கான காரணங்களாக ஆவதிலிருந்து அது என்னைப் பாதுகாத்தது. அந்த வரிசையில் நான் நிற்கப் போகின்ற கூடுதல் பத்து நிமிடங்கள், என் அன்றைய நாளின் மீதி

நேரத்தின்மீது பெரிய அளவில் எதிர்மறையான தாக்கம் எதையும் ஏற்படுத்திவிடப் போவதில்லை. ஆனால், என் கட்டுப்பாட்டில் இல்லாத ஒரு விஷயம் எனக்கு எரிச்சலும் விரக்தியும் ஏற்படுத்த நான் அனுமதித்தால், அது கண்டிப்பாக என்னுடைய அன்றைய நாளின் மீதி நேரத்தின்மீது கண்டிப்பாக ஒரு பெரிய அளவில் எதிர்மறையான தாக்கம் ஏற்படுத்தும். உங்கள் கட்டுப்பாட்டிற்கு அப்பாலுள்ள ஒரு விஷயம் உங்களுக்கு மன அழுத்தம் ஏற்படுத்த நீங்கள் ஏன் அனுமதிக்க வேண்டும்? அது போன்ற ஓர் அற்ப விஷயத்தால் எப்படி உங்கள்மீது அந்த அளவுக்குப் பெரியதொரு தாக்கத்தை ஏற்படுத்த முடியும்?

உங்களைச் சுற்றியுள்ள உலகம் உங்கள்மீது உணர்ச்சிரீதியான தாக்கம் ஏற்படுத்தி, உங்களுடைய மன அமைதியைக் கெடுப்பதற்கு நீங்கள் அனுமதிக்கின்றபோது, நீங்கள் இந்தப் புறச் சக்திகளின் ஒரு கைதியாக ஆகிவிடுகிறீர்கள். அற்ப விஷயங்கள் உங்களுடைய மனநிலையைத் தீர்மானிப்பதற்கும், உங்களுடைய உற்சாகத்தைச் சுரண்டுவதற்கும், உங்களுடைய கவனத்தைக் களவாடுவதற்கும் நீங்கள் அனுமதித்துவிடுகிறீர்கள். “உங்களுக்கு நேர்கின்ற காரியங்கள் முக்கியமல்ல. அவற்றுக்கு நீங்கள் எவ்வாறு எதிர்வினையாற்றுகிறீர்கள் என்பதுதான் முக்கியம்,” என்று கிரேக்கத் தத்துவவியலாளரான எபிக்டெட்டஸ் கூறியுள்ளார். நீங்கள் ஒரு விஷயத்திற்கு எப்படி எதிர்வினையாற்றுகிறீர்களோ அதில்தான் உங்களுடைய தனிப்பட்ட அதிகாரம் அடங்கியிருக்கிறது என்பது அதன் பொருள்.

அன்றாடம் உங்களுக்கு எரிச்சலையும் மன அழுத்தத்தையும் ஏற்படுத்துகின்ற சூழல்களை வித்தியாசமாகக் கையாள நீங்கள் கற்றுக் கொள்வது உங்கள் வாழ்க்கையை மாற்றும். இப்போது நீங்கள், முக்கியத்துவமில்லாத அல்லது உங்களுடைய கட்டுப்பாட்டில் இல்லாத விஷயங்களில் உங்கள் நேரத்தையும் ஆற்றலையும் விரயமாக்கிக் கொண்டிருப்பதால், உங்கள் அதிகாரத்தை நீங்கள் தாரை வார்த்துக் கொண்டிருக்கிறீர்கள். அது எந்த அளவுக்குப் பெரியதொரு பிரச்சனை என்பதை நீங்கள் சரியாக உணர்ந்திருப்பதில்லை. நானும் அப்படித்தான் இருந்தேன்.

மன அழுத்தத்தைக் கையாள்வது உங்களுக்குக் கடினமானதாக இருப்பதற்குக் காரணம், உங்களுடைய எதிர்வினையாற்றல் பெருமளவுக்குத் தானாகவே நிகழ்வதுதான். நீங்கள் உணர்ச்சிக் கொந்தளிப்பில் சிக்கிக் கொள்கின்றபோது, நீங்கள் ஏடாகூடமாக நடந்து கொள்கிறீர்கள். நீங்கள் கோபம் கொண்டுள்ள நபருக்கு ஒரு கடுமையான குறுஞ்செய்தியை அனுப்பிவிடுகிறீர்கள் அல்லது கடுமையான வார்த்தைகளைப் பயன்படுத்தி அவரைத் திட்டிவிடுகிறீர்கள். அது குறித்து நீங்கள் பின்னர் வருந்துகிறீர்கள். விமான நிலையங்கள் இதற்கான

மிகச் சிறந்த எடுத்துக்காட்டுகளாகத் திகழ்கின்றன. நீங்கள் மன அழுத்தத்தை உணர விரும்பினால், நேராக ஒரு விமான நிலையத்திற்குச் செல்லுங்கள்!

விமான நிலைய மன அழுத்தப் பரிசோதனை

விமான நிலையங்களில் உள்ளே நுழைவதற்கு வரிசையில் காத்திருப்பதில் தொடங்கி, 'செக்-இன் கவுன்டரில்' காத்துக் கிடத்தல், வானிலையின் காரணமாக ஏற்படுகின்ற தாமதங்கள், தொலைந்து போகின்ற பயணப் பெட்டிகள், விமானத்தில் ஏறுவதற்கான அழைப்பு வருவதற்கு முன்பே நுழைவாயில் அருகே மக்கள் முண்டியடித்துக் கொண்டிருத்தல், தொடர்பு விமானங்களைப் பிடிப்பதற்கு இருக்கின்ற குறுகிய கால இடைவெளிகள், விமானத்தை வேறோர் இடத்திற்குத் திருப்பிவிடுதல், நாம் விமானத்திற்குள் நுழைகின்றபோது, தலைக்கு மேல் பெட்டிகளை வைக்கின்ற இடம் ஏற்கனவே நிறைந்திருத்தல், இறங்கிய இடத்தில் வாடகைக் கார் அல்லது பேருந்துக்கு ஒரு நீண்ட வரிசையில் காத்திருக்க வேண்டியிருத்தல்வரை, உங்களுடைய மன அழுத்தத்தை உச்சத்திற்கு எடுத்துச் செல்கின்ற சாத்தியக்கூறுகளுக்கு அளவே இல்லை.

எவை உங்கள் கட்டுப்பாட்டில் இருக்கின்றன, எவை இல்லை என்பதை விளக்குவதற்கு நாம் இந்த விமான நிலைய உதாரணத்தை எடுத்துக் கொள்ளலாம். இங்கு நீங்கள் மனித இயல்பு குறித்த அடிப்படை விதியை நினைவில் கொள்ள வேண்டும்: மற்றவர்கள் சிந்திக்கின்ற விதத்தையோ, நடந்து கொள்கின்ற முறையையோ, கூறுகின்ற வார்த்தைகளையோ உங்களால் கட்டுப்படுத்த முடியாது. அதைச் செய்ய முனைகின்ற ஒவ்வொரு முறையும் நீங்கள் உங்களுடைய அதிகாரத்தை இழப்பீர்கள். அதனால், நீங்கள் எப்படிச் சிந்திக்கிறீர்கள் என்பதிலும், நீங்கள் எப்படி நடந்து கொள்கிறீர்கள் என்பதிலும், நீங்கள் என்ன சொல்லவிருக்கிறீர்கள் என்பதிலும் நீங்கள் உங்களுடைய கவனத்தைக் குவிக்க வேண்டும்.

நீங்கள் அப்படிச் செய்கின்றபோது, விமான நிலையத்தில் அல்லது விமானத்திற்குள் என்ன நடந்து கொண்டிருந்தாலும் சரி, உங்கள் அதிகாரம் உங்கள் வசம் இருக்கும்.

சில மாதங்களுக்கு முன், நான் ஒரு விமானத்தில் பயணித்துக் கொண்டிருந்தேன். எனக்குப் பின்னிருக்கையில் இருந்த நபர், இந்த பூமியில் அதுதான் அவருடைய கடைசி நாள் என்பதுபோலத் தொடர்ந்து இருமிக் கொண்டே இருந்தார். ஒரு குறிப்பிட்ட இருமல் சத்தம் கேட்டவுடனேயே, அந்த இருமல், சுற்றியுள்ள அனைவருக்கும் நிச்சயமாகப் பரவப் போகிறது என்ற எண்ணம் உங்களிடம் உருவாகுமல்லவா, அப்படிப்பட்டதோர் இருமலாக

இருந்தது அது.

முதல் சில நிமிடங்களுக்கு நான் அதைப் பற்றிப் பெரிதாக எதுவும் யோசிக்கவில்லை. ஆனால், அந்த இருமல் சத்தம் நிற்காமல் தொடர்ந்து கொண்டிருந்தபோது, நான் எரிச்சல் கொள்ளத் தொடங்கினேன்.

ஓரிடத்தில் சொற்பொழிவாற்றுவதற்காக நான் பயணித்துக் கொண்டிருந்தேன். அடுத்தச் சில வாரங்களுக்கு நான் தொடர்ச்சியாகப் பல பெரிய நிகழ்ச்சிகளில் பேசவிருந்தேன். அதனால், என் குரலுக்கு எதுவும் கேடு நேர்வதைப் பொறுத்துக் கொள்ள முடியாத நிலையில் நான் இருந்தேன்.

நான் பின்னால் திரும்பி, இரண்டு இருக்கைகளுக்கு நடுவே இருந்த சிறிய இடைவெளி வழியாகப் பார்த்தேன். அந்த விமானத்தில் அவர் மட்டும் தனியாகப் பயணித்துக் கொண்டிருந்ததைப்போல அவர் தன் வாயைத் திறந்து சத்தமாக இருமிக் கொண்டிருந்ததை நான் கண்டேன். "இந்தப் போக்கு தொடர்ந்தால், அந்த நபர் தன் இருமலை எனக்குக் கடத்தாமல் ஓய மாட்டார்போல இருக்கிறதே!" என்று நான் நினைத்துக் கொண்டேன். இப்போது என்ன செய்யலாம் என்று நான் யோசித்தேன்.

நான் கடைபிடிக்க விரும்பிய மென்மையான போக்கு எடுபடவில்லை. இரண்டு இருக்கைகளுக்கு நடுவே இருந்த இடைவெளி வழியாக நான் பார்த்ததைக் கவனித்திருந்தும் அவருடைய போக்கில் எந்த மாற்றமும் ஏற்படவில்லை. அவர் மற்றவர்களைப் பற்றித் துளிகூட அக்கறையற்ற ஒருவராக இருக்க வேண்டும் என்ற எண்ணம் என் மனத்தில் ஓடியது.

அடுத்ததாக, விமான ஊழியர் ஒருவரை அழைத்து அவரிடம் புகார் செய்யலாம் என்று நான் யோசித்தேன். ஆனால், அந்த இருமல்காரரர் எனக்கு நேர் பின்னால் அமர்ந்திருந்ததால், நான் கூறுகின்ற புகார் அவர் காதிலும் விழுந்துவிடுமே என்று நான் நினைத்தேன். அதனால், ஒரு வளர்ந்த நபரைப்போல நடந்து கொள்வது என்று நான் தீர்மானித்தேன். அதனால், நான் அவரை நோக்கித் திரும்பி, மென்மையாக அவரிடம், "சார், தயவு செய்து உங்களுடைய வாயை மூடிக் கொள்கிறீர்களா?" என்று கேட்டுவிட்டேன்.

உடனே அங்கு ஓர் அசௌகரியமான மௌனம் நிலவியது.

பின் அவர் என்னை நோக்கி, சரியென்பதுபோலத் தலையை ஆட்டிவிட்டு, அந்தப் பயணம் முழுவதும் வாயை மூடுவதற்கு எந்த முயற்சியும் செய்யாமல் தொடர்ந்து இருமிக் கொண்டிருந்தார். நான் அடிக்கடி திரும்பிப் பார்த்துக் கொண்டிருந்ததால், அவர் தன் வாயை மூடிக் கொண்டிருக்கவில்லை என்பதை நான் அறிந்திருந்தேன். அப்படிப்பட்டச் சூழலிலும் அந்த நபர்மீது எனக்குச் சிறிது பரிதாபம் ஏற்பட்டது. யாருமே வேண்டுமென்றே

நோய்வாய்ப்பட விரும்ப மாட்டார்கள். உங்களுக்கு இருமல் வந்தால் இருமித்தானே ஆக வேண்டும்!

ஆனால், என் மனத்திற்குள் எண்ணங்கள் இப்படி ஓடிக் கொண்டிருந்தாலும், என் எரிச்சல் அதிகரித்துக் கொண்டே இருந்தது. எனக்கு மன அழுத்தம் அதிகரித்துக் கொண்டிருந்ததோடு, அது என் மனநிலையையும் பாதிக்கத் தொடங்கியிருந்தது. அதனால், என்னால் எதிலும் கவனம் செலுத்த முடியவில்லை.

உங்களைச் சுற்றி நடக்கின்ற விஷயங்களால் எப்படி உங்களுக்கு மன அழுத்தத்தை ஏற்படுத்தி, உங்கள் மனத்தின்மீதும் உடலின்மீதும் ஓர் எதிர்மறையான தாக்கம் ஏற்படுத்த முடியும் என்பதற்கான ஓர் எடுத்துக்காட்டு இது.

உங்கள் மூளைக்கு ஏற்படுகின்ற அழுத்தம்

நான் இந்நூலுக்கான ஆய்வுகளை மேற்கொண்டிருந்தபோது, ஹார்வர்டு மருத்துவக் கல்லூரியில் பணியாற்றுகின்ற மருத்துவரும், 'த 5 ரீசெட்ஸ்' என்ற பிரபலமான நூலின் ஆசிரியருமான டாக்டர் அதித்தி நெருக்கரை நான் பேட்டி கண்டேன். ஹார்வர்டில் அவர் தன்னுடைய நோயாளிகளின் மன அழுத்த நிர்வாகத்திற்கான ஒருங்கிணைந்த திட்டம் ஒன்றை உருவாக்கியிருந்தார்.

"மன அழுத்தம் நீங்கள் நினைத்திருப்பதைவிட உங்கள் வாழ்க்கையில் ஒரு மிகப் பெரிய பிரச்சனை," என்று டாக்டர் அதித்தி கூறுகிறார்.

மன அழுத்தம் உங்களிடம் சுயசந்தேகத்தைத் தூண்டும், விஷயங்களைத் தள்ளிப்போட வைக்கும், இணையத்தில் வெட்டியாக உங்களை மேய வைக்கும், உங்களைப் பிறரோடு ஒப்பிட்டு ஏங்க வைக்கும் என்று அவர் தெரிவிக்கிறார். நீங்கள் கவனத்தைக் குவிக்கச் சிரமப்பட்டுக் கொண்டிருந்தாலோ, உங்களைப் பேணிக் கொள்வதற்குக் கஷ்டப்பட்டுக் கொண்டிருந்தாலோ, நீங்கள் மன அழுத்தத்தால் அவதிப்படுகிறீர்கள் என்று அர்த்தம்.

உங்கள் உட்குரல் வழக்கத்தைவிட உரத்து ஒலித்தாலோ, நீங்கள் விஷயங்களைத் தள்ளிப்போடுகின்ற பிரச்சனையால் அவதிப்பட்டுக் கொண்டிருந்தாலோ, எப்போதும் களைப்பாக இருந்தாலோ, அலைபேசியை நோண்டிக் கொண்டிருப்பதை நிறுத்த முடியாமல் தவித்தாலோ, எப்போதும் வேலையைக் கட்டி மாரடித்துக் கொண்டிருந்தாலோ, அதற்கு மன அழுத்தம்தான் காரணமாக இருக்கும் என்று அவர் கூறுகிறார். உங்கள் உடலில் ஏற்படுகின்ற இறுக்கத்தைத் தாண்டிய ஒன்று அது என்று அவர் என்னிடம் விளக்கினார். மன அழுத்தம் என்பது உங்கள் மூளையில் உடல்ரீதியாக ஏற்படுகின்ற ஒரு நிலை. இது புரிந்து

கொள்ளப்பட வேண்டிய ஒரு முக்கியமான விஷயம். ஏனெனில், மன அழுத்தம், மூளையின் இயக்கத்தைத் திருடிக் கொள்கிறது.

பொதுவாக, உங்கள் மூளையின் முன்நெற்றிப் புறணிதான் நீங்கள் உங்களுடைய அன்றாட நடவடிக்கைகளை மேற்கொள்வதற்கு உதவும். அத்துடன், திட்டங்கள் தீட்டுவதற்கும், அவற்றை நிர்வகிப்பதற்கும், விஷயங்களை ஞாபகம் வைத்துக் கொள்வதற்கும், தீர்மானங்கள் எடுப்பதற்கும் அது உங்களுக்கு உதவுகிறது.

ஆனால், உங்களுக்குப் பின்னாலுள்ள இருக்கையிலுள்ள நபராலோ, ஒரு நத்தையைப்போல மெதுவாக ஊர்ந்து கொண்டிருக்கின்ற ஒரு வரிசையாலோ, அல்லது நீங்கள் காத்துக் கொண்டிருக்கின்ற பரிசோதனை முடிவுகளாலோ உங்கள் மூளை அழுத்த நிலைக்குத் தள்ளப்படுகிறது. அதுவரை அதைக் கட்டுப்படுத்திக் கொண்டிருந்த முன்நெற்றிப் புறணி தன் கட்டுப்பாட்டை இழக்கிறது.

உங்கள் மூளையின் மற்றொரு பகுதியான அமிக்டலா, கட்டுப்பாட்டைத் தன் வசம் எடுத்துக் கொள்கிறது. மனிதனின் இரண்டு காதுகளுக்கு இடையே மூளைக்குள் ஆழமாகப் புதைந்துள்ள, ஒரு பாதாம் கொட்டையின் வடிவில் இருக்கின்ற இரண்டு சிறிய உறுப்புகள்தாம் அமிக்டலா என்று அழைக்கப்படுகின்றன. பரிணாமரீதியாக இது மனித மூளையிலுள்ள மிகப் பழமையான ஓர் உறுப்பாகும். அமிக்டலா உடனடியான, அவசரக்குடுக்கைத்தனமான தீர்மானங்களுக்குப் பெயர்போனது. அது உணர்ச்சித் தூண்டுதல்களால் மேற்கொள்ளப்படுகின்ற நடத்தைகளுக்கு இட்டுச் செல்லும்.

வாழ்க்கை இயல்பாகச் சென்று கொண்டிருக்கின்றபோது, நீங்கள் ஒரு நல்ல மனநிலையில் இருக்கும்போது, உங்கள் செயல்நடவடிக்கைகளைக் கட்டுப்படுத்திக் கொண்டிருக்கின்ற உங்களுடைய முன்நெற்றிப் புறணியால் சூழலைச் சீர்தூக்கிப் பார்த்து, அதன் சாதக பாதகங்களை அலசி ஆராய்ந்து, திட்டவட்டமான தீர்மானங்களை எடுக்க முடியும். அதாவது, நீங்கள் எப்படி எதிர்வினையாற்றப் போகிறீர்கள் என்பதை உங்களால் தேர்ந்தெடுக்க முடியும்.

ஆனால், மன அழுத்தம் நம்மைச் சூழ்ந்து கொள்கின்றபோது, நம்முடைய உடல் மற்றும் மூளையின் செயல்பாடுகள் தன்னிச்சையாக நடைபெறத் தொடங்குகின்றன. மூளையின் கட்டுப்பாடு அமிக்டலா வசம் போய்விடுகிறது. மூளையின் அப்பகுதிக்கு ஒரே ஒரு வேலைதான் உண்டு: உயிர்பிழைத்திருத்தல் மற்றும் சுயபேணல்.

அப்போது உங்கள் மூளை, எதிர்த்துப் போராடுதல் அல்லது தப்பியோடுதல் ஆகிய இரண்டில் ஒன்றைத் தேர்ந்தெடுக்கும். ஆனால், அதனால் மிகக் குறுகிய நேரத்திற்கு மட்டுமே அப்படி

இயங்க முடியும். விரைவில் நீங்கள் சாதாரணமான நிலைக்குத் திரும்பிவிட வேண்டும். அப்போது, உங்களுடைய முன்நெற்றிப் புறணி, மூளையை மீண்டும் தன் கட்டுப்பாட்டிற்குள் எடுத்துக் கொள்ளும், நீங்களும் அமைதியடைவீர்கள். ஆனால், நீங்கள் சாதாரணமான நிலைக்குத் திரும்பவில்லை என்றால் என்னவாகும்?

எல்லா நேரங்களிலும் நீங்கள் களைத்துப் போய் இருப்பதற்கான உண்மையான காரணம்

இப்போது, பத்துப் பேரில் ஏழு பேர் எப்போதும் மன அழுத்தம் இருந்து கொண்டே இருக்கின்ற நிலையில்தான் வாழ்ந்து கொண்டிருக்கின்றனர். நானும் அவர்களில் ஒருத்தியாக இருந்தேன். நீங்கள் எப்போதும் மன அழுத்தத்தோடு இருந்து வந்தால், போராடுதல் அல்லது தப்பியோடுதல் ஆகிய இரண்டில் ஒரு நிலையிலேயே நீங்கள் தொடர்ந்து இருப்பீர்கள். அதாவது, உங்கள் மூளை, அமிக்டலாவின் கட்டுப்பாட்டில் தொடர்ந்து இருந்து கொண்டேயிருக்கும். அது உங்களுடைய உயிர்பிழைத்திருத்தலில் மட்டுமே கவனம் செலுத்தும் என்பதால், நீங்கள் உங்களுடைய இலக்குகள் குறித்துக் கவலைப்பட மாட்டீர்கள், பொறுமையாக இருக்க மாட்டீர்கள், எல்லாவற்றுக்கும் எதிர்வினையாற்றுவீர்கள்.

அதனால், நீங்கள் இப்பிரச்சனையைத் தீர்ப்பதற்கான நடவடிக்கையில் இறங்க வேண்டும். மற்றவர்கள் உங்கள் வாழ்க்கையில் தேவையில்லாமல் மன அழுத்தம் ஏற்படுத்துவதற்கு நீங்கள் அனுமதிக்கக்கூடாது.

மன அழுத்தத்தின் காரணமாக நீங்கள் விஷயங்களைத் தள்ளிப்போட்டுக் கொண்டிருந்தால், நீங்கள் சமர்ப்பித்தாக வேண்டிய வேலைத் திட்டத்தை இந்த வார இறுதிக்குள் உங்களால் முடிக்க முடியாமல் போய்விடும்.

நீங்கள் மன அழுத்தத்தில் உழன்று கொண்டிருந்தால், நீங்கள் உங்களுடைய வாழ்க்கைத் துணைவருடன் சேர்ந்து செலவிடுகின்ற கணங்களில் அவருடன் உங்களால் இலயித்திருக்க முடியாது.

நீங்கள் எப்போதும் விரும்பி வந்துள்ள வாழ்க்கை உங்கள் கைக்கெட்டும் தூரத்தில் இருந்தாலும், உங்கள் மன அழுத்தம் காரணமாக அதை அடைவது சாத்தியமில்லை என்று உங்களிடம் ஓதிக் கொண்டிருக்கின்ற உங்களுடைய உட்குரலுக்கு நீங்கள் செவி சாய்ப்பீர்கள். மன அழுத்தம் ஒரு மிகப் பெரிய பிரச்சனை. அதை நீங்கள் சரி செய்துதான் ஆக வேண்டும்.

உங்களுடைய மன அழுத்தத்திற்கு எதிர்வினையாற்றுவதில் குறுக்கிடுதல்

அப்படியானால், மன அழுத்தத்தில் சிறிது நேரம் உழன்ற பிறகு மீண்டும் சாதாரணமான நிலைக்கு எப்படித் திரும்புவது என்று நான் டாக்டர் அதித்தியிடம் கேட்டேன்.

அதற்கு, முதலில் மன அழுத்தம் என்றால் என்ன என்பதை நாம் அறிந்து கொள்ள வேண்டும் என்று அவர் கூறினார்.

மன அழுத்தம் என்பது உங்கள் உடல் ஒரு விதமான இயக்க நிலையிலிருந்து மற்றொரு விதமான இயக்க நிலைக்கு மாறுதல் என்று அவர் கூறியது எனக்குப் பெரும் பிரமிப்பு ஏற்படுத்தியது. ஒரு நிலையிலிருந்து மற்றொரு நிலைக்கு மாறுவது கடினமானதன்று. அதற்கு நீங்கள் 'அவர்களை அவர்கள் போக்கில் விடுங்கள்' கோட்பாட்டைப் பயன்படுத்திக் கொள்ளலாம்.

உங்களைச் சுற்றியுள்ளவை அல்லது சுற்றியுள்ளவர்களின் நடத்தை உங்களுக்கு மன அழுத்தத்தைத் தோற்றுவித்தாலும், அதிலேயே நீங்கள் தொடர்ந்து உழன்று கொண்டிருக்க வேண்டிய தேவையில்லை என்ற உணர்வு உங்களுக்கு எவ்வளவு ஆசுவாசமளிக்கும் என்று கற்பனை செய்து பாருங்கள்.

'அவர்களை அவர்கள் போக்கில் விட்டுவிடு!' என்று உங்களுக்கு நீங்களே சொல்லத் தொடங்கியதும், நீங்கள் எதிர்கொண்டிருக்கும் சூழல் குறித்து அலட்டிக் கொள்ளத் தேவையில்லை என்ற சமிக்கையை நீங்கள் உங்கள் மூளைக்கு அனுப்புகிறீர்கள். உடனே அமிக்டலா தன் கட்டுப்பாட்டை நிறுத்திக் கொள்கிறது. பழையபடி கட்டுப்பாடு உங்களுடைய முன்நெற்றிப் புறணிக்கு வந்துவிடுகிறது.

முதலில், 'அவர்களை அவர்கள் போக்கில் விட்டுவிடு!' என்று கூறுங்கள். பிறகு சிறிது இடைவெளி விடுங்கள். அடுத்து, 'இதற்கு நான் பொறுப்பேற்றுக் கொள்கிறேன்!' என்று கூறுங்கள். பின் ஆழமாக ஒரு முறை சுவாசியுங்கள்.

உங்கள் மனம் சிறிது அமைதியடையும், உங்கள் உடல் ஆசுவாசமடையும். இப்போது நீங்கள் விஷயங்களை உங்கள் கட்டுப்பாட்டிற்குள் எடுத்துக் கொள்வீர்கள்.

இது முக்கியத்துவமற்றதாகத் தோன்றலாம். ஆனால், இது உங்களை முற்றிலும் வித்தியாசமானதொரு நபராக மாற்றிவிடும். மன அழுத்தத்தைக் கையாள்வதற்கு, 'அவர்களை அவர்கள் போக்கில் விட்டுவிடு!', 'இதற்கு நான் பொறுப்பேற்றுக் கொள்கிறேன்!' ஆகிய இரண்டு வாக்கியங்களையும் நீங்கள் கூறுவதன் மூலம், நீங்கள் உங்களுடைய உணர்ச்சிகளின் ஒரு கைதியாக ஆகாமல் உங்களைப் பாதுகாத்துக் கொள்கிறீர்கள். அதற்கு அடுத்து என்ன சொல்ல வேண்டும் என்பதும், எப்படிச்

சிந்திக்க வேண்டும் என்பதும், என்ன செய்ய வேண்டும் என்பதும் உங்களுடைய முழுக் கட்டுப்பாட்டிற்குள் வந்துவிடுகின்றன. அதன் காரணமாக, நீங்கள் நேசிக்கின்ற நபர்கள்மீது எரிந்து விழ வேண்டிய தேவை உங்களுக்கு இல்லாமல் போய்விடுகிறது, கோபக்கனல் தெறிக்கின்ற மின்னஞ்சல்களையோ அல்லது குறுஞ்செய்திகளையோ அனுப்ப வேண்டிய அவசியமும் உங்களுக்கு இல்லாமல் போய்விடுகிறது.

அனைத்து மின்னஞ்சல்களுக்கும் நீங்கள் பதிலளிக்க வேண்டிய அவசியமில்லை என்பதே உண்மை. அதேபோல, அனைத்து உரையாடல்களிலும் நீங்கள் பங்கேற்க வேண்டிய அவசியமும் இல்லை.

இதற்கு முன்பு, உங்களைக் கொதித்தெழ வைத்திருந்த எண்ணற்ற விஷயங்களுக்காக நீங்கள் தேவையின்றி உங்கள் நேரத்தையும் ஆற்றலையும் செலவிட்டிருந்தீர்கள் என்பதை நீங்கள் உணரத் தொடங்குவீர்கள். உங்களைச் சுற்றியுள்ளவற்றுக்கு நீங்கள் எவ்வளவு குறைவாக எதிர்வினையாற்றுகிறீர்களோ, விஷயங்கள் அவ்வளவு அதிகமாக உங்களுடைய கட்டுப்பாட்டில் இருப்பதாக நீங்கள் உணர்வீர்கள்.

ஆழமாக மூச்சுவிடுதல் மன அழுத்தத்தைக் கட்டுப்படுத்துவதற்கு உதவும் என்பது அறிவியல்பூர்வமாக நிரூபிக்கப்பட்டுள்ளதாக டாக்டர் அதித்தி தெரிவிக்கிறார். நீங்கள் ஆழமாக சுவாசிக்கின்றபோது, உங்களுடைய அடிவயிறு விரிவடைகிறது. அது உங்களுடைய வேகஸ் நரம்பைத் தூண்டிவிடுகிறது. அது, "இனி நீ அமைதியடையலாம்," என்ற செய்தியை உங்கள் மூளைக்குக் கடத்துகிறது.

எதிர்வினையாற்றுதலும் அதிகார மீட்பும்

நாம் முன்பு பார்த்திருந்த என்னுடைய விமானப் பயண எடுத்துக்காட்டிற்கு இப்போது மீண்டும் செல்லலாம். எனக்குப் பின்னால் இருந்தவர் தன் இருமலை நிறுத்திக் கொள்ளும்படி செய்வதற்கு 'அவர்களை அவர்கள் போக்கில் விடுங்கள்' என்ற கோட்பாட்டை என்னால் எப்படிப் பயன்படுத்தியிருக்க முடியும்?

அதை உங்களால் வெற்றிகரமாகப் பயன்படுத்தியிருக்க முடியாது என்பதே உண்மை.

நீங்கள் என்மீது கோபம் கொள்வதற்கு முன், நான் சொல்வதை முழுவதுமாகக் கேளுங்கள். அச்சூழல் எனக்கு மன அழுத்தத்தைக் கொடுத்துக் கொண்டிருந்தது என்பது உண்மைதான். அவர் தன் வாயை மூடாமல் இருமிக் கொண்டிருந்தது தவறுதான். அந்த இருமல் என்னையும் தொற்றிக் கொள்ளுமோ என்று நான் அஞ்சியதும் உண்மைதான்.

இப்போது கட்டுப்பாட்டு விஷயத்திற்கு வரலாம். இச்சூழலில் என்னால் எதைக் கட்டுப்படுத்த முடியும்? மற்றொரு நபர் இருமுவதையும் இருமாதிருப்பதையும் என்னால் கட்டுப்படுத்த முடியாது. ஆனால், அந்த நபரின் இருமலுக்கு நான் எப்படி எதிர்வினையாற்ற வேண்டும் என்பதைத் தீர்மானிப்பது மட்டும்தான் என் கட்டுப்பாட்டில் இருக்கிறது.

உங்கள் கட்டுப்பாட்டில் இல்லாத விஷயங்களில் நீங்கள் கவனத்தைக் குவித்தால், அது உங்களுக்கு மன அழுத்தம் ஏற்படுத்தத்தான் செய்யும்.

இந்த இடத்தில் என்னிடம் ஒரு முக்கியமான கேள்வி எழுகிறது: நான் நோய்வாய்ப்படாமல் இருப்பதற்கான பொறுப்பு யாருடையது?

என்னுடையதா அல்லது அந்தப் பின்னிருக்கைக்காரருடையதா?

என்னுடையதுதான். என் ஆரோக்கியம் என்னுடைய பொறுப்பு. அந்தச் சூழலில் என் ஆரோக்கியத்தைப் பாதுகாப்பதற்குத் தேவையான நடவடிக்கைகளை எடுக்க வேண்டியது என் பொறுப்பு.

இப்போது உங்கள் மனத்தில் இப்படி ஒரு கேள்வி எழலாம்: பொது இடங்களில் ஒருவர் இருமுகின்றபோது, அவர் தன்னுடைய வாயைப் பொத்திக் கொள்ள வேண்டும், இல்லையா? எல்லோரும் தங்கள் கைகளைக் கழுவ வேண்டும், இல்லையா? அடிப்படையான இங்கிதத்தைக் கடைபிடிக்க வேண்டிய கடமை எல்லோருக்கும்தானே இருக்கிறது? ஆமாம், இருக்கிறது. ஆனால், எல்லோரும் அதைக் கடைபிடிப்பதில்லை என்பதே நடைமுறை எதார்த்தம்.

இங்கு நான் கூற வருவது இதுதான்: வேறு ஒருவரை நிர்வகிக்க முயல்வது அல்லது உங்களுடைய கட்டுப்பாட்டில் இல்லாத ஒரு சூழலைக் கட்டுப்படுத்த முயல்வது உங்களுக்கு அதிகமான மன அழுத்தத்தை மட்டுமே கொடுக்கும். நான் கொதித்தெழலாம். அடிக்கொரு தடவை பின்னால் திரும்பிப் பார்த்துக் கொண்டிருக்கலாம். விரக்தியின் உச்சத்திற்குச் சென்று அந்த நபரை நோக்கிக் கத்தலாம். அதனால் என்ன விளையப் போகிறது? இதற்கு ஓர் எளிய, ஆற்றல்மிக்கத் தீர்வு என் கண் முன்னாலேயே இருக்கிறது.

தலையைச் சுற்றிக் கட்டிக் கொள்வதற்கான என்னுடைய ஸ்கார்ஃபை எடுத்து என்னால் என் முகத்தை மறைத்துக் கொள்ள முடியும். அந்த நபருடைய இருமல் சத்தம் என் காதுகளில் விழாமல் இருப்பதற்கு, என் ஹெட்ஃபோனை என்னால் என் காதுகளில் பொருத்திக் கொள்ள முடியும். இறுதியில் நான் அதைத்தான் செய்தேன். என் ஹெட்ஃபோனின் ஒலியளவை நான் அதிகமாக வைத்துக் கொண்டேன்.

என் பிரச்சனை தீர்ந்துவிட்டது.

ஒவ்வொரு முறை நீங்கள் ‘அவர்களை அவர்கள் போக்கில் விட்டுவிடு!’ என்று கூறுகின்றபோதும், உங்களை மன அழுத்தத்திற்கு ஆளாக்கிக் கொண்டிருக்கின்ற சூழல் உங்கள் கட்டுப்பாட்டில் இல்லை என்பதை நீங்கள் அங்கீகரிக்கிறீர்கள். ஒவ்வொரு முறை நீங்கள் ‘இதற்கு நான் பொறுப்பேற்றுக் கொள்கிறேன்!’ என்று கூறுகின்றபோது, உங்களால் கட்டுப்படுத்த முடிகின்ற விஷயத்தில் நீங்கள் உங்களுடைய கவனத்தைத் திருப்புகிறீர்கள். அது உங்கள் அமைதியை உங்களுக்கு மீட்டுக் கொடுக்கிறது.

‘அவர்களை அவர்கள் போக்கில் விடுங்கள்’ கோட்பாடு, அழுத்தத்திற்கு ஆளாகியுள்ள உங்களுடைய மூளைக்கு ஆசுவாசமளிக்கும் என்று டாக்டர் அதித்தி கூறுகிறார். “தறிகெட்டு ஓடிக் கொண்டிருக்கின்ற உங்களுடைய எண்ணங்கள்மீதான உங்களுடைய கட்டுப்பாட்டை மீட்டெடுக்க அது உதவும். அதன் மூலம், உங்களுடைய உடலும் மூளையும், உயிர்பிழைத்திருத்தல் என்ற நிலையிலிருந்து விடுபட்டு, துடிப்பாக இயங்குகின்ற நிலைக்கு மாறும்,” என்று அவர் தெரிவிக்கிறார்.

நீங்கள் மன அழுத்தம் கொள்கின்றபோது, உங்களுடைய கட்டுப்பாட்டை நீங்கள் பிறருக்குக் கொடுத்துவிடுகிறீர்கள்.

நான் பழைய மாதிரி இருந்திருந்தால், நான் அந்த விமானப் பயணம் முழுவதையும் அந்த நபரை என் மனத்திற்குள் திட்டிக் கொண்டும் என்னையே நொந்து கொண்டும் கழித்திருந்திருப்பேன். அதன் காரணமாக நான் பெரும் களைப்படைந்திருப்பேன். விமானத்திலிருந்து இறங்கியதும் என் கணவரிடம் அது குறித்துப் புலம்பித் தள்ளியிருப்பேன். நான் பேசவிருந்த நிகழ்ச்சிக்கு என்னை அழைத்திருந்தவர்களிடம் அது பற்றிக் கூறியிருந்திருப்பேன். இவை அனைத்தும் என்னைக் கூடுதலான மன அழுத்தத்திற்கு ஆளாக்கியிருந்திருக்கும்.

இதை நான் விரிவாக விவரிப்பதற்குக் காரணம், இப்பிரச்சனையின் ஆழத்தை நீங்கள் உணர்ந்து கொள்ள வேண்டும் என்பதுதான். மற்றவர்கள் உங்களுக்கு மன அழுத்தம் ஏற்படுத்த நீங்கள் அனுமதித்தால், உங்கள் கட்டுப்பாட்டிற்கு அப்பாலுள்ள விஷயங்களிடம் நீங்கள் உங்கள் அதிகாரத்தை ஒப்படைக்கிறீர்கள் என்று அர்த்தம். அது உங்கள் வாழ்க்கையின் பிற பகுதிகளிலும் கசியும். சில சமயங்களில், அது அங்கு நீண்ட நேரம் தங்கிவிடும்.

நீங்கள் உங்களுடைய இலக்கை அடைய விரும்பினால், கூடுதல் மகிழ்ச்சியுடனும் தன்னம்பிக்கையுடனும் திகழ விரும்பினால், மற்றவர்கள் உங்களுக்கு மன அழுத்தம் ஏற்படுத்த நீங்கள் அனுமதிக்கக்கூடாது. வாழ்க்கையில் சில விஷயங்கள் உங்கள் கட்டுப்பாட்டில் இருக்கும், சில விஷயங்கள் உங்கள் கட்டுப்பாட்டில் இருக்காது. சில சூழல்கள் நியாயமாக இருக்கும், சில அப்படி இருக்காது. எது உங்களுக்கு மன அழுத்தம்

ஏற்படுத்துகிறது என்பதை நீங்கள்தாம் கண்டறிய வேண்டும்.

உங்களுடைய ஆற்றலைப் பாதுகாத்துக் கொள்ளக் கற்றுக் கொள்வது, உங்கள் மனநிலையையும் ஆரோக்கியத்தையும் கவனக்குவிப்பையும் மேம்படுத்திக் கொள்ள உதவும் என்று டாக்டர் அதித்தியின் ஆய்வுகள் தெரிவிக்கின்றன. 'அவர்களை அவர்கள் போக்கில் விடுங்கள்' கோட்பாட்டைப் பற்றித் தெரிந்து கொண்ட சில நாட்களுக்கு உள்ளாகவே பலர் இந்த வார்த்தைகளைத் தங்களுடைய உடலில் பச்சை குத்திக் கொள்வதற்கு இதுதான் காரணம்.

உங்கள் மன அமைதியைப் பாதுகாத்துக் கொள்வது மிகவும் முக்கியமானது என்பதை உங்களுக்கு நீங்களே நினைவுபடுத்திக் கொள்ள அது உதவுகிறது. உங்கள் மன அமைதிக்கு வேறு ஒருவரால் இடையூறு ஏற்படுத்த முடியாது என்பதை நீங்கள் அறிந்திருப்பது உங்கள் தன்னம்பிக்கையை வெகுவாக அதிகரிக்கும்.

ஒரு விமானத்தில் ஓர் அந்நியர் தொடர்ந்து இருமுவதன் மூலம் நமக்கு எரிச்சல் ஏற்படுத்துகின்ற ஒரு சூழலைக் கையாள்வது அவ்வளவு பெரிய விஷயமல்ல. எப்படி இருந்தாலும், விரைவில் நீங்கள் அந்த விமானத்திலிருந்து இறங்கி, உங்களுடைய வேலையைப் பார்க்கப் போய்விடுவீர்கள். 'அவர்களை அவர்கள் போக்கில் விடுங்கள்' கோட்பாட்டை அங்கே கடைபிடிப்பது சிரமமானதன்று.

ஆனால், எந்த மாதிரி எதிர்வினையாற்றுவது என்பது தெரியாதிருக்கின்ற ஒரு சூழலில் என்ன செய்ய வேண்டும்? வேலைச் சூழல் போன்றவை உருவாக்குகின்ற மன அழுத்தங்களை எப்படிச் சமாளிப்பது? அதை அடுத்த அத்தியாயத்தில் பார்க்கலாம்.

அத்தியாயம் 4

அவர்கள் உங்களுக்கு மன அழுத்தத்தை ஏற்படுத்தட்டும்

தினந்தோறும் உங்களுக்கு மன அழுத்தங்களைத் தோற்றுவிக்கின்ற விஷயங்களுக்கு எதிராக உங்களால் 'அவர்களை அவர்கள் போக்கில் விடுங்கள்' மற்றும் 'இதற்கு நான் பொறுப்பேற்றுக் கொள்கிறேன்' ஆகிய இரண்டையும் பயன்படுத்த முடியுமா? ஆய்வுகளின்படி, மக்களுக்கு மன அழுத்தங்களைத் தோற்றுவிக்கின்ற விஷயத்தில் முதலிடத்தில் இருப்பது வேலையிடங்கள்தாம். ஒருவருக்கு அவருடைய வாழ்க்கைத் துணைவரைவிட அதிகமாக மன அழுத்தத்தை உருவாக்குபவர் அவருடைய அலுவலக மேலதிகாரிதான்.

வேலை ஒருவருக்கு எந்த அளவுக்கு மனத்திருப்தியை அளிக்கிறதோ, அதே அளவுக்கு மன அழுத்தத்தையும் அளித்துக் கொண்டிருக்கிறது. மிரட்டும் தொனியில் வருகின்ற மின்னஞ்சல்கள், நேரங்காலம் பார்க்காமல் திடீரென்று கூட்டப்படுகின்ற அலுவலகச் சந்திப்புக் கூட்டங்கள், இங்கிதமற்ற வாடிக்கையாளர்கள், சின்னச் சின்ன விஷயங்களில்கூட மூக்கை நுழைக்கின்ற மேலதிகாரி, விருப்பமற்ற வேலையைச் செய்தாக வேண்டிய கட்டாயம், போதுமான அளவு பாராட்டப்படாமை, வழங்கப்படுகின்ற பொய்யான வாக்குறுதிகள், திடீரென்று வேலையிலிருந்து தூக்கியெறியப்படுதல், குறைவான நபர்களை வைத்துக் கொண்டு அதிகமாக வேலை வாங்கப்படுதல் என்று அடுக்கிக் கொண்டே போகலாம்.

நீங்கள் ஒரு நல்ல மேலதிகாரியாக இருக்க விரும்பினாலோ அல்லது உங்களுடைய சொந்தத் தொழிலை நடத்திக் கொண்டிருந்தாலோ, இந்தப் பட்டியலை இரட்டிப்பாக்கிக் கொள்ளுங்கள்.

அப்படியானால், வேலையின் பொருட்டு ஏற்படுகின்ற மன அழுத்தத்தைக் களைவதற்கு, 'அவர்களை அவர்கள் போக்கில் விடுங்கள்' கோட்பாட்டை எப்படிப் பயன்படுத்துவது? எடுத்துக்காட்டாக, நீங்கள் உங்கள் பணியைச் சிறப்பாகச் செய்து கொண்டிருந்தாலும், உங்களிடமிருந்து எதிர்பார்க்கப்படுவதைத் தாண்டி நீங்கள் பங்களித்துக் கொண்டிருந்தாலும், உங்கள் மேலதிகாரி உங்களுக்குப் பதவி உயர்வு எதுவும் வழங்காமல் இருக்கின்றபோது நீங்கள் என்ன செய்ய வேண்டும்?

ஏன் உங்களுக்குப் பதவி உயர்வு வழங்கப்படவில்லை என்று நீங்கள் உங்கள் மேலதிகாரியிடம் கேட்டால், "இந்த ஆண்டு நம் நிறுவனத்தின் நிதி நிலைமை சரியில்லை," என்றோ, "நீங்கள் சிறப்பாகச் செயல்பட்டுக் கொண்டிருக்கிறீர்கள் என்பதை நான் அறிவேன் என்றாலும், என் கைகள் கட்டப்பட்டுள்ளன," என்றோ மழுப்பலாக அவர் பதிலளித்தால், அது உங்களுக்கு மனவேதனை ஏற்படுத்தத்தான் செய்யும். அதை யாராலும் மறுக்க முடியாது.

அப்போது நீங்கள் விரக்தியடைவீர்கள், ஊக்கமிழப்பீர்கள், நீங்கள் கையாலாகாத ஒரு நிலையில் இருப்பதாகக் குமுறுவீர்கள். அதனால்தான், மக்கள் அதீத உழைப்பால் களைப்படைவது இப்போது அதிகரித்துள்ளது. மக்களிடம் மன அழுத்தம் தொடர்ந்து நிலவி வருகிறது. வேலைச் சூழல் உருவாக்குகின்ற மன அழுத்தம் ஒருபோதும் குறையப் போவதில்லை. அதனால், நாம் அதற்கு எதிர்வினையாற்றுகின்ற அணுகுமுறையைத்தான் நாம் மாற்றிக் கொள்ள வேண்டும்.

அதிலும், நீங்கள் உங்களுடைய வேலையை மட்டுமே நம்பி வாழ்க்கையை ஓட்டிக் கொண்டிருக்கின்றபோது, உங்களுடைய மன அழுத்தம் இன்னும் பல மடங்கு அதிகரிக்கும்.

ஆனால், உண்மையில், நீங்கள் நினைக்கின்ற அளவுக்கு நிலைமை அவ்வளவு மோசமாக இல்லை, நீங்கள் கற்பனை செய்து வைத்துள்ள அளவுக்கு நீங்கள் அதிகாரமற்றவராக இல்லை.

அப்படியானால், ஓர் அலுவலகச் சூழலில் 'அவர்களை அவர்கள் போக்கில் விடுங்கள்' கோட்பாட்டை எப்படிப் பயன்படுத்துவது? எடுத்துக்காட்டாக, நீங்கள் எவ்வாறு ஒரு பதவி உயர்வைப் பெறுவது?

'அவர்களை அவர்கள் போக்கில் விடுங்கள்' கோட்பாட்டை இங்குப் பயன்படுத்த முடியாது என்பதே உண்மை.

இதைக் கேட்பது உங்களுக்குக் கடினமாக இருக்கலாம். ஆனால், இதுதான் எதார்த்த நிலைமை. இது நியாயமில்லைதான். உங்களுக்குப் பதவி உயர்வு எப்போதோ கிடைத்திருந்திருக்க வேண்டும்தான். அது குறித்து நீங்கள் கோபமடைவதும் நியாயமானதுதான்.

உங்களுடைய வேலையில் நீங்கள் அடுத்தக் கட்டத்தை அடைவதற்கு யார் பொறுப்பு? நீங்கள்தாம்.

உங்கள் மேலதிகாரி உங்களுக்குப் பதவி உயர்வு கொடுத்தாக வேண்டும் என்றோ, ஊதிய உயர்வு கொடுத்தாக வேண்டும் என்றோ அவரை உங்களால் நெருக்க முடியாது. நீங்கள் எந்த அளவுக்குக் கடினமாக உழைத்திருந்தாலும் சரி, உங்களுடைய திறமைக்காக நீங்கள் எவ்வளவு பாராட்டப்பட்டிருந்தாலும் சரி, உங்களுக்குப் பதவி உயர்வை அல்லது ஊதிய உயர்வை வழங்குவது அவர்கள் கைகளில் மட்டுமே உள்ளது.

நீங்கள் கடினமாக உழைத்தும், பல முறை வெட்கத்தைவிட்டுக் கேட்டும் உங்களுக்குப் பதவி உயர்வோ அல்லது ஊதிய உயர்வோ கிடைக்கவில்லை என்றால், அது குறித்துக் குமுறிக் கொண்டிருப்பதை நிறுத்திவிட்டு, அது குறித்து நீங்கள் என்ன செய்யப் போகிறீர்கள் என்பது பற்றி நீங்கள் ஆழமாகச் சிந்திக்க வேண்டும்.

உங்கள் நிலைமை குறித்து நீங்கள் உணர்ச்சிவசப்பட்டால், உங்கள் மன அழுத்தம் உங்கள்மீது ஆதிக்கம் செலுத்த நீங்கள் அனுமதித்தால், அடுத்து நீங்கள் என்ன செய்ய வேண்டும் என்பது குறித்து உங்களால் தெளிவாகச் சிந்திக்க முடியாமல் போய்விடும்.

உங்களுடைய மன அழுத்தம் உங்களை ஒரு முட்டாளைப்போலச் செயல்பட வைக்க நீங்கள் அனுமதிக்கக்கூடாது. மாறாக, அதற்கு எப்படி எதிர்வினையாற்றுவது என்று நீங்கள் புத்திசாலித்தனமாகச் சிந்திக்க வேண்டும்.

உங்களுடைய அலுவலகச் சூழல் உங்கள் கையை மீறிப் போய்விட்டிருந்தால், அதைச் சீர் செய்வதற்கு இனியும் நேரத்தையும் ஆற்றலையும் செலவழித்துக் கொண்டிருப்பது அர்த்தமற்றது. அது தொடர்ந்து உங்களுக்கு மன அழுத்தத்தை அளித்துக் கொண்டிருக்க அனுமதிப்பது முட்டாள்தனமானது.

நீங்கள் உங்களுடைய வேலையில் சிக்கிக் கொண்டிருப்பதாக நினைக்கலாம். ஆனால் அது உண்மையன்று. அது உங்களுக்கு நீங்களே சொல்லிக் கொள்கின்ற ஒரு பொய். நீங்கள் விரும்பினால், எப்போது வேண்டுமானாலும் ஒரு வேலையிலிருந்து, ஒரு மணவாழ்க்கையிலிருந்து, ஒரு நேர்முகத் தேர்விலிருந்து, ஒரு வாழ்க்கைச் சூழலிலிருந்து, அல்லது ஓர் உரையாடலிலிருந்து உங்களால் விலகிக் கொள்ள முடியும் என்பதே உண்மை.

ஆனாலும் நீங்கள் உங்கள் மேலதிகாரியின் போக்கைச் சகித்துக் கொண்டு காத்துக் கொண்டிருக்கிறீர்கள்.

உங்களுக்கு விரக்தியளித்துக் கொண்டிருக்கின்ற, உங்களுடைய தன்னம்பிக்கையைச் சிதைத்துக் கொண்டிருக்கின்ற ஒரு வேலையில் நீங்கள் தொடர வேண்டிய கட்டாயமில்லை. இன்னும் சொல்லப் போனால், நீங்கள் அதில் தொடரவே கூடாது.

உங்களுடைய தற்போதைய சூழல் குறித்து அளவுக்கதிகமாகச்

சிந்திப்பதை நிறுத்திவிட்டு, வேறொரு மேம்பட்ட வாய்ப்பைத் தேடத் தொடங்குங்கள். உங்களுக்காக இதைவிடச் சிறந்த வேலை வேறு எங்கோ காத்துக் கொண்டிருக்கலாம். இந்த உலகில் உங்களுடைய தற்போதைய நிறுவனம் மட்டுமே இயங்கிக் கொண்டிருக்கவில்லை. உங்களை ஊக்குவிக்கின்ற பல மேலதிகாரிகளை உங்களால் கண்டுபிடிக்க முடியும்.

ஒரு வேலை தேடிக் கொள்வது கடினமானதா? ஆமாம், கடினமானதுதான். அதற்கு நீண்டகாலம் பிடிக்குமா? பிடிக்கலாம். உங்களுடைய சுயவிபரக் குறிப்பைத் திருத்தியெழுதுவது என்ற யோசனை உங்களுக்குக் கசக்கிறதா? கசக்கத்தான் செய்யும். பலருடன் வலிந்து ஒரு தொடர்பு ஏற்படுத்திக் கொள்வது எளிதானதா? இல்லை. ஆனால், உங்களுடைய வேலை உங்கள் பொறுப்பு. இந்த விஷயத்தில், நீங்கள் நினைத்துக் கொண்டிருப்பதைக் காட்டிலும் கூடுதலான சக்தி உங்களிடம் இருக்கிறது. நீங்கள் அதை உணர்ந்து செயல்படத் தொடங்குவது நல்லது.

வார இறுதியில் உங்களுடைய மற்ற நடவடிக்கைகளை நிறுத்தி வைத்துவிட்டு வேலை தேடுவதில் நீங்கள் உங்களுடைய கவனத்தைக் குவிக்கலாம். நீங்கள் எதிர்பார்க்கின்ற ஒரு நல்ல வேலை உங்களுக்குக் கிடைப்பதற்கு ஆறு மாதங்கள்கூட ஆகலாம். ஆனால், நீங்கள் வேலை தேடாமல் இருந்தாலும் அந்த ஆறு மாதங்கள் எப்படியும் ஓடிப் போகத்தான் போகின்றன.

நீங்கள் தற்போது செய்து கொண்டிருக்கின்ற வேலையில் நீங்கள் தொடர்ந்தால், உங்கள் வருங்காலத்தை யார் கட்டுப்படுத்தப் போகிறார்கள்? சந்தேகமில்லாமல் உங்களுடைய மேலதிகாரிதான். அதற்குப் பதிலாக, நீங்கள் பல வேலைகளுக்கு விண்ணப்பித்து, ஒரு சில நேர்முகத் தேர்வுகளில் கலந்து கொண்டால், அப்போது உங்கள் எதிர்காலம் யாருடைய கட்டுப்பாட்டில் இருக்கும்? உங்களுடைய கட்டுப்பாட்டில்தான்.

நீங்கள் ஒரு சிறு குழந்தையைப்போலச் செயல்பட்டுக் கொண்டு, உங்களுடைய மேலதிகாரியை உங்கள் மனத்திற்குள் வாய்க்கு வந்தபடி திட்டிக் கொண்டிருக்கலாம்தான். ஆனால், குறை கூறப்பட வேண்டியவர் நீங்கள்தாம். ஏனெனில், உங்களைப் படுமோசமாக உணரச் செய்து கொண்டிருக்கின்ற ஒரு வேலையில் நீங்கள் தொடர்ந்து நீடிப்பதை நீங்கள்தாம் தேர்ந்தெடுத்துக் கொண்டிருக்கிறீர்கள்.

உங்களுடைய அடுத்த நகர்வு உங்களுடைய கட்டுப்பாட்டில்தான் இருக்கிறது

நீங்கள் 'அவர்களை அவர்கள் போக்கில் விட்டுவிடு!' என்று கூறுகின்றபோது, வேறு யாரோ ஒருவர் செய்து கொண்டிருக்கின்ற

ஒரு காரியத்தைக் கட்டுப்படுத்த முயல்வதை நீங்கள் நிறுத்திக் கொள்ள முயற்சிக்கிறீர்கள். இது வெளிப்படையாகத் தெரிகிறது. 'இதற்கு நான் பொறுப்பேற்றுக் கொள்கிறேன்!' என்று நீங்கள் கூறுகின்றபோது, நீங்கள் அதற்குப் பொறுப்பேற்றுக் கொள்கிறீர்கள். ஆனால், பல நேரங்களில் இது வெளிப்படையாகத் தெரிவதில்லை.

ஒவ்வொரு சூழலும் வெவ்வேறானது. எத்தகைய எதிர்வினையாற்றலைத் தேர்ந்தெடுக்க வேண்டும் என்பதைக் கற்றுக் கொள்வதற்கு நீங்கள் செலவழிக்கின்ற நேரம் மதிப்பானதுதான். இதைப் புரிய வைப்பதற்கு நான் என்னுடைய அனுபவம் ஒன்றை உங்களுடன் பகிர்ந்து கொள்கிறேன்.

அன்றொரு நாள் நான் என் நாய்களுடன் ஓர் அரசுப் பூங்காவுக்குச் சென்றிருந்தேன். நான் என் காரை அங்கிருந்த நிறுத்துமிடத்தில் நிறுத்தியபோது, அங்கிருந்த வனக்காவலர் என் நாய்களைத் தடவிக் கொடுத்தவாறு, நான் அப்பூங்காவிற்குள் இருக்கும்வரை என் நாய்களைச் சங்கிலியில் இணைத்து வைத்திருக்க வேண்டும் என்றும், அவை மலம் கழித்தால் அதை நானே அள்ள வேண்டும் என்றும் எனக்கு அறிவுறுத்தினார். சமீப காலமாக அந்தப் பூங்காவில் நாய்களால் பல பிரச்சனைகள் உருவாகியிருந்ததால் தாங்கள் இப்படிக் கண்டிப்புடன் நடந்து கொள்ள வேண்டியிருந்ததாக அவர் அதற்கு விளக்கமும் அளித்தார்.

நான் அவருக்கு நன்றி தெரிவித்துவிட்டு, நான் 'அப்படிப்பட்டவள்' அல்லள் என்று அவருக்கு உறுதியளித்தேன். அத்துடன், நான் பொறுப்புடன் நடந்து கொள்வதாக அவருக்கு வாக்குறுதியும் வழங்கினேன். நான் சிறிது தூரம் நடந்து சென்றபோது, எனக்கு முன்னால் நடந்து சென்று கொண்டிருந்த ஒருவர் தன் நாயை அவிழ்ந்துவிட்டிருந்ததை நான் கண்டேன். அந்த நாய் அங்கு வந்திருந்தவர்கள்மீது பாய்ந்து கொண்டிருந்தது.

அது எனக்கு எரிச்சலைக் கொடுத்தது. என்னால் இனியும் அந்த இடத்தை இரசிக்க முடியவில்லை. என் பார்வை முழுவதும் அந்த நாயின்மீதே குவிந்திருந்தது. அந்த ஒரு முட்டாளால் மக்கள் தங்கள் நாய்களுடன் உள்ளே வருவது தடை செய்யப்படலாம் என்பதால், என்னைப்போல அங்கு அடிக்கடி வருகை தந்து கொண்டிருந்த நபர்கள் அதனால் பாதிக்கப்படக்கூடும் என்ற எண்ணம் எனக்குள் தோன்றி என் எரிச்சலை மேலும் அதிகரித்தது.

நான் தொடர்ந்து 'அவரை அவர் போக்கில் விட்டுவிடு!' என்று எனக்குள் கூறிக் கொண்டே வந்தேன். ஆனால், சிறிது நேரத்தில், அந்த நபரின் நாய் நடுப்பாதையில் மலம் கழித்துவிட்டது. அந்த நபர் அதை அள்ளுவதற்குப் பதிலாக, அங்கிருந்த இலைகள் சிலவற்றைப் போட்டு அதை மறைத்தார். அதைக் கண்டவுடன் என் மன அழுத்தம் உச்சத்தைத் தொட்டது.

அச்சூழலைக் கையாள்வதற்கு எனக்குப் பல தேர்ந்தெடுப்புகள்

இருந்தன. நான் அந்த நபரை அணுகி, அமைதியாகவும் நிதானமாகவும், நான் கையோடு கொண்டு வந்திருந்த ஒரு சிறு பையை அவரிடம் கொடுத்து, அவர் தன் நாயின் மலத்தை அள்ளி அவருடன் எடுத்துச் செல்ல வேண்டும் என்று அவரிடம் கேட்டுக் கொள்வது ஒன்று.

அல்லது, நான் உடனே வெளியே சென்று, அந்த வனக்காவலரைத் தேடிக் கண்டுபிடித்து, அவருடன் காத்திருந்து, நாய்க்குச் சொந்தக்காரர் அங்கு வந்தவுடன் அவரை அந்த வனக்காவலரிடம் அடையாளம் காட்டுவது இரண்டாவது.

மூன்றாவது, 'அவரை அவர் போக்கில் விட்டுவிடு!' என்று எனக்கு நானே கூறிக் கொண்டே அந்நிகழ்வைப் பொருட்படுத்தாமல் என் பாட்டுக்குப் போய்க் கொண்டிருப்பது.

உங்களுக்கு வேறு சில யோசனைகளும் தோன்றியிருக்கலாம். நான் இங்குக் கூற வருகின்ற செய்தி இதுதான்: ஒரு விஷயத்திற்கு எப்படி எதிர்வினையாற்றுவது என்பதைத் தேர்ந்தெடுப்பதற்கு உங்களுக்கு எப்போதுமே பல வழிகள் இருக்கும்.

ஒவ்வொரு சூழல் குறித்தும் நீங்கள் எப்படி உணர்கிறீர்கள் என்பது, அந்தக் கட்டத்தில் உங்கள் வாழ்க்கையில் என்ன நடந்து கொண்டிருக்கிறது என்பதையும், அச்சமயத்தில் அந்த விஷயத்திற்கு உங்களால் எவ்வளவு நேரம் ஒதுக்க முடியும் என்பதையும், தனிப்பட்ட முறையில் அப்பிரச்சனை உங்களைப் பொறுத்தவரை எந்த அளவுக்கு முக்கியமானது என்பதையும், உங்களுடைய விழுமியங்கள் என்ன என்பதையும், அதற்கு எது சரியான அணுகுமுறை என்று நீங்கள் கருதுகிறீர்கள் என்பதையும் பொறுத்தது.

இதுபோன்ற ஒரு சூழலில் ஒரு சரியான தீர்மானத்திற்கு எப்படி வருவது?

பின்வருமாறு செய்தால் சரியாக இருக்கும் என்பது என் அபிப்பிராயம்: முதலில் 'அவர்களை அவர்கள் போக்கில் விட்டுவிடு!' என்று உங்களிடம் கூறிக் கொள்ளுங்கள். பின்னர் சிறிது நேரம் இடைவெளி விடுங்கள். அடுத்து உங்களிடம் இப்படிக் கேளுங்கள்: "இது என்னை அடுத்த ஒரு மணி நேரத்திற்குத் தொந்தரவு செய்து கொண்டிருக்குமா? அல்லது, இது என்னை ஒரு வாரத்திற்குத் தொந்தரவு செய்து கொண்டிருக்குமா? அல்லது, இது இக்கணத்திற்கு மட்டுமே என்னைத் தொந்தரவு செய்து கொண்டிருக்கிறதா?"

ஒரு மணி நேரத்திற்குப் பிறகும் நான் அது குறித்துச் சிந்தித்துக் கொண்டிருந்தால், அது குறித்து நான் ஏதேனும் செய்தாக வேண்டும். இன்னும் ஒரு வாரத்திற்கு அது எனக்குக் குடைச்சல் கொடுத்துக் கொண்டிருக்கும் என்றால், நான் அது குறித்துக் கண்டிப்பாக ஏதேனும் செய்தாக வேண்டும். அந்தப் பூங்கா விஷயத்தைப் பொறுத்தவரை, அந்த நிகழ்வு, நான்

அந்தப் பூங்காவிற்கு வருகின்ற ஒவ்வொரு முறையும் என்னைத் தொந்தரவு செய்து கொண்டிருக்கும் என்பதை நான் உணர்ந்து கொண்டேன்.

பெரும்பாலான நேரங்களில், உங்களுக்கு எது சரியானது என்பது உங்களுக்கே தெரிந்திருக்கும். இப்போது நாம் என்னுடைய அடுத்தக் கதைக்குப் போகலாம்.

பெரும்பாலான மக்கள் உலக அரசியல் குறித்து மிகவும் மன அழுத்தம் கொண்டிருக்கின்றனர் என்று சமீபத்திய ஆய்வுகள் தெரிவிக்கின்றன. அப்படி இல்லாதிருப்பதுதான் கடினம்.

முன்பு எப்போதும் இருந்ததைக் காட்டிலும் இன்று நாம் தீவிரமாகப் பிளவுபட்டுள்ள ஒரு துருவ அரசியல் சூழலில் வாழ்ந்து கொண்டிருக்கிறோம். மக்கள் பயந்து போயிருக்கிறார்கள் அல்லது கோபத்துடன் இருக்கிறார்கள்.

நம்மிடமிருந்து மாறுபட்டக் கருத்துகளுடன் இருக்கின்ற நபர்களோடு ஒரு நயமான உரையாடலை நடத்துவது இன்று கிட்டத்தட்ட இயலாத காரியமாகியுள்ளது. ஏனெனில், மற்றவர் எந்தக் கண்ணோட்டத்திலிருந்து வருகிறார் என்பதைப் புரிந்து கொள்ளத் தேவையான நேரத்தை எடுத்துக் கொள்ள இன்று எவரும் தயாராக இல்லை.

உள்ளூர் அளவிலும், மாநில அளவிலும், தேசிய அளவிலும், உலக அளவிலும் இன்று அரசியல் எந்த அளவுக்கு அழுத்தம் மிக்கதாக இருக்கிறது என்பதைக் கணக்கில் எடுத்துக் கொள்கின்றபோது, விஷயங்களை மாற்றுவதற்கான ஆற்றல் நமக்கு இல்லை என்று கூறி அதிலிருந்து ஒதுங்கிக் கொள்கின்ற பாதையைத்தான் பலரும் தேர்ந்தெடுக்கின்றனர்.

அப்படியெனில், உள்ளூர் அளவிலும், மாநில அளவிலும், தேசிய அளவிலும், உலக அளவிலும் அரசியலில் மாற்றத்தை ஏற்படுத்துவதற்கு 'அவர்களை அவர்கள் போக்கில் விடுங்கள்' கோட்பாட்டைப் பயன்படுத்துவது சாத்தியமா?

சாத்தியமில்லை என்று கூறிவிட முடியாது. ஆனால், அது அவ்வளவு எளிதல்ல. அது உங்களைத் திக்குமுக்காட வைத்துவிடும். அப்படியே நீங்கள் அதில் இறங்கினாலும், உங்களால் பெரிய வித்தியாசம் எதையும் ஏற்படுத்த முடியுமா என்ற கேள்வி எழலாம்.

அனைத்துச் சந்தேகங்களையும் வைத்துக் கொண்டே அதில் இறங்குங்கள். நீங்கள் அக்கறை கொண்டுள்ள விஷயங்களுக்காகக் குரல் கொடுங்கள். அரசியல் சாக்கடையை வேறு யாரோ ஒருவர் சுத்தம் செய்வார் என்று காத்துக் கொண்டிருக்காதீர்கள்.

அதற்குப் பதிலாக, மற்றவர்கள் அனைவரும் காத்துக் கொண்டிருக்கின்ற அந்த நபராக நீங்கள் இருங்கள். நீங்கள் எந்த மாற்றத்தைப் பார்க்க விரும்புகிறீர்களோ அந்த மாற்றமாக இருங்கள்.

"இலட்சிய நோக்குள்ள, அர்ப்பணிப்புமிக்க ஒரு சிறிய குழுவால் உலகத்தை மாற்ற முடியாது என்று ஒருபோதும் சந்தேகிக்காதீர்கள். உண்மையில் அது ஒன்றுதான் உலகத்தை மாற்றியுள்ளது," என்று பிரபல கலாச்சார மானுடவியலாளரான மார்கரெட் மீடு கூறியுள்ளதை நான் அடிக்கடி நினைவுகூர்ந்து கொள்வேன்.

ஒரே ஒரு நபர் சரியான காரியத்தைச் செய்தாலே போதும். நீங்களே ஏன் அந்த நபராக இருக்கக்கூடாது? உங்களால் எப்போதும் ஏதாவது ஒன்றைச் செய்ய முடியும். உங்களால் ஒரு வித்தியாசத்தை ஏற்படுத்த முடியும். இதில் இறங்குவதற்கு உங்களுக்கு மனமில்லை என்றால், குறை கூறுவதையாவது நிறுத்திக் கொள்ளுங்கள். ஏனெனில், நீங்கள் குறை கூறத் தொடங்கினால், அது உங்களுக்கு மன அழுத்தத்தை உண்டாக்கிவிடும். அது மடத்தனமானது. பேச்சு மலிவானது. விஷயங்கள் உங்களை உண்மையிலேயே உறுத்திக் கொண்டிருந்தால், அவற்றை மாற்றுவதற்கு நீங்கள் உங்களுடைய நேரத்தையும் ஆற்றலையும் சிறிதளவாவது செலவழிக்க வேண்டும்.

நாம் ஏற்கனவே பார்த்ததுபோல, உங்களைச் சுற்றியுள்ள அனைத்தையும் அல்லது அனைவரையும் உங்களால் கட்டுப்படுத்த முடியாதுதான். ஆனால், நீங்கள் அதற்கு எப்படி எதிர்வினையாற்றுகிறீர்கள் என்பதை உங்களால் தேர்ந்தெடுக்க முடியும்.

உங்களுடைய நேரமும் ஆற்றலும் முக்கியமானவை. நீங்கள் சரியான தேர்ந்தெடுப்புகளை மேற்கொள்வதற்கு 'அவர்களை அவர்கள் போக்கில் விடுங்கள்' கோட்பாடு உங்களுக்கு உதவும். அதற்காக நீங்கள் கடினமான உரையாடல்களைத் தவிர்க்கத் தேவையில்லை, அந்த உரையாடல்கள் நடந்து கொண்டிருக்கின்றபோது நீங்கள் அமைதியாக உட்கார்ந்து கொண்டிருக்க வேண்டியதுமில்லை.

அதேபோல, எல்லோரும் ஏறி மிதித்துச் செல்கின்ற ஒரு வாசல் மிதியடியாக இருக்கவும் தேவையில்லை. அல்லது, பிற எல்லோருடைய நாய்களின் கழிவுகளை அகற்றுபவராக நீங்கள் இருக்கத் தேவையில்லை. அல்லது, நீங்கள் பொதுத் தேர்தலில் போட்டியிடவும் தேவையில்லை.

எந்த விஷயம் உங்கள்மீது எந்த அளவுக்குத் தாக்கம் ஏற்படுத்தலாம் என்பதைத் தேர்ந்தெடுக்கின்ற நபராக இருங்கள். நீங்கள் எதில் கலந்து கொள்வீர்கள், எதில் கலந்து கொள்ள மாட்டீர்கள் என்பதைத் தீர்மானிப்பவராக இருங்கள். ஒரு வேலை, ஓர் உறவு அல்லது ஒரு பிரச்சனை போராடுவதற்குத் தகுதி வாய்ந்ததா என்பதையும், எப்போது அதிலிருந்து விலகிக் கொள்ள வேண்டும் என்பதையும் தீர்மானிக்கின்ற நபராக இருங்கள். அப்போதுதான், அடுத்து நிகழவிருப்பதன்மீது

உங்களுக்குக் கட்டுப்பாடு இருக்கும்.

மன அழுத்தத்தைக் கையாள்வது தொடர்பாக நாம் இதுவரை கற்றுக் கொண்டுள்ளவற்றை இப்போது சுருக்கமாகப் பார்க்கலாம். இக்கணத்தில், உங்களுடைய வாழ்க்கையில் மன அழுத்தம் ஏற்படுத்த நீங்கள் பிறரை அனுமதித்துக் கொண்டிருக்கிறீர்கள். உங்களுக்குச் சிறிய அளவில் எரிச்சல் ஏற்படுத்துகின்ற விஷயங்கள் உங்களைக் கட்டுப்படுத்த அனுமதிக்காமல் இருப்பதன் மூலம் உங்களுடைய ஆற்றலை எப்படிப் பாதுகாப்பது என்பதை 'அவர்களை அவர்கள் போக்கில் விடுங்கள்' கோட்பாடு உங்களுக்குக் கற்றுக் கொடுத்துள்ளது. உண்மையிலேயே அர்த்தமுள்ளதாக நீங்கள் கருதுகின்ற விஷயங்களில் நீங்கள் உங்கள் கவனத்தைக் குவிப்பதற்கு அது உங்களுக்கு உதவும்.

1. **பிரச்சனை:** உங்களுக்கு எரிச்சல் அல்லது மன அழுத்தம் ஏற்படுத்தக்கூடிய காரியங்களை மற்றவர்கள் நாள் முழுவதும் செய்து கொண்டுதான் இருக்கப் போகிறார்கள். அது நிகழ்ந்தே தீரும். அதை உங்களால் கட்டுப்படுத்த முடியாது. ஆனால், மற்றவர்களுடைய நடத்தை உங்களுக்கு மன அழுத்தத்தை ஏற்படுத்துவதற்கு நீங்கள் அனுமதிக்கின்றபோது, நீங்கள் மற்றவர்களுக்கு அதிகாரமளிக்கிறீர்கள். அது உங்களுடைய சக்தி முழுவதையும் உறிஞ்சிவிடும்.
2. **உண்மை:** மன அழுத்தத்திற்கு உங்கள் உடல் ஆற்றும் எதிர்வினை தன்னிச்சையானது. நீங்கள் எரிச்சலடைவீர்கள். நீங்கள் விரக்தியடைவீர்கள். நீங்கள் கோபம் கொள்வீர்கள். உங்களுக்குள் கொந்தளிக்கின்ற உணர்ச்சிகளை உங்களால் கட்டுப்படுத்த முடியாது. ஆனால், மன அழுத்தத்தை எப்படிக் கையாள்வது என்பதை உங்களால் கற்றுக் கொள்ள முடியும்.
3. **தீர்வு:** 'அவர்களை அவர்கள் போக்கில் விடுங்கள்' கோட்பாட்டைப் பயன்படுத்துவதன் மூலம், மற்றவர்கள் உங்களுக்கு ஏற்படுத்திக் கொண்டிருக்கின்ற மன அழுத்தத்திலிருந்து உங்களால் உங்களைப் பாதுகாத்துக் கொள்ள முடியும். மற்றவர்களின் நடத்தைக்கு, எரிச்சல் ஏற்படுத்துகின்ற ஒரு சூழலுக்கு அல்லது நீங்கள் உணர்கின்ற உணர்ச்சிக் கொந்தளிப்புகளுக்கு எப்படி எதிர்வினையாற்றுவது என்பதைக் கட்டுப்படுத்துவதில்தான் உங்களுடைய சக்தி அடங்கியிருக்கிறது.

'அவர்களை அவர்கள் போக்கில் விட்டுவிடு!' என்று உங்களுக்கு நீங்களே கூறிக் கொள்கின்றபோது, மற்றவர்களுடைய நடத்தை உங்களைப் பாதிக்க நீங்கள் அனுமதிக்கப் போவதில்லை என்ற

தீர்மானத்தை நீங்கள் எடுக்கிறீர்கள். 'இதற்கு நான் பொறுப்பேற்றுக் கொள்கிறேன்!' என்று நீங்கள் கூறும்போது, உங்களுடைய உடலும் மூளையும் மன அழுத்தத்திற்கு எதிர்வினையாற்றுகின்ற விதத்தை நீங்கள் திருத்தியமைக்கிறீர்கள், அதைக் கையாள்வதற்கான பொறுப்பை நீங்கள் ஏற்றுக் கொள்கிறீர்கள்.

உங்களுக்கு எவை முக்கியமானவையோ அவற்றில் நீங்கள் உங்களுடைய நேரத்தையும் ஆற்றலையும் செலவிடுவதற்கான வேளை இது.

பிறருடைய அபிப்பிராயங்களைக் கண்டு அஞ்சுதல்

அத்தியாயம் 5

அவர்கள் உங்களைப் பற்றி மோசமாக நினைத்துக் கொள்ளட்டும்

பிரபல கவிஞர் மேரி ஆலிவர் தன்னுடைய கவிதை ஒன்றில், "இந்த அரிய, கட்டுப்பாடற்ற ஒரே ஒரு வாழ்க்கையை எப்படி வாழ்வது என்பது குறித்த உங்கள் திட்டம் என்னவென்று எனக்குக் கூறுங்கள்," என்று கேட்பார்.

இதற்கு உங்கள் பதில் என்ன என்பது எனக்குத் தெரியாது. ஆனால், ஒரு விஷயம் மட்டும் எனக்கு நன்றாகத் தெரியும். உங்கள் திட்டம் எதுவாக இருந்தாலும், அது குறித்து மற்றவர்கள் ஏதாவது ஓர் அபிப்பிராயத்தைக் கொண்டிருப்பர் என்பதுதான் அது.

இந்த அரிய, கட்டுப்பாடற்ற ஒரே ஒரு வாழ்க்கையை நீங்கள் விரும்புகின்ற விதத்தில் வாழ்வதற்கு முட்டுக்கட்டை போடுவதற்குப் பிறருடைய அபிப்பிராயங்களை அனுமதிக்காமல் இருப்பதற்கு 'அவர்களை அவர்கள் போக்கில் விடுங்கள்' கோட்பாட்டை எப்படிப் பயன்படுத்துவது என்பதை அடுத்தச் சில அத்தியாயங்களில் நீங்கள் கற்றுக் கொள்வீர்கள்.

ஆனால், இது உண்மையில் நீங்கள் கற்பனை செய்து வைத்துள்ளதைக் காட்டிலும் மிகப் பெரியதொரு பிரச்சனை. இதை முதலில் நானும் அறிந்திருக்கவில்லை. "மற்றவர்கள் என்ன சொல்கிறார்கள் என்பதை நான் சுத்தமாகப் பொருட்படுத்துவதில்லை," என்று நாம் ஒரு பேச்சுக்காகக் கூறிக் கொள்வது எளிது. ஆனால், உண்மையில், நாம் அனைவருமே பிறருடைய அபிப்பிராயங்களுக்கு மதிப்பளித்துக் கொண்டுதான் இருக்கிறோம்.

நடைமுறையில், மற்றவர்கள் உங்களைப் பற்றி எதிர்மறையான

அபிப்பிராயங்களைக் கொண்டிருப்பர். ஆனால், அது குறித்து உங்களால் எதுவும் செய்ய முடியாது. நீங்கள் செய்ய விரும்புகின்ற ஒரு காரியம் குறித்து மற்றவர்கள் என்ன நினைப்பார்களோ என்ற பயம் உங்களிடம் நிலை கொள்ள நீங்கள் அனுமதித்தால், நீங்கள் பிறருடைய அபிப்பிராயச் சிறைக்குள் மாட்டிக் கொள்வீர்கள்.

இந்த பயம் உங்கள் வாழ்க்கையின் அனைத்து அம்சங்களின்மீதும் தாக்கம் ஏற்படுத்துகிறது. விஷயங்களைத் தள்ளிப்போட அது உங்களைத் தூண்டுகிறது. நீங்கள் கச்சிதமாக இருக்க வேண்டும் என்ற நினைப்பு உங்களை உறைய வைத்துவிடுகிறது. நீங்கள் அளவுக்கதிகமாகச் சிந்திப்பதற்கும் இதுதான் காரணம்.

ஆனால், அத்துடன் அது நின்றுவிடுகிறது. மற்றவர்கள் எதைச் சிந்திக்க விரும்புகிறார்களோ அதற்கான சுதந்திரத்தை அவர்களுக்கு வழங்குவதற்கான வேளை வந்துவிட்டது. ‘அவர்களை அவர்கள் போக்கில் விடுங்கள்.’ அத்துடன், உங்களை விடுவித்துக் கொள்வதற்கும், காலப்போக்கில் உங்கள் வாழ்க்கையை ஒட்டுமொத்தமாக மாற்றுவதற்கான சிறிய, துணிச்சலான அடிகளை எடுத்து வைப்பதற்குமான வேளையும் இதுதான்.

‘அவர்களை அவர்கள் போக்கில் விடுங்கள்’ கோட்பாடு எனக்கு ஓர் எச்சரிக்கை மணியாக அமைந்தது. அடுத்தவர்களின் அபிப்பிராயம் குறித்து நான் கவலைப்பட்டுக் கொண்டிருந்ததை நான் அறிந்திருந்தபோதிலும், அது எவ்வளவு பூதாகரமான பிரச்சனை என்பதை, ‘அவர்களை அவர்கள் போக்கில் விட்டுவிடு!’ என்று எனக்கு நானே கூறிக் கொள்ளத் தொடங்கும்வரை நான் உணரவில்லை. அவர்கள் எடைபோட்டுக் கொள்ளட்டும். அவர்கள் அங்கீகரிக்காமல் போகட்டும். அவர்கள் தங்களுடைய அபிப்பிராயங்களை வைத்துக் கொள்ளட்டும். அவர்கள் மோசமான எண்ணங்களை எண்ணிக் கொள்ளட்டும். அவர்கள் என் முதுகுக்குப் பின்னால் என்னைப் பற்றிப் பேசிக் கொள்ளட்டும்.

தற்போது நீங்கள் பிறருடைய அபிப்பிராயங்களை ஒரு வழிகாட்டியாக வைத்துக் கொண்டு உங்கள் வாழ்க்கைப் பயணத்தைத் தொடர்ந்து கொண்டிருக்கிறீர்கள். நீங்கள் உங்களுக்கு விருப்பமான வழியில் பயணிக்காமல், மற்றவர்கள் என்ன சொல்வார்கள், என்ன நினைப்பார்கள் என்ற ஊகத்தின் அடிப்படையில் இடப்புறமோ அல்லது வலப்புறமோ திரும்பி உங்களுடைய பாதையை மாற்றிக் கொள்கிறீர்கள். நீங்கள் அப்படி நடந்து கொள்கின்றபோது, நீங்கள் உங்கள் அதிகாரத்தை அவர்களுக்குத் தாரை வார்த்துவிடுகிறீர்கள்.

அவர்கள் என்ன நினைப்பார்களோ என்று அளவுக்கதிகமாகச் சிந்தித்துக் கொண்டிருக்காமல், அவர்கள்

என்ன வேண்டுமானாலும் நினைத்துக் கொள்ளட்டும் என்று நீங்கள் அவர்களை விட்டுவிட்டால் என்ன ஆகும்? இந்தச் சுமையிலிருந்து நீங்கள் விடுதலை பெறுகின்றபோது, அது உங்களுடைய வாழ்க்கையையே புரட்டிப போட்டுவிடும். மற்றவர்களுடைய அபிப்பிராயம் குறித்து நீங்கள் அதிகமாகக் கவலைப்பட்டுக் கொண்டிருந்தால், வாழ்க்கையில் நீங்கள் அதிகமாகப் பின்வருத்தம் கொள்ள நேரிடும். அவர்கள் விரும்புகின்றபடி அவர்கள் சிந்திப்பதற்கு நீங்கள் எந்த அளவு அனுமதிக்கிறீர்களோ, உங்கள் சொந்த வாழ்க்கை அந்த அளவு மேம்படும்.

நீங்கள் உங்களுடைய வாழ்க்கையை வாழ்வதற்கும், மற்றவர்கள் அவர்கள் விருப்பப்படி சிந்தித்துக் கொள்வதற்கும் நீங்கள் அனுமதி வழங்கினால் எப்படி இருக்கும்? உங்களுடைய மகிழ்ச்சியில் நீங்கள் உங்களுடைய கவனத்தைக் குவித்தால் எப்படி இருக்கும்?

மற்றவர்கள் உங்களை எடைபோடுவதைப் பற்றி நீங்கள் அலட்டிக் கொள்ளாவிட்டால் நீங்கள் உங்களுடைய வாழ்க்கையில் எந்த மாதிரியான மாற்றங்களைக் கொண்டுவருவீர்கள்? "நான் இதை விரும்புகிறேன்," என்று நீங்கள் வெளிப்படையாக ஒப்புக் கொள்ள பயப்படுகின்ற விஷயம் எதுவாக இருக்கும்? எந்த நம்பிக்கையைப் பற்றி வெளிப்படையாகப் பேச நீங்கள் தயங்குவீர்கள்? இதற்கு முன்பு நீங்கள் ஒருபோதும் முயற்சி செய்திராத எந்த விஷயத்தைப் முயற்சி செய்ய நீங்கள் மிகவும் பயப்படுவீர்கள்? எந்த சாகசத்தை மேற்கொள்ள வேண்டும் என்று நீங்கள் இரகசியமாக விரும்பிக் கொண்டிருக்கிறீர்கள்? வேலையில் எது நடந்தால் நன்றாக இருக்கும் என்று நினைத்தும் அதை வாய்விட்டுக் கேட்க நீங்கள் தயங்குகின்ற விஷயம் எது? எந்த உரையாடலை நீங்கள் தவிர்த்துக் கொண்டிருக்கிறீர்கள்? உங்களுடைய எந்தப் புகைப்படத்தைச் சமூக ஊடகத் தளத்தில் வெளியிட நீங்கள் ஆவலுடன் காத்துக் கொண்டிருக்கிறீர்கள்?

இதில் கடைசிக் கேள்விதான் என்னைத் தைத்தது.

உங்கள் வாழ்க்கையின் மிகப் பெரிய தடைக்கல் உங்களை வரவேற்கிறது

பத்து ஆண்டுகளுக்கு முன், ஓர் ஊக்குவிப்புப் பேச்சாளராக ஆவதற்கு என்னை நான் தயார்படுத்திக் கொண்டிருந்தேன். சொற்பொழிவுத் துறைக்கு நான் புதியவளாக இருந்தேன். எந்தவொரு புதிய முயற்சியிலும் நிகழ்வதைப்போல, இதிலும் எனக்கு முதலில் பெரிதாகப் பணம் எதுவும் கிடைக்கவில்லை.

என் பெயர் பரவலாக அடிபட வேண்டும் என்பதற்காக, பெண்களுக்கான சிறு கருத்தரங்குகளில் இலவசமாகப் பேச நான் முன்வந்தேன்.

தொடக்கத்தில், எந்தவொரு தொழிலிலும் நீங்கள் ஏராளமான முயற்சியைப் போட்டாலும் அதற்குப் பெரிய வருவாய் கிடைக்காது என்பது எல்லோருக்கும் தெரிந்ததுதான். நான் ஒரு முழுநேர வேலை பார்த்துக் கொண்டே வார இறுதி நாள்களில் சொற்பொழிவுகளுக்கு ஒப்புக் கொண்டேன்.

இதனால், ஓராண்டுக்குப் பிறகு, என் பார்வையாளர்களின் எண்ணிக்கை பெருகிய அளவுக்கு என்னுடைய வங்கி இருப்பு அதிகரிக்கவில்லை.

முன்னுரையில் நான் கூறியிருந்தபடி, இக்காலகட்டத்தில்தான் எங்கள் குடும்பம் பெரும் கடனில் தத்தளித்துக் கொண்டிருந்தது.

சொற்பொழிவுகளுக்கு எப்படிக் கட்டணம் பெறுவது என்பது குறித்த அறிவுரைகளை அனுபவம் வாய்ந்த சொற்பொழிவாளர்களிடம் நான் கேட்டுப் பெற்றேன். நீங்கள் இப்படி எதிலாவது குதிக்க நினைத்தால், இந்த உத்தியைப் பயன்படுத்திக் கொள்ளுங்கள்.

ஒவ்வொரு தொழிலுக்கும் ஒவ்வொரு சூத்திரம் இருக்கும். அதைப் பின்பற்றுங்கள். நான் இதைக் கூறுவதற்குக் காரணம், புதிதாக ஒரு தொழிலில் காலடி எடுத்து வைக்கின்ற பலர், “நான் இங்கிருப்பவர்களிடமிருந்து வித்தியாசமாக எதையாவது செய்தாக வேண்டும்,” என்று நினைப்பதுதான். உண்மையில், நீங்கள் மற்றவர்களைப் பிரதியெடுத்துள்ளீர்கள் என்று யாராவது கூறிவிடுவார்களோ என்று நீங்கள் பயப்படுவதைத்தான் அது வெளிப்படுத்துகிறது. மற்றவர்கள் என்ன நினைப்பார்களோ என்ற அச்சத்தின் காரணமாக, நிரூபணமான, எளிதான, வெளிப்படையான வெற்றிப் பாதையில் பயணிப்பதற்கு நீங்களே உங்களுடைய முட்டுக்கட்டையாக மாறிவிடுவதற்கான நல்லதோர் எடுத்துக்காட்டு இது.

நீங்கள் வேறொருவரைப் பிரதியெடுத்துள்ளதாக அவர்கள் நினைத்தால், அவர்கள் அப்படி நினைத்துக் கொள்ளட்டும். ஏனெனில், உண்மையில் நீங்கள் அதைத்தான் செய்துள்ளீர்கள். வெற்றிச் சூத்திரத்தை அவர்களும் வேறொருவரிடமிருந்து பிரதியெடுத்துத்தான் பயன்படுத்திக் கொண்டிருக்கின்றனர். காலங்காலமாகப் பலனளித்து வந்து கொண்டிருப்பதால்தான் சூத்திரங்கள் நிலைபெற்று இருக்கின்றன. நீங்கள் சக்கரத்தை மறுபடி கண்டுபிடிக்க வேண்டியதில்லை. இருக்கின்ற சூத்திரத்தை உங்களுக்கு ஏற்பச் சிறிது திரித்து அதை உங்களுக்குச் சாதகமாகப் பயன்படுத்திக் கொள்ளுங்கள்.

அனுபவம் வாய்ந்த பேச்சாளர்கள்தாம் இதை எனக்குப் பரிந்துரைத்தனர். வெற்றிகரமாகச் செயல்பட்டுக்

கொண்டிருக்கின்ற அனைத்துப் பேச்சாளர்களும் மூன்றே மூன்று விஷயங்களைத்தான் செய்து கொண்டிருக்கிறார்கள். இந்த மூன்றையும் நீங்கள் செய்யவில்லை என்றால், அந்த ஆடுகளத்தில் உங்களால் தாக்குப்பிடிக்க முடியாது.

இவைதாம் அவர்கள் என்னிடம் கூறிய அந்த மூன்று விஷயங்கள்:

1. ஓர் எளிய வலைத்தளத்தை உருவாக்கிக் கொள்ளுங்கள். அதில், நீங்கள் மேடையில் பேசுவது போன்ற புகைப்படங்கள், நீங்கள் அளிக்கவிருக்கின்ற சொற்பொழிவுகள் குறித்தச் சுருக்கமான விவரங்கள், அதிலிருந்து மக்களால் என்னென்ன விஷயங்களைக் கிரகித்துக் கொள்ள முடியும் என்பது பற்றிய குறிப்புகள் ஆகியவை இடம்பெறட்டும்.
2. நீங்கள் முன்பு பேசிய நிகழ்ச்சிகளை ஏற்பாடு செய்திருந்தவர்களிடமிருந்து உங்களைப் பற்றிய நல்ல பரிந்துரைகளை வாங்கி அவற்றை உங்களுடைய வலைத்தளத்தில் இடம்பெறச் செய்யுங்கள்.

எல்லாவற்றையும் விட முக்கியமாக,

3. உங்களுடைய சொற்பொழிவுகள் குறித்து இணையத்தில் செய்திகள் இடம்பெறுமாறு செய்யுங்கள். உங்களுடைய சமூக ஊடகத்தை உங்களைச் சந்தைப்படுத்துவதற்குப் பயன்படுத்திக் கொள்ளுங்கள். நிகழ்ச்சிகளில் எடுத்தப் புகைப்படங்கள் அதில் இடம்பெறுமாறு செய்யுங்கள். உங்களுடைய பேச்சு தொடர்பான விவரங்களை அதில் இடம்பெறச் செய்யுங்கள். உங்களுடைய நிகழ்ச்சிகளை ஏற்பாடு செய்தவர்களுடன் நீங்கள் எடுத்துக் கொண்ட புகைப்படங்களை அதில் தரவேற்றம் செய்யுங்கள். இப்போதெல்லாம் சமூக ஊடகங்களின் வழியாகவே மக்கள் உங்களைக் கண்டுபிடிப்பர். நீங்கள் அத்துறையில் கோலோச்சியுள்ள ஒருவர் என்பதைச் சமூக ஊடகங்கள் இவ்வுலகிற்குப் பறையறிவிக்கும். சமூக ஊடகங்கள்தாம் உங்களுடைய வலைத்தளத்திற்கு மக்களை இழுத்து வருகின்றன. தங்களுடைய நிகழ்ச்சிகளில் பங்கு பெறுவதற்கு உங்களுக்கு அழைப்பு விடுக்க விரும்புவர்களுக்கு அது வசதியாக இருக்கும்.

இதுதான் சூத்திரம். இதைப் பின்பற்றுங்கள். சொற்பொழிவுகளின் மூலம் நீங்கள் பணம் ஈட்டத் தொடங்குவீர்கள். இந்த அறிவுரை, நான் துல்லியமாக என்ன

செய்ய வேண்டும் என்பதை எனக்குத் தெளிவாக்கியது.

இச்சூத்திரத்தை நான் பின்பற்றினேனா? பின்பற்றினேன். ஆனால், முழுமையாகப் பின்பற்றவில்லை. நான் எனக்காக ஒரு வலைத்தளத்தை உருவாக்கினேன். என்னைப் பற்றிய நல்ல பரிந்துரைகளைப் பெற்று அவற்றை அந்த வலைத்தளத்தில் ஏற்றினேன். ஆனால், சமூக ஊடகங்களை நான் பயன்படுத்தவில்லை.

அக்கட்டத்தில் என்னுடைய சமூக ஊடகக் கணக்குகள் என்னுடைய தனிப்பட்டக் கணக்குகளாக இருந்தன. அவற்றில், என்னுடைய குழந்தைகளின் புகைப்படங்கள், நான் என் குடும்பத்துடன் சென்ற சுற்றுலாக்களின்போது எடுக்கப்பட்டப் புகைப்படங்கள், நண்பர்களுடன் நான் எடுத்துக் கொண்ட சுயபடங்கள் போன்றவை வண்டி வண்டியாக இடம்பெற்றிருந்தன. அவற்றில், என் குடும்பத்தார், உறவினர்கள் மற்றும் நண்பர்கள் மட்டுமே என்னைப் பின்தொடர்ந்து கொண்டிருந்தனர். அதில், கடந்த ஓராண்டாக நான் நிகழ்த்தியிருந்த சொற்பொழிவுகள் குறித்தச் செய்திகளையோ அல்லது புகைப்படங்களையோ நான் தரவேற்றம் செய்திருக்கவில்லை.

அத்தீர்மானத்தை எடுப்பதற்கு எனக்கு இரண்டு ஆண்டுகள் ஆயின. ஏன் இந்தக் கால தாமதம்?

மக்கள் என்ன நினைப்பார்களோ என்ற அச்சம்தான் காரணம்

"மெல், நீ யாரைக் கண்டு அஞ்சுகிறாய்?" என்று என்னை நானே கேட்டுக் கொண்டேன். என் நண்பர்கள் குறித்துத்தான் நான் பயந்தேன்.

என்னுடைய சமூக ஊடகங்களில், நான் என்னுடைய தனிப்பட்ட வாழ்க்கை தொடர்பான புகைப்படங்களைத் தரவேற்றம் செய்வதை நிறுத்திவிட்டு என்னுடைய பேச்சு தொடர்பான புகைப்படங்களைத் தரவேற்றம் செய்தால் மக்கள் என்னை எடைபோடுவார்களோ என்று நான் பயந்தேன்.

"இவள் தன்னை யாரென்று நினைத்துக் கொண்டிருக்கிறாள்? உரையாற்ற யார் இவளை அழைப்பார்கள்? அதுவும் காசு கொடுத்து? பேசுவதற்கு அவளிடம் என்ன விஷயம் இருக்கிறது? அவள் ஒரு பித்தலாட்டக்காரி!"

என்னுடைய சமூக ஊடகங்களில் நான் என்னுடைய புகைப்படங்களைத் தரவேற்றம் செய்ய முயன்றேன். நான் கலந்து கொண்டிருந்த நிகழ்ச்சிகளில் எடுக்கப்பட்டிருந்த புகைப்படங்களை அலசிப் பார்த்து, அவற்றிலிருந்து ஒன்றிரண்டை

நான் தேர்ந்தெடுப்பேன். உடனேயே பயம் என்னைச் சூழ்ந்து கொள்ளும். புகைப்படங்களுக்கு அடியில் இடம்பெறுகின்ற வாசகங்களை நான் வடிவமைக்கின்றபோது, மக்கள் அதற்கு எதிர்மறையான அபிப்பிராயங்களைத் தெரிவிப்பார்கள் என்று நான் கவலைப்பட்டேன். “இது ஆணவத்தை வெளிப்படுத்துவதுபோல இருக்கிறதா? இது தொழில்நேர்த்தியுடன் இருக்கிறதா? இதை நான் தரவேற்றினால், ஏற்கனவே என்னைப் பின்பற்றிக் கொண்டிருப்பவர்கள்கூடக் கழன்றுவிடுவார்களா? நான் சுயதம்பட்டம் அடித்துக் கொள்வதாக என்னுடைய நண்பர்கள் நினைப்பார்களா? அல்லது, நான் இதற்காகப் புதிய சமூக ஊடகக் கணக்குகளைத் திறந்து, மீண்டும் முதலிலிருந்து தொடங்க வேண்டுமா?” இப்படி என் மனத்தில் ஓராயிரம் கேள்விகள் ஓடிக் கொண்டிருந்தன.

புகைப்படங்களைத் தரவேற்றம் செய்வது சரிப்பட்டு வராது என்று எனக்கு நானே சமாதானம் சொல்லிக் கொண்டேன். கச்சிதமான வாசகங்களை எழுத வேண்டும் என்பதறகாக நான் கடுமையாக முயன்று, அதன் காரணமாக நான் வெகுவாகக் களைத்துப் போயிருந்தேன்.

நான் நூற்றுக்கணக்கான வாசகங்களை உருவாக்கினேன். ஆனால், பல ஆண்டுகளாக, அவற்றில் எதையும் நான் தரவேற்றம் செய்யவில்லை. பின்னர் ஒருவாறு நான் என்னிடம் தைரியத்தை வரவழைத்துக் கொள்கின்றபோது, சில புகைப்படங்களை, நான் உருவாக்கியிருந்த வாசகங்களோடு நான் தரவேற்றுவேன். அதை எத்தனை பேர் பார்க்கிறார்கள் என்று நான் ஓர் ஐந்து நிமிடங்கள் அவதானிப்பேன். அவற்றுக்குப் போதுமான அளவு வரவேற்பு இல்லையென்றால், அவற்றை நான் உடனடியாக நீக்கிவிடுவேன்.

பல ஆண்டுகளாக, சொற்பொழிவாற்றுவதை நான் என்னுடைய முழுநேரத் தொழிலாக ஆக்கிக் கொள்ள விரும்பி வந்திருந்தபோதிலும், நான் என் தொழிலைச் சந்தைப்படுத்துவதிலிருந்து என்னுடைய இந்த அபத்தமான பயம் என்னைத் தடுத்துக் கொண்டிருந்தது. என் திறமையைவிட மற்றவர்களுடைய அபிப்பிராயங்களுக்கு நான் அதிக முக்கியத்துவம் கொடுத்துக் கொண்டிருந்தேன்.

இப்போது அதை நான் திரும்பிப் பார்க்கின்றபோது, அது எனக்கு மிகுந்த வருத்தமளிக்கிறது.

என் பயத்தின் காரணமாக, என்னுடைய இலக்குகளை நான் விரைவாக அடைவதற்குத் தேவைப்பட்டச் செயல்நடவடிக்கைகளை நான் எடுக்காமல் இருநதேன். இது முட்டாள்தனமானதாக உங்களுக்குத் தோன்றுகிறதா? அது வடிகட்டிய மடத்தனம்தான். இதையொத்த பயங்களால் நீங்களும் தவித்திருக்கக்கூடும்.

நீங்கள் உங்களுடைய புகைப்படங்களைச் சமூக

ஊடகங்களில் தரவேற்றம் செய்யத் தயங்குவதற்கு மற்றவர்களின் அபிப்பிராயங்கள் குறித்த உங்கள் பயம்தான் காரணம். புகைப்படங்களில் அழகாகத் தோன்றுவதற்காகத்தான் நாம் ஒப்பனை செய்து கொள்கிறோம். கூட்டங்களில் நீங்கள் பேசாமல் இருப்பதற்கும் இதுதான் காரணம். இணையத்தில் நீங்கள் மோசமாகக் காட்சியளிக்கக்கூடும் என்று நீங்கள் பயப்படுகிறீர்கள். அவர்கள் உங்களை நேரில் பார்க்கின்றபோது உங்களைப் பற்றி என்ன நினைப்பார்களோ என்று நீங்கள் அஞ்சுகிறீர்கள்.

ஒவ்வொரு முறை நீங்கள் உங்களுடைய தரவேற்றத்தைத் திருத்திக் கொள்கின்றபோதும், ஒரு வகுப்பில் அல்லது அலுவலகக் கூட்டத்தில் அமைதியாக உட்கார்ந்திருக்கின்றபோதும், குழுப் புகைப்படத்தில் பின்வரிசையில் ஒளிந்து கொண்டிருக்கின்றபோதும், நீங்கள் சுயமறுப்பில் ஈடுபட்டுக் கொண்டிருக்கிறீர்கள். நீங்கள் போதுமான அளவு சிறப்பாக இல்லை என்று கூறிக் கொண்டிருப்பது நீங்கள்தான். உங்களுடைய எழுத்துகளைப் பற்றியோ அல்லது புகைப்படங்களைப் பற்றியோ எப்போதும் கேள்வி கேட்டுக் கொண்டிருப்பது, பதிவேற்றியதைத் திருத்திக் கொண்டிருப்பது, அளவுக்கதிகமாகச் சிந்திப்பது, மற்றவர்களிடம் “இது நன்றாக இருக்கிறதா?” என்று கேட்பது போன்றவை உங்களுடைய சுயசந்தேகத்தை பூதாகரமாக்கிக் கொள்ளவே உதவும். இதிலுள்ள பைத்தியக்காரத்தனமான அம்சம் எது தெரியுமா? அதைச் செய்து கொண்டிருப்பது நீங்கள்தான். நானும் அப்படித்தான் இருந்தேன்.

இது தொடர்பாக மக்கள் வழங்குகின்ற அறிவுரைகளில் பல ஜீரணித்துக் கொள்ள முடியாதவாறே இருக்கின்றன. மற்றவர்கள் என்ன நினைப்பார்கள் என்பது குறித்து அக்கறை கொண்டிருப்பதை நிறுத்துங்கள் என்ற அறிவுரை பலரால் வழங்கப்படுகிறது. ஆனால், அதை எப்படிச் செய்ய வேண்டும் என்று எவரும் கூறுவதில்லை. ஒரு புதிய அணுகுமுறையை முயற்சி செய்வதற்கான வேளை வந்துவிட்டது. ‘அவர்களை அவர்கள் போக்கில் விடுங்கள்’ கோட்பாடுதான் அது. அதைப் பயன்படுத்தி உங்களால் இந்த பயத்தை, அது மீண்டும் ஒருபோதும் தலைதூக்காதபடி ஒரேயடியாக ஒழித்துக்கட்டிவிட முடியும். உங்களைப் பற்றி மற்றவர்கள் எதிர்மறையாகச் சிந்திப்பதற்கு அவர்களுக்கு இருக்கின்ற சுதந்திரத்தை மதியுங்கள்.

இந்த யோசனை, நீங்கள் இழந்துள்ள உங்களுடைய தன்னம்பிக்கையை மீட்டெடுக்கும், ஒரு புதிய அத்தியாயத்திற்குள் உங்கள் வாழ்க்கையை உந்தித் தள்ளும்.

‘அவர்களை அவர்கள் போக்கில் விடுங்கள்’ கோட்பாடு, பலனளிக்கின்ற ஓர் உத்தி மட்டுமல்ல. அது ஓர் அறிவியலும்கூட.

உங்களைப் பற்றிப் பிறர் கொண்டிருக்கின்ற அபிப்பிராயத்தின்மீது உங்களுக்கு எந்தக் கட்டுப்பாடும் இல்லை

மற்றவர்களுடைய சிந்தனையைக் கட்டுப்படுத்துவது இயலாத காரியம் என்பதே உண்மை. அதனால், மற்றவர்கள் என்ன நினைப்பார்களோ என்று பயப்படுவதோ அல்லது அவர்களுடைய சிந்தனையைக் கட்டுப்படுத்த முயல்வதோ வெறும் நேர விரயம் மட்டுமே.

பிறர் உங்களைப் பற்றிக் கொண்டிருக்கும் சிந்தனையைக் கட்டுப்படுத்த வேண்டும் என்ற அதீத வேட்கையுடன் செயல்படுவதை நீங்கள் நிறுத்திக் கொள்ளாதவரை, உங்கள் வாழ்க்கை உங்கள் கட்டுப்பாட்டில் இருக்கின்ற உணர்வு உங்களுக்கு ஒருக்காலும் ஏற்படாது.

நான் இதை மீண்டும் வலியுறுத்த விரும்புகிறேன். நீங்கள் என்ன செய்தாலும் சரி, வளர்ந்தவர்கள் உங்களைப் பற்றி எதிர்மறையான அபிப்பிராயங்களைக் கொண்டிருக்கத்தான் செய்வார்கள். ஏன் தெரியுமா? ஏனெனில், தாங்கள் விரும்புகின்ற எதை வேண்டுமானாலும் சிந்திப்பதற்கு வளர்ந்தவர்களுக்கு உரிமை இருக்கிறது.

சராசரியாக ஒரு நபருக்குத் தினமும் சுமார் 70,000 எண்ணங்கள் தோன்றுவதாக ஆய்வுகள் தெரிவிக்கின்றன. அவற்றில் பெரும்பாலானவை தற்செயலானவை. அவற்றைக் கட்டுப்படுத்த முடியாது. அதனால், மற்றவர்கள் என்ன சிந்தித்துக் கொண்டிருக்கிறார்கள் என்று கவலைப்படுவதும், அவர்களுடைய சிந்தனையை மாற்ற முயல்வதும் பைத்தியக்காரத்தனமாகும்.

நமக்குள் உதிக்கின்ற எண்ணங்களில் பெரும்பாலானவற்றை நம்மாலேயே கட்டுப்படுத்த முடியாத நிலை இருக்கும்போது, மற்றவர்களுடைய எண்ணங்களைக் கட்டுப்படுத்த முயல்வது என்ற யோசனையே நகைப்புக்குரியதாக இருக்கிறது, இல்லையா?

மற்றவர்களுடைய சிந்தனையைக் கட்டுப்படுத்துவதற்குப் பதிலாக அவர்கள் தங்கள் பாட்டுக்குச் சிந்தித்துக் கொள்ளட்டும் என்று விட்டுவிடுவதே நல்லது.

இன்னும் சொல்லப் போனால், மக்கள் உங்களைப் பற்றிய எதிர்மறை எண்ணங்களைக் கொண்டிருப்பதை நீங்கள் இயல்பான ஒன்றாகவே எடுத்துக் கொள்ள வேண்டும்.

உங்களுக்கு இன்னொரு விஷயம் தெரியுமா? நீங்கள் நேசிக்கின்ற நபர்களே தினந்தோறும் உங்களைப் பற்றிய மோசமான எண்ணங்களைக் கொண்டிருக்கின்றனர். நான் நேசிப்பவர்கள் குறித்து நானும் மோசமான எண்ணங்களைக்

கொண்டிருக்கிறேன். இது இயல்பானது.

என் மூத்த மகள் சாயருக்கு எல்லாம் ஒழுங்கு நேர்த்தியுடன் இருக்க வேண்டும். அப்படி இல்லையெனில், அவள் தாம் தூம் என்று குதிக்கத் தொடங்கிவிடுவாள். ஆனாலும் அவளை நான் நேசிக்கிறேன்.

என்னுடைய இரண்டாவது மகள் கென்டால், அவள் படித்துக் கொண்டிருக்கும் லாஸ் ஏஞ்சலீஸ் நகரிலிருந்து வீடியோ அழைப்பில் வரும்போதெல்லாம், ஒரு புதிய ஆடை அணிந்திருப்பதை நான் கவனித்திருக்கிறேன். உடனே என் மனத்தில், அவள் தேவையில்லாமல் காசைக் கரியாக்கிக் கொண்டிருக்கிறாள் என்ற எண்ணம் தோன்றும். ஆனாலும் அவளை நான் நேசிக்கிறேன்.

என் குழந்தைகள் என்னைப் பற்றி என்ன நினைத்துக் கொண்டிருக்கிறார்கள் என்று நான் அவர்களிடம் கேட்டேன். நான் ஓர் ஒழுங்குமுறையுடன் காரியங்களைச் செய்யாதவள், அதிகச் சத்தம் ஏற்படுத்துபவள், தங்களை அதிகமாகக் கட்டுப்படுத்த முனைகின்றவள், நேரம் காலம் பார்க்காமல் தங்கள் முன் தோன்றுபவள், எப்போதும் தாமதமாக வருபவள், தனக்குத்தான் எல்லாம் தெரியும் என்பதுபோல நடந்து கொள்பவள் என்று என்னைப் பற்றி அவர்கள் கருத்துத் தெரிவித்தனர். நான் இணையத்தில் எங்களுடைய குடும்ப வாழ்க்கை குறித்து அளவுக்கதிகமாகப் பகிர்ந்து கொள்வதில் அவர்களுக்கு உடன்பாடில்லை. ஆனாலும், அவர்கள் என்னை நேசிக்கின்றனர்.

இதை ஏன் நான் உங்களிடம் சொல்லிக் கொண்டிருக்கிறேன்? ஏனெனில், எல்லோருக்குமே மற்றவர்களைப் பற்றிய விமர்சனபூர்வமான பார்வை இருக்கிறது. அதில், அவர்கள் நேசிப்பவர்களும் அடக்கம், அந்நியர்களும் அடக்கம். இதுதான் வாழ்வின் எதார்த்தம்.

எதார்த்தத்தை மாற்றுவதற்கு முரண்டு பிடித்துக் கொண்டிருக்காமல் அதை ஏற்றுக் கொள்ளுங்கள், அதை உங்களுக்குச் சாதகமாகப் பயன்படுத்திக் கொள்ளுங்கள்.

மற்றவர்கள் உங்களைப் பற்றிச் சில எதிர்மறையான அபிப்பிராயங்களைக் கொண்டிருக்கிறார்கள் என்பதற்காக அவர்கள் உங்களைப் பற்றி ஒட்டுமொத்தமாக ஓர் எதிர்மறையான எண்ணத்தைக் கொண்டிருப்பதாக நீங்கள் எடுத்துக் கொள்ளத் தேவையில்லை.

என் கணவர் குறித்து நான் ஓர் எதிர்மறையான எண்ணத்தைக் கொண்டிருக்கின்ற அதே வேளையில் அவரை என்னால் நேசிக்க முடியும், அவரை மரியாதையுடனும் அன்புடனும் நடத்த முடியும். ஏனெனில், இந்த இரண்டில், ஒன்று இருந்தால் மற்றொன்று இருக்கக்கூடாது என்றில்லை.

நீங்கள் நேசிப்பவர்கள் குறித்து நீங்கள் பல அபிப்பிராயங்களைக் கொண்டிருக்கக்கூடும். அவர்களுடைய சேர்க்கை சரியில்லை என்று நீங்கள் கருதக்கூடும். அவர்கள் அளவுக்கதிகமாக எதிர்வினையாற்றுவதாக நீங்கள் நினைக்கக்கூடும். அவர்கள் தங்களுடைய வாழ்க்கைத் துணைவர்களை மோசமாக நடத்துவதாக நீங்கள் கருதக்கூடும். ஆனாலும், நீங்கள் அவர்களைத் தொடர்ந்து நேசித்துக் கொண்டிருப்பீர்கள்.

நான் சொல்ல வருகின்ற விஷயம் இதுதான்: வளர்ந்தவர்கள் உங்களைப் பற்றியும் உங்களுடைய செயல்பாடுகள் பற்றியும் எதிர்மறையான அபிப்பிராயங்களைக் கொண்டிருக்கத்தான் செய்வர். அவர்கள் எடைபோட்டுக் கொள்ளட்டும். அவர்கள் எப்படி வேண்டுமானாலும் எதிர்வினையாற்றிக் கொள்ளட்டும். அவர்கள் உங்களைச் சந்தேகித்துக் கொள்ளட்டும். அவர்கள் உங்களுடைய தீர்மானங்களைக் கேள்விக்கு உட்படுத்திக் கொள்ளட்டும். உங்களுடைய சமூக ஊடகங்களில் நீங்கள் தரவேற்றம் செய்திருக்கின்ற வீடியோக்களைப் பார்த்துப் புருவங்களை உயர்த்திவிட்டுப் போகட்டும்.

அவர்களைப் பற்றிக் கவலைப்பட்டுக் கொண்டிருப்பதில் நேரத்தை வீணாக்குவதற்குப் பதிலாக, உங்களைப் பற்றி நீங்களே பெருமையாக உணர்கின்ற விதத்தில் உங்களுடைய வாழ்க்கையை வாழத் தொடங்குங்கள். ஒரே ஒரு முறை வாழக் கிடைத்துள்ள இந்த அரிய வாழ்க்கையை நீங்கள் விரும்புகின்ற வழியில் வாழ்ந்துவிட்டுப் போங்கள்.

இச்சிந்தனை உங்களுக்கு ஒரு விதமான சுதந்திர உணர்வை அளிக்கும். ஏனெனில், தற்போது நீங்கள் மற்றவர்கள் என்ன நினைப்பார்களோ என்ற கவலையில் வாழ்ந்து கொண்டிருக்கிறீர்கள். மற்றவர்களின் அபிப்பிராயம் குறித்த பயம் உங்களை வழிநடத்த நீங்கள் அனுமதிக்கின்றபோது, உங்களுடைய முழுத் திறமையையும் வெளிப்படுத்துகின்ற விதத்தில் உங்களால் ஒருக்காலும் வாழ முடியாது, உங்கள் வாழ்க்கையில் நீங்கள் உண்மையிலேயே எதை அடைவதை நோக்கிச் செல்ல விரும்புகிறீர்களோ அதன் பின்னால் உங்களால் செல்ல முடியாது.

நீங்கள் விஷயங்களைத் தள்ளிப் போடுவதற்கும், சுயசந்தேகம் கொள்வதற்கும், கச்சிதம் குறித்து அதீத விருப்பம் கொண்டிருப்பதற்கும் இதுதான் காரணம்.

பிறர் நம்மை எப்படி எடைபோடுவார்களோ என்ற பயத்தில் நீங்கள் உறைந்து போயிருப்பதால், நீங்கள் சிறிதளவுகூடத் துணிச்சலான காரியங்களில் இறங்க மாட்டீர்கள்.

நீங்கள் விவாகரத்து பெற்றால், நீங்கள் வீடுமனைகளை வாங்கி விற்கின்ற தொழிலைத் துறந்தால், வளர்ந்த பிறகு மீண்டும் கல்லூரிக்குச் சென்று படித்தால், ஒரு வித்தியாசமான முறையில் சிகையலங்காரம் செய்து கொண்டால், அது குறித்து மற்றவர்கள்

தங்களுடைய சொந்த அபிப்பிராயங்களைக் கொண்டிருக்கத்தான் செய்வர். அதனால் என்ன?

இந்த அர்த்தமற்ற பயம்தான் புதிய விஷயங்களை முயற்சிப்பதிலிருந்து உங்களைத் தடுக்கிறது, துணிந்து காரியங்களில் இறங்கவிடாமல் செய்கிறது.

நீங்கள் கூடுதல் துணிச்சலுடன் இருப்பதற்கு 'அவர்களை அவர்கள் போக்கில் விடுங்கள்' கோட்பாடு உங்களுக்கு உதவும்.

மற்றவர்கள் சிந்திப்பதை உங்களால் கட்டுப்படுத்த முடியாது என்கின்றபோது, அது குறித்து எதற்காக அஞ்ச வேண்டும் அல்லது உங்களுடைய செயல்பாடுகளை அவை தடுப்பதற்கு நீங்கள் ஏன் அனுமதிக்க வேண்டும்? அதில் ஏன் நேரத்தை விரயமாக்க வேண்டும்?

ஆனால், மற்றவர்கள் என்னைப் பற்றி எதிர்மறையாகச் சிந்திப்பது எனக்குப் பிடிக்கவில்லையே!

மற்றவர்கள் என்னைப் பற்றி எதிர்மறையாகச் சிந்திப்பது எனக்குப் பிடிக்கவில்லையே, என்ன செய்வது என்று நீங்கள் கேட்பது எனக்குப் புரிகிறது. எனக்கும்தான் பிடிக்காது. ஆனால், மற்றவர்கள் உங்களைப் பற்றி எதிர்மறையாகச் சிந்திக்கக்கூடும் என்ற உங்களுடைய அனுமானம் உங்களுடைய சுயசந்தேகத்திற்கான மூலாதாரமாக இருக்கிறது.

நான் போதுமானவனாக இல்லை. (யாருடைய கண்ணோட்டத்தில்?)
நான் போதுமான அளவு புத்திசாலியாக இல்லை. (யாருடைய பார்வையில்?)
அவர்கள் என்மீது கடும் கோபம் கொள்ளப் போகிறார்கள். (யார் அவர்கள்?)
என் பெற்றோர் இதை அங்கீகரிக்க மாட்டார்கள். (சரி, அதனால் என்ன?)
இதை நான் செய்தால், எவருக்கும் என்னைப் பிடிக்காமல் போய்விடும் (யாருக்கு?)
என் நண்பர்கள் என்ன நினைப்பார்கள்? (அவர்கள் தங்கள் விருப்பப்படி என்ன வேண்டுமானாலும் நினைத்துக் கொள்ளட்டும்)
இது என்னை மோசமானவனாகக் காட்டுமா? (யாருக்கு?)

இந்தப் பொதுவான பயங்கள், மற்றவர்களோடு முடிச்சுப் போடப்பட்டுள்ள விஷயங்களாகும்.

இந்த இடத்தில், 'அவர்களை அவர்கள் போக்கில் விடுங்கள்' கோட்பாடு உங்களுக்கு வெகுவாகக் கைகொடுக்கும்.

மற்றவர்கள் உங்களைப் பற்றி வைத்துள்ள அபிப்பிராயங்களைவிட நீங்கள் அதிக வலுவானவர். அந்த அதிகாரத்தைத் தேவையில்லாமல் பிறருக்குத் தாரை வார்க்காதீர்கள்.

உங்கள் வாழ்க்கையை உங்களுக்கு மகிழ்ச்சியளிக்கின்ற விதத்தில் வாழ்வதுதான் மற்றவர்களின் அபிப்பிராயங்களைவிட முக்கியமானது. இது உங்களுடைய வாழ்க்கை. அதை மற்றவர்களின் அபிப்பிராயங்கள் பாழாக்க அனுமதிக்காதீர்கள்.

நீங்கள் எழுத உத்தேசித்துள்ள அந்த நூலை எழுதுங்கள். நீங்கள் விரும்புகின்ற நபரை உங்களோடு வெளியே வரும்படி அழையுங்கள். உங்களுக்குப் பிடித்த ஆடையை அணியுங்கள். மீண்டும் கல்லூரிக்குத் திரும்புங்கள். நீங்கள் பயணிக்க விரும்பி, ஆனால் அது குறித்து அஞ்சிக் கொண்டிருக்கின்ற பாதையில் அடியெடுத்து வையுங்கள்.

'அவர்களை அவர்கள் போக்கில் விட்டுவிடு!' என்று உங்களுக்கு நீங்களே கூறிக் கொள்கின்ற ஒவ்வொரு முறையும் உங்களுடைய கவனக்குவிப்பு அதிகரிக்கும்.

உங்களைப் பெருமைப்படுத்துகின்ற தீர்மானங்களை மேற்கொள்ளுங்கள்

நீங்கள் உங்களுடைய தனிப்பட்டத் தேவைகளை முன்னுரிமைப்படுத்திய பிறகு, அன்பான உறவுகளை ஏற்படுத்திக் கொண்ட பிறகு, மற்றவர்களைப் பற்றி எந்த அக்கறையும் கொண்டிராத ஒரு சுயநலவாதியாக நீங்கள் உங்களுடைய வாழ்க்கையை ஓட்டிக் கொண்டிருக்கக்கூடாது.

எப்படி நீங்கள் மற்றவர்களின் மிதியடியாக இருக்க விரும்புவதில்லையோ, அதேபோல, பிறர்மீது துளிகூட அக்கறை இல்லாத ஒரு நபராகவும் நீங்கள் இருக்கத் தேவையில்லை. இங்கு ஒரு சமநிலை தேவை.

இப்படிக் கற்பனை செய்து கொள்ளுங்கள். இந்த வார இறுதியில், உங்களுக்கு ஒன்றுக்கும் மேற்பட்ட அழைப்புகள் இருக்கின்றன. ஒரு புறம், உங்களுடைய நெருங்கிய நண்பர் ஒருவர் ஒரு முக்கியமான பிறந்தநாளைக் கொண்டாடவிருக்கிறார். அங்கு உங்களுடைய நண்பர்கள் ஏராளமானோர் வருவர். அங்கு உங்களால் உல்லாசமாகப் பொழுதைக் கழிக்க முடியும்.

ஆனால், அதற்கு நீங்கள் நான்கு மணி நேரம் காரோட்டிச் செல்ல வேண்டும். அங்குச் செல்வதுதான் சரியான செயலாக இருக்கும் என்பதை நீங்கள் அறிவீர்கள். அதே வார இறுதியில், உங்கள் தாத்தாவும் பாட்டியும் உங்கள் பெற்றோரின்

வீட்டிற்கு வருகை தர இருப்பதால், அங்கு வருவதாக நீங்கள் சில மாதங்களுக்கு முன்பே உங்கள் பெற்றோருக்கு வாக்குக் கொடுத்திருந்தீர்கள்.

நீங்கள் இந்த இரண்டையுமே செய்ய விரும்புகிறீர்கள்.

நீங்கள் ஒரு நல்ல மகனாகவும், ஒரு நல்ல பேரனாகவும் இருக்க விரும்புகிறீர்கள். அதே நேரத்தில், நீங்கள் ஒரு நல்ல நண்பனாகவும் இருக்க விரும்புகிறீர்கள்.

அதனால், நீங்கள் வெள்ளிக்கிழமை இரவே நான்கு மணி நேரம் காரோட்டிச் சென்று உங்களுடைய நண்பரின் இடத்தை அடைகிறீர்கள்.

அங்குச் சென்றது குறித்து நீங்கள் மிகவும் மகிழ்ச்சியடைகிறீர்கள்.

அன்று இரவு முழுவதும் கூத்தும் கும்மாளமுமாகக் கழிகிறது. நீங்கள் அதை மிகவும் இரசித்து மகிழ்கிறீர்கள். பிறகு நீங்கள் சிறிது நேரம் தூங்கிவிட்டு, மறுநாள் காலையில் ஏழு மணிக்கு எழுந்து மறுபடியும் நான்கு மணி நேரம் பயணித்து உங்களுடைய பெற்றோரின் வீட்டை அடைகிறீர்கள்.

நீங்கள் உங்களுடைய பெற்றோரின் வீட்டை நோக்கிக் காரை ஓட்டிக் கொண்டிருக்கின்றபோது, உங்களுடைய செயலை நினைத்து நீங்கள் பெருமை கொள்கிறீர்கள்.

ஆனால், பிறந்தநாள் கொண்டாடிய உங்களுடைய நண்பர் நீங்கள் ஒரே ஓர் இரவு மட்டும் அங்குத் தங்கியிருந்துவிட்டு மறுநாள் காலையில் அங்கிருந்து கிளம்பியது குறித்து மிகவும் அதிருப்தி அடைகிறார். "ஒரே ஓர் இரவு தங்குவது அவனுடைய திட்டமாக இருந்திருந்தால், அவன் இங்கு வந்திருக்கவே வேண்டாம்," என்று அவர் தன்னுடைய விருந்தினர்களிடம் கூறி வருந்துகிறார்.

அடுத்த நாள் மதியம் வாக்கில் நீங்கள் உங்களுடைய பெற்றோரின் வீட்டை அடையும்போது நீங்கள் களைத்துப் போய் இருக்கிறீர்கள். அங்குக் காத்துக் கொண்டிருக்கின்ற உங்கள் பாட்டியை நீங்கள் கட்டியணைத்துக் கொள்கிறீர்கள். அவருடைய கண்கள் பனிக்கின்றன.

நீங்கள் உங்களுடைய அம்மாவைக் கட்டியணைக்கின்றபோது, அவர் உங்கள் காதில், "உன் பாட்டி இங்கே வந்தபோது நீ இங்கே இல்லாதது அவரை மிகவும் ஏமாற்றம் கொள்ளச் செய்தது," என்று கிசுகிசுத்துவிட்டு, ஒரு சத்தமான குரலில், "இன்னும் பத்து நிமிடங்களில் நாம் வெளியே சாப்பிடச் செல்கிறோம். நீ முகத்தைக் கழுவிவிட்டு உடை மாற்றிக் கொண்டு புறப்படு," என்று கூறுகிறார்.

நான் இந்தக் கற்பனைக் கதையை உங்களிடம் கூறுவது இரண்டு விஷயங்களை உங்களுக்குச் சுட்டிக்காட்டுவதற்குத்தான். நீங்கள் மிகவும் கஷ்டப்பட்டு இருவரையும் திருப்திப்படுத்த முயற்சி செய்தீர்கள். ஆனால், அது அவர்களிடம் நேர்மறையான

எண்ணங்களை ஏற்படுத்தும் என்பதற்கு அங்கு எந்த உத்தரவாதமும் இருக்கவில்லை.

இரண்டாவது, எல்லோரையும் குஷிப்படுத்த முனைகின்ற ஒரு நபராக ஒருபோதும் இருக்காதீர்கள். ஒரு காலத்தில் நான் அப்படிப்பட்ட ஒருத்தியாகத்தான் இருந்தேன். அது எனக்கு எந்தவிதமான நல்ல உணர்வையும் ஏற்படுத்தவில்லை.

இப்போது நான் ‘அவர்களை அவர்கள் போக்கில் விடுங்கள்’ கோட்பாட்டை அறிந்திருப்பதால், அதுபோன்ற முயற்சிகள் எதிலும் ஈடுபடுவதில்லை.

நீங்கள் உங்களுடைய இரண்டு இடங்களுக்கும் சென்றதற்குக் காரணம், அது உங்களைப் பற்றி நீங்கள் பெருமைப்பட்டுக் கொள்ள உங்களுக்கு உதவியது என்பதுதான். உங்கள் நண்பர் உங்களை ஒரு சிறந்த நண்பர் என்று நினைத்துக் கொள்ள வேண்டும் என்பதற்காக நீங்கள் அவருடைய பிறந்தநாள் நிகழ்ச்சிக்குச் செல்லாதீர்கள். நீங்கள் ஒரு நல்ல நண்பர் என்ற உணர்வை அது ‘உங்களுக்குக்’ கொடுக்கும் என்பதற்காக அந்த நிகழ்ச்சிக்குச் செல்லுங்கள்.

உங்களுடைய அம்மாவை அது மகிழ்விக்கும் என்பதற்காக நீங்கள் அங்குச் செல்லாதீர்கள். அங்குச் செல்வதும் உங்களுடைய தாத்தா-பாட்டியைப் பார்ப்பதும் உங்களுக்கு மகிழ்ச்சியளிக்கும் என்பதற்காக அங்குச் செல்லுங்கள்.

உங்களைப் பெருமை கொள்ளச் செய்கின்ற விதத்தில் நீங்கள் நடந்து கொள்கின்றபோது, மற்றவர்கள் அது குறித்து என்ன நினைக்கிறார்கள் என்பது அங்கு முக்கியமற்றதாகிவிடும். நீங்கள் சீக்கிரமாக அங்கிருந்து கிளம்பியது குறித்து உங்கள் நண்பர் உங்கள்மீது கோபம் கொள்ளக்கூடும். நீங்கள் அங்குத் தாமதமாக வந்தது குறித்து உங்கள் பெற்றோரும் தாத்தா-பாட்டியும் ஏமாற்றமடையக்கூடும். உங்களுடைய தீர்மானங்களால் எப்போதும் யாரோ ஒருவர் ஏமாற்றமடையக்கூடும். உங்களுடைய தீர்மானங்கள் உங்களுக்கு ஏமாற்றமளிக்காமல் இருப்பதைத்தான் நீங்கள் உறுதி செய்து கொள்ள வேண்டும். குற்றவுணர்ச்சி உங்களுடைய தீர்மானங்களை முடுக்கிவிட ஒருபோதும் அனுமதிக்காதீர்கள்.

நீங்கள் குற்றவுணர்வு கொள்ளக்கூடாது என்பதற்காக நீங்கள் உங்களுடைய பெற்றோரின் வீட்டிற்குச் சென்றால், நீங்கள் அவர்களை வில்லன்களாக ஆக்குகிறீர்கள். நீங்கள் அங்குச் செல்லாமல் இருந்தால் நீங்கள் உங்கள்மீதே கோபம் கொள்ளக்கூடும் என்ற காரணத்திற்காக நீங்கள் அங்குச் செல்வதென்று தீர்மானித்தால், உங்கள் தீர்மானம் உங்கள் கட்டுப்பாட்டில் இருக்கும்.

மற்றவர்கள் என்ன நினைப்பார்கள் என்பது குறித்துக் கவலைப்படாமல், நீங்கள் உங்களுடைய விழுமியங்களின்

அடிப்படையில் தீர்மானங்களை எடுப்பதை வலியுறுத்துகின்ற ஓர் எளிய எடுத்துக்காட்டு இது.

ஆனால், உங்களுடைய அபிப்பிராயங்களும் பிறருடைய அபிப்பிராயங்களும் ஒன்றோடொன்று முரண்படும்போது என்ன செய்ய வேண்டும்? எடுத்துக்காட்டாக, நீங்கள் திருமணம் புரிந்து கொள்ள விரும்புகின்ற நபரை உங்களுடைய அம்மாவுக்குச் சுத்தமாகப் பிடிக்கவில்லை என்றால்? அப்போது நீங்கள் என்ன செய்ய வேண்டும்?

அப்படிப்பட்ட ஒரு நிலை எனக்கு ஏற்பட்டது.

அத்தியாயம் 6

கையாள்வதற்குக் கடினமான நபர்களை நேசிப்பது எப்படி

'அவர்களை அவர்கள் போக்கில் விடுங்கள்' கோட்பாட்டை, அந்நியர்கள், சக ஊழியர்கள், மற்றும் நண்பர்களிடம் பிரயோகிப்பது எளிது என்பது என் அபிப்பிராயம். ஏனெனில், அவர்களிடம் பயன்படுத்துகின்றபோது, உங்களுக்கு புத்துணர்ச்சியூட்டிக் கொள்வதற்காக உங்களை அவர்களிடமிருந்து விலக்கி வைத்துக் கொள்வது சாத்தியம். உங்களால் உங்களுடைய அறைக்குள் சென்று கதவை அடைத்துக் கொள்ள முடியும். வேலை முடிந்த பிறகு வீட்டுக்குச் சென்றுவிட முடியும்.

பெரும்பாலான நேரங்களில், உங்களைப் பற்றி மற்றவர்கள் எதிர்மறையாகச் சிந்தித்துக் கொண்டிருக்கிறார்கள் என்பதையே நீங்கள் அறியாமல் இருப்பீர்கள். ஆனால், குடும்ப உறுப்பினர்கள்? அது முற்றிலும் வேறொரு விஷயம். அவர்கள் உங்கள் வாழ்நாள் முழுவதும் உங்களுடன் இருக்கப் போகிறவர்கள்.

குடும்ப உறுப்பினர்கள் தங்களுடைய அபிப்பிராயங்களை உங்களுடைய முகத்தில் அடித்தாற்போலச் சொல்லிவிடுவர். விடுமுறைகளின்போது, நீங்கள் வீட்டிற்குத் திரும்பவில்லை என்றால் அவர்கள் உங்கள்மீது கோபம் கொள்வர். நீங்கள் ஏன் இன்னும் திருமணம் செய்து கொள்ளாமல் இருக்கிறீர்கள் என்று அவர்கள் உங்களை நச்சரித்துக் கொண்டே இருப்பார்கள். கல்லூரிப் படிப்பை நீங்கள் பாதியில் நிறுத்தினால், நீங்கள் உங்களுடைய முழு வாழ்க்கையையும் தொலைத்துவிட்டீர்கள் என்று அவர்கள் உங்களைச் சாடுவர். உங்களுக்கு சகவாசம் சரியில்லை என்று அவர்கள் உங்களைக் குற்றம் சாட்டுவர். நீங்கள்

காதலித்துக் கொண்டிருக்கும் நபரைத் தங்களுக்குப் பிடிக்கவில்லை என்று அவர்கள் வெளிப்படையாகச் சொல்லிவிடுவர். ஒரு தொழிலைத் தொடங்குவதற்காக நீங்கள் உங்கள் வேலையைத் துறந்தால் அது அவர்களுக்குப் பிடிக்காது. நீங்கள் உங்களையும் உங்கள் உடலையும் இன்னும் மேம்பட்ட முறையில் கவனித்துக் கொள்ள வேண்டுமென்று அவர்கள் எதிர்பார்ப்பதோடு, அதை வெளிப்படையாக உங்களிடம் சொல்லவும் செய்வர்.

உங்கள் குடும்பத்தார் உங்கள் மகிழ்ச்சியையும் வெற்றியையும் பங்கு போட்டுக் கொள்வதால், அது குறித்து அவர்கள் கடுமையாக நடந்து கொள்வதோடு, தயவு தாட்சண்யம் பார்க்காமல் உங்கள் முகத்திற்கு எதிராகவே அவர்கள் அதைக் கூறிவிடுவர். பெரும்பாலான நேரங்களில், குடும்ப உறுப்பினர்கள், தாங்கள் உங்கள்மீது கொண்டுள்ள அக்கறையை உங்களை உந்தித் தள்ளுவதன் மூலம் வெளிப்படுத்துவர். நீங்கள் சரியான பாதையில் சென்று கொண்டிருக்கவில்லை என்று அவர்கள் கருதினால், அதை அவர்கள் உங்களிடம் தெரிவிக்க ஒருபோதும் தயங்க மாட்டார்கள்.

ஆனால், பல நேரங்களில், அக்கறை காட்டுதல் என்ற எல்லையைக் கடந்து, கட்டுப்படுத்துதல் என்ற நிலையை அவர்கள் அடைந்துவிடுகின்றனர்.

நீங்கள் பிறந்ததிலிருந்தே உங்களைப் பற்றி அவர்களுக்கு அபிப்பிராயங்கள் இருந்து வருகின்றன. அவர்களுக்கு உங்களைப் பற்றி நீண்டகாலமாகவே தெரியும். உங்களுக்கு எது நல்லது என்பது தங்களுக்குத் தெரியும் என்று அவர்கள் நம்புவதால், உங்களைப் பற்றிய அபிப்பிராயங்களைக் கொண்டிருக்கத் தங்களுக்கு உரிமை இருப்பதாக அவர்கள் கருதுகின்றனர்.

அத்துடன், உங்கள் குடும்பத்தில் இருக்கின்ற ஒவ்வொருவருக்கும் மற்றொருவர் குறித்தும், ஒரு குடும்பம் எப்படி இயங்க வேண்டும் என்பது குறித்தும் சில நம்பிக்கைகளும் எதிர்பார்ப்புகளும் இருக்கும். நீங்கள் இந்தக் குடும்ப அமைப்புமுறையின் ஒரு பகுதியாக இருப்பதால்தான், நீங்கள் மேற்கொள்கின்ற எந்தவொரு மாற்றத்திற்கும் உங்கள் குடும்ப உறுப்பினர்கள் ஒரு தீவிரமான விதத்தில் எதிர்வினையாற்றுகின்றனர். நீங்கள் மேற்கொள்கின்ற எந்தவொரு மாற்றமும் மொத்தக் குடும்ப அமைப்புமுறையின் ஊடாக நேர்மறையான அல்லது எதிர்மறையான அதிர்வலைகளை ஏற்படுத்தும்.

இந்த ஆழமான பிணைப்பை அறிந்து வைத்திருப்பது, அதை ஒரு மேம்பட்ட முறையில் கையாள உங்களுக்கு உதவும்.

அந்த முறை சரியானது என்றோ, அவர்களுடைய எதிர்பார்ப்புகள் நியாயமானவை என்றோ நான் கூற வரவில்லை. நடைமுறை எதார்த்தம் எப்படி இருக்கிறது என்பதைச்

சுட்டிக்காட்டவே அதை நான் விரிவாக விளக்கினேன்.

எடுத்துக்காட்டாக, நீங்கள் உங்களுடைய வாழ்க்கைத் துணைவரிடமிருந்து விவாகரத்து பெறுவதென்று தீர்மானித்தால், உங்களுடைய மதத்திற்கு வெளியேயுள்ள ஒருவரைத் திருமணம் செய்து கொள்ள முடிவு செய்தால், வழமையிலிருந்து விலகியிருக்கின்ற ஒரு வேலைத் துறையைத் தேர்ந்தெடுத்தால், வேறுபட்ட அரசியல் சித்தாந்தத்தைப் பின்பற்றினால், அது உங்கள் குடும்பத்திற்குள் பெரும் அதிர்வலைகளை ஏற்படுத்தும். ஏனெனில், அப்படிச் செய்வதன் மூலம், நீங்கள் உங்களுடைய வாழ்க்கையை எப்படி வாழ வேண்டும் என்பது குறித்து உங்கள் குடும்ப உறுப்பினர்கள் ஒவ்வொருவரும் கொண்டிருக்கின்ற எதிர்பார்ப்பை நீங்கள் மீறுகிறீர்கள்.

நீங்கள் உங்களுடைய முந்தைய உறவிலிருந்து பெற்றெடுத்துள்ள குழந்தைகளை இந்தக் குடும்ப அமைப்புக்குள் நுழைக்கும்போதோ அல்லது ஏற்கனவே குழந்தை குட்டிகளுடன் இருக்கின்ற உங்களுடைய குடும்பத்திற்குள் ஒரு புதிய வாழ்க்கைத் துணைவரை அழைத்து வரும்போதோ, அக்குடும்பம் பேரதிர்ச்சிக்கு உள்ளாகும். இறுதியில் அது அக்குடும்பத்திற்கு நல்லதாகவும் முடியலாம், கெடுதலாகவும் முடியலாம். அதுபோன்ற மாபெரும் மாற்றங்களை ஜீரணித்துக் கொள்வது அதன் பழைய உறுப்பினர்களுக்கும் புதிய உறுப்பினர்களுக்கும் கஷ்டமாக இருக்கும். ஒரே நாளில் திடீரென்று விரிவாகிவிட்டுள்ள குடும்பத்தை ஏற்றுக் கொள்வது குறிப்பாகக் குழந்தைகளுக்கு ஒரு மிகப் பெரிய சவாலாக இருக்கும்.

ஒரு மாற்றாந்தாயாகவோ அல்லது மாற்றாந்தந்தையாகவோ செயல்படுவதிலுள்ள சவால்களைச் சமாளிக்க, 'அவர்களை அவர்கள் போக்கில் விடுங்கள்' கோட்பாடு பெரிதும் உதவும். அது போன்ற சூழலில் நீங்கள் பொறுப்புடன் ஒரு வளர்ந்த நபராக நடந்து கொள்ள வேண்டும். அவர்கள் உங்களை ஓர் அச்சுறுத்தலாகப் பார்க்கிறார்களா? அதை அனுமதியுங்கள். அவர்கள் உணர்ச்சிக் கொந்தளிப்புடன் இருக்கிறார்களா? இருந்துவிட்டுப் போகட்டும்.

குறிப்பாக, மாற்றாங்குழந்தைகள் புரிதலுடனும் இரக்கத்துடனும் நயத்துடனும் நடத்தப்பட வேண்டும் என்பதை நீங்கள் உணர்ந்து கொள்ள வேண்டும். தங்கள் வாழ்க்கைக்குள் திடீரென்று நுழைந்துள்ள ஒரு புதிய வளர்ந்த நபரை ஏற்றுக் கொள்ளக் கற்றுக் கொள்ள அவர்கள் முயற்சி செய்து கொண்டிருப்பதோடு கூடவே, தங்கள் வாழ்விலிருந்து வெளியேறியுள்ள ஒரு நபருக்காகத் துக்கம் அனுசரித்துக் கொண்டும் இருப்பார்கள் என்பதை நீங்கள் மறந்துவிடக்கூடாது.

நீங்கள் எந்த அளவுக்குப் புரிதலுடனும் இரக்கத்துடனும் நடந்து கொள்கிறீர்களோ, அந்த அளவுக்கு, மாற்றம் நிகழ்வதற்கு

ஏற்ற ஒரு சூழலை அங்கு உங்களால் உருவாக்க முடியும்.

அது கடினமானதுதான். ஆனால், 'அவர்களை அவர்கள் போக்கில் விடுங்கள்' கோட்பாட்டின் உதவியுடனும் இந்த அத்தியாயத்தில் கூறப்பட்டுள்ள மற்றோர் உத்தியின் உதவியுடனும் உங்களால் இதைச் சமாளித்துவிட முடியும்.

குடும்பம் என்று வரும்போது, உங்களுடைய குடும்ப உறுப்பினர்கள் தங்களுடைய சொந்த அபிப்பிராயங்களைக் கொண்டிருப்பதற்கு உரிமை இருக்கிறது. ஆனால், அதற்காக, நீங்கள் வாழ்வதற்கான உங்களுடைய மொத்த உரிமையையும் நீங்கள் அவர்களிடம் அடகு வைக்கத் தேவையில்லை. அவர்களுடைய அபிப்பிராயங்கள் சரியானவையா இல்லையா என்பது இங்கு முக்கியமல்ல. அந்த அபிப்பிராயங்களுடன் நீங்கள் எப்படி உங்களைப் பொருத்திக் கொள்கிறீர்கள் என்பதுதான் முக்கியம்.

நீங்கள் நேசிக்கின்ற நபர்கள் நீங்கள் வாழ்க்கை நடத்துகின்ற விதத்தோடு ஒத்துப் போகவில்லை என்றால் என்ன செய்ய வேண்டும்?

அவர்களுடைய அபிப்பிராயங்களை மாற்ற முயலாதீர்கள். அவற்றைக் கொண்டிருப்பதற்கு அவர்களுக்கு இருக்கின்ற சுதந்திரத்தை மதியுங்கள். உங்களைப் பற்றி எப்படி வேண்டுமானாலும் சிந்திப்பதற்கு அவர்களுக்கு இருக்கின்ற உரிமையை மதியுங்கள். உங்களையோ அல்லது நீங்கள் நேசிக்கின்ற நபரையோ விரும்பாமல் இருப்பதற்கு அவர்களுக்கு இருக்கின்ற சுதந்திரத்தை மதியுங்கள்.

கண்ணோட்டப் புள்ளி

என் தோழியும் பெரும் தொழிலதிபருமான லிசா பிலியு, 'கண்ணோட்டப் புள்ளி' என்ற ஒரு கருத்தாக்கத்தை என்னுடன் பகிர்ந்து கொண்டார்.

நீங்கள் யாராக இருக்கிறீர்கள், நீங்கள் யாரை நேசிக்கிறீர்கள், நீங்கள் எதை நம்புகிறீர்கள், நீங்கள் எப்படி உங்களுடைய வாழ்க்கையை நடத்திக் கொண்டிருக்கிறீர்கள் என்பன போன்றவற்றை அங்கீகரிக்காத ஒருவரைக் கையாள்வதற்கான ஓர் உத்திதான் கண்ணோட்டப் புள்ளி.

இதை நானும் எதிர்கொண்டுள்ளேன். உங்களுக்கும் இதுபோன்ற ஓர் அனுபவம் ஏற்பட்டிருக்கலாம்.

நான் என்னுடைய வலையொலிப்பதிவு நிகழ்ச்சிக்காக லிசாவைப் பேட்டி கண்டேன். அப்போது கண்ணோட்டப் புள்ளி பற்றி அவர் குறிப்பிட்டார். "ஒருவர் ஒரு விஷயத்தைப் பார்க்கின்ற கோணத்தைப் புரிந்து கொள்ள முயல்வது," என்று

கண்ணோட்டப் புள்ளிக்கு விளக்கமளிக்கலாம். அது, 'அவர்களை அவர்கள் போக்கில் விடுங்கள்' கோட்பாட்டுடன் கச்சிதமாகப் பொருந்திப் போகிறது என்பது வியப்பான ஒரு செய்தி.

இது தொடர்பான ஓர் எடுத்துக்காட்டை நான் என்னுடைய சொந்த வாழ்க்கையிலிருந்து கொடுக்கிறேன். என் கணவர் கிறிஸ்ஸை முதன்முதலாக நான் சந்தித்தபோது, நான் உடனடியாக அவர்மீது காதல் வயப்பட்டேன். தன்னைத் திருமணம் செய்து கொள்ள எனக்குச் சம்மதமா என்று அவர் என்னிடம் கேட்டபோது நான் மகிழ்ச்சியின் உச்சிக்கே சென்றுவிட்டேன். ஆனால், என் அம்மா அது குறித்து நான் எதிர்பார்த்திருந்த அளவு மகிழ்ச்சியடையவில்லை.

நான் இது குறித்து என் அம்மாவிடம் மனம்விட்டுப் பேசினேன். என் தேர்ந்தெடுப்பு குறித்து அவர் உற்சாகம் கொள்ள வேண்டும் என்று நான் விரும்பினேன் என்பதை நான் அவரிடம் தெரிவித்தேன். எனக்குக் கணவராக வரவிருந்தவரைத் தானே தேர்ந்தெடுத்திருந்ததுபோல என் அம்மா நடந்து கொள்ள வேண்டும் என்று நான் அவரிடம் கோரிக்கை வைத்தேன்.

அதற்கு அவர், "நான் அவரைத் தேர்ந்தெடுக்கவில்லை. இது குறித்து நானே முடிவெடுக்கின்ற நிலையில் இருந்தால், நான் அவரை உனக்காகத் தேர்ந்தெடுத்திருக்க மாட்டேன். அதனால், நீ கோருவதைப்போல என்னால் நடந்து கொள்ள முடியாது," என்று கூறிவிட்டார்.

அதைக் கேட்டு நான் கடுங்கோபம் கொண்டேன். அதே நேரம், என் அம்மாவை என் வாழ்விலிருந்து முழுமையாக வெட்டிவிட நான் விரும்பவில்லை. உண்மையில், அச்சூழ்நிலையை எப்படிக் கையாள்வது என்பது எனக்குத் தெரியவில்லை. ஒரு புறம், நான் கிறிஸ்மீது தலைகால் புரியாத காதலில் விழுந்திருந்தேன், அவரை என் ஆத்மநாயகனாக வரித்திருந்தேன். என் அம்மாவோ, "அவரை நான் ஒருக்காலும் உனக்காகத் தேர்ந்தெடுத்திருக்க மாட்டேன்," என்று அடம் பிடித்தார்.

என் அம்மாவின் எதிர்ப்பையும் மீறி நான் கிறிஸ்ஸைத் திருமணம் செய்து கொண்டேன். அதன் காரணமாக எனக்கும் என் அம்மாவுக்கும் இடையே பல ஆண்டுகளாக ஒரு சிக்கலான உறவுதான் நிலவி வந்தது. கிறிஸ்ஸைப் பற்றி என் அம்மா கூறியிருந்ததை என்னால் மறக்க முடியவில்லை. அதை எப்படி விட்டுத்தள்ளுவது என்பதும் எனக்குப் புரியவில்லை.

எங்களுக்கு இடையே இருந்த இறுக்கம் காலப்போக்கில் தளர்ந்தது. முப்பது ஆண்டுகளுக்குப் பிறகு, என் அம்மா, கிறிஸ்ஸைக் கொண்டாடத் தொடங்கினார். "கிறிஸ், நீங்கள்தான் என்னுடைய மருமகன்களிலேயே எனக்கு மிகவும் பிடித்தமானவர்," என்று அவரைக் கிண்டல் செய்யும் அளவுக்கு என் அம்மா மாறிப் போனார். (கிறிஸ்தான் அவருக்கு ஒரே மருமகன்!)

இதை நான் எப்படிக் கையாண்டேன்? சமீபத்தில், 'அவர்களை அவர்கள் போக்கில் விடுங்கள்' கோட்பாட்டையும், இந்தக் கண்ணோட்டப் புள்ளி உத்தியையும் நான் சேர்த்துப் பயன்படுத்தத் தொடங்கியபோதுதான், என் அம்மா ஏன் எப்படி நடந்து கொண்டிருந்தார்கள் என்பதை நான் புரிந்து கொண்டேன். அதன் காரணமாக, நான் என் அம்மாவுடன் கொண்டிருந்த உறவின் இயல்பே மாறிவிட்டது. இப்போதும் அவருடைய அபிப்பிராயங்களோடு நான் ஒத்துப் போகாத சமயங்களில் நான் அவருக்குப் போதுமான இடத்தை அளிப்பதற்கு அது எனக்குத் தொடர்ந்து கைகொடுத்து வருகிறது.

என்னால் என்னுடைய அம்மாவின் கண்ணோட்டத்திலிருந்து பார்க்க முடிந்தால், நான் ஏன் கிறிஸ்ஸைத் திருமணம் செய்து கொள்ளக்கூடாது என்று அவர் கூறினார் என்பதை என்னால் புரிந்து கொள்ள முடியும். கிறிஸ், அமெரிக்காவின் கிழக்குக் கடற்கரைப் பகுதியைச் சேர்ந்தவர். என் அம்மாவும் அப்பாவும் மத்திய அமெரிக்கப் பகுதியில் வசித்து வந்தனர். அதனால், நான் கிறிஸ்ஸைத் திருமணம் செய்து கொண்டால், என் பெற்றோரின் ஊருக்கு அருகே என்னால் வசிக்க முடியாமல் போய்விடும் என்று அவர் பயந்தார்.

என் அம்மா என் அப்பாவைத் திருமணம் செய்து கொண்ட பிறகு, ஒருபோதும் தன்னுடைய பெற்றோரின் வசிப்பிடத்திற்கு அருகே வசித்திருக்கவில்லை. திருமணத்திற்கு முன்பு என் அம்மா தன் பெற்றோருடன் நியூயார்க் மாநிலத்திலுள்ள ஒரு பண்ணை வீட்டில் வசித்து வந்தார். அவர் கேன்சஸ் நகருக்குக் கல்லூரிப் படிப்பிற்காகச் சென்றபோது, அங்கு அவர் என் அப்பாவிடம் காதல் வயப்பட்டார். அவர் தன்னுடைய பத்தொன்பதாவது வயதில் மணமுடித்ததோடு, என்னையும் பெற்றெடுத்தார்.

என் அம்மாவும் அப்பாவும் அப்படித் திட்டமிட்டிருக்கவில்லை என்றாலும், அதுதான் நடந்தது. என் அம்மா என்னை உண்டாகியிருந்தபோது, அது தெரிய வந்தவுடன், என் அப்பாவின் அம்மா, என் பத்தொன்பது வயது அம்மாவிடம், "நீ என் மகனின் வாழ்க்கையை நாசமாக்கியிருக்கவில்லை என்று நான் நம்புகிறேன்," என்று கூறினார்.

என் அம்மாவும் அப்பாவும் சிறு வயதிலேயே சொந்தமாக ஒரு குடும்பத்தை அமைத்துக் கொண்டு வாழ்ந்தபோது, அவர்களுக்கு ஆதரவாக அவர்களுடைய குடும்பம் எதுவும் அருகே இருக்கவில்லை என்பதை நினைத்தபோது நான் அவர்களுக்காக வருந்தினேன்.

என் அம்மா தன் பெற்றோரிடமிருந்து வெகுதூரம் தள்ளி வாழ்ந்து கொண்டிருந்த அனுபவத்தின் அடிப்படையில் தன்னுடைய கண்ணோட்டப் புள்ளியை அமைத்துக் கொண்டிருந்தார்.

என் அப்பா தன்னுடைய மருத்துவப் படிப்பை முடித்தப் பிறகு, அவர்கள் இருவரும் மிச்சிகனில் குடியேறினர். அதனால், நான் மிக அபூர்வமாகவே என் தாத்தாக்களையும் பாட்டிகளையும் பிற உறவினர்களையும் பார்த்தேன். என் அம்மா, என் அப்பா, நான், என் தம்பி ஆகியோர் மட்டுமே அடங்கிய ஓர் உலகத்திற்குள் என் அம்மா ஒடுங்கிப் போனார்.

அதனால், நான் கிழக்குக் கடற்கரைக்குக் கல்லூரிப் படிப்பிற்காகச் சென்றபோது, நான் மீண்டும் ஒருபோதும் வீட்டிற்குத் திரும்பி வரப் போவதில்லை என்ற பயம் என் அம்மாவிடம் தூண்டப்பட்டிருந்திருக்க வேண்டும். நான் நியூயார்க்கைச் சேர்ந்த கிறிஸ்ஸைக் காதலிக்கத் தொடங்கியவுடன், அவருக்கு அந்த பயம் மேலும் அதிகரித்தது.

என் அம்மா பயந்ததுபோலவே நடந்தும் விட்டது. அப்படி நடக்கக்கூடாது என்பதற்காக, நான் மிச்சிகனில் இருந்த யாரேனும் ஒருவரைத் திருமணம் செய்து கொள்ள வேண்டும் என்று அவர் ஆசைப்பட்டார். முப்பது ஆண்டுகளுக்கு முன்பு நான் கிறிஸ்ஸைச் சந்தித்தபோது, என் அம்மாவின் கண்ணோட்டப் புள்ளியைப் பற்றி நான் யோசித்துக் கொண்டிருக்கவில்லை. அவர் கிறிஸ்ஸை நிராகரித்ததால், அவர் எனக்கு ஆதரவாக நடந்து கொள்ளவில்லை என்று நான் அவர்மீது கோபம் கொண்டேன்.

இப்போது என்னால் அவருடைய பயத்தையும், அவர் ஏன் அவ்வாறு நடந்து கொண்டார் என்பதையும் புரிந்து கொள்ள முடிகிறது.

தன் மகள் யாரோ ஒருவனைத் திருமணம் செய்து கொண்டு வெகுதூரம் தள்ளிச் சென்று வாழத் தொடங்கிவிடுவாள் என்ற நிலை என் அம்மாவுக்கு எவ்வளவு கடினமானதாக இருந்திருக்கும் என்பதையும் இப்போது என்னால் புரிந்து கொள்ள முடிகிறது. என் மகள்களும் என் மகனும் இதே போன்றதொரு காரியத்தைச் செய்யக்கூடாது என்றுதான் ஓர் அம்மா என்ற முறையில் நானும் விரும்புவேன்.

எடுத்துக்காட்டாக, என் மகள் ஐரோப்பாவிலுள்ள எவரையோ காதலித்துத் திருமணம் செய்து கொண்டு பாரீஸில் வசிக்க வேண்டி வந்தால், அது அவளுக்கு மகிழ்ச்சியைக் கொடுக்கும் என்றால் அதை அவள் செய்துதான் ஆக வேண்டும். ஆனால், அது என்னுடைய தேர்ந்தெடுப்பாக இருக்குமா என்று கேட்டால், இல்லை என்பதுதான் பதிலாக இருக்கும். இது ஒரு தாய் தன் மகளுக்கு ஆதரவளிக்காதிருப்பதுபோலவும், அவளைக் கட்டுப்படுத்துவதுபோலவும் தோன்றலாம். ஆனால், அனைத்துப் பெற்றோர்களும் தங்கள் குழந்தைகள் விஷயத்தில் இதைத்தான் விரும்புவர். இங்கு என்னுடைய அபிப்பிராயம் எதிர்மறையானதாக இருக்கலாம். ஆனால், நான் அப்படித்தான் உணர்வேன். அப்படிப்பட்ட அபிப்பிராயத்தைக்

கொண்டிருப்பதற்கு என்னை நான் அனுமதிக்க வேண்டும். என் மகளைக் கேட்டால், நான் அவளுக்கு ஆதரவாக இல்லை என்றே அவள் இதைப் பார்ப்பாள்.

அதே கண்ணோட்டத்தை நான் என் அம்மாவுக்கு விஸ்தரித்தால், நான் கிறிஸ்ஸை மணப்பதை அவர் விரும்பாதிருந்த அவருடைய அபிப்பிராயத்தை நான் மதித்தாக வேண்டும். அவருடைய கண்ணோட்டத்தைப் புரிந்து கொள்வதற்கு, 'அவர்களை அவர்கள் போக்கில் விடுங்கள்' கோட்பாடு எனக்கு உதவியது.

என் அம்மாவின் தயக்கம் உண்மையில் ஒரு துக்கம் என்பதை இப்போது நான் புரிந்து கொண்டுள்ளேன். அவருடைய எண்ணம் தவறானதன்று. அதே நேரத்தில், என்னுடைய முடிவும் தவறானது என்று கூற முடியாது.

நாங்கள் வெவ்வேறு கண்ணோட்டப் புள்ளிகளைக் கொண்டிருந்ததுதான் அதற்குக் காரணம்.

அவருடைய கண்ணோட்டத்தில் விஷயங்களை என்னால் பார்க்க முடிந்தபோது, எங்களுடைய உறவு மேம்பட்டது. இப்போது எங்களுக்கிடையே அதிகார இழுபறி எதுவும் இல்லை, புரிந்துணர்வு மட்டுமே உள்ளது.

இதுபோன்ற சூழல்களைச் சுமூகமாகக் கையாள்வது கடினமானதாக இருப்பதற்குக் காரணம், அதில் ஈடுபட்டுள்ள இருவருமே தாங்கள் சரியாகச் செயல்பட்டிருப்பதாக நம்புவதுதான். தங்களுடைய கண்ணோட்டப் புள்ளியின்படி தங்களுடைய அபிப்பிராயம்தான் சரியானது என்று அவர்கள் இருவருமே நினைப்பர்.

'அவர்களை அவர்கள் போக்கில் விடுங்கள்' கோட்பாட்டைப் பயன்படுத்துகின்றபோது, இரண்டு அப்பிராயங்களும் சரியானவையே என்ற புரிதலுக்கும் ஏற்றுக் கொள்ளுதலுக்கும் அங்கு இடம் கிடைத்துவிடுகிறது. ஆழமான தொடர்பு, நேர்மை, அன்பு ஆகியவற்றுக்கான இடமும் அங்கு உருவாகிவிடுகிறது.

நம்முடைய உணர்ச்சிகளை ஓர் ஓரமாக ஒதுக்கி வைத்துவிட்டு, மற்றொருவருடைய கண்ணோட்டத்தில் விஷயங்களைப் பார்ப்பதற்கு அசாதாரணமான மனப்பக்குவம் தேவைப்படும். ஒருவர் உங்களை நேசிக்கின்ற அதே நேரத்தில், உங்களுக்கு வருத்தம் ஏற்படுத்தக்கூடிய அபிப்பிராயங்களைக் கொண்டிருக்கவும் கூடும் என்பதை ஜீரணித்துக் கொள்வது உண்மையில் கடினமானதுதான்.

இது உங்கள் வாழ்க்கையில் நிகழ்கின்றபோது அதற்கு எப்படி எதிர்வினையாற்றுவது என்பது ஒருவருடைய தனிப்பட்ட விருப்பம். உங்கள் குடும்பத்திலுள்ள ஒருவர் உங்களை எடைபோட்டுக் கொண்டிருக்கின்றபோது நீங்கள் அதற்கு எப்படி எதிர்வினையாற்ற வேண்டும் என்பதை என்னால் கூற முடியாது.

அச்சூழலை எப்படிக் கையாள வேண்டும் என்ற தீர்மானத்திற்கு வருவதற்கு உங்களுக்கு உதவக்கூடிய கருவிகளை என்னால் உங்களுக்கு வழங்க முடியும்.

அந்த நபர் உங்கள் வாழ்க்கையில் தொடர்ந்து இருந்து கொண்டிருக்க வேண்டும் என்று நீங்கள் விரும்புகிறீர்களா? அப்படியெனில், 'அவர்களை அவர்கள் போக்கில் விடுங்கள்' கோட்பாடு உங்களுக்கு அதற்கான இடத்தைப் பெற்றுத் தரும். மற்றவர்கள் தங்களுடைய சொந்த முடிவுக்கு வருவதற்கு இடமளித்து, அவர்களை இரக்கத்துடனும் அன்புடனும் நீங்கள் அணுகினால், காலப்போக்கில் அவர்கள் உங்களைப் பற்றிய அபிப்பிராயங்களைத் தாங்களாகவே மாற்றிக் கொள்வர் என்பதை என்னுடைய சொந்த அனுபவங்களிலிருந்தும், இந்த நூலுக்காக நான் மேற்கொண்ட ஆய்வுகளிலிருந்தும், பிறருடைய அனுபவங்களிலிருந்தும் நான் கண்டறிந்துள்ளேன்.

மற்றவர்கள் அவர்களுடைய சொந்த அபிப்பிராயங்களை வைத்துக் கொள்ளட்டும். அதற்கு எப்படி எதிர்வினையாற்றுவது என்பதில் மட்டும் நீங்கள் கவனத்தைக் குவியுங்கள். கண்ணோட்டப் புள்ளி உத்தியை நீங்கள் பயன்படுத்துகிறீர்கள் என்பதற்காக மற்றவர்கள் தங்களுடைய அபிப்பிராயங்களை மாற்றிக் கொள்ளப் போவதில்லை. ஆனால், அவர்களுடனான உங்கள் உறவை அது கண்டிப்பாக ஆழப்படுத்தும்.

ஒரே நேரத்தில் இரண்டு வெவ்வேறு விஷயங்கள் உண்மையாக இருப்பதற்கான இடத்தை உருவாக்க அது உங்களுக்கு உதவும். அந்த இடத்தில் அன்பு குடியேற வாய்ப்புள்ளது. உங்கள் பெற்றோர் குறித்து எரிச்சலடைவதும், அவர்களால் மன வேதனை அடைவதும் எளிது. அதற்காக அவர்கள்மீது பழி போடுவதும் சுலபம்.

அதேபோல, உங்களுடைய உடன்பிறப்புகள்மீது, விவாகரத்து பெற்றுள்ள பெற்றோர்கள்மீது, உங்களுடைய மாமியார்மீது, மாற்றாந்தாய் அல்லது மாற்றாந்தந்தைமீது, வளர்ந்த உங்களுடைய குழந்தைகள்மீது எரிச்சலும் விரக்தியும் அடைவதும் எளிது. நீங்கள் அவர்களுடைய கண்ணோட்டங்களைப் புரிந்து கொள்ளாமல் இருப்பதைத் தேர்ந்தெடுப்பதும் எளிது.

மக்கள், முக்கியமாக உங்கள் குடும்பத்தார், எப்படி இருக்கிறார்களோ, அப்படியே அவர்களை ஏற்றுக் கொள்ளப் போகிறீர்களா அல்லது உங்களுக்கு இடையே ஓர் இடைவெளியை உருவாக்கிக் கொள்ளப் போகிறீர்களா என்பதை நீங்கள் தீர்மானித்தாக வேண்டும். குடும்ப உறுப்பினர்களில் ஒரே ஒருவர் மாறினாலே அது குடும்ப உறவுக்குள் பெரும் மாற்றத்தை ஏற்படுத்தும். அந்த ஒருவராக நீங்கள் ஏன் இருக்கக்கூடாது?

'அவர்களை அவர்கள் போக்கில் விடுங்கள்' கோட்பாட்டை எனக்குப் பிடித்திருப்பதற்கான ஒரு காரணம், நீங்கள் உங்களை

மேம்படுத்திக் கொள்கின்றபோது உங்களுடைய உறவுகள் அனைத்தும், குறிப்பாகக் குடும்ப உறவுகள் அனைத்தும், மேம்படுகின்றன என்பதுதான். இதை நான் என்னுடைய குடும்பதில் கண்கூடாகக் கண்டுள்ளேன்.

முன்பு எனக்கு மன அழுத்தத்தைக் கொடுத்துக் கொண்டிருந்த விஷயங்கள் இனியும் எனக்கு மன அழுத்தத்தைக் கொடுக்கவில்லை. மற்றவர்களின் உணர்ச்சிக் கொந்தளிப்பு நாடக அரங்கேற்றங்களுக்குள் இனியும் நான் ஒரு பாத்திரம் வகித்துக் கொண்டிருக்கவில்லை. என்னைக் குறித்து நான் பெருமை கொள்கின்ற விதத்தில் எப்படி வாழ்வது என்பதில்தான் நான் என் கவனத்தைக் குவித்துக் கொண்டிருக்கிறேன்.

என் குடும்ப உறுப்பினர்களுடன் ஒரு நெருக்கமான உறவைக் கொண்டிருப்பதும், அதைத் தக்கவைத்துக் கொள்வதும் எனக்கு முக்கியமானது என்பதில் நான் உறுதியாக இருக்கிறேன். அதனால், அவர்களை உள்ளடக்கிய, என் கட்டுப்பாட்டில் இல்லாத சூழல்கள் குறித்து அலட்டிக் கொள்வதன் மூலம் நான் என் நேரத்தையும் ஆற்றலையும் வீணாக்க விரும்பவில்லை.

இந்த அடிப்படை உண்மையை நீங்கள் ஒருபோதும் மறக்கக்கூடாது: நீங்கள் நேசிக்கின்ற நபர்களுடன் நீங்கள் செலவிடப் போகின்ற காலம் உண்மையிலேயே மிகவும் குறைவானது. உங்களுடைய பெற்றோர் நிரந்தரமாக உங்களுடன் இருக்கப் போவதில்லை என்பதை ஒரு கட்டத்தில் நீங்கள் உணர்ந்து கொள்வீர்கள்.

பொதுவாக, மக்கள் தங்களை ஆழமாக அறிந்து கொள்ளவோ அல்லது தங்களுடைய உளவியல் பிரச்சனைகளை அறிந்து கொள்ளவோ மெனக்கெடுவதில்லை.

உங்களுடைய எதிர்பார்ப்புகளைப் பூர்த்தி செய்யாத நிலையில் உங்களுடைய பெற்றோர் இருந்தால், அவர்களை அப்படியே ஏற்றுக் கொள்ளுங்கள். உங்களுடைய குடும்ப வாழ்க்கை எப்போதுமே ஒரு சொர்க்க வாழ்க்கையாக இருக்க வேண்டியதில்லை. உங்களுடன் உறவாடுபவர்கள் அனைவரும் தங்களுடைய சொந்த அனுபவங்களின் அடிப்படையிலும், தங்களுக்கு இருக்கின்ற வளவசதிகளைப் பொறுத்தும் தங்களால் முடிந்த அளவு சிறப்பாகச் செயல்பட முயற்சி செய்கின்றனர். அவர்கள் குறித்து அடுத்து நீங்கள் என்ன செய்ய வேண்டும் என்பதை நீங்கள்தான் தேர்ந்தெடுக்க வேண்டும்.

அதற்காக, நடந்த எல்லாவற்றையும் நீங்கள் நியாயப்படுத்த வேண்டும் என்று நான் கூற வரவில்லை. நீங்கள் இப்போது நடத்தப்பட்டுக் கொண்டிருப்பதைவிட மேம்பட்ட விதத்தில் நடத்தப்பட நீங்கள் தகுதியானவர் அல்லர் என்று நான் கூற வரவில்லை. எல்லோரும், குறிப்பாக, குடும்பத்திலுள்ளவர்கள், ஆதரவுடனும் அன்புடனும் நடத்தப்படுவதற்குத்

தகுதியானவர்கள்தாம்.

ஆனால், பெரும்பாலானவர்கள், தங்களைப் புரிந்து கொள்வதற்கோ, தங்களுடைய கடந்தகால வேதனைகளைக் குணப்படுத்திக் கொள்வதற்கோ, தங்களுடைய உணர்ச்சிகளைத் தங்களுடைய கட்டுப்பாட்டில் வைத்துக் கொள்வதற்கோ முயற்சி செய்வதில்லை என்பதே உண்மை. அப்படி இருக்கும்போது, உங்களை எப்படிச் செம்மையாக நடத்த வேண்டும் என்பதை அவர்கள் எப்படி அறிந்திருக்கப் போகிறார்கள்?

இதை நீங்கள் புரிந்து கொள்கின்றபோது, உங்கள் வாழ்க்கையில் தேர்ந்தெடுப்பதற்கு உங்களுக்கு ஒரு வாய்ப்பு கிடைக்கிறது.

உங்கள் குடும்பத்தில் இருப்பவர்கள் இப்போது எப்படி இருக்கிறார்களோ அப்படியே இருந்துவிட்டுப் போகட்டும். உங்கள் அப்பா மாறப் போவதில்லை. உங்கள் அம்மா மாறப் போவதில்லை. உங்கள் மாமியாரும் மாமனாரும், உங்களுடைய பிற நெருங்கிய உறவினர்களும் மாறப் போவதில்லை. உங்களால் மாற்றப்படக்கூடிய ஒரே நபர் நீங்கள் மட்டும்தாம்.

'அவர்களை அவர்கள் போக்கில் விட்டுவிடு!' என்று உங்களுக்கு நீங்களே கூறிக் கொள்கின்றபோது, அவர்கள் எப்படி இருக்கிறார்களோ அப்படியே நீங்கள் அவர்களைப் பார்ப்பீர்கள். அது உங்களுடைய வாழ்க்கையில் முதன்முறையாகக்கூட இருக்கலாம். அவர்களும் மனிதர்கள்தாம். நடந்து முடிந்த விஷயங்கள்மீது உங்களுக்கு எந்தக் கட்டுப்பாடும் இல்லை. அவர்கள் யாராக இருக்கிறார்களோ அது குறித்தும் உங்களுக்கு எந்தக் கட்டுப்பாடும் இல்லை. இக்கட்டத்திலிருந்து உங்களால் என்ன செய்ய முடியும் என்பது மட்டுமே உங்கள் கட்டுப்பாட்டில் இருக்கிறது.

ஒரு சூழலின் எதார்த்தத்தை ஏற்றுக் கொள்வது என்பது அதற்கு நீங்கள் அடிபணிந்துவிட்டீர்கள் என்று ஆகிவிடாது. மாறாக, உங்களுடைய வருங்காலத்தை வடிவமைத்துக் கொள்வதற்கான உங்களுடைய அதிகாரத்தை நீங்கள் மீட்டெடுக்கிறீர்கள் என்று அர்த்தம். வளர்ந்தவர்களை வளர்ந்தவர்களாக நடத்துவதற்கு நீங்கள் கற்றுக் கொள்ள வேண்டும், அவர்கள் எப்படி இருக்கிறார்களோ அப்படியே அவர்களை ஏற்றுக் கொள்ள வேண்டும். பிறகு, அதை ஆகச் சிறந்த முறையில் எப்படிக் கையாளலாம் என்று நீங்கள் தீர்மானிக்க வேண்டும். அப்படிச் செய்தால், உங்கள் குடும்ப உறவு மிகச் சிறப்பாக இருக்கும் என்று நான் உங்களுக்கு உத்தரவாதமளிக்கிறேன்.

இந்த ஏற்றுக் கொள்ளுதல், நீங்கள் உங்களுடைய குடும்ப உறுப்பினர்களை இரக்கத்துடன் பார்ப்பதற்கு இட்டுச் செல்லும். அதைவிட முக்கியமாக, ஒரு தனிநபர் என்ற முறையில், நீங்களும் உங்களுடைய சொந்தக் கண்ணோட்டப் புள்ளியைக்

கொண்டிருக்கிறீர்கள் என்பதை நீங்கள் புரிந்து கொள்வீர்கள்.

அதற்கு அடுத்து, உங்கள் விழுமியங்களின் அடிப்படையிலும், நீங்கள் எப்படிப்பட்ட ஒருவராக ஆக விரும்புகிறீர்கள் என்பதன் அடிப்படையிலும், நீங்கள் அவர்களுடன் எந்த மாதிரியான உறவை உருவாக்கிக் கொள்ள விரும்புகிறீர்கள் என்பதை நீங்கள் கண்டுபிடிக்க முயல்வீர்கள்.

அப்போது, நீங்கள் உங்களுடைய குடும்ப உறுப்பினர்களுடன், குற்றவுணர்வின் காரணமாக அல்லாமல், அது உங்களுக்கு முக்கியமானதாக இருக்கின்ற காரணத்தால் நேரம் செலவிடுவீர்கள்.

அப்போது, அவர்களுடைய அபிப்பிராயங்களுக்குப் பயந்து நீங்கள் அதுவரை தவிர்த்து வந்திருந்த கடினமான உரையாடல்களை நீங்கள் மேற்கொள்வீர்கள். அது உங்களைக் குற்றவுணர்விலிருந்து விடுவிக்கும்.

அடுத்தவர்களின் அபிப்பிராயங்கள் குறித்து பயப்படுவது தொடர்பாக இதுவரை நாம் என்ன கற்றுக் கொண்டிருந்தோம் என்பதை இப்போது சுருக்கமாகப் பார்க்கலாம். தற்போது, மற்றவர்களின் அபிப்பிராயம் குறித்த பயம் உங்களைக் கட்டுப்படுத்த நீங்கள் அனுமதித்துக் கொண்டிருக்கிறீர்கள். ‘அவர்களை அவர்கள் போக்கில் விடுங்கள்’ கோட்பாடு, மற்றவர்களின் அபிப்பிராயம் உங்கள் வாழ்க்கையின்மீது அதிகாரம் செலுத்துவதைத் தவிர்ப்பது எப்படி என்பதை உங்களுக்குக் கற்றுக் கொடுத்துள்ளது. நீங்கள் உங்களைப் பற்றிப் பெருமை கொள்ளும் விதமாக உங்கள் வாழ்க்கையை வாழ அது உங்களுக்கு அதிகாரமளிக்கிறது.

1. **பிரச்சனை:** நீங்கள் அடுத்தவர்களின் அபிப்பிராயங்களுக்கு அளவுக்கதிகமான சக்தியை அளிக்கிறீர்கள். மற்றவர்கள் என்ன நினைப்பார்களோ என்ற பயம் உங்கள் தேர்ந்தெடுப்புகளை மட்டுப்படுத்த அனுமதிப்பதன் மூலம் நீங்கள் உங்களுடைய திறமைகளை மட்டுப்படுத்துகிறீர்கள், உங்கள் வாழ்க்கையில் நீங்கள் உண்மையிலேயே எதை விரும்புகிறீர்களோ அதைப் பின்தொடர்ந்து செல்வதற்கு உங்களுக்கு நீங்களே முட்டுக்கட்டை போடுகிறீர்கள், உங்கள் கனவுகளுக்குக் கடிவாளம் போடுகிறீர்கள்.
2. **உண்மை:** நீங்கள் என்ன செய்தாலும் மற்றவர்கள் உங்களைப் பற்றி எதிர்மறையான அபிப்பிராயங்களைக் கொண்டுதான் இருப்பார்கள். அது நடக்கத்தான் செய்யும். அதை உங்களால் கட்டுப்படுத்த முடியாது. மற்றவர்களுடைய அபிப்பிராயங்கள் உங்களைக் கட்டுப்படுத்த அனுமதிப்பது நேர விரயமும் ஆற்றல் விரயமும் மட்டுமே.

3. **தீர்வு:** *மற்றவர்கள் எப்படி விரும்புகிறார்களோ அப்படி அவர்கள் சிந்திக்க அவர்களை நீங்கள் அனுமதிக்கின்றபோது, நீங்கள் எதை விரும்புகிறீர்களோ அதைச் செய்வதற்கான சுதந்திரம் உங்களுக்குக் கிடைக்கிறது. உங்கள் எண்ணங்களும் செயல்நடவடிக்கைகளும் உங்கள் விழுமியங்களோடு ஐக்கியப்பட்டு இருப்பதை நீங்கள் உறுதி செய்கின்றபோது, நீங்கள் உங்களைப் பற்றிப் பெருமை கொள்வீர்கள். நீங்கள் உங்களைப் பற்றிப் பெருமை கொள்கின்றபோது, மற்றவர்கள் உங்களைப் பற்றி என்ன நினைக்கிறார்கள் என்பதை நீங்கள் துளிகூடப் பொருட்படுத்த மாட்டீர்கள்.*

'அவர்களை அவர்கள் போக்கில் விட்டுவிடு!' என்று உங்களுக்கு நீங்களே கூறிக் கொள்கின்றபோது, மற்றவர்கள் உங்களைப் பற்றி எதிர்மறையாகச் சிந்திக்க நீங்கள் அவர்களை அனுமதிக்கிறீர்கள். 'இதற்கு நான் பொறுப்பேற்றுக் கொள்கிறேன்!' என்று நீங்கள் கூறுவதன் மூலம், எல்லாவற்றையும்விட முக்கியமான உங்களுடைய அபிப்பிராயத்தின்மீது நீங்கள் உங்களுடைய கவனத்தைக் குவிப்பீர்கள்.

உங்களுக்குக் கிடைத்துள்ள இந்த ஒரே ஓர் அரிய வாழ்க்கையை, உங்களைப் பற்றி நீங்கள் பெருமைப்பட்டுக் கொள்ளத்தக்க விதத்தில் வாழுங்கள்.

மற்றவர்களுடைய
உணர்ச்சிபூர்வமான
எதிர்வினைகளைக்
கையாள்வது எப்படி

அத்தியாயம் 7

வளர்ந்தவர்கள் முரண்டு பிடிக்கும்போது

மற்றவர்களுடைய உணர்ச்சிக் கொந்தளிப்பான எதிர்வினைகள் உங்களுடைய தீர்மானங்கள்மீது தாக்கம் ஏற்படுத்த நீங்கள் எப்படி அனுமதித்திருக்கிறீர்கள் என்பதை இப்போது நாம் பார்க்கலாம்.

வளர்ந்தவர்களும் குழந்தைகளைப்போலவே உணர்ச்சிவசப்படுபவர்கள்தாம் என்பதே உண்மை. அதனால், வேறு யாரோ ஒருவருடைய உணர்ச்சிரீதியான எதிர்வினைகளை நிர்வகிப்பது உங்கள் பொறுப்பல்ல. மற்றவர்களுடைய உணர்ச்சிரீதியான பக்குவமின்மை உங்களுடைய தேர்ந்தெடுப்புகளைத் தீர்மானிக்க நீங்கள் அனுமதித்துக் கொண்டிருக்கின்றவரை, வாழ்க்கையில் உங்களால் பெரிதாக முன்னேற முடியாது.

இது எனக்கு எவ்வளவு பெரிய பிரச்சனையாக இருந்தது என்பதைப் பற்றி எனக்கு எந்த யோசனையும் இருக்கவில்லை. குற்றவுணர்ச்சியுடன் செயல்படுவது, மற்றவர்களுக்கு ஏமாற்றமளித்துவிடுவோமோ என்று பயப்படுவது, மற்றவர்களுடைய எதிர்வினைகள் குறித்துக் கவலைப்படுவது, மற்றவர்களுடைய மனநிலையின் ஏற்ற இறக்கங்களுக்கு இசைவாக நடந்து கொள்ள முயல்வது போன்றவை உங்களுடைய ஆற்றலை உறிஞ்சிவிடும்.

அத்துடன், இவை உங்களுடைய தீர்மானங்கள்மீது ஒரு பெரும் தாக்கம் ஏற்படுத்துகின்றன. நீங்கள் 'முடியாது' என்று கூற விரும்பினாலும், சில நேரங்களில் நீங்கள் 'சரி' என்று தலையாட்டுவதற்கு இதுதான் காரணம். உறுதியாக நிற்க வேண்டிய நேரங்களில் நீங்கள் அடிபணிந்து போவதற்கும் இதுதான் காரணம். உங்களுக்கு ஒரு வரம்பெல்லையை வடிவமைத்துக் கொள்வது கடினமானதாக இருப்பதற்கும்

இதுதான் காரணம். மற்றவர்கள் ஒரு மோசமான மனநிலையில் இருக்கும்போது, நீங்கள் மிகுந்த எச்சரிக்கையுடன் அவர்களை அணுக முயற்சிப்பதற்கும் இதுதான் காரணம்.

உங்கள் சகோதரி உங்களைக் குற்றவுணர்வு கொள்ளச் செய்யும்போது நீங்கள் அவருடைய விருப்பத்திற்கு இணக்கமாக நடந்து கொண்டுவிடுகிறீர்கள். ஆனால், நீண்டகால நோக்கில், நீங்கள் உங்களுடைய ஒரு சிறு பகுதியை இழந்துவிடுவீர்கள். உங்களுடைய வாழ்க்கைத்துணைவருடன் நீங்கள் மேற்கொள்கின்ற ஒவ்வோர் உறவாடலும் உங்களை உணர்ச்சிரீதியாக உறிஞ்சிவிடுகிறது என்றால், நீங்கள் உங்களிடம் இப்படிக் கேட்டுக் கொள்ள வேண்டும்: "எல்லா நேரங்களிலும் ஏன் நான் மட்டுமே அனுசரித்துப் போக வேண்டும்? வேறு ஒருவருடைய மகிழ்ச்சிக்கு நான் ஏன் பொறுப்பேற்றுக் கொள்ள வேண்டும்? நான் ஏன் என்னுடைய மகிழ்ச்சியைக் காவு கொடுக்க வேண்டும்?"

மற்றவர்களுடைய உணர்ச்சிரீதியான பக்குவமின்மை உங்களின்மீது அதிகாரம் செலுத்த நீங்கள் அனுமதித்தால், நீங்கள் எல்லா இடங்களிலும் கடைசியாகத்தான் வருவீர்கள். பிறருடைய ஏமாற்றங்கள், கோபதாபங்கள், குற்றவுணர்ச்சிகள் ஆகியவை உங்களுக்கு ஒரு சுமையாக ஆவதைத் தடுப்பதற்கு நீங்கள் ஒரு புதிய அணுகுமுறையைக் கடைபிடிக்க வேண்டும். அவர்கள் தங்கள் விருப்பப்படி அதற்கு எதிர்வினையாற்றிக் கொள்ளட்டும்.

'அவர்களை அவர்கள் போக்கில் விட்டுவிடு!' என்று நீங்கள் உங்களிடம் கூறிக் கொள்கின்றபோது, மற்றவர்கள் தங்களுடைய உணர்ச்சிகளை உணர்ந்து கொள்வதற்கு நீங்கள் ஓர் இடத்தை ஏற்படுத்திக் கொடுக்கிறீர்கள். 'இதற்கு நான் பொறுப்பேற்றுக் கொள்கிறேன்!' என்று நீங்கள் கூறும்போது, உங்களுக்கு எது சரி என்று படுகிறதோ அதை நீங்கள் செய்கிறீர்கள். அது மற்றவர்களுடைய மனநிலையைப் பாதித்தாலும் நீங்கள் அதைப் பொருட்படுத்த மாட்டீர்கள். அப்படிச் செய்வதன் மூலமாகத்தான் உங்களுடைய சொந்த வாழ்க்கைக்கு உங்களால் பொறுப்பேற்றுக் கொள்ள முடியும்.

மற்றவர்களுடைய குற்றவுணர்ச்சி, கோபம், ஏமாற்றம் போன்றவற்றால் நீங்கள் ஆட்டுவிக்கப்படுவதை அனுமதிக்கின்ற போக்கை நீங்கள் நிறுத்திக் கொள்வதற்கான வேளை வந்துவிட்டது. மற்றவர்களுடைய உணர்ச்சிக் கொந்தளிப்பான எதிர்வினைகளை நிர்வகிக்க வேண்டியது உங்கள் பொறுப்பன்று. இதை நான் முனைவர் அன்னே டேவினிடமிருந்து கற்றுக் கொண்டேன். கையாள்வதற்குக் கடினமான குடும்ப உறுப்பினர் ஒருவருடனான உறவுக்கு ஒரு வரம்பெல்லையை வகுத்துக் கொள்வது பற்றி ஒரு நாள் நான் அவருடன் பேசிக் கொண்டிருந்தேன்.

அந்தக் குறிப்பிட்ட நபர் என்னைத் தொந்தரவு செய்வதை நான் விரும்பவில்லை. அனைத்தும் தன்னைச் சுற்றி நடைபெற்றுக்

கொண்டிருப்பது போன்ற ஒரு பிம்பத்தை ஏற்படுத்துகின்ற ஒரு நபர் அவர். இவரைப் போன்ற ஒருவர் உங்கள் வாழ்க்கையிலும் இடம்பெற்றிருக்கலாம். அந்த நபருடன் நீங்கள் ஒரு மாலைப்பொழுதைக் கழித்தால், அதன் பிறகு, உங்கள் ஆற்றல் முழுவதும் உறிஞ்சப்பட்டுள்ளதைப்போல நீங்கள் உணர்வீர்கள். கவனம் அவர்கள்மீது இல்லாதிருக்கின்றபோது, அதைத் தங்கள் பக்கம் திருப்புவதில் வல்லவர்கள் அவர்கள்.

நாம் அனைவரும் வெறும் எட்டு வயதுக்காரர்களாக இருந்தால்?

நான் அந்த நபரைப் பற்றி அன்னேயிடம் பேசிக் கொண்டிருந்தபோது அவர் கூறிய ஒரு விஷயம் எல்லாவற்றையும் மாற்றிவிட்டது.

“மெல், வளர்ந்தவர்களில் பெரும்பாலானோர், உண்மையில் ஒரு பெரிய உடலுக்குள் இருக்கின்ற எட்டு வயதுக் குழந்தைகள்தாம். நீங்கள் அடுத்த முறை யாருடனாவது இருக்கும்போது அவர்களுடைய சொல்லோ அல்லது செயலோ உங்களிடம் உணர்ச்சிக் கொந்தளிப்பைத் தூண்டினால், அந்த நபருடைய எட்டு வயதுப் பிம்பம் உங்களுடன் உரையாடிக் கொண்டிருப்பதாக நினைத்துக் கொள்ளுங்கள். ஏனெனில், நீங்கள் விவரிக்கின்ற நடத்தை ஓர் எட்டு வயதுக் குழந்தைக்கு இருக்கின்ற பக்குவத்தின்படி இருக்கிறது. உங்களுக்குப் பிடித்திருக்கிறதோ இல்லையோ, பெரும்பாலானோர் அப்படித்தான் நடந்து கொள்கின்றனர்.”

அவர் கூறியதை அசை போட்டுப் பார்த்தபோது, அது உண்மைதான் என்பதை என்னால் புரிந்து கொள்ள முடிந்தது. வளர்ந்தவர்களில் பெரும்பாலானோர், தங்களுடைய உணர்ச்சிகளை ஓர் ஆரோக்கியமான விதத்தில் எப்படிக் கையாள்வது என்பதை அறிந்திருப்பதில்லை. அப்படியிருக்கும்போது, தங்களுடைய தேவைகளை நேரடியாகவும் மதிப்புமிக்க விதத்திலும் அவர்கள் வெளிப்படுத்த வேண்டும் என்று நம்மால் எப்படி எதிர்பார்க்க முடியும்?

இப்படி யோசித்துப் பாருங்கள்: நீங்கள் உங்கள் அம்மாவுடன் உரையாடிக் கொண்டிருக்கிறீர்கள். நீங்கள் கூறிய ஒரு விஷயத்தில் அவருக்கு உடன்பாடில்லை. அதை அவர் நேரடியாகச் சொல்வதற்குப் பதிலாக எதற்காகத் தன் உதட்டைப் பிதுக்குகிறார்? உங்களுடன் உரையாடிக் கொண்டிருக்கின்ற நபர், நீங்கள் கூறிய ஒரு கருத்துடன் தனக்கு உடன்பாடில்லை என்பதைத் தெரிவிப்பதற்குப் பதிலாக ஏன் மௌனம் காக்கிறார்? நீங்கள் உங்கள் நண்பர்களுடன் வெளியே போயிருக்கின்றபோது

உங்கள் காதலர் எதற்காக ஒரு விதமான மலட்டு ஆக்ரோஷத்தை வெளிப்படுத்துகிறார்? உங்கள் சகோதரி உங்களிடம் காட்டுக்கத்தல் கத்திவிட்டு, ஒரு மணி நேரம் கழித்து, ஒன்றுமே நடக்காததுபோல ஏன் நடந்து கொள்கிறார்?

உணர்ச்சிரீதியாகப் பார்க்கின்றபோது, வளர்ந்தவர்களும் குழந்தைகளின் நிலையில்தான் இருக்கின்றனர். பெரும்பாலான நேரங்களில், அவர்கள் அதை மறைப்பதில் திறமைசாலிகளாக இருக்கின்றனர் என்பதுதான் அவர்களுக்கும் குழந்தைகளுக்கும் இடையே இருக்கின்ற ஒரே வித்தியாசம்.

இங்கு நீங்கள் 'அவர்களை அவர்கள் போக்கில் விடுங்கள்' கோட்பாட்டைப் பிரயோகிக்கின்றபோது, நீங்கள் அவர்களை எடைபோடுவதில்லை. மாறாக, நீங்கள் இரக்கத்தை வெளிப்படுத்துகிறீர்கள். நீங்கள் விரக்தியடைவதற்குப் பதிலாக, பெரும்பாலான மக்கள் தங்களுடைய உணர்ச்சிகளைப் பக்குவமாகக் கையாள்வதில்லை என்பதை நீங்கள் புரிந்து கொள்ளத் தொடங்குவீர்கள்.

இதை எப்படிச் செய்ய வேண்டும் என்று யாருக்கும் கற்றுக் கொடுக்கப்படுவதில்லை என்பதுதான் பிரச்சனையே. உங்களுடைய உணர்ச்சிகளைக் கையாள்வதற்கு, முதலில் நீங்கள் அவற்றை புரிந்து கொள்ள வேண்டும். பின் அவற்றை ஓர் ஆரோக்கியமான முறையில் வெளிப்படுத்த நீங்கள் கற்றுக் கொள்ள வேண்டும். ஆனால், பெரும்பாலான மக்களுக்கு, இதை எப்படிச் செய்வது என்பது குறித்து எந்த யோசனையும் இல்லை.

உணர்ச்சிசார் பக்குவம் யாருக்கும் பிறக்கும்போதே வருவதுமில்லை, தானாக நிகழ்வதுமில்லை. அது ஒரு திறன். முதலில், அதைக் கற்றுக் கொள்ள நீங்கள் விரும்ப வேண்டும். அதற்குச் சிறிது காலம் பிடிக்கும். அன்னே கூறியது சரிதான். பெரும்பாலான மக்கள், குறிப்பாக, அவர்கள் விரும்புவது அவர்களுக்குக் கிடைக்காதபோதும், அவர்கள் அசௌகரியமான உணர்ச்சிகளை அனுபவிக்கின்றபோதும், எட்டு வயதுக் குழந்தைகளைப்போலத்தான் நடந்து கொள்கின்றனர்.

இதற்கு நீங்கள், 'அவர்களை அவர்கள் போக்கில் விடுங்கள்' கோட்பாட்டைப் பிரயோகிப்பதன் மூலம், அதற்கு எப்படி இரக்கத்துடன் எதிர்வினையாற்றுவது என்பதையும், உங்களுக்கென்று வரம்பெல்லைகளை எப்படி நிர்ணயித்துக் கொள்வது என்பதையும், மற்றவர்களுடைய உணர்ச்சிரீதியான பக்குவமின்மை உங்கள் வாழ்க்கையை நாசமாக்குவதை எப்படி அனுமதிக்காமல் இருப்பது என்பதையும் நீங்கள் கற்றுக் கொள்வீர்கள். இக்கருவி உங்களுக்கு அவசியம் தேவை. ஏனெனில், வளர்ந்தவர்களுக்கும் அவர்களிடமுள்ள குழந்தைத்தனமான நடத்தைகளுக்கும் இடையேயுள்ள தொடர்பு மறுக்கப்பட முடியாதது.

குழந்தைகளின் நடத்தை = வளர்ந்தவர்களின் நடத்தை

குழந்தைகள் உங்களிடமிருந்து ஓடிவிடுவர்	வளர்ந்தவர்கள் நேரடி வாக்குவாதங்களைத் தவிர்ப்பர்
குழந்தைகள் பிணங்குவர் அல்லது உதட்டைப் பிதுக்குவர்	வளர்ந்தவர்கள் மௌனம் சாதிப்பர்
குழந்தைகள் தங்களுக்குள் ஒடுங்கிவிடுவர்	வளர்ந்தவர்கள் தாங்குதிறன் உள்ளவர்களாக நடந்து கொள்வர்
குழந்தைகள் அழுது ஆர்ப்பாட்டம் செய்வர்	வளர்ந்தவர்கள் சீறுவர்
குழந்தைகள் அறைக் கதவுகளை ஓங்கிச் சாத்துவர்	வளர்ந்தவர்களும் அறைக் கதவுகளை ஓங்கிச் சாத்துவர்
குழந்தைகள் பொய் கூறுவர்	வளர்ந்தவர்களும் பொய் கூறுவர்

இந்தப் பட்டியலைப் படித்தபோது, அந்த உணர்ச்சிகளை அல்லது நடத்தையை வெளிப்படுத்தியிருந்த யாராவது உங்கள் நினைவுக்கு வந்தார்களா? எனக்கு வந்தார்கள். குழந்தைகள் இப்படி உணர்ச்சிகளை வெளிக்காட்டிக் கொள்வதற்குக் காரணம், அவர்களால் தங்களுடைய உணர்ச்சிகளை அடக்கி வைத்துக் கொள்ள முடியாது என்பதுதான்.

இப்படி ஓர் உதாரணத்தை எடுத்துக் கொள்ளலாம். நீங்கள் உங்கள் மகனுடன், குழந்தைகளுக்கான விளையாட்டுப் பொருட்களை விற்பனை செய்கின்ற ஒரு கடைக்குச் செல்கிறீர்கள். அவன் அங்குள்ள 'லெகோ' விளையாட்டு செட் ஒன்றைத் தேர்ந்தெடுக்கிறான். உங்களால் அதை அவனுக்கு வாங்கித் தர முடியாது என்று நீங்கள் கூறினால், அங்கு என்ன நடக்கும்?

அவனுக்குள் வருத்தம், ஏமாற்றம், ஆச்சரியம், கோபம் போன்ற பல விதமான உணர்ச்சிகள் எழும். அவன் அழுவான், மனமுடைந்து போவான், தரையில் உருண்டு புரண்டு ஆர்ப்பாட்டம் செய்வான்.

அதற்கான தீர்வு, அவன் விரும்பிய அந்த விளையாட்டுப் பொருளை அவனுக்கு வாங்கிக் கொடுப்பது அன்று. அவன் புரிந்து கொள்கின்ற விதத்தில், அமைதியாகவும் பரிவுடனும் அவனுக்கு எடுத்துச் சொல்வதுதான் அதற்கான தீர்வாக இருக்க முடியும்.

"உனக்கு இந்த லெகோ செட் பிடித்திருக்கிறது என்பது எனக்குத் தெரியும். ஆனால், என்னால் இதை இப்போது உனக்கு வாங்கித் தர முடியாது. இது உனக்குக் கடினமாக இருக்கும்

என்பதை என்னால் புரிந்து கொள்ள முடிகிறது. இதனால் நீ மனவருத்தம் கொண்டிருப்பது நியாயமானதுதான். உன் நிலையில் இருந்தால் நானும் இப்படித்தான் ஏமாற்றமடைந்திருப்பேன். நான் விரும்புகின்ற விஷயங்கள் எனக்குக் கிடைக்காதபோது, எனக்கும் மன வருத்தம் ஏற்படத்தான் செய்கிறது," என்று நீங்கள் கூற வேண்டியிருக்கலாம்.

அவன் அழட்டும், கெஞ்சட்டும், அல்லது வேறு என்ன வேண்டுமானாலும் செய்து கொள்ளட்டும். அதற்கு அனுமதியுங்கள்.

வளர்ந்தவர்களின் வாய்வார்த்தைகள் மூலமான குறுக்கீடுகள் ("அமைதியாக இரு," "இது மடத்தனம்," "நீ எல்லை மீறுகிறாய்,") எதுவும் இல்லாமல் குழந்தைகள் தங்களுடைய முழு உணர்ச்சிகளையும் வெளிப்படுத்த அனுமதிக்கப்பட வேண்டும். இல்லையெனில், இயல்பான மனித உணர்ச்சிகளை ஓர் ஆரோக்கியமான வழியில் வெளிப்படுத்துவதற்கு அவர்களால் ஒருபோதும் கற்றுக் கொள்ள முடியாது. மாறாக, அவர்கள் வளர்ந்து பெரியவர்களாக ஆகின்றபோது, உணர்ச்சிரீதியான பக்குவம் இல்லாதவர்களாக ஆகிவிடுவர். பிறகு அவர்கள் அதை மற்றவர்களிடம் வெளிப்படுத்துவர்.

பெரும்பாலானோர் தங்களுடைய உணர்ச்சிகளை ஓர் ஆரோக்கியமான விதத்தில் எப்படி வெளிப்படுத்துவது என்பதைக் கற்றுக் கொள்ளாமல் போனதற்குக் காரணம், அதை அவர்களுடைய பெற்றோரும் கற்றுக் கொண்டிருக்கவில்லை என்பதுதான். உங்கள் பெற்றோர் அதைக் கற்றுக் கொண்டிருந்தவர்களாக இருந்தால், நீங்கள் உண்மையிலேயே ஓர் அதிர்ஷ்டசாலிதான். இதை எப்படிச் செய்வது என்பதைக் குழந்தைகளால் ஒருபோதும் தாங்களாகவே கற்றுக் கொள்ள முடியாது.

இந்தப் புத்தகத்திற்காக நான் ஆய்வுகளை மேற்கொண்டபோது, ஒரு பெற்றோர் என்ற முறையில் இதில் நான் தவறியிருந்ததை நான் புரிந்து கொண்டேன். என் குழந்தை அப்படி அடம் பிடித்திருந்தால், ஒன்று, நான் அவனுக்கு அந்த லெகோ செட்டை வாங்கிக் கொடுத்திருப்பேன். அல்லது, "அழுகையை நிறுத்து!" என்று நான் அவனிடம் கத்தியிருப்பேன். அல்லது, அவன் தரையில் உருண்டு புரண்டு அழட்டும் என்று அவனை நான் அங்கேயே விட்டுவிட்டு அங்கிருந்து நகர்ந்திருப்பேன். நான் அங்கிருந்து கிளம்பிவிட்டதை அறிந்து அவன் பயந்து தன் அழுகையை நிறுத்தும்வரை ஓரிடத்தில் மறைவாக ஒளிந்திருந்து அவனை நான் அவதானித்துக் கொண்டிருந்திருப்பேன். என் குழந்தைகள் மூவருக்கும் உளவியல் ஆலோசனைகள் தேவைப்பட்டதில் வியப்பில்லை.

இதை நான் வேடிக்கைக்காகச் சொன்னேன் என்று கூற

எனக்கு ஆசைதான். ஆனால், என்னால் அப்படிக் கூற முடியாது. என்னுடைய உணர்ச்சிகளையே கட்டுப்படுத்திக் கொள்ளாத நிலையில்தான் நானே இருந்தேன். நான் ஒரு சிறுமியாக இருந்தபோது இது எனக்குக் கற்றுக் கொடுக்கப்பட்டிருக்கவில்லை. தங்களுடைய உணர்ச்சிகளைப் பற்றி வெளிப்படையாகப் பேசுவதற்கான ஒரு சூழலில் நான் வளரவில்லை. நிலைமை கைமீறிச் சென்ற சமயங்களில், குடும்ப உறுப்பினர்கள் கோபத்தில் வெடித்தனர். பின்னர், எதுவுமே நடக்காததுபோல அவர்கள் நடந்து கொண்டனர்.

ஆனால், குழந்தைகளின் உடல்ரீதியான மற்றும் உணர்ச்சிரீதியான தேவைகளை நிறைவேற்ற வேண்டிய பொறுப்பு வளர்ந்தவர்களையே சாரும். தங்களுக்குத் தேவைப்படும் உணர்ச்சிரீதியான மற்றும் உடல்ரீதியான ஆதரவைக் குழந்தைகளால் தங்களுக்குத் தாங்களே வழங்கிக் கொள்ள முடியாது.

அதனால், உங்கள் குழந்தைகள் தங்களுடைய உணர்ச்சிகளை ஓர் ஆரோக்கியமான விதத்தில் வெளிப்படுத்த அவர்களுக்கு உதவ வேண்டியது உங்கள் பொறுப்பு. உணர்ச்சிகள் இயல்பானவை என்பதையும் நீங்கள் அவர்களுக்குப் புரிய வைக்க வேண்டும்.

இந்த நூலுக்காக நான் ஆய்வுகளை மேற்கொண்டிருந்தபோது, பிரபல நூலாசிரியரும் உளவியலாளருமான லிசா தாமோரை நான் பேட்டி கண்டேன். ஒரு குழந்தை (அல்லது வளர்ந்தவர்) தான் விரும்பியதைப் பெற முடியாமல் போகின்றபோது ஏமாற்றமடைந்தாலோ அல்லது ஓர் இழப்பின்போது வருத்தமடைந்தாலோ, அது ஓர் இயல்பான மற்றும் ஆரோக்கியமான எதிர்வினைதான் என்று லிசா என்னிடம் கூறினார். இந்த வருத்தம் அல்லது ஏமாற்ற உணர்வு நீங்கள் மனரீதியாக நன்றாக இருக்கிறீர்கள் என்பதற்கான அறிகுறியே.

இந்த உணர்ச்சிகள் சூழலுக்குப் பொருத்தமானவையா?

உங்களுக்கு எட்டு வயதாக இருக்கும்போது, நீங்கள் விரும்பிய ஒரு விளையாட்டுப் பொருள் உங்களுக்குக் கிடைக்கவில்லை என்றால் அதனால் ஏமாற்றமடைவது ஓர் இயல்பான எதிர்வினைதான். உங்களுடைய பள்ளி நண்பன் உங்களுடைய உணர்வுகளைக் காயப்படுத்துகின்ற விதத்தில் எதையாவது கூறியிருந்து, அது குறித்து நீங்கள் வருத்தம் கொண்டால், அது ஓர் ஆரோக்கியமான எதிர்வினைதான். நீங்கள் தொலைக்காட்சி பார்க்க விரும்பியிருந்து, ஆனால் தூங்கப் போகுமாறு உங்கள்

பெற்றோர் உங்களிடம் கூறினால், அது குறித்து நீங்கள் எரிச்சல் கொண்டால், அதுவும் ஓர் இயல்பான எதிர்வினைதான்.

வளர்ந்தவர்கள் விஷயத்திலும் இது அப்படியே பொருந்தும். நீங்கள் உங்கள் வேலையிலிருந்து நீக்கப்பட்டிருந்து, அது குறித்து நீங்கள் விரக்தியடைந்து மனமுடைந்து போயிருந்தால், அது ஓர் இயல்பான எதிர்வினைதான். நீங்கள் விவாகரத்து பெற்றிருந்து, அது குறித்து மனச்சோர்வு அடைந்திருந்தால் அதுவும் இயல்பானதுதான். உங்கள் மனம் ஒழுங்காக இயங்கிக் கொண்டிருப்பதற்கான சாட்சியங்கள் அவை.

ஒருவேளை, நீங்கள் வளர்ந்து வந்த காலத்தில், நீங்கள் உங்கள் உணர்ச்சிகளை அடக்கி வைத்துக் கொள்ள வேண்டும் என்று உங்களுக்குக் கற்பிக்கப்பட்டிருக்கலாம். நீங்கள் ஒரு குழந்தையிடம், "அழுகையை நிறுத்து," என்றோ, "அமைதியாக இரு," என்றோ கூறினால், தன்னுடைய உணர்ச்சிகளை அடக்கி வைத்துக் கொள்வதற்கு அக்குழந்தையை நீங்கள் பயிற்றுவிக்கிறீர்கள். இந்த இயல்பான மனித உணர்ச்சிகளைத் தவிர்ப்பதற்கும், அவற்றிலிருந்து கவனத்தைத் திருப்புவதற்கும், அந்த உணர்ச்சிகளை மரத்துப் போகச் செய்வதற்கும் நீங்கள் அக்குழந்தைக்குக் கற்றுக் கொடுக்கிறீர்கள்.

இன்று பலர் பதற்றத்துடனும் மனச்சோர்வுடனும் நிரந்தரமான வலியுடனும் இருப்பதற்கும், போதைகளுக்கு அடிமையாவதற்கும் இதுதான் காரணம். பல ஆண்டுகளாக அவர்களுக்குள் அடக்கி வைக்கப்பட்டிருந்த உணர்ச்சிகள் வெளியேற வழியில்லாமல் தவித்துக் கொண்டிருந்தன.

வளர்ந்தவர்களின் குழந்தைத்தனமான நடத்தை

உங்கள் வாழ்க்கையில் இடம்பெற்றிருக்கின்ற சிலர், உணர்ச்சிக் கொந்தளிப்புடன் செயல்படுவதற்கு நேர்மாறாக மௌனமாகிவிடுவர். தங்களுடைய உணர்ச்சிகளை ஓர் ஆரோக்கியமான விதத்தில் எப்படி வெளிப்படுத்துவது என்பதை அவர்கள் அறிந்திருப்பதில்லை.

அதனால், அவர்கள் அமைதி காக்கின்றனர். தங்கள் வாழ்வில் எல்லாம் சரியாக இருப்பதுபோல அவர்கள் பாசாங்கு செய்கின்றனர். பல நேரங்களில் அவர்கள் உங்களை அலட்சியம் செய்துவிடுவர். உங்கள் நண்பர், குடும்ப உறுப்பினர் அல்லது அலுவலக சகா இப்படி உங்களிடம் நடந்து கொண்டால், உடனே, நீங்கள் தவறாக என்ன செய்துவிட்டீர்கள் என்பதை நீங்கள் கண்டுபிடிக்க முயல்வீர்கள்.

உங்களுக்குத் தங்களுடைய மௌன எதிர்ப்பைக் காட்டிக் கொண்டிருக்கின்ற நபர், நீங்கள் செய்ய வேண்டும் என்று

எதிர்பார்ப்பது அதைத்தான். அவர்கள் உங்களுடைய கவனத்தை ஈர்க்க விரும்புகிறார்கள். அறையின் மூலையில் சுவரோடு சுவராக ஒட்டிக் கொண்டு, உதட்டைப் பிதுக்கிக் கொண்டு உட்கார்ந்திருக்கும் ஒரு குழந்தை, தன் பெற்றோர் தன் அருகில் வர வேண்டும் என்று எதிர்பார்த்துக் காத்துக் கொண்டிருக்கும். அதுபோலவே, உங்களைத் தங்களுடைய மௌனத்தால் வதைத்துக் கொண்டிருக்கின்ற வளர்ந்தவர்களும், நீங்கள் தங்களிடம் வந்து, “உங்களுக்கு என்ன ஆயிற்று?” என்றோ, “நான் உங்களுக்காக ஏதேனும் செய்யட்டுமா?” என்றோ, “நான் எதாவது தவறு செய்துவிட்டேனா?” என்றோ கேட்க வேண்டும் என்று எதிர்பார்ப்பர்.

தங்களிடம் தோன்றியிருக்கின்ற உணர்ச்சிகளை எப்படிக் கையாள்வது என்பதை அவர்கள் அறிந்திராமல் இருப்பதால்தான் அவர்கள் இந்த மௌன யுத்தத்திற்குள் குதிக்கின்றனர்.

நான் உயர்நிலைப் பள்ளியில் படித்துக் கொண்டிருந்தபோது, என் தோழி ஒருத்தி அடிக்கடி இப்படி நடந்து கொண்டாள். ஒரு நிமிடம், அவள் என்னுடன் நன்றாகப் பேசிக் கொண்டிருப்பாள். அடுத்த நிமிடம், அவள் என்னுடன் பேசுவதை நிறுத்திவிடுவாள். நான் என்ன தவறு செய்தேன் என்று தெரியாமல் நான் விழி பிதுங்கி நிற்பேன். நான் அவளிடம் வலியச் சென்று பேசுவேன், நான் செய்திராத தவற்றுக்கு அவளிடம் மன்னிப்புக் கேட்பேன்.

ஆனால், அவை எதையும் அவள் கண்டுகொள்ள மாட்டாள். பின் திடீரென்று ஒரு நாள், எல்லாம் சரியாகிவிட்டதென்று அவளாகவே முடிவு செய்துவிட்டு, இயல்பு நிலைக்குத் திரும்புவாள். நாங்கள் பழையபடி நெருங்கிய தோழிகளாக ஆவோம். அது என்னைப் பெரிதும் ஆசுவாசப்படுத்தும் என்பதால், நானும் எதுவும் நடக்காததுபோல அவளுடன் நட்பு பாராட்டத் தொடங்கிவிடுவேன்.

தன் உணர்ச்சிகளை என்னிடம் நேர்மையாகப் பகிர்ந்து கொள்வதைவிட, ஒரு கூட்டிற்குள் ஒடுங்கிக் கொள்கின்ற இந்த நடத்தை அவளுக்கு எளிதாக இருந்திருந்தது என்பது இப்போது எனக்குப் புரிகிறது. அதைக்கூட எப்படி ஒழுங்காகச் செய்வது என்பதை அவள் அறிந்திருக்கவில்லை.

உங்களிடம் யாரேனும் இதுபோல நடந்து கொண்டால், அதற்கும் உங்களுக்கும் எந்தவிதமான தொடர்பும் இல்லை என்பதை நீங்கள் புரிந்து கொள்ள வேண்டும். அது முழுக்க முழுக்க அவர்களைச் சார்ந்தது. தங்களுடைய சொந்த உணர்ச்சிகளைக்கூட அவர்களால் புரிந்து கொள்ள முடியாததுதான் அதற்குக் காரணம்.

எப்போதெல்லாம் ஒரு வளர்ந்த நபர் ஓர் எட்டு வயதுக் குழந்தையைப்போல நடந்து கொள்கிறாரோ, அப்போதெல்லாம் ‘அவர்களை அவர்கள் போக்கில் விடுங்கள்.’

இந்த உத்தி உங்கள் வாழ்க்கையை மாற்றிவிடும். உங்கள்

விஷயத்தில் அது உங்கள் பெற்றோராக இருக்கலாம். ஒரு வாரகாலம் அவர்கள் உங்களுடன் பேசாமல் மௌனம் காக்கலாம்.

என்னுடைய தோழியின் அம்மா, திடீரென்று அவளுடன் கிட்டத்தட்ட ஒரு மாத காலம் எதுவும் பேசாமல் ஒரு மௌனச் சாமியாராக ஆகிவிடுவார். பின் திடீரென்று ஒரு நாள் காலையில், அதற்கு முன்பு எதுவுமே நடந்திருக்காததைப்போல அவர் இயல்பாகப் பேசத் தொடங்கிவிடுவார்.

'அவர்களை அவர்கள் போக்கில் விடுங்கள்' கோட்பாட்டை நீங்கள் பயன்படுத்துகின்றபோது, இப்படி வேறொருவர் உங்களிடம் உணர்ச்சிரீதியாகப் பக்குவமின்றி நடந்து கொள்ளும்போது நீங்கள் அதற்கு ஒருபோதும் பலியாக மாட்டீர்கள். ஏனெனில், அதுபோன்ற ஒரு சூழலில் துல்லியமாக என்ன செய்ய வேண்டும் என்பதை நீங்கள் அறிந்திருப்பீர்கள்.

முதலில், வேறொருவருடைய உணர்ச்சிகளை நிர்வகிப்பது உங்கள் வேலை அன்று. அவர் தன்னுடைய மௌனத்தின் மூலம் உங்களைத் தன்னுடைய வழிக்குக் கொண்டுவர முயன்றாலோ, தன்னை ஒரு பலிகடாபோலக் காட்டிக் கொள்ள முயன்றாலோ, விரக்தியில் வெடித்தாலோ, அவர் அப்படி நடந்து கொள்ள அவரை அனுமதியுங்கள். பின் அந்த நபரை, ஒரு வளர்ந்த நபரின் உடலுக்குள் மாட்டிக் கொண்டுள்ள ஓர் எட்டு வயதுக் குழந்தையாக உங்கள் மனத்தில் காட்சிப்படுத்துங்கள். அதைச் செய்தவுடன், நீங்கள் அந்த நபர் குறித்து இனியும் பயந்து கொண்டிருக்க மாட்டீர்கள். மாறாக, அவர்மீது நீங்கள் பரிதாபம்தான் கொள்வீர்கள். அவர்மீது கோபம் கொள்வதற்குப் பதிலாக நீங்கள் அவரிடம் இரக்கம் காட்டுவீர்கள்.

அத்துடன், வருத்தம், பாதுகாப்பின்மை உணர்வு, ஏமாற்றம், கோபம், பயம், நிராகரிப்பு போன்ற உணர்ச்சிகளைக் கையாள முடியாத நிலையில் அவர்கள் இருப்பதற்கு உங்களால் பொறுப்பேற்றுக் கொள்ள முடியாது என்பதையும் நீங்கள் உணர்வீர்கள். அது நீங்கள் தீர்க்க வேண்டிய பிரச்சனையும் அன்று. அது, அந்த நபருக்கு, அவர் குழந்தையாக இருந்ததிலிருந்தே நடைபெற்றுக் கொண்டிருக்கிறது.

அவர்களைச் சரிப்படுத்துவது உங்கள் வேலை அன்று. அவர்களுடைய உணர்ச்சிக் கொந்தளிப்புச் சுழலுக்குள் நீங்கள் சிக்கிக் கொள்ளாதபடி பார்த்துக் கொள்வதுதான் உங்கள் வேலையாக இருக்க வேண்டும்.

அவர்கள் மௌனத்தில் கிடந்து உழலட்டும். அவர்கள் கோபத்தில் வெடிக்கட்டும். அவர்கள் தங்களைப் பலிகடாக்களாக நினைத்து உள்ளூரப் புழுங்கட்டும்.

நீங்கள் ஒரு பக்குவமான, அன்பான, கனிவான நபராக நடந்து கொள்ள முயலுங்கள். நீங்கள் அவர்களுடைய உணர்ச்சிப்

பிரவாக வீச்செல்லைக்கு வெளியே இருப்பதை உறுதி செய்து கொள்ளுங்கள்.

மற்றவர்கள் மாற வேண்டும் என்று எதிர்பார்ப்பதற்குப் பதிலாக உங்களை மாற்றிக் கொள்ளுங்கள். உங்களுடைய தரத்தை உயர்த்திக் கொள்ளுங்கள்.

மற்றவர்கள் மீண்டும் மீண்டும் வெளிப்படுத்திக் கொண்டிருக்கின்ற உணர்ச்சிரீதியான பக்குவமின்மை உங்களை மோசமாக உணர வைப்பதாக நீங்கள் கருதினால், அந்த இடத்திலிருந்து உங்களை அப்புறப்படுத்திக் கொள்ளுங்கள். தொடர்ந்து தங்களைப் பலிகடாக்களாக உருவகப்படுத்திக் கொள்பவர்களுக்காக வருந்துவதை நிறுத்துங்கள்.

ஓர் எட்டு வயதுக் குழந்தையைப்போல நடந்து கொள்கின்ற ஒருவருடன் நீங்கள் எவ்வளவு அதிகமாக நேரம் செலவிடுகிறீர்களோ, அவ்வளவு அதிகமாக ஒரு குழந்தையின் பெற்றோரைப்போல நீங்கள் உணர்வீர்கள். அதனால், அப்படிப்பட்ட நபர்களுடன் உறவாடுவதற்கு நீங்கள் ஓர் ஆரோக்கியமான வரம்பெல்லையை நிர்ணயித்துக் கொண்டு அவர்களிடமிருந்து ஒதுங்கி இருப்பதே நல்லது.

அப்படிப்பட்ட நபர்கள் தங்களைத் திருத்திக் கொள்ளாதவரை, அவர்கள் தொடர்ந்து மௌன யுத்தம் நடத்திக் கொண்டிருப்பர், தங்களைப் பலிகடாக்களாக உருவகப்படுத்திக் கொண்டிருப்பர். அது அவர்களுடைய ஆளுமையின் வெளிப்பாடு அன்று, அது ஒரு மனப்போக்கு.

பிரச்சனை உங்களிடம் இருந்தால்?

உணர்ச்சிரீதியான பக்குவமின்மையோடு நடந்து கொள்கின்ற நபராக நீங்களே இருந்தால் என்ன செய்ய வேண்டும்?

நீங்கள் உணர்ச்சிரீதியாகப் பக்குவமற்றவராக இருந்தால், நீங்கள் உணர்ச்சிக் கொந்தளிப்பில் சிக்கிக் கொள்வீர்கள். அப்போது நீங்கள் மற்றவர்களுடன் மௌன யுத்தம் மேற்கொள்வீர்கள். உங்களை ஒரு பலிகடாவாக உருவகப்படுத்திக் கொள்வீர்கள்.

உங்களுக்கு இந்தப் புரிதல் ஏற்பட்டிருந்தால், உங்களிடம் நான் ஒன்று சொல்லிக் கொள்ள ஆசைப்படுகிறேன்: இதில் நீங்கள் தனியாக இல்லை. எனக்கும் அப்படிப்பட்டப் புரிதல் ஏற்பட்டிருந்தது.

இந்தப் பக்குவமற்ற நிலை மற்றவர்களிடம் நிலவுவதைக் கண்டுகொள்வது எளிது. ஆனால், அதை நம்மிடமே பார்ப்பதற்குத் துணிச்சல் தேவை. என் விஷயத்தில், நான் ஓர் எட்டு வயதுக் குழந்தையாகக்கூட நடந்து கொள்வதில்லை. அதை ஓர் ஐந்து வயதுக் குழந்தையின் மனநிலை என்று வர்ணிப்பதே

பொருத்தமாக இருக்கும்.

நான் உணர்ச்சிக் கொந்தளிப்புச் சுழலுக்குள் சிக்கிக் கொண்டு, என்னைச் சுற்றியிருப்பவர்களிடம் அதை அடாவடித்தனமாக வெளிப்படுத்துவேன். அற்ப விஷயங்களுக்காக என் கணவரையும் என் குழந்தைகளையும் கடுமையாகச் சாடுவேன். என் வாழ்க்கையின் ஒரு கட்டத்தில் அனைத்தும் என்னைச் சுற்றியே நிகழ்ந்து கொண்டிருந்ததாக நான் நினைத்துக் கொண்டிருந்தேன். அதன் விளைவாக நான் பல நல்ல நண்பர்களை இழந்தேன். இப்போதும்கூட, நான் கடுமையான மன அழுத்தம் அடைகின்றபோது, என் தொழிற்கூட்டாளிக்கு ஒரு நீண்ட, கோபமான மின்னஞ்சலை அனுப்பி வைத்துக் கொண்டுதான் இருக்கிறேன். அது சரியான செயலன்று என்பதை நான் அறிவேன்.

இதுதான் 'அவர்களை அவர்கள் போக்கில் விடுங்கள்' கோட்பாட்டிலுள்ள கஷ்டமான பகுதி. உணர்ச்சிகளை வெளிக்காட்டுவதற்கு முன் அவற்றை அடையாளம் கண்டுகொள்வது இப்போதுகூட எனக்குக் கடினமாகத்தான் இருக்கிறது. நான் உணர்ச்சிவசப்பட்டுவிட்டு, பின்னர் அது குறித்து வருந்துவது இப்போதும் தொடர்ந்து கொண்டுதான் இருக்கிறது. இது கச்சிதமாக இருத்தல் குறித்தது அன்று. நீங்கள் உங்களிடம் பரிவுடன் நடந்து கொள்வதையும், தொடர்ந்து வளர்ந்து கொண்டிருப்பதையும் பற்றியது இது.

இது வாழ்க்கை முழுவதும் கடைபிடிக்கப்பட வேண்டிய ஒரு செயல்முறை. இத்திறனை வளர்த்துக் கொள்ள நான் தினந்தோறும் முயற்சி செய்கிறேன்.

நான் என்மீது பரிவு காட்டுவதற்கு 'அவர்களை அவர்கள் போக்கில் விடுங்கள்' கோட்பாடு எனக்கு வெகுவாக உதவிக் கொண்டிருக்கிறது. அத்துடன், என் உணர்ச்சிகளை ஓர் ஆரோக்கியமான விதத்தில் எப்படிக் கையாள்வது என்பது குறித்தப் புரிதலையும் அது எனக்குக் கற்றுக் கொடுத்துள்ளது.

பிறர் ஓர் உணர்ச்சிக் கொந்தளிப்பில் சிக்கிக் கொண்டு இடக்குமடக்காக நடந்து கொள்கின்றபோது அவர்களைக் கையாள்வதற்கு 'அவர்களை அவர்கள் போக்கில் விடுங்கள்' கோட்பாட்டைப் பயன்படுத்துவது நேரடியானது. உங்களுடைய சொந்த உணர்ச்சிகளைக் கையாள்வதற்கு அதைப் பயன்படுத்துவது உங்களுடைய நிலையை வெகுவாக உயர்த்தும். இதன் மூலம், நான் அதிக அறிவார்ந்தவளாக, அதிக வருவாய் ஈட்டுபவளாக, மேம்பட்ட ஓர் அம்மாவாக, மேம்பட்ட ஒரு மனைவியாக, மேம்பட்ட ஒரு தோழியாக ஆகியுள்ளேன். ஒருவழியாக, பக்குவமடைந்துள்ள ஒரு வளர்ந்த நபராக நான் செயல்பட்டுக் கொண்டிருக்கிறேன் என்ற உணர்வு எனக்கு ஏற்பட்டுள்ளது.

உங்களுடைய உணர்ச்சிகளை ஓர் ஆரோக்கியமான வழியில் கையாள்வதற்கு நீங்கள் கடைபிடிக்க வேண்டிய வழிமுறை இது:

உங்களுடைய உணர்ச்சிகள் அதிகரிக்கத் தொடங்குகின்றபோது முதலில் அவற்றை அனுமதியுங்கள். அந்தக் கோபத்தை, விரக்தியை, மனக்காயத்தை, ஏமாற்றத்தை, வருத்தத்தை, துக்கத்தை, கண்ணீரை, தோல்வியுணர்வை அனுபவியுங்கள்.

அடுத்தக் கணமே அதற்கு எதிர்வினையாற்ற வேண்டும் என்ற துடிப்பை அடக்கிக் கொள்ளுங்கள். அலைபேசியை நோக்கி நீள்கின்ற உங்களுடைய கையைக் கட்டுப்படுத்திக் கொள்ளுங்கள். உடனே தொலைக்காட்சியை 'ஆன்' செய்யாதீர்கள். உடனே ஒரு கோப்பையில் மதுவை ஊற்றாதீர்கள். உடனே ஃபிரிட்ஜைத் திறக்காதீர்கள். வாய்விட்டு அழாதீர்கள். மேற்குறிப்பிடப்பட்ட உணர்ச்சிகள் உங்களுக்குள் பொங்கி எழுவதை வெறுமனே அவதானியுங்கள்.

பொங்கி எழுகின்ற உணர்ச்சிகள் எப்படியும் வடிந்துதான் ஆக வேண்டும்.

உணர்ச்சி என்பது உண்மையிலேயே என்ன என்பது உங்களுக்குத் தெரியுமா?

உணர்ச்சிகள் என்பவை உங்களுடைய மூளையில் பீறிட்டுக் கிளம்புகின்ற வேதிப் பொருள்கள். அவை உருவான அடுத்த ஆறு நொடிகளுக்குள், அவை உங்கள் உடலால் கிரகித்துக் கொள்ளப்படும். இச்செயல்முறை இவ்வளவு விரைவாக நடைபெறுவதால், அந்த உணர்ச்சிகள் குறித்தப் பிரக்ஞை உங்களுக்கு ஏற்படுவதே இல்லை. அந்த வேதிப் பொருள்கள் பீறிட்டுக் கிளம்பியதைத் தொடர்ந்து, உங்கள் உடலில் சில மாற்றங்கள் ஏற்படும். வியர்த்துக் கொட்டுதல், தசைகள் இறுக்கமடைதல், இதயத் துடிப்பு அதிகரித்தல் ஆகியவை அதற்கான சில எடுத்துக்காட்டுகள்.

உங்களுடைய உணர்ச்சிகள் குறித்து நீங்கள் எதுவுமே செய்யாமல் இருந்தாலே, உங்களுக்குள் பீறிட்டெழுகின்ற உணர்ச்சிகள், அடுத்த 90 நொடிகளுக்குள் தாமாகவே தணிந்துவிடும் என்று ஆய்வுகள் தெரிவிக்கின்றன.

உங்களுக்குள் உணர்ச்சிகள் பீறிட்டு எழுவதை உங்களால் கட்டுப்படுத்த முடியாது. அப்படி முயற்சிப்பதால் உங்களுக்கு நேரம்தான் விரயமாகுமே தவிர, அதனால் எந்தப் பயனும் கிடையாது. எனவே, எதிர்வினையாற்றாமல், அந்த உணர்ச்சிகள் தாமாகவே உயர்ந்து தணிந்து அடங்கும்வரை வெறுமனே காத்திருப்பதுதான் ஒரு மேம்பட்ட உத்தியாக இருக்கும். நீங்கள் எவ்வளவு கடினமாக முயன்றாலும், பிறர் வெளிப்படுத்துகின்ற உணர்ச்சிரீதியான எதிர்வினைகளை உங்களால் ஒருபோதும் கட்டுப்படுத்த முடியாது.

உணர்ச்சிகள் பிறரைத் தொற்றிக் கொள்ளக்கூடியவை. வருத்தத்துடன், பயத்துடன் அல்லது கோபத்துடன் இருக்கின்ற ஒருவரைப் பார்க்கின்றபோது, அதே உணர்ச்சிகள் உங்களிடம் ஏற்படுவதை உங்களால் உணர முடியும். மற்றவர்களின் குரலின் தொனி, அவர்களுடைய மனநிலை மாற்றம், அவர்களுடைய உடல்மொழி போன்றவை உங்களிடமும் ஒரு பதற்ற உணர்வைத் தூண்டுவதற்கு இதுதான் காரணம்.

பசியாக இருத்தல், மன அழுத்தத்தால் பாதிக்கப்பட்டிருத்தல், மதுபோதையில் இருத்தல், தனிமையுணர்வு கொண்டிருத்தல் போன்றவையும் உணர்ச்சிக் கொந்தளிப்பை அதிகரிக்கக்கூடும். பல சமயங்களில், நான் எதையாவது கூறிவிட்டு அது குறித்துப் பின்வருத்தம் கொண்டிருக்கிறேன். அப்படி நான் கூறியிருந்திருக்கக்கூடாது என்று நான் உணர்ந்திருக்கிறேன். அவற்றை நான் திரும்பிப் பார்த்து அலசுகின்றபோது, பசி, மது, அல்லது மன அழுத்தம் அவற்றோடு சம்பந்தப்பட்டிருந்ததை நான் கண்டுபிடித்துள்ளேன். இவை குறித்தப் புரிதல் இப்போது எனக்கு ஏற்பட்டிருப்பதால், என் உணர்ச்சிகளை ஒரு மேம்பட்ட முறையில் நிர்வகிப்பதற்குத் தேவையான மாற்றங்களை ஏற்படுத்திக் கொள்வதும், என்னுடைய சொல், செயல் மற்றும் சிந்தனையின்மீது கட்டுப்பாடு கொள்வதும் எனக்குச் சாத்தியப்பட்டுள்ளன.

என்னைச் சுற்றி நடந்து கொண்டிருக்கின்றவற்றைக் கட்டுப்படுத்துகின்ற நிலையில் நான் ஒருபோதும் இருக்க மாட்டேன் என்பதை ‘அவர்களை அவர்கள் போக்கில் விடுங்கள்’ கோட்பாடு எனக்குக் கற்றுக் கொடுத்திருக்கிறது. மேலும், நான் வெளிப்படுத்துகின்ற உணர்ச்சிரீதியான எதிர்வினைகளைக் கட்டுப்படுத்துகின்ற நிலையிலும் நான் இருக்க மாட்டேன் என்பதையும் நான் தெரிந்து கொண்டுள்ளேன்.

ஆனால், உங்களைச் சுற்றி நடந்து கொண்டிருக்கின்ற விஷயங்களுக்கு நீங்கள் எதிர்வினையாற்றும்போது, என்ன சொல்வது, எத்தகைய செயல்நடவடிக்கைகளை மேற்கொள்வது என்பதை உங்களால் எப்போதும் தேர்ந்தெடுக்க முடியும்.

மற்றவர்கள் தங்களுடைய சொந்த உணர்ச்சிகளை நிர்வகிக்க அவர்களை அனுமதிக்க நீங்கள் கற்றுக் கொள்வது உங்கள் வாழ்க்கையை மாற்றும். அதேபோல, உங்களுடைய உணர்ச்சிகள் எழுவதையும் அவை தாமாகவே தணிவதையும் வெறுமனே அவதானித்துக் கொண்டிருக்கக் கற்றுக் கொள்வதும் உங்களுக்கு வெகுவாக உதவும். சில நேரங்களில், உங்களுக்கான சரியான தீர்மானங்களை மேற்கொள்வது என்பது உங்கள் வாழ்க்கையில் நீங்கள் மேற்கொள்கின்ற கடுமையான விஷயங்களில் ஒன்றாக இருக்கும்.

அத்தியாயம் 8

பல நேரங்களில் சரியான தீர்மானங்கள் தவறாக இருப்பதைப் போன்ற ஓர் உணர்வைக் கொடுக்கும்

சமீபத்தில் என்னுடைய வலையொலிப்பதிவைக் கேட்ட ஒருவர் எனக்கு இந்த மின்னஞ்சலை அனுப்பி வைத்தார். அதில் அவர் ஒரு கேள்வியும் கேட்டிருந்தார்.

> *மெல், சமீபத்தில் எனக்கு நிச்சயதார்த்தம் நடைபெற்றது. திருமணம் இன்னும் சில வாரங்களில் நடைபெறவிருக்கிறது. என் வாழ்வின் மிக மகிழ்ச்சியான தருணங்களில் ஒன்றாக இது இருக்க வேண்டும். ஆனால் அப்படி இல்லை. நாளுக்கு நாள் எனக்கும் என் காதலிக்கும் இடையே சண்டைகள் அதிகரித்துக் கொண்டிருக்கின்றன. நான் ஒரு பெரும் தவறு செய்து கொண்டிருக்கிறேனோ என்று நான் அஞ்சுகிறேன். எனக்கு என்ன செய்வதென்றே தெரியவில்லை. திருமண அழைப்பிதழ்கள் அச்சடிக்கப்பட்டுவிட்டன. என்னுடைய பெற்றோரும் அவளுடைய பெற்றோரும் எல்லா ஏற்பாடுகளையும் செய்துவிட்டதோடு, அவற்றுக்கு முன்பணமும் கொடுத்துவிட்டனர். நான் என் குடும்பத்தாருக்கு ஏமாற்றமளிக்க விரும்பவில்லை. என் பொருட்டு என் பெற்றோர் தங்கள் பணத்தை இழப்பதையும் நான் விரும்பவில்லை. என் காதலியின் இதயத்தை நொறுங்கச் செய்யவும் எனக்கு மனமில்லை. அவளுடைய பெற்றோரும் மற்றவர்களும் என்மீது கோபமடைவதையும் நான் விரும்பவில்லை. இந்தத் திருமணத்தை எப்படி நிறுத்துவது?*

இக்கடிதத்தைப் படித்தபோது என் இதயம் கனத்தது. எடுக்கப்பட வேண்டிய முடிவு பெரிதாக இருக்கின்றபோது, சரியான பதில்கள்கூடத் தவறானவை என்பது போன்ற ஓர்

உணர்வை ஏற்படும்.

மேலோட்டமாகப் பார்த்தால், இதற்கான தீர்வு எளிதுபோலத் தோன்றும். அவர் தன் திருமணத்தை நிறுத்தித்தான் ஆக வேண்டும். நீங்கள் ஒரு திருமணம் குறித்துப் பீதி அடைந்திருந்தால், அதை நடத்துவது ஒரு பெரிய தவறாக முடியும். அதை எப்படியாவது நிறுத்திவிட வேண்டும் என்ற நினைப்பை உங்களால் அகற்ற முடியாவிட்டால், அதை நிறுத்திவிடுவதுதான் நல்லது.

சரியான தீர்மானம் தெளிவானதாக இருக்கலாம். ஆனால், அதை எடுப்பது அவ்வளவு எளிதானதாக இருக்கத் தேவையில்லை. மனித அனுபவம் பெருமளவுக்கு உணர்ச்சிகளைச் சார்ந்திருப்பதுதான் அதற்குக் காரணம்.

தர்க்கரீதியாக அது சரியானதாகத் தோன்றினாலும், அது பலருக்கு வலி ஏற்படுத்தும் என்பதை நீங்கள் அறிந்திருக்கும்போது, அது உண்மையிலேயே சரியானதுதானா என்ற சந்தேகம் உங்களுக்கு எழும்.

இதுபோன்ற தர்மசங்கடமான சூழல்களில், நாம் பெரும்பாலும் மற்றவர்களுக்கு வலி உண்டாக்க விரும்பாமல், நமக்குச் சரியானது என்று தோன்றினாலும் அத்தீர்மானத்தை எடுக்காமல் இருப்போம்.

எனக்குக் கடிதம் எழுதியவர், அறிவார்ந்த முறையில் தான் எத்தகைய தீர்மானத்தை எடுக்க வேண்டும் என்பதை அறிந்திருப்பார். உணர்ச்சிகளை எப்படிக் கையாள்வது என்பதுதான் அவருடைய பிரச்சனை. அவர் என்னைத் தொடர்பு கொண்டதற்குக் காரணம், திருமணத்தை நிறுத்தத் தான் மேற்கொண்ட முடிவு சரிதான் என்பதை உறுதிப்படுத்திக் கொள்ள அவர் விரும்பியிருந்ததுதான். தன் உணர்ச்சிகளையும், தன் முடிவு பிறரிடம் தோற்றுவிக்கக்கூடிய உணர்ச்சிகளையும் எப்படிக் கையாள்வது என்பது அவருக்குத் தெரிந்திருக்கவில்லை.

ஒரு கடுமையான சூழலில் ஒரு கடினமான முடிவை எடுப்பதற்காக மண்டையை உடைத்துக் கொள்வதும், அது தொடர்பாக வேதனையை அனுபவிப்பதும் ஆரோக்கியமானதுதான். தன்னுடைய தீர்மானம் பிறரைக் காயப்படுத்திவிடுமோ என்று அவர் சிந்திப்பது, அவர் ஒரு நல்ல மனிதராக இருக்கிறார் என்பதற்கான அடையாளமாகும்.

உங்களுடைய ஒரு செயலின் காரணமாகவோ அல்லது நீங்கள் கூறியிருந்த ஒரு விஷயத்திற்காகவோ மற்றவர்கள் உங்கள்மீது கடும் கோபம் கொள்கின்ற, உங்களைக் குறித்து ஏமாற்றம் அல்லது மன உளைச்சல் அடைகின்ற சூழல்கள் உங்கள் வாழ்க்கையில் பல முறை உருவாக்கத்தான் செய்யும். அச்சமயங்களில், நீங்கள் உங்களுடைய சொந்த உணர்ச்சிக் கொந்தளிப்புகளிலிருந்தும், உங்களுடைய தீர்மானத்தின் அடிப்படையில் மற்றவர்கள் வெளிப்படுத்தப் போகின்ற உணர்ச்சிரீதியான எதிர்வினைகளிலிருந்தும் உங்களை

விலக்கி வைத்துக் கொள்ள வேண்டும்.

உங்களுடைய உணர்ச்சிகள் உங்களுடைய தீர்மானங்களை முடிவு செய்வதற்கு உங்களால் அனுமதிக்க முடியாது. ஏனெனில், பெரும்பாலான சமயங்களில், நீங்கள் சரியான தீர்மானத்திற்கு வருவதற்கு அவை குறுக்கே நிற்கும்.

இது வெளியேயிருந்து பார்ப்பதைவிட அதிகக் கடினமானது. சரியான தீர்மானத்தை மேற்கொள்வது நாசத்தை ஏற்படுத்தும். மற்றவருடன் நேர்மையாக இருப்பது இதயத்தை நொறுங்கச் செய்யும். உங்கள் தீர்மானம், நீங்கள் நேசிக்கும் ஒருவரின் இதயத்தை நொறுங்கச் செய்யும் என்பதால், அது உங்களையும் உலுக்கும்.

எனக்குக் கடிதம் எழுதியிருந்த நபருடைய கதையை நீங்கள் படித்தபோது அது உங்களையும் உலுக்கியிருக்கும். இவ்வளவுக்கும், உங்களுக்கும் எனக்கும் இந்த நபர் யாரென்றே தெரியாது.

ஏனெனில், உணர்ச்சிகள் அந்த அளவுக்கு வலிமையானவை.

அந்த நபர் தன் காதலியை உட்கார வைத்து, “திருமணம் செய்து கொள்ள வேண்டுமா என்பது குறித்து நாம் மறு ஆலோசனை செய்ய வேண்டும்,” என்று கூறுவதாக நாம் கற்பனை செய்கின்றபோதே நமக்கு உதறல் எடுக்கிறது. அந்தப் பெண் தன் கைகளால் தன் முகத்தை மூடிக் கொண்டு அழுவதை நம்மால் கற்பனை செய்ய முடிகிறது. அந்த ஆண் தன் பெற்றோரை அலைபேசியில் அழைத்துத் தன் முடிவைச் சொல்வதையும், அந்தப் பெண் தன் பெற்றோரை அழைத்து விஷயத்தை உடைப்பதையும் எண்ணிப் பார்க்கின்றபோது நமக்குக் குலை நடுங்குகிறது.

அந்தச் சூழல் குறித்து வெறுமனே படித்துக் கொண்டிருக்கும்போதே நமக்குள் இப்படிப்பட்ட உணர்ச்சிகள் தோன்றுகின்றன. அதனால்தான், நம்மை நம்பியவர்களைக் கைவிடுகின்ற ஒரு முடிவை எடுப்பது வாழ்க்கையில் அவ்வளவு கடினமானதாக இருக்கிறது.

வளர்ந்தவர்கள் தாங்கள் எப்படி உணர்கிறார்களோ அவ்வாறு உணர்வதற்கு அவர்களுக்கு அனுமதியிருக்கிறது. கோபம் கொள்வதற்கும், மனமுடைந்து போவதற்கும், ஏமாற்றமும் விரக்தியும் அடைவதற்கும், திக்குமுக்காடல் உணர்வை அனுபவிப்பதற்கும் அவர்களுக்கு உரிமை இருக்கிறது.

அதை உங்களால் கட்டுப்படுத்த முடியாது.

ஆனால், நிஜத்தை எதிர்கொள்வதைத் தடுப்பதற்காக நாம் அதைக் கட்டுப்படுத்த முயல்கிறோம். அதனால்தான், நீங்கள் ஒரு தவறான உறவிலோ அல்லது பிடிக்காத வேலையிலோ தொடர்ந்து ஒட்டிக் கொண்டிருக்கிறீர்கள்.

அதனால்தான், உங்களுடைய முதுகிற்குப் பின்னால் பேசுகின்ற நண்பரைத் தொலைபேசியில் அழைத்தோ அல்லது நேரிலோ பேசாமல் இருக்கிறீர்கள். அல்லது, உங்களுடைய அம்மாவுடன்

முரண்படாமல் இருக்கிறீர்கள். அல்லது, உங்களுடைய நெருங்கிய தோழியுடன் காதல் வயப்பட்டிருக்கின்றபோது அதை அவரிடம் சொல்லாமல் இருக்கிறீர்கள்.

தவிர்ப்பது எளிதாக இருக்கிறது. ஏனெனில், தவிர்ப்பதன் மூலம், அதை நேருக்கு நேர் எதிர்கொள்ள வேண்டிய சூழல் உங்களுக்கு ஏற்படாமல் போய்விடுகிறது. ஆனால், பின்னர் அது நிலைமையை மேலும் கடினமானதாக ஆக்குகிறது. ஒரு கடினமான உரையாடலைத் தள்ளிப்போடுவது, அடுத்த ஆண்டு அந்த உரையாடலை எளிதாக்கிவிடாது.

நீங்கள் எவ்வளவு அதிக காலம் தள்ளிப் போடுகிறீர்களோ, அது அவ்வளவு அதிக வலிமிக்கதாக மாறும். உங்களுக்குச் சரி என்று படுகின்ற ஒன்றைச் செய்வதை நீங்கள் தேர்ந்தெடுக்காதிருப்பது உங்களுக்கு வலியை மட்டுமே கொடுக்கும்.

அவர் தன் திருமணத்தை நிறுத்தினாரா? எனக்குத் தெரியாது. அவர் நிறுத்தியிருப்பார் என்று நான் நம்பினேனா? ஆமாம். அவர் அப்படிச் செய்திருந்தால், அது அவருக்கு மட்டுமல்லாமல், அவருடைய காதலிக்கும் நல்லதாகவே இருந்திருக்கும். தான் மனதார விரும்பும் ஒருவரோடு சேர்ந்து வாழ்வதற்கு எல்லோருக்கும் உரிமை இருக்கிறது.

நீங்கள் யாருடன் சேர்ந்திருக்க விரும்பவில்லையோ, அதை அந்த நபரிடம் வெளிப்படையாகக் கூறுவதுதான் நீங்கள் செய்யக்கூடிய துணிச்சல்மிக்க, அன்பான, கௌரவமான ஒரு செயலாக இருக்கும். நேர்மையாக இருப்பது, குறிப்பாக, மற்றவர்கள் உணர்ச்சிரீதியாகப் பக்குவமற்ற ஒரு நிலையில் இருக்கின்றபோது, மிகவும் கடினமானதாக இருக்கும்.

நீங்கள் அவர்களுடைய குற்றவுணர்ச்சியையோ, மோசமான மனநிலையையோ கையாள விரும்பாததால், அவற்றை நீங்கள் தவிர்க்கிறீர்கள். இங்கு நீங்கள் மற்றொருவருடன் முரண்படுவதைத் தவிர்த்துக் கொண்டிருக்கவில்லை. மாறாக, அந்த நபரின் உணர்ச்சிகளை எதிர்கொள்வதை நீங்கள் தவிர்த்துக் கொண்டிருக்கிறீர்கள். உங்கள் தீர்மானம் அந்த நபர்மீது உணர்ச்சிரீதியாக எந்த அளவு தாக்கம் ஏற்படுத்தும் என்பது குறித்தக் கவலை மட்டுமே உங்களை வாட்டிக் கொண்டிருக்கும்.

தங்களுடைய உறவு எப்போதோ முடிவுக்கு வந்துவிட்டது என்பதை அறிந்த பிறகும், பல பத்தாண்டுகளாகப் பலர் தங்களுடைய திருமண உறவைத் தொடர்ந்து கொண்டிருப்பதற்கு இதுதான் காரணம். தங்களுக்குப் பிடிக்காத வேலையில் பலர் நீடித்துக் கொண்டிருப்பதற்கும் இதுதான் காரணம். கல்லூரியில் தாங்கள் முதலில் தேர்ந்தெடுத்திருந்த ஒரு பாடம் பின்னர் தங்களுக்குப் பிடிக்காமல் போயிருந்தாலும், அதை மாற்ற அவர்கள் துணியாமல் இருப்பதற்கும் இதுதான் காரணம். உணர்ச்சிகள் என்பவை இயல்பான வாழ்க்கையின் ஒரு பகுதி

என்பதையும், வளர்ந்தவர்களுக்குள் உணர்ச்சிக் கொந்தளிப்புகள் ஏற்படுவதும் பின்னர் அவை தணிவதும் சகஜம் என்பதையும் நீங்கள் உணர்ந்திருந்தால், நீங்கள் இன்னும் அதிகத் துணிச்சலாகச் செயல்படுவீர்கள். உங்களுடைய விழுமியங்களுக்கு ஒத்திசைவாக வாழ்வது மட்டுமே உங்களுடைய வேலை.

அப்படிச் செய்வது சில வேளைகளில் மற்றவர்களைக் காயப்படுத்தலாம். அவர்களுக்கு ஏமாற்றமளிக்கலாம். தன்னுடைய தீர்மானம் பிறரைக் காயப்படுத்தும் என்பதை அறிந்திருந்தும் அதைச் செய்வதுதான் ஒருவர் தன் வாழ்க்கையில் மேற்கொள்ளக்கூடிய மிகக் கடினமான காரியமாகும். என்னுடைய நடவடிக்கைகள் வேறு ஒருவருக்கு ஏமாற்றமளிக்கும் என்றோ, அவருக்கு மன உளைச்சலைக் கொடுக்கும் என்றோ நான் அறிந்திருக்கின்றபோது, ஒருவர் தன் வாழ்க்கையில் ஒரு சிக்கலான சூழலை எதிர்கொள்கின்றபோது எதிர்மறையான உணர்ச்சிகளை அனுபவிப்பது ஆரோக்கியமானதுதான் என்று டாக்டர் தாமோர் கூறியிருந்ததை எனக்கு நான் நினைவுபடுத்திக் கொள்கிறேன்.

நீங்கள் உங்கள் மனத்தை மாற்றிக் கொள்கின்றபோது, மற்றவர்கள் மன உளைச்சல் அடையத்தான் செய்வர். நீங்கள் ஓர் உறவை முறிக்கின்றபோது, அதில் தொடர்புடையவர்களுக்கு அது வலியையும் வேதனையையும் ஏற்படுத்தத்தான் செய்யும். மக்கள் தங்களுடைய வேலையை இழக்கின்றபோது, அது அவர்களுக்கு மனச்சோர்வை ஏற்படுத்தத்தான் செய்யும்.

உங்களுக்குச் சரியானதாகப் படுகின்ற ஒரு கடினமான தீர்மானத்தை நீங்கள் எடுக்கின்றபோது நீங்கள் எதிர்கொள்கின்ற குற்றவுணர்ச்சியையும் அசௌகரிய உணர்வையும் எப்படிக் கையாள்வது?

உணர்ச்சி அலையில் இலாவகமாகப் பயணிக்கக் கற்றுக் கொள்ளுங்கள்

உணர்ச்சிக் கொந்தளிப்பு உருவாக்குகின்ற அசௌகரிய உணர்வைக் கையாள்வது என்பது, அலைச்சறுக்கு விளையாட்டைக் கற்றுக் கொள்வதைப் போன்றது. ஏனெனில், அடிப்படையில் உணர்ச்சிகளும் அலைகளைப் போன்றவைதாம். அவை மேலே எழும், பின்னர் கீழே விழும்.

சில நாள்கள், உங்கள் வாழ்க்கை அமைதியாகவும் ஆட்டமில்லாமலும் சென்று கொண்டிருக்கும். வேறு சில நாள்கள், (எடுத்துக்காட்டு: நம் திருமணத்தை நிறுத்துவது) சுழன்றடிக்கும் சூறாவளி ஒன்றில் நீங்கள் சிக்கிக் கொண்டதைப்போல நீங்கள்

உணர்வீர்கள். அது உங்களை மூழ்கடித்துவிடும் என்ற பயம் உங்களைச் சூழ்ந்து கொள்ளும். ஆனால், நீங்கள் ஒருபோதும் மூழ்கப் போவதில்லை.

திருமணத்தை நிறுத்துவது என்பது உங்களை நிலைகுலையச் செய்யுமா? கண்டிப்பாக. உங்கள் வாழ்க்கையில் நீங்கள் மேற்கொள்ளவிருக்கின்ற மிகவும் வலிமிக்கதொரு தீர்மானமாக அது இருக்குமா? கண்டிப்பாக. உங்கள் காதலியின் அப்பா கொலைவெறியுடன் திரிவாரா? ஆமாம். குறைந்தபட்சம், ஒரு சில மாதங்களேனும்! தாங்கள் செலுத்தியிருந்த முன்பணத்தை இழந்து நிற்கின்ற உங்களுடைய பெற்றோர் உங்கள்மீது கடும் கோபத்தில் இருப்பார்களா? அதிலென்ன சந்தேகம்?

நீங்கள் எத்தகைய உணர்ச்சிகளை அனுபவிக்க விரும்புகிறீர்களோ அந்த உணர்ச்சிகளை அனுபவித்து முடித்தப் பிறகு, அதில் தொடர்புடையவர்கள் எத்தகைய உணர்ச்சிகளை அனுபவிக்க வேண்டியிருந்ததோ, அதில் நீங்கள் எந்தவிதத்திலும் குறுக்கிடாமல் அவர்கள் அவற்றை அனுபவிக்க நீங்கள் அனுமதித்துவிட்டப் பிறகு, வாழ்க்கை மீண்டும் ஒரு புதிய இயல்பு நிலைக்குத் திரும்புவதை நீங்கள் பார்ப்பீர்கள்.

இறுதியில், நீங்கள் ஏன் அத்தீர்மானத்தை எடுத்தீர்கள் என்பதை உங்கள் பெற்றோர் புரிந்து கொள்வதோடு, அப்படிப்பட்டதொரு தீர்மானத்தை நீங்கள் துணிச்சலாக மேற்கொண்டிருந்ததற்காக அவர்கள் உங்களை நினைத்துப் பெருமைப்படவும் செய்வர்.

உங்களைப் பொறுத்தவரை, உங்கள் வாழ்வில் அந்தக் கட்டமும் கடந்து சென்றுவிடும்.

மற்றவர்களின் உணர்ச்சிரீதியான எதிர்வினைகள் உங்களுடைய தீர்மானங்கள்மீது தாக்கம் ஏற்படுத்த ஒருபோதும் அனுமதிக்காதீர்கள். நீங்கள் உங்களுடனும் மற்றவர்களுடனும் நேர்மையாக இருப்பதை உறுதி செய்து கொள்ளுங்கள். இப்போது கடினமாக இருந்தாலும், கடினமான அந்த முடிவை எடுங்கள். நீண்டகால நோக்கில், நீங்கள் அதிக வலியை அனுபவிப்பதிலிருந்து அது உங்களைப் பாதுகாக்கும். நீங்கள் எத்தகைய வாழ்க்கையை வாழத் தகுதியானவர் என்று நீங்கள் நினைக்கிறீர்களோ, அந்த வாழ்க்கையை வாழ்வதற்கான வாய்ப்பை உங்களுக்கு நீங்களே வழங்கிக் கொள்ளுங்கள்.

மற்றவர்களின் உணர்ச்சிரீதியான எதிர்வினைகளைக் கையாள்வது தொடர்பாக நாம் கற்றுக் கொண்டுள்ளவற்றை இப்போது சுருக்கமாகப் பார்க்கலாம். தற்போது, மற்றவர்களுடைய உணர்ச்சிரீதியான எதிர்வினைகள் உங்களுடைய தேர்ந்தெடுப்புகள்மீது ஆதிக்கம் செலுத்த நீங்கள் அனுமதித்துக் கொண்டிருக்கிறீர்கள். மற்றவர்கள் ஒரு குழந்தையைப்போல நடந்து கொள்கின்றபோது, நீங்கள் சற்று நிதானித்து நிலைமையை அவதானிப்பதற்கு, 'அவர்களை அவர்கள் போக்கில் விடுங்கள்'

கோட்பாடு உங்களுக்கு அதிகாரமளிக்கிறது.

1. **பிரச்சனை:** மற்றவர்களுடைய உணர்ச்சிசார் பக்குவமின்மை உங்கள்மீது அதிகாரம் செலுத்த நீங்கள் அனுமதிக்கிறீர்கள். மற்றவர்களுடைய குற்றவுணர்ச்சி, உணர்ச்சி வெடிப்புகள் மற்றும் எதிர்வினைகள் உங்களுடைய செயல்நடவடிக்கைகளைத் தீர்மானிக்கவும், நீங்கள் உங்களுடைய விஷயத்தில் கவனத்தைக் குவிப்பதற்குப் பதிலாக எப்போதும் அவர்களுடைய உணர்ச்சிகளை நிர்வகிப்பதில் உங்களை ஈடுபடுத்திக் கொள்ளவும் நீங்கள் அனுமதிக்கிறீர்கள். அதாவது, நீங்கள் உங்களுடைய சொந்த மகிழ்ச்சியைக் காவு கொடுத்துவிட்டு மற்றவர்களுடைய உணர்ச்சிரீதியான தேவைகளைப் பூர்த்தி செய்வதற்கு முன்னுரிமை அளிக்கிறீர்கள்.
2. **உண்மை:** மற்றவர்களுடைய உணர்ச்சிசார் எதிர்வினைகள் உங்கள் பொறுப்பு அல்ல. மற்றவர்கள் எப்படி உணர்வார்கள் அல்லது எப்படி எதிர்வினையாற்றுவார்கள் என்பதை உங்களால் ஒருபோதும் அறிய முடியாது. அத்துடன், அவர்களுடைய உணர்ச்சிசார் பக்குவமின்மையை உங்களால் சரி செய்யவும் முடியாது. வளர்ந்தவர்களில் பெரும்பாலானோர், ஓர் எட்டு வயதுக் குழந்தையின் உணர்ச்சித் திறனையே கொண்டுள்ளனர். அதை உங்களால் மாற்ற முடியாது.
3. **தீர்வு:** வளர்ந்த நபர்கள் ஒரு குழந்தையைப்போல உணர்ச்சிவசப்பட்டு நடந்து கொண்டால்கூட, ‘அவர்களை அவர்கள் போக்கில் விடுங்கள்’ கோட்பாட்டை நீங்கள் பயன்படுத்தினால், உங்களால் அவர்களைத் திருப்திகரமாகக் கையாள முடியும். மற்றவர்களை அவர்கள் நிலைகுலைய வைத்தால்கூட, நீங்கள் உங்களுக்கான சரியான தீர்மானங்களை மேற்கொள்ளுங்கள். பிறருடைய உணர்ச்சிச் சுமைகளைச் சுமப்பதை நிறுத்திவிட்டு, உங்களுடைய விழுமியங்களோடு ஒத்துப் போகின்ற விதத்தில் நீங்கள் செயல்படுகின்றபோது, நீங்கள் உங்களுடைய அதிகாரத்தைத் தக்கவைத்துக் கொள்வீர்கள்.

‘அவர்களை அவர்கள் போக்கில் விட்டுவிடு!’ என்று நீங்கள் உங்களிடம் கூறிக் கொள்ளும்போது, மற்றவர்களின் உணர்ச்சிகளை நிர்வகிக்கின்ற பொறுப்பை நீங்கள் எடுத்துக் கொள்ளாமல், அவர்கள் தங்களுடைய உணர்ச்சிகளை அனுபவித்துக் கொள்வதற்கான இடத்தை நீங்கள் அவர்களுக்கு அளிக்கிறீர்கள். ‘இதற்கு நான் பொறுப்பேற்றுக் கொள்கிறேன்!’

என்று நீங்கள் கூறுகின்றபோது, உங்களுக்கான சரியான தீர்மானம் மற்றவர்களுக்குத் தவறானதாகத் தோன்றினாலும், அதை எடுப்பதற்கான துணிச்சலை நீங்கள் கண்டறிகிறீர்கள்.

வளர்வதற்கும், பக்குவம் கொண்ட ஒரு நபராக ஆவதற்குமான வேளை வந்துவிட்டது.

எதற்கெடுத்தாலும் ஒப்பிட்டுக் கொண்டே இருக்கின்ற மனப்போக்கை மீறுவது எப்படி

அத்தியாயம் 9

ஆமாம், வாழ்க்கை நியாயமற்றதுதான்

வாழ்க்கை நியாயமற்றது என்பதை மறுக்க முடியாது. ஆனால், உங்கள் வாழ்க்கையின் ஏதோ ஒரு கட்டத்தில் உங்களுக்கு இது குறித்த விழிப்புணர்வு ஏற்பட்டு, இதை நீங்கள் ஏற்றுக் கொண்டு, மற்றவர்களின் புறத்தோற்றம் எப்படி இருக்கிறது, அவர்கள் என்ன வைத்திருக்கிறார்கள், எதைச் சாதித்திருக்கிறார்கள் என்பன போன்றவை குறித்து அளவுக்கதிகமாகச் சிந்திப்பதை நீங்கள் நிறுத்த வேண்டும்.

இந்த உலகிலுள்ள அனைவரும் ஒரு விஷயத்தில் சறுக்குகிறார்கள்: மற்றவர்களின் வெற்றி தங்களை உறைய வைக்க அவர்கள் அனுமதித்துவிடுகின்றனர்.

இன்னொருவரின் வெற்றியை அல்லது அவருக்குக் கிடைத்துள்ள அதிர்ஷ்டத்தை உங்களால் கட்டுப்படுத்த முடியாது என்பதே எதார்த்தம். உங்கள் கட்டுப்பாட்டில் இருக்கின்ற ஒரே ஒரு விஷயம், மற்றவர்களின் முன்னுதாரணத்தை அடிப்படையாகக் கொண்டு நீங்கள் எத்தகைய செயல்நடவடிக்கைகளில் இறங்குகிறீர்கள் என்பது மட்டுமே.

மற்றவர்களின் வாழ்க்கையை, நீங்கள் ஒரு தோல்வியாளர் அல்லது வசீகரமற்றவர் அல்லது போதுமான திறமைகள் இல்லாதவர் என்பதற்கான சான்றாக நீங்கள் பார்த்தால், உங்கள் வாழ்க்கையின் மிகப் பெரிய தடைக்கல்லாக நீங்களே மாறிவிடுவீர்கள். சமூக ஊடகங்களைக் கண்மூடித்தனமாக மேய்ந்து கொண்டு, மற்றவர்களைவிட நீங்கள் தாழ்ந்தவர் என்ற உணர்வுடன் நீங்கள் வலம் வந்து கொண்டிருந்தால், வாழ்க்கையில் இப்போது நீங்கள் எந்த இடத்தில் இருக்கிறீர்களோ அந்த இடத்தில் மாட்டிக் கொள்வீர்கள், என்றென்றைக்கும் பின்தங்கிவிடுவீர்கள். எந்தக் காரணமுமின்றி உங்களை நீங்களே

வதைத்துக் கொள்வீர்கள். மற்றவர்கள் உங்களை உறைய வைக்க அனுமதிப்பதன் மூலம் நீங்கள் உங்களைக் கடுமையான சுயவிமர்சனத்திற்கு உட்படுத்துவீர்கள், விஷயங்களைத் தள்ளிப் போடுவீர்கள்.

வாழ்க்கை எந்த அளவுக்கு நியாயமற்றதாக இருக்கிறது என்பதிலும், உங்களை மற்றவர்களோடு ஒப்பிடுவதிலும் நீங்கள் உங்கள் கவனம் முழுவதையும் குவித்தால், உங்களால் உங்களை ஊக்குவித்துக் கொள்ள முடியாது, உங்களுடைய முன்னேற்றத்திற்கு நீங்களே ஒரு பெரும் தடையாக இருப்பீர்கள். அது ஒரு சுயதீர்க்கதரிசனமாக ஆகிவிடும். எப்போதும் உங்களைப் பிறருடன் ஒப்பிடுகின்ற பழக்கத்தால் வாழ்க்கையில் நீங்கள் பின்தங்கிவிடுவீர்கள்.

பிரச்சனையே நீங்கள்தாம். இதிலிருந்து விடுபடுவதற்கு முதலில் நீங்கள் ஓர் உண்மையை ஏற்றுக் கொள்ள வேண்டும். வாழ்க்கை நியாயமற்றது என்பதுதான் அது. ஆமாம், அது அப்படித்தான்.

உங்களால் கல்விக் கட்டணத்தைச் செலுத்த முடியாததால், படிப்பதற்கு நீங்கள் வாங்கியிருந்த கல்விக் கடனில் மூழ்கி நீங்கள் திக்குமுக்காடிக் கொண்டிருப்பது நியாயமில்லைதான்.

உங்கள் சகோதரி ஓர் உலக அழகியைப்போல இருப்பதும், ஒரு கேளிக்கை விருந்தில் எல்லோரும் அவளைக் கண்டு பிரமித்து அவளுடன் பேச முண்டியடித்துக் கொண்டிருக்கின்றபோது நீங்கள் மட்டும் தன்னந்தனியாக ஒரு மூலையில் அமர்ந்து எதையோ பருகிக் கொண்டிருப்பதும் நியாயமில்லைதான்.

உங்கள் மேலாளர் உங்களுக்கு மட்டும் எப்போதும் கடுமையான ‘ஷிஃப்ட்’ நேரத்தை ஒதுக்குவது நியாயமில்லைதான்.

உங்கள் நாடு ஒரு போரால் சீரழிக்கப்பட்டுக் கொண்டிருப்பது நியாயமில்லைதான்.

நீங்கள் பிறக்கும்போதே ஒரு நீரிழிவு நோயாளியாகப் பிறந்து, உங்கள் வாழ்நாள் முழுவதும் இன்சுலின் மருந்து எடுத்துக் கொண்டாக வேண்டிய நிலையில் இருப்பது நியாயமில்லைதான்.

நீங்கள் வேலை செய்கின்ற நிறுவனத்தில் உங்களுக்குப் பதவி உயர்வு வழங்கப்படாதிருக்கின்றபோது, உங்களைவிடக் குறைவான அனுபவம் வாய்ந்த உங்களுடைய சகா ஒருவருக்கு அப்பதவி வழங்கப்பட்டது நியாயமில்லைதான். உங்களுக்குப் புற்றுநோய் வந்துள்ளது கண்டுபிடிக்கப்பட்டுள்ளது நியாயமில்லைதான். எதைத் தின்றாலும் செரித்துவிடுகின்ற உடல்நிலை உங்கள் தோழிக்கு வாய்த்துள்ளது நியாயமில்லைதான். மாசுபாடுள்ள ஓரிடத்தில் நீங்கள் வசித்து வந்ததால் உங்களுக்கு ஆஸ்துமா நோய் ஏற்பட்டிருப்பது கண்டறியப்பட்டுள்ளது நியாயமில்லைதான். விலைவாசி கடுமையாக உயர்ந்து கொண்டிருப்பது நியாயமில்லைதான். உங்கள் முகத்தில் நிறைய

பருக்கள் தோன்றியுள்ளது நியாயமில்லைதான்.

நீங்கள் கூறுவது சரிதான். இவையெல்லாம் நியாயமே அல்ல.

வாழ்க்கையெனும் சீட்டுக்கட்டு விளையாட்டில், விதி, சீட்டுகளைக் கலைத்துப் போடுகின்றபோது, ஒவ்வொருவருக்கும் வெவ்வேறு விதமான சீட்டுகள் கிடைக்கும் என்பது அடிப்படை எதார்த்தம். மற்றவர்களுக்குக் கிடைத்திருக்கின்ற சீட்டுகள்மீது உங்களுக்கு எந்தக் கட்டுப்பாடும் இல்லை. நீங்கள் அடுத்தவர்களுடைய சீட்டுகளில் எவ்வளவு அதிக நேரத்தைச் செலவிடுகிறீர்களோ, அந்த விளையாட்டை அவ்வளவு அதிகமாக உங்களால் இரசித்து விளையாட முடியாமல் போய்விடும்.

வாழ்க்கையெனும் விளையாட்டில் நீங்கள் யாரையும் எதிர்த்து விளையாடிக் கொண்டிருக்கவில்லை. நீங்கள் அவர்களோடு சேர்ந்து விளையாடிக் கொண்டிருக்கிறீர்கள். எப்போதும் யாராவது ஒருவர் உங்களைவிட மேம்பட்டச் சீட்டுகளை வைத்துத்தான் இருப்பார். உங்களுக்கு என்னென்ன சீட்டுகள் கிடைத்திருக்கின்றன என்பது ஒரு பொருட்டல்ல. மாறாக, உங்களுக்குக் கிடைத்திருக்கின்ற சீட்டுகளை வைத்துக் கொண்டு நீங்கள் எப்படி விளையாடுகிறீர்கள் என்பதுதான் இங்கு முக்கியம்.

உங்களை நீங்கள் மற்றவர்களோடு ஒப்பிட்டுக் கொண்டிருப்பதில் மும்முரமாக இருக்கின்றபோது, நீங்கள் வாழ்க்கையின் மாபெரும் இரகசியம் ஒன்றைத் தவறவிடுகிறீர்கள். அது இதுதான்: எப்படி ஒரு சிறந்த ஆட்டக்காரராக ஆவது என்பதை மற்ற ஆட்டக்காரர்கள் உங்களுக்குக் கற்றுக் கொடுத்துக் கொண்டிருக்கிறார்கள். அப்படித்தான் உங்களால் வெற்றி பெற முடியும்.

சிலருக்கு அருமையான சீட்டுகள் வாய்க்கின்றன என்பதும், அதன் காரணமாக அவர்கள் வெற்றியாளர்களாகவும் அதிர்ஷ்டசாலிகளாகவும் இருக்கின்றனர் என்பதும் உண்மைதான். அவர்கள் அப்படி இருந்துவிட்டுப் போகட்டும்.

அவர்கள் சாதனைகளை விரைவாக அடைந்துவிடுவர். அவர்களிடம் கூடுதலான வளவசதிகள் இருக்கும். அவர்களுக்கு அதிகமான ஆதரவு கிடைக்கும். அதுதான் எதார்த்தம். அதை உங்களால் மாற்ற முடியாது. அவர்கள் அப்படி இருந்து கொள்ளட்டும்.

அது குறித்துக் கவலைப்படுவதும், அதன் காரணமாக நீங்கள் உள்ளூர மோசமாக உணர்வதும், உங்களுடைய அறிவாற்றலுக்கு நீங்களே இழைத்துக் கொள்கின்ற அவமானமாகும். எப்படி வெற்றி பெறலாம் என்பதை உங்களால் கண்டுபிடிக்க முடியும். உங்களுக்கு என்ன கிடைத்திருக்கிறதோ அதை வைத்துக் கொண்டு தொடங்குங்கள். பிறகு, நீங்கள் எதை விரும்புகிறீர்களோ அதை உருவாக்குங்கள்.

ஆனால், பிறரோடு உங்களை எப்போதும் ஒப்பிட்டுக் கொண்டிருக்கின்ற மிக மோசமான பழக்கத்தை நீங்கள் கடைபிடிக்கும்போது, வெற்றி உங்களுக்குச் சாத்தியப்படாது. அப்பழக்கத்தை உடனடியாக நிறுத்துங்கள்.

ஒரு கேளிக்கை விருந்தில் எல்லோரும் உங்களுடைய சகோதரியை நோக்கிப் படையெடுப்பதற்குப் பதிலாக உங்களை நோக்கிவருவதுபோலவோ, நீங்கள் ஐரோப்பாவில் ஒரு பிரமாதமான உல்லாசப் பயணத்தை மேற்கொண்டிருப்பதுபோலவோ, நீங்கள் இப்போது இருப்பதைவிட அதிக உயரமாக இருப்பதுபோலவோ, மேம்பட்டதொரு வேலையில் இருப்பதுபோலவோ, கூடுதல் வருவாய் ஈட்டிக் கொண்டிருப்பதுபோலவோ கற்பனை செய்வதால் மட்டுமே அவை நிஜமாகிவிடப் போவதில்லை. மாறாக, உங்கள் தன்னம்பிக்கைதான் குறையும்.

சீட்டுக்கட்டு விளையாட்டில் தலைசிறந்து விளங்குகின்ற யாரைக் கேட்டாலும், உங்களுக்குக் கிடைத்துள்ள சீட்டுகள் முக்கியமல்ல என்றும், அவற்றை வைத்துக் கொண்டு நீங்கள் எப்படி விளையாடுகிறீர்கள் என்பதுதான் முக்கியம் என்றும் அவர்கள் கூறுவார்கள். உங்களுக்குக் கிடைத்துள்ள சீட்டுகள்மீது கவனத்தைக் குவித்து, அவற்றை வைத்துக் கொண்டு நீங்கள் எப்படி விளையாடப் போகிறீர்கள் என்பதைத் தேர்ந்தெடுப்பதுதான், வாழ்க்கையெனும் சீட்டுக்கட்டு விளையாட்டில் உங்களை ஜெயிக்க வைக்கும்.

உங்களுக்குக் கிடைத்துள்ள மோசமான சீட்டுகளைப் பார்க்கின்றபோது, நீங்கள் ஒரு பெரும் துரதிர்ஷ்டசாலி என்ற உணர்வு உங்களுக்கு ஏற்படும் என்பது உண்மைதான். "ஏன் எனக்கு மட்டும் இப்படி நடக்கிறது?" என்று புலம்புவது எளிது. உங்கள்மீது கழிவிரக்கம் கொள்வதும் எளிது. மற்றவர்களை உற்று நோக்கி, அவர்கள் உங்களைவிட மேம்பட்ட உடற்கட்டு, அதிக வருவாய், அன்பான உறவுகள், கச்சிதமான ஆரோக்கியம், மேம்பட்டக் கார், நல்ல நட்பு வட்டம், ஓய்வூதியத் திட்டம் போன்றவற்றைக் கொண்டிருப்பதை ஒப்பிட்டு உங்களைக் குறித்து ஒரு மோசமான உணர்வை உருவாக்கிக் கொள்வதும் எளிது. ஏனெனில், உங்கள் கண்ணோட்டத்தின்படி, இவற்றில் எதுவுமே நியாயமல்ல. உங்களுக்கு ஒன்று தெரியுமா? வாழ்க்கை ஒருபோதும் நியாயமானதாக இருக்கப் போவதில்லை.

சிலர் அதிர்ஷ்டசாலிகள், அவ்வளவுதான். என்னுடைய நண்பர்களில் சிலருக்கு, அவர்கள் பிறந்ததிலிருந்தே அனைத்தும் அதிசிறப்பாக நடந்து கொண்டிருக்கின்றன. அவர்கள் விரும்பிய அனைத்தும் அவர்களுக்குக் கிடைத்துக் கொண்டிருப்பதுபோலத் தோன்றுகிறது. அவர்கள் எங்குச் சென்றாலும், நேர்மறையான அனுபவங்கள் அவர்களுக்குத் தொடர்ந்து கிடைத்துக் கொண்டிருக்கின்றன.

இவர்கள் மட்டும் ஏன் இப்படிப்பட்ட அதிர்ஷ்டசாலிகளாக இருக்கின்றனர்? நான் ஏன் அப்படி இல்லை? உங்கள்மீது கழிவிரக்கமும் அவர்கள்மீது கோபமும் கொள்வது எளிது, சரிதானே?

ஆனால், மற்றவர்களுடைய அதிர்ஷ்டத்தோடு உங்களை ஒப்பிடுவது நேர விரயம் மட்டுமே.

ஒப்பீடு உங்களைச் சித்திரவதை செய்கின்றபோது

உங்களை மற்றவர்களுடன் ஒப்பிடுவது தவிர்க்கப்பட முடியாதது. உங்களைச் சுற்றியுள்ளவர்களைப் பார்த்து, அவர்கள் எப்படிச் செயல்பட்டுக் கொண்டிருக்கிறார்கள், அவர்களோடு ஒப்பிடுகையில் உங்கள் நிலைமை எப்படி இருக்கிறது என்று அவதானிப்பது மனித இயல்பு.

இங்குப் பிரச்சனை, ஒப்பிடுகின்ற மனப்போக்கில் இல்லை, மாறாக, அந்த ஒப்பீட்டை வைத்துக் கொண்டு நீங்கள் என்ன செய்கிறீர்கள் என்பதில்தான் உள்ளது.

அதனால், உங்களிடம் இப்படிக் கேளுங்கள்: "பிறருடன் என்னை நான் ஒப்பிடும்போது நான் என்ன செய்கிறேன்? அதன் மூலம் என்னை நானே சித்திரவதை செய்து கொள்கிறேனா? அல்லது, அது எனக்கு ஏதாவது ஒரு முக்கியமான விஷயத்தைக் கற்றுக் கொடுத்துக் கொண்டிருக்கிறதா?"

மக்கள் இரண்டு விதமான ஒப்பீடுகளில் ஈடுபடுகின்றனர். ஒன்று அவர்களைச் சித்திரவதை செய்கிறது, மற்றொன்று அவர்களுக்கு ஒரு படிப்பினையைப் போதிக்கிறது.

முதல் விதமான ஒப்பீடான சித்திரவதையில், உங்களால் ஒருபோதும் மாற்ற முடியாத ஒரு விஷயம் குறித்து நீங்கள் அளவுக்கதிகமாக உங்களை நொந்து கொள்வீர்கள். இங்கு நீங்கள் மற்றவர்களுடைய வாழ்க்கையின் சில அம்சங்கள்மீது அதீதமாக உங்கள் கவனத்தைக் குவிக்கிறீர்கள்.

எடுத்துக்காட்டாக, இங்கு நீங்கள் வேறொருவருடைய இயற்கையான அழகு, உடல்வாகு, குடும்ப வரலாறு, உயரம், வளர்சிதை மாற்றம், பெற்றோர், பிறந்த நாடு, கடந்தகால அனுபவங்கள், விளையாட்டுத் திறன், பேச்சுத் திறன், சிறப்பான மூளைத் திறன், மொழிகளை விரைவாகக் கற்றுக் கொள்கின்ற திறன், புகைப்படம் எடுத்து வைத்துக் கொள்வதற்கு ஒப்பான ஞாபக சக்தி போன்றவற்றில் உங்களுடைய கவனத்தைக் குவிக்கிறீர்கள்.

பிறரிடம் இருக்கின்ற இவை போன்ற திறமைகள் மற்றும் இயல்புகள் குறித்து நீங்கள் பொறாமைப்படக்கூடும். இவை அந்த நபர்களுக்கு இயற்கையாகவே கிடைத்தவை. கடின உழைப்பின்

மூலம் அவற்றை அவர்கள் பெற்றிருக்கவில்லை. வாழ்க்கையெனும் விளையாட்டில் அவர்களுக்குக் கிடைத்துள்ள அருமையான சீட்டுகள் அவை. அவை எப்போதும் அவர்களுடன்தான் இருக்கப் போகின்றன, அவை மறையப் போவதில்லை.

நீங்கள் என்னதான் தலைகீழாக நின்றாலும், இந்தச் சீட்டுகள் மாயாஜாலமாக உங்கள் கையில் ஒருக்காலும் தோன்றப் போவதில்லை.

ஒரு விஷயம் எந்த அளவுக்கு நிலையானது என்பதைக் கண்டுகொள்ள இந்தச் சோதனையை மேற்கொள்ளுங்கள்: ஒரு விஷயத்தை அடுத்த முப்பது நொடிகளுக்குள் உங்களால் மாற்ற முடியாது என்றால், அதை உங்களால் ஒருக்காலும் மாற்ற முடியாது.

உங்களால் மாற்ற முடிகின்ற மற்றும் மாற்ற முடியாத விஷயங்களுக்கு இடையேயுள்ள வேறுபாட்டை நீங்கள் அறிந்திருப்பது மிகவும் இன்றியமையாதது. ஏனெனில், உங்களால் மாற்ற முடியாத, மற்றவர்களிடம் இருக்கின்ற சில அம்சங்களோடு உங்களுடைய அம்சங்களை நீங்கள் ஒப்பிடுகின்றபோது, அது உங்களுக்குச் சித்திரவதையை மட்டுமே ஏற்படுத்தும்.

அப்படிப்பட்டச் சுயசித்திரவதைகள் உங்கள் வளர்ச்சிக்கு இடையூறாக இருக்கும், உங்கள் மகிழ்ச்சிக்கு ஊறு விளைவிக்கும். ஒரு விஷயத்தை உங்களால் மாற்ற முடியாது என்றால், நீங்கள் அதை ஏற்றுக் கொள்ளக் கற்றுக் கொள்ள வேண்டும்.

ஆனால், அதைச் செய்வது எளிதல்ல.

இந்தக் குணத்தை நான் என்னுடைய மூத்த மகள் சாயரிடம் கண்டிருக்கிறேன். அவள் தன்னுடைய தங்கை கென்டாலுடன் எப்போதும் தன்னை அளவுக்கதிகமாக ஒப்பிட்டுக் கொண்டே இருப்பாள். குறிப்பாக, கென்டால் இயற்கையிலேயே பெற்றுள்ள இனிய குரல்மீது சாயர் பொறாமை கொண்டிருந்தாள்.

இதை சாயராலும் மாற்ற முடியாது, கென்டாலாலும் மாற்ற முடியாது, என்னாலும் மாற்ற முடியாது.

ஆனால், இந்த அர்த்தமற்ற ஒப்பீடு, சாயரைப் பல ஆண்டுகளாகச் சித்திரவதை செய்தது. அவள் தன் உடலை வெறுத்தாள். உடல் எடையைக் குறைப்பது தனக்குக் கடினமாக இருந்ததாகப் புலம்பினாள். கென்டால் ஒல்லியாக இருந்தது நியாயமற்றது என்று அவள் குமுறினாள்.

அவளுடைய நினைப்பு சரிதான். அது நியாயமற்றதுதான். அவள் எவ்வளவுதான் உடற்பயிற்சி செய்தாலும், அவளுடைய உடல், கென்டாலின் உடலைப்போல ஒருக்காலும் இருக்கப் போவதில்லை. எவ்வளவு மணி நேரம் பயிற்சி செய்தாலும் அவளுடைய குரல் இனிமையானதாக மாறப் போவதில்லை. தான் தோற்றுக் கொண்டிருந்ததாகவும், கென்டால் ஜெயித்துக் கொண்டிருந்ததாகவும் சாயர் தன் மனத்தில் காட்சிப்படுத்தி

வைத்திருந்தாள்.

இதை 'மேல்நோக்கிய ஒப்பீடு' என்று உளவியலாளர்கள் அழைக்கின்றனர். ஒருவர் தன்னுடைய திறமைகள் அல்லது இயல்புகளைப் பிறருடையவற்றுடன் ஒப்பிட்டு, அவர்கள் அவற்றில் தன்னைவிட மேம்பட்ட நிலையில் இருப்பதாகக் கருதுவர். இது, அப்படி ஒப்பீட்டில் ஈடுபடுகின்ற நபரின் சுயமதிப்பை அழித்துவிடும் என்று ஆய்வுகள் தெரிவிக்கின்றன.

இதற்கு நேர்மாறான 'கீழ்நோக்கிய ஒப்பீட்டில்' மக்கள் அரிதாகவே ஈடுபடுகின்றனர். உலகத்திலுள்ள பெரும்பான்மையான மக்களோடு தங்களை ஒப்பிட்டு, அவர்களைவிடத் தாங்கள் ஒரு மேம்பட்ட நிலையில் இருப்பதாக உணர்தல் இது. ஐக்கிய நாடுகள் சபையின் அறிக்கையின்படி, உலகிலுள்ள மக்களில் கால்வாசிப் பேருக்கு சுத்தமான குடிநீர் கிடைப்பதில்லை. உங்களுக்குக் குழாய் நீர், மின்சாரம், இந்த நூலைப் படிப்பதற்கான வாய்ப்பு ஆகியவை கிடைத்துக் கொண்டிருந்தால், நீங்கள் இந்த உலகிலுள்ள பெரும்பாலான மக்களைவிட ஒரு மேம்பட்ட நிலையில் இருக்கிறீர்கள் என்று பொருள்.

தன் தங்கையுடன் தன்னை ஒப்பிட்டுக் கொண்டிருந்ததன் மூலம் சாயர் தன்னை எந்த அளவுக்குச் சித்திரவதை செய்து கொண்டிருந்தாள் என்பதை நான் வேதனையுடன் பார்த்துக் கொண்டிருந்தேன். இதுபோன்ற ஒப்பீடுகளில் அவள் ஈடுபடுவதை என்னால் தடுத்து நிறுத்த முடியாது. நான் அவளுக்குக் கொடுக்கின்ற பாராட்டுகள் அவளுடைய இந்த நடத்தையை மாற்றப் போவதில்லை. அவளே தன்னை மாற்றிக் கொண்டால்தான் உண்டு.

இப்படி அவள் தன்னைத் தானே சித்திரவதை செய்து கொள்வதை நிறுத்தாதவரை, அவளுக்காகக் காத்துக் கொண்டிருக்கும் அழகிய, அற்புதமான வாழ்க்கையை அவளால் முழுமையாக அனுபவிக்க முடியாது. தன்னுடைய சொந்த அழகிய உடலை அவளால் மெச்ச முடியாது. தன்னுடைய மகத்துவத்தை உணர்வதற்குப் பதிலாக, தன்னிடம் இல்லாதவற்றைப் பற்றியே அவள் கவலைப்பட்டுக் கொண்டிருப்பாள். அவள் தன்னுடைய தங்கைமீது தன் முழுக் கவனத்தையும் குவித்திருப்பதால், நாங்கள் அவளிடம் காண்கின்ற அவளுடைய திறமைகளையும் தனிப் பண்புகளையும் அவளால் பார்க்க முடியாமல் போய்விடுகிறது.

மற்றவர்களின் கைகளில் இருக்கின்ற நல்ல சீட்டுகள் குறித்து அளவுக்கதிகமாகக் கவலைப்பட்டுக் கொண்டிருப்பதையும், அவர்களுடைய சீட்டுகளோடு உங்களுடைய சீட்டுகளை ஒப்பிட்டுக் கொண்டிருப்பதையும் நீங்கள் நிறுத்த வேண்டும். மற்றவர்களை எதிர்த்து ஆடுவதற்குப் பதிலாக, அவர்களுடன் இணைந்து ஆடக் கற்றுக் கொள்ள வேண்டும்.

தங்களைப் பிறருடன் ஒப்பிடுவதன் மூலம் பலர் பல

விதமான உடல் நோய்களையும் மனநோய்களையும் உருவாக்கிக் கொள்வதையும், மது மற்றும் போதைப் பொருள்களுக்கு அடிமையாவதையும் நான் பார்த்திருக்கிறேன்.

பெரும்பாலான கோளாறுகளுக்கு, மக்கள் பிறர்மீது அளவுக்கதிகமான கட்டுப்பாட்டைக் கொண்டிருக்க விரும்புவதுதான் காரணம் என்று உளவியலாளர்களில் பலர் நம்புகின்றனர். உங்களால் கட்டுப்படுத்த முடியாத விஷயங்கள்மீது நீங்கள் எவ்வளவு அதிகமான கட்டுப்பாட்டைக் கொண்டிருக்க முனைகிறீர்களோ, அவ்வளவு அதிகமாக நீங்கள் சக்தியற்றவராக உணர்வீர்கள்.

அதனால்தான், உங்களைச் சித்திரவதைக்கு உள்ளாக்குகின்ற ஒப்பீடுகளில் நீங்கள் இறங்கிய உடனேயே நீங்கள் அது குறித்த விழிப்புணர்வைப் பெறுவது முக்கியமானதாகிறது.

அத்தகைய ஒப்பீடுகளை உடனே நிறுத்துங்கள். அவர்களை அவர்கள் போக்கில் விட்டுவிடுங்கள். உங்களுக்கு முக்கியமானதாகப் படுகின்ற விஷயங்களில் நீங்கள் உங்கள் கவனத்தைக் குவியுங்கள்.

உங்களை நீங்களே சித்திரவதைப்படுத்திக் கொண்டிருப்பதில் உங்கள் வாழ்க்கையை வீணாக்கிக் கொண்டிருக்காதீர்கள். உங்களுடைய அதிகாரத்தைப் பிறருக்குத் தாரை வார்க்காதீர்கள். உங்களுடைய முழுத் திறனையும் பயன்படுத்திக் கொள்வதற்கு அது உங்களுக்குத் தேவைப்படும்.

உங்களை நீங்கள் நொந்து கொண்டிருக்கின்ற அதே நேரத்தில், உங்களை நீங்களே நேசிப்பது என்பது இயலாத காரியம்.

இப்போது, நாம் அடுத்த ஒப்பீட்டுக்குச் செல்லலாம். அது உங்களுக்கு ஒரு தங்கச் சுரங்கமாக இருக்கும்.

அத்தியாயம் 10

ஒப்பீட்டை உங்களுடைய ஆசானாக ஆக்கிக் கொள்வது எப்படி

இப்போது நாம் இரண்டாவது விதமான ஒப்பீட்டைப் பற்றிப் பேசலாம். உங்களுக்கு ஏதாவது ஒன்றைக் கற்றுக் கொடுக்கின்ற ஒப்பீடு அது. வேறொருவரின் வாழ்க்கையின் சில அம்சங்களை உங்கள் வாழ்க்கையில் பிரதியெடுக்க முடியுமா என்பதைத் தெரிந்து கொள்வதற்காக அவற்றை நீங்கள் அவதானித்து ஒப்பிடுகிறீர்கள்.

நேரம் மற்றும் விடாமுயற்சியின் உதவியோடு, உங்கள் வாழ்க்கையின், வேலையின், அல்லது ஆரோக்கியத்தின் அந்த அம்சங்களை உங்களால் மாற்றிக் கொள்ள முடியும்.

இப்படி உங்களால் மாற்றிக் கொள்ள முடிகின்ற விஷயங்களின் பட்டியல் முடிவற்றது: உங்கள் வேலையில் மாற்றத்தை ஏற்படுத்திக் கொள்ளுதல், ஒரு நல்ல நட்பு வட்டத்தை உருவாக்கிக் கொள்ளுதல், உங்களுடைய பிறவி நோக்கத்தைக் கண்டுபிடித்தல், உங்கள் குழந்தைகளுடன் அதிக நேரம் செலவழித்தல், உல்லாசப் பயணங்களை மேற்கொள்ளுதல், பொருளாதாரச் சுதந்திரத்தை உருவாக்கிக் கொள்ளுதல், வைகறையில் துயிலெழுதல், சமையலில் கைதேர்ந்தவராக ஆதல், செம்மையான உடல் ஆரோக்கியத்தைப் பேணுதல், உங்கள் சமையலறையை மறுநிர்மாணம் செய்தல், இரண்டாவது வீட்டைக் கட்டுதல், உங்களுடைய மாற்றாந்தாய் அல்லது மாற்றாந்தந்தையோடு ஒரு நல்லுறவை வளர்த்துக் கொள்ளுதல், ஆரோக்கியமான பழக்கங்களை உருவாக்கிக் கொள்ளுதல், ஒரு புத்தகத்தை எழுதுதல், உங்களுடைய மன அதிர்ச்சியைக் குணப்படுத்திக் கொள்ளுதல், அதிகமான சமூக ஊடகப் பின்பற்றிகளைப் பெறுதல், உறவுகளுக்கு எல்லைகளை வகுத்துக் கொண்டு உங்களுடன் அதிக நேரத்தைச் செலவிடுதல்

மற்றும் ஒரு தொழிலைத் தொடங்குதல்.

உங்கள் வாழ்க்கையில் நீங்கள் உருவாக்கிக் கொள்ள விரும்புகின்ற விஷயங்களில் 95 சதவீத விஷயங்களை உங்களால் கண்டிப்பாகப் பெற முடியும். அதற்கு நீங்கள் கடினமாக உழைக்கத் தயாராக இருக்க வேண்டும், சுயஒழுங்குடன் இருக்க வேண்டும், இடைவிடாமல் செயல்பட்டுக் கொண்டிருக்க வேண்டும், பொறுமையைக் கடைபிடிக்க வேண்டும். வாழ்க்கையில் மிகக் குறைவானவையே மாற்றப்பட முடியாதவை.

வேறு ஒருவரிடம், நீங்கள் கற்பனை செய்திருந்ததைவிடப் பெரிய ஒன்று, மேம்பட்ட ஒன்று, நவநாகரிகமான ஒன்று இருந்தால், அவர்கள் அதை வைத்துக் கொள்ளட்டும். அவர்கள் தங்களுடைய வெற்றியை அனுபவித்துக் கொள்ளட்டும். இந்த விஷயங்களில் அவர்கள் உங்களை முறியடித்துவிட்டுப் போகட்டும். அவர்கள் புத்திசாலித்தனமாக இயங்கிக் கொண்டிருக்கிறார்களா? இருந்துவிட்டுப் போகட்டும். அவர்களுடைய வெற்றி ஒரு சூத்திரத்தை உங்களுக்கு வெளிப்படுத்தும். சொற்பொழிவுகளுக்குப் பணம் பெறுவது பற்றி அதில் ஈடுபட்டிருந்த மூத்தச் சொற்பொழிவாளர்களிடம் நான் அறிவுரை கேட்டபோது, அவர்கள் எனக்குக் கொடுத்த அறிவுரை உங்களுக்கு நினைவிருக்கிறதா? அவர்கள் எனக்கு ஒரு சூத்திரத்தை வழங்கியிருந்தனர். நீங்கள் விரும்புவது எதுவாக இருந்தாலும், அதை யாரோ ஒருவர் ஏற்கனவே அடைந்திருப்பார். அவரிடமிருந்து அந்த வெற்றிச் சூத்திரத்தை உங்களால் பெற முடியும். உங்களுக்கு வழிகாட்டுபவர்களாக அவர்களைக் கருதுங்கள்.

என் வாழ்க்கையில் நீண்டகாலம் இதை நான் புரிந்து கொண்டிருக்கவில்லை. நான் விரும்பியிருந்த ஒன்றை வேறு யாரோ ஒருவர் அடைந்துவிட்டிருந்தால், அவர்கள் என்னை முந்திக் கொண்டுவிட்டனர் என்று நான் புழுங்கினேன். என்னைச் சுற்றி இருந்தவர்களின் வெற்றியை நான் என்னுடைய தோல்வியாகப் பார்த்தேன். பிறருடைய வெற்றியை நீங்கள் உங்களுடைய தோல்வியாகப் பார்த்தால், நீங்கள் உங்களுடைய முயற்சியைத் துவக்குவதற்கு முன்பே நீங்கள் தோல்வியடைந்துவிட்டதாக நீங்கள் உணர்வீர்கள்.

நீங்கள் கவனமாக இல்லாவிட்டால், ஒப்பீடு உங்களுக்கு சுயசந்தேகத்தைக் கொடுக்கும், விஷயங்களைத் தள்ளிப்போடும்படி உங்களிடம் கூறும், தொடர்ந்து முன்னேறவிடாமல் உங்களைத் தடுக்கும். மற்றவர்கள் சாதித்திருந்த அதே வெற்றியைச் சாதிக்கின்ற திறன் உங்களிடமும் இருக்கிறது. ஆனால், அதை உருவாக்குவதற்காக உழைக்காமல், நீங்கள் உங்களுடைய விருப்பத்தைக் கேள்விக்கு உட்படுத்துகிறீர்கள். மற்றவர்களை நீங்கள் ஒரு பிரச்சனையாக மாற்றியிருப்பது இப்படித்தான். அது

தேவையே இல்லை.

வெற்றி, மகிழ்ச்சி, பணம் ஆகியவை இந்த உலகில் அபரிமிதமாக இருக்கின்றன. அவற்றை அனைவராலும் பெற முடியும்.

எவரும் உங்களிடமிருந்து எதையும் பிடுங்கிக் கொண்டிருக்கவில்லை. மகிழ்ச்சி, வெற்றி, பணம் ஆகியவை உங்களுக்காகக் காத்துக் கொண்டிருக்கின்றன. வேறொருவருடைய வெற்றி உங்களுடைய இழப்பு அன்று. அதனால்தான், மற்றவர்களுடைய வெற்றி குறித்து நீங்கள் கொண்டுள்ள கண்ணோட்டத்தை நீங்கள் மாற்றிக் கொண்டாக வேண்டியிருக்கிறது.

இந்த உலகில் 800 கோடி மக்கள் இருக்கிறார்கள். அதனால், வேறு ஒருவரால் அதிக வருவாய் ஈட்ட முடியும், ஒரு நல்ல நட்பு வட்டத்தை உருவாக்கிக் கொள்ள முடியும், ஒரு பிரபலமான கல்லூரியில் படிக்க முடியும், ஒரு நல்ல உடற்கட்டுடன் திகழ முடியும், தங்களுடைய நிறுவனத்தை ஒரு நல்ல விலைக்கு விற்க முடியும், ஒரு பிரபலமான புத்தகத்தை எழுத முடியும், உலகைச் சுற்றி வர முடியும் என்பன போன்றவற்றுக்கான ஆதாரங்களை நீங்கள் தேடினால், உங்களால் அவற்றை எளிதாகக் கண்டுபிடிக்க முடியும்.

இங்குப் பிரச்சனை ஒப்பீட்டில் இல்லை, மாறாக, அந்த ஒப்பீட்டை உங்களுக்குச் சாதகமாக நீங்கள் பயன்படுத்திக் கொள்ளாமல் இருப்பதில்தான் இருக்கிறது.

ஒப்பீட்டை ஒரு பிரச்சனையாகப் பார்க்காமல், அதை உங்களுடைய மாபெரும் ஆசானாக ஆக்கிக் கொள்வதற்கு, ‘அவர்களை அவர்கள் போக்கில் விடுங்கள்’ கோட்பாட்டை உங்களால் எளிதாகப் பயன்படுத்திக் கொள்ள முடியும்.

அது எப்போதும் உங்களுடைய ஆசானாகவே இருந்து வந்துள்ளது

சமீபத்தில் நான் என்னுடைய தோழி மோலியுடன் பேசிக் கொண்டிருந்தேன். மோலி ஒரு தலைசிறந்த உட்கட்டட அலங்கார வடிவமைப்பாளர். அவர் அதை ஒரு வெற்றிகரமான தொழிலாக நடத்தி வருகிறார்.

கடந்த சில முறை நாங்கள் உரையாடியபோது, சமூக ஊடகங்கள் குறித்து அவர் என் அறிவுரையைக் கேட்டார். தன் தொழிலை விரிவுபடுத்திக் கொள்ள அவர் சமூக ஊடகங்களைப் பயன்படுத்திக் கொள்ள விரும்பினார். ஆனால், அதை எங்கிருந்து தொடங்குவது என்பதை அவர் அறிந்திருக்கவில்லை.

ஒவ்வொரு தொழிலுக்கும் ஒரு சூத்திரம் இருக்கும் என்பதால், அவர் செய்யக்கூடிய சில விஷயங்களை நான் அவருக்குப் பரிந்துரைத்தேன். தினந்தோறும் எதையாவது இணையத்தில் பதிவிடுதல், திட்டங்களை விளக்குகின்ற காணொளிகளைத் தயாரித்தல், ஒரு திட்டத்தைத் தொடங்குவதற்கு முன்பும், அது நிறைவடைந்ததற்குப் பின்பும் எடுக்கப்பட்டப் புகைப்படங்களைத் தரவேற்றுதல், சமூக ஊடகங்கள் குறித்துக் கற்றுக் கொடுக்கின்ற இணைய வகுப்புகளில் சேர்தல் போன்றவை அவற்றில் சில.

வழிகள் எளிமையாக இருந்தாலும், அவை கடைபிடிக்கப்படாமல் இருப்பதில்தான் பிரச்சனை இருக்கிறது.

அன்றொரு நாள் மோலி என்னைத் தொடர்பு கொண்டார். ஏதோ சரியில்லை என்பதை என்னால் உடனே உணர்ந்து கொள்ள முடிந்தது. நான் அவரிடம், "மோலி, உங்கள் குரல் வழக்கம்போல இல்லையே, குழந்தைகள் நன்றாகத்தானே இருக்கிறார்கள்?" என்று கேட்டேன்.

அதற்கு அவர், "குழந்தைகள் நன்றாகத்தான் இருக்கிறார்கள். நான்தான் நன்றாக இல்லை," என்று பதிலளித்தார்.

"என்ன ஆயிற்று?"

"அன்றொரு நாள் நான் ஒரு விஷயத்தைப் பார்த்தேன். அதிலிருந்து எனக்குக் கலக்கமாக இருக்கிறது."

மோலி அதை விளக்கினார். அவர் வசித்து வருகின்ற பகுதியில், அவருக்குத் தெரிந்த ஒரு பெண்மணி இருக்கிறார். ஆனால், மோலிக்கு அவருடன் பெரிய நட்பு எதுவும் கிடையாது. அந்த நபருக்கு உட்கட்டட அலங்கார வடிவமைப்புப் பின்புலம் எதுவும் கிடையாது. அதில் அவருக்கு அனுபவமும் இல்லை. ஆனால், சமீபத்தில் அவர் சமூக ஊடகங்களில் தரவேற்றம் செய்திருந்தவை பிரமாதமான வரவேற்பைப் பெற்றிருந்தன. அப்பகுதியில் இருந்தவர்கள் அனைவரும் அந்த நபரைத் 'திறமையானவர்' என்று கொண்டாடிக் கொண்டிருந்தனர்.

"அவர் தரவேற்றம் செய்திருந்தவை அனைத்தும் அவருடைய வீட்டின் புகைப்படங்களே. அந்த வீட்டின் உட்கட்டட அலங்காரத்தை அவர் செய்திருக்கவும் இல்லை," என்று மோலி என்னிடம் புலம்பினார்.

முந்தைய நாள், மோலி சமூக ஊடகங்களை மேய்ந்து கொண்டிருந்தபோது, அந்தப் பெண்மணியின் வலைத்தளம் அவருடைய கண்களில் பட்டது. அது நேர்த்தியாக வடிவமைக்கப்பட்டிருந்தது. அதனோடு ஒப்பிடுகையில், மோலியின் வலைத்தளத்தைவிட அது மிக நன்றாக இருந்தது (மோலியின் வலைத்தளம் மூன்று ஆண்டுகள் பழையது). அந்தப் பெண்மணி அத்தொழிலைப் பல ஆண்டுகளாகத் திறமையுடன் செய்து வந்து கொண்டிருந்ததைப் போன்ற ஒரு பிம்பத்தை அந்த வலைத்தளம் ஏற்படுத்தியது. அது மோலியை நிலைகுலைய

வைத்துவிட்டது.

"அவள் என் வாடிக்கையாளர்களைத் திருடப் போகிறாள். அவள் என்னைவிட மேம்பட்டவள் என்று எல்லோரும் நினைத்துக் கொள்ளப் போகிறார்கள். இதை நான் ஏன் முன்பே செய்திருக்கவில்லை?" மோலியின் சிந்தனை இப்படித் தறிகெட்டு ஓடியது.

மோலி என்னிடம், "இப்போது நான் என்ன செய்ய வேண்டும் என்று நீங்கள் நினைக்கிறீர்கள்?" என்று கேட்டார்.

நான் மோலியிடம் என்ன கூறினேனோ அதைத்தான் இப்போது உங்களுக்குக் கூறப் போகிறேன். அடுத்த முறை, வேறு யாரோ ஒருவர் செய்து கொண்டிருக்கின்ற ஒரு விஷயத்தை நீங்கள் செய்து கொண்டிருக்கின்ற ஒன்றுடன் ஒப்பிட்டு நீங்கள் புழுங்கிக் கொண்டிருந்தால், இதை நினைவில் வைத்துக் கொள்ளுங்கள்:

யாரும் உங்களுக்காகப் பரிதாபப்படக்கூடாது. வேறொருவருடைய வெற்றி குறித்து நீங்கள் பொறாமையுடன் இருந்தால், அது நல்லதுதான். உங்களுக்காக நான் மகிழ்ச்சியடைகிறேன். பொறாமை என்பது உங்களுடைய வருங்கால சுயத்திடமிருந்து வருகின்ற ஓர் அழைப்பு. வேறொருவரின் வாழ்க்கையை நெருக்கமாக உற்று நோக்குவதற்கான அழைப்பு அது. அதன் நோக்கம், அது குறித்து நீங்கள் தாழ்வாக உணர வேண்டும் என்பது அன்று. மாறாக, எது சாத்தியம் என்பதை உங்களுக்குக் காட்டுவதே அதன் நோக்கமாகும்.

அப்பெண்மணி மோலியிடமிருந்து வெற்றியைத் தட்டிப் பறித்துக் கொண்டிருக்கவில்லை. மோலி தன் வலைத்தளத்தை மாற்றிக் கொள்வதையோ அல்லது சமூக ஊடகத்தில் கவனம் செலுத்துவதையோ அவர் தடுத்துக் கொண்டிருக்கவில்லை. அந்தப் பெண்மணி இணையத்தில் பெற்றிருந்த வெற்றி, மோலிக்கு இழப்பு அன்று. உங்களுக்கு விதிக்கப்பட்டுள்ளதை நீங்கள் அடைவதை வேறு எவராலும் ஒருக்காலும் தடுக்க முடியாது. அதை உங்களால் மட்டுமே செய்ய முடியும்.

சமூக ஊடகங்கள் இன்றியமையாதவை என்பதை மோலிக்கு நினைவுபடுத்துவதற்காக அவருடைய வாழ்விற்குள் வந்திருந்தவர்தான் அப்பெண்மணி. மோலியின் ஆசான் அவர்.

அது சாத்தியம் என்பதை அவர்கள் உங்களுக்குக் காட்டட்டும்

நீங்கள் உங்களுடைய அன்றாட வேலையில் கவனத்தைக் குவித்து வந்திருப்பதால், ஒருவேளை, உங்களுக்கு நேர் முன்னால் இருக்கின்ற விஷயங்களைக்கூட நீங்கள் அலட்சியப்படுத்தி வந்திருக்கலாம்.

நீங்கள் உங்களுடைய வாழ்க்கையில் பெரிய கனவுகள் எதுவும் காணாமல் சாதாரணமாக வாழ்ந்து கொண்டிருப்பதால், ஒருவேளை, அதை எந்த அளவுக்கு பிரம்மாண்டமாகவும் அழகாகவும் உங்களால் வாழ முடியும் என்பதை உங்களால் பார்க்க முடியாமல் போயிருக்கலாம். நீங்கள் உங்களுடைய காரியங்களை ஒரு விதமாகச் செய்து பழக்கப்பட்டிருப்பதால், ஒரு புதிய முறையை முயற்சிப்பதற்கு நீங்கள் ஒருவேளை தயங்கிக் கொண்டிருக்கலாம்.

உங்களால் எதைச் சாதிக்க முடியும் என்பதைப் பிறரால் உங்களுக்குக் காட்ட முடியும். ஒப்பீட்டை ஓர் ஆசானாக நீங்கள் பார்க்கின்றபோது, மற்றவர்கள் உங்களிடமிருந்து எதையும் எடுத்துக் கொண்டிருக்கவில்லை என்பதை நீங்கள் உணர்வீர்கள். உண்மையில் அவர்கள் உங்களுக்கு எதையோ கொடுக்கிறார்கள். இக்கணத்தில் உங்களால் முழுமையாகத் தரிசிக்க முடியாத ஒரு வருங்காலத்தின் சில அம்சங்களை உங்களுக்குக் கோடி காட்டுகின்ற திறன் அவர்களுக்கு உண்டு. உங்களால் கற்பனை செய்ய முடியாத சாத்தியக்கூறுகளை அவர்களால் உங்களுக்குக் காட்ட முடியும்.

எது அல்லது யார் உங்களிடம் பொறாமையைத் தூண்டிக் கொண்டிருந்தாலும் அது நல்லதுதான். நீங்கள் எதை உருவாக்க விரும்புகிறீர்களோ அதை உருவாக்குவதற்கான வாய்ப்பை அவர்களுடைய வெற்றி சுருக்கிவிடாது. உண்மையில் அதை அது விரிவாக்கத்தான் செய்யும். உங்களுடைய பொறாமையை உங்களுடைய உத்வேகமாக ஆக்கிக் கொள்ளுங்கள். "அந்தப் பெண்மணி உங்களை வழிநடத்த நீங்கள் அனுமதியுங்கள்," என்று மோலிக்கு நான் அறிவுறுத்தினேன்.

வாழ்க்கையில் ஒரு விஷயத்தை மேற்கொள்வதற்கு உங்களை நீங்கள் ஊக்கப்படுத்திக் கொள்ளவில்லை என்றால், அதைச் செய்வதற்கு வலிமிக்க ஒன்று உங்களை வற்புறுத்தும்.

மோலியின் விஷயத்தில், அவர் பல ஆண்டுகளாக, பல பிரபலமான உட்கட்டட அலங்கார வடிவமைப்பு நிபுணர்களை அவதானித்து வந்திருந்தார். சமூக ஊடகத்தில் இறங்க வேண்டும் என்று பல ஆண்டுகளாக அவர் வெறுமனே பேசிக் கொண்டிருந்தார். ஆனால், அவர் அதற்கு முன்னுரிமை கொடுக்காமல் அதைத் தள்ளிப்போட்டுக் கொண்டே வந்திருந்தார்.

இப்போது, திடீரென்று ஒரு பெண்மணி, அதுவும், உட்கட்டட அலங்கார வடிவமைப்பில் எந்த முன்னனுபவமும் இல்லாத ஒருவர், ஒரு சிறப்பான முறையில் ஒரு வலைத்தளத்தை வடிவமைத்திருந்தது மோலிக்குக் கடும் எரிச்சலை ஏற்படுத்தியிருந்தது. "அந்தப் பெண்மணியால் அதைச் செய்ய முடியும் என்றால், என்னாலும் அதைச் செய்ய முடியும்," என்ற

உத்வேகம் மோலிக்கு ஏற்பட்டது.

இங்கேதான் ஒப்பீடு சுவாரசியம் பெறுகிறது. இதுபோன்ற நபர்கள், தங்களுடைய செய்கைகளின் மூலம், நீங்கள் உங்களுடைய கூட்டுக்குள்ளிருந்து வெளியே வரும்படி உங்களுக்கு அறைகூவல் விடுக்கின்றனர்.

அவர்கள் உங்களுக்குக் கோபம் ஏற்படுத்தட்டும். உங்களைக் கோபப்படுத்துகின்ற நபருக்கு நீங்கள் உண்மையில் நன்றிதான் கூற வேண்டும். ஏனெனில், நிஜத்தில் நீங்கள் அவர்கள்மீது கோபம் கொண்டிருக்கவில்லை. நீங்கள் உண்மையில் உங்கள்மீதுதான் கோபம் கொண்டிருக்கிறீர்கள். ஏனெனில், நீங்கள் முன்னதாகவே காரியத்தில் இறங்கியிருந்திருக்க வேண்டும் என்பதை நீங்கள் அறிவீர்கள். அதனால்தான், இப்படிப்பட்ட ஒப்பீடுகள் உங்களுடைய மாபெரும் ஆசான் என்று நான் கூறுகிறேன்.

செய்யப்பட வேண்டிய விஷயத்தை அது சுட்டிக்காட்டுவதால் மட்டும் அதை நான் உங்களுடைய ஆசான் என்று கூறவில்லை. அது உங்களிடம் ஒளிந்து கிடக்கின்ற கோபத்தைப் பொங்கியெழச் செய்வதாலும் அதை நான் உங்களுடைய ஆசான் என்று அழைக்கிறேன். உங்களை முடுக்கிவிடுவதற்கு அந்தக் கோபத்தை நீங்கள் பயன்படுத்திக் கொள்ளலாம்.

இப்போது நாம் உங்களைப் பற்றிப் பேசலாம்

இந்தப் பொறாமைக் கணத்தையும் விரக்திக் கணத்தையும் எப்படி நல்லவிதமாக மாற்றுவது? ஒப்பீட்டை எப்படி உத்வேகமூட்டுவதாகத் திருப்பிப் போடுவது? அது எளிது. மற்றவர்களுடைய வெற்றி குறித்தத் தரவுகள் எதைக் காட்டுகின்றன என்பதை அவதானியுங்கள்.

ஒப்பீட்டு விளையாட்டில் நீங்கள் ஈடுபடுகின்ற ஒவ்வொரு முறையும் ஒரு முக்கியமான விஷயம் நடைபெறுகிறது.

உங்கள் வாழ்க்கையின் எந்தப் பகுதியில் நீங்கள் உங்கள் கவனத்தைக் குவிக்க வேண்டும் என்பதை அது உங்களுக்குச் சுட்டிக்காட்டுகிறது.

சிந்திப்பதற்கும் சாக்குப்போக்குகளைக் கூறிக் கொண்டிருப்பதற்குமான காலம் ஒரு முடிவுக்கு வந்துவிட்டது என்பது அதன் பொருள். செயல்நடவடிக்கையில் இறங்குவதற்கான வேளை வந்துவிட்டது. பிரபல எழுத்தாளரும் என்னுடைய நண்பருமான ஜெஃப் வாக்கர் கூறுவதுபோல, “வெற்றி என்பது நீங்கள் செய்து கொண்டிருக்கின்ற காரியங்களை மீண்டும் மீண்டும் எத்தனை முறை செய்கிறீர்கள் என்பதுதான்.” நீங்கள் ஒரு வெற்றியாளராக ஆக வேண்டுமென்றால், உடல் எடையைக் குறைக்க வேண்டுமென்றால், ஒரு புத்தகத்தை

எழுத வேண்டுமென்றால், பிரபலமான ஒரு யூடியூபராக ஆக வேண்டுமென்றால், சலிப்பும் எரிச்சலும் ஊட்டுகின்ற அந்த அசௌகரியமான வேலையை நீங்கள் தினந்தோறும் மீண்டும் மீண்டும் செய்து கொண்டிருக்க வேண்டும்.

உங்கள் வாழ்க்கையில் நீங்கள் மாற்ற விரும்புகின்ற ஒரு விஷயத்தைப் பற்றி நினைத்துக் கொள்ளுங்கள். எடுத்துக்காட்டாக, ஒரு கட்டான உடலை உருவாக்கிக் கொள்ள நீங்கள் விரும்புகிறீர்கள் என்று வைத்துக் கொள்ளலாம். அதை எப்படிச் செய்வது? தினந்தோறும் உடற்பயிற்சிக்கூடத்திற்குச் சென்று, அங்கு உடற்பயிற்சிகளை மீண்டும் மீண்டும் செய்வதன் மூலமாகத்தானே? ஒரு சிறந்த கால்பந்தாட்டக்காரரான டாம் பிரேடி, வெற்றியைப் பற்றி இவ்வாறு குறிப்பிடுகிறார்: “நீங்கள் தனித்துவமிக்கவராக இருக்க வேண்டிய அவசியமில்லை. பெரும்பாலான மக்கள் எதைச் செய்வதில்லையோ, அதை நீங்கள் செய்தாலே போதும். தொடர்ச்சியான, திட்டவட்டமான செயல்நடவடிக்கைதான் அது.”

உங்களிடம் பொறாமையைத் தோற்றுவித்திருந்த நபர்கள், ஓர் எளிய உண்மையை உங்களிடம் எடுத்துரைத்திருக்கிறார்கள். நீங்கள் சாக்குப்போக்குகளைக் கூறிக் கொண்டிருந்தபோது, அவர்கள் தாங்கள் எடுத்துக் கொண்டிருந்த காரியத்தை மீண்டும் மீண்டும் செய்து கொண்டிருந்தார்கள் என்பதுதான் அது.

இப்போது நாம் மீண்டும் மோலியின் விஷயத்திற்குத் திரும்பலாம். தன் வலைத்தளத்தைச் சிறப்பாக வடிவமைப்பதற்கு தான் முன்னுரிமை கொடுக்க வேண்டும் என்பதை அவர் பல ஆண்டுகளுக்கு முன்பே அறிந்திருந்தார். இப்போது அது அவருக்கு வலிமிக்கதாக ஆகியிருந்ததற்குக் காரணம், அப்படிப்பட்ட முயற்சிகளை மேற்கொண்டிருந்த ஒருவர் ஏற்படுத்தியிருந்த பிரமாதமான விளைவுகளை அவர் கண்கூடாகப் பார்த்ததுதான். நீங்கள் செய்ய விரும்புகின்ற விஷயங்களைத் தொடங்காமல் அவற்றைத் தள்ளிப்போட்டுக் கொண்டே இருந்தால் இதுதான் நடக்கும்.

அந்தப் பெண்மணியும் தன்னுடைய வலைத்தளத்தை ஒரே நாளில் உருவாக்கியிருக்கவில்லை. அதற்கு அவர் பல மாதங்களைச் செலவழித்திருந்தார். அந்தப் பெண்மணியின் சமூக ஊடக வெற்றியும் திடீரென்று நிகழ்ந்துவிடவில்லை. அப்பெண்மணி அதற்காக நிறைய ஆய்வுகளை மேற்கொண்டிருந்தார், மீண்டும் மீண்டும் எழுதிப் பார்த்துக் கற்றுக் கொண்டிருந்தார்.

நீங்கள் ஒரு விஷயத்தைச் செய்வதற்கு வெறும் உத்வேகம் மட்டும் போதாது என்பதைத்தான் இது காட்டுகிறது.

அதனால்தான் கோபம் இங்கு முக்கியத்துவம் பெறுகிறது. ஒப்பீடுகள் உங்களுடைய மாபெரும் ஆசானாக விளங்குவதற்கும் இதுதான் காரணம்.

இப்படிக் கற்பனை செய்யுங்கள். உங்களுடைய சகாவான ஏரன் திடீரென்று ஒரு நாள் தன் வேலையை இராஜினாமா செய்கிறார். உடனே அவர் படகு உருவாக்கும் தொழிலைத் தொடங்குகின்றபோது உங்களுக்குப் பெரும் வியப்பு ஏற்படுகிறது. ஆனால், அவர் மாதக்கணக்கில், வார இறுதிதோறும் அதற்காகத் தன்னைத் தயார்படுத்தி வந்திருந்தார். அப்போது நீங்கள் உங்களுடைய நண்பர்களோடு ஊர் சுற்றிக் கொண்டிருந்தீர்கள்.

அதனால்தான், ஏரன் உங்களுடைய அலுவலகத்திலிருந்து நிரந்தரமாக வெளியேறியபோது நீங்கள் அவர்மீது பொறாமை கொண்டீர்கள். உங்களுக்குத் தெரிந்தவர்கள் தாங்கள் விரும்பிய காரியத்தைச் செய்வதை நீங்கள் பார்க்கின்றபோது, நீங்கள் விரும்புகின்ற காரியங்களைச் செய்யாமல் இருப்பதற்கு நீங்கள் சாக்குப்போக்குகளைக் கூறிக் கொண்டிருக்க முடியாது என்பதை அது உங்களுக்கு உணர்த்துகிறது. ஏரனை நீங்கள் நன்றாக அறிவீர்கள் என்பதால், எந்தவிதமான பின்புலமும், பணபலமும், ஆதரவும் இல்லாமல்தான் அதை அவர் சாதித்திருந்தார் என்பதை நீங்கள் அறிவீர்கள். அவர் அதில் அர்ப்பணிப்போடு பல மாதங்கள் வேலை செய்து வந்திருந்ததால், ஒரு நாள் அவரால் தன்னுடைய வேலையை இராஜினாமா செய்ய முடிந்தது.

மற்றொருவருடைய அழகான வலைத்தளத்தைப் பார்க்கின்றபோது, உங்களுடைய சகா தன் வேலையை இராஜினாமா செய்கின்றபோது அல்லது உங்களுடைய நண்பரின் அழகான வீட்டுக்கு நீங்கள் விஜயம் செய்கின்றபோது, நீங்கள் மனமுடைந்து போவது முற்றிலும் இயல்பானதுதான். ஆனால், நீங்கள் வெற்றி குறித்தோ, ஆரோக்கியம் குறித்தோ, உங்களுடைய இலக்குகளை அடைவது குறித்தோ தீவிரமாக இருந்தால், இப்படி மனமுடைந்து போவதற்கும் பொறாமை கொள்வதற்கும் நேரத்தைச் செலவழிக்கின்ற நிலையில் நீங்கள் இருக்க மாட்டீர்கள்.

இக்கணங்கள் வலிமிக்கவை. அவை உங்களுடைய வாழ்க்கையில் அடிக்கடி ஏற்படத்தான் செய்யும். அதனால், அதற்குத் தயாராக இருந்து கொள்ளுங்கள். ‘அவர்களை அவர்கள் போக்கில் விடுங்கள்’ கோட்பாட்டை நீங்கள் பயன்படுத்தினால், ஒப்பீடு எப்போது உங்களுக்கு ஒரு படிப்பினையைக் கற்றுத் தரும் என்பதை உங்களால் அடையாளம் கண்டுகொள்ள முடியும். உங்களுடைய வருங்காலத்திற்குள் இலேசாகத் திறந்திருக்கின்ற கதவாக அது இருக்கும். அது நிகழ்கின்றபோது, அதை அடையாளம் கண்டுகொள்ள வேண்டியது உங்கள் பொறுப்பு. உடனே நீங்கள் அக்கதவை எட்டி உதைத்துத் திறந்து உள்ளே நுழைந்துவிட வேண்டும்.

மற்றவர்கள் உங்களுக்கு வழிகாட்ட நீங்கள் அனுமதிக்கின்றபோது, உங்களுடைய பயம், சாக்குப்போக்குகள், நீங்கள் விரயமாக்கியிருந்த நேரம் ஆகியவற்றுக்குப் பின்னால், நீங்கள்

எப்போதும் விரும்பி வந்திருந்த வாழ்க்கை இருந்து வந்துள்ளது என்பதை நீங்கள் உணர்ந்து கொள்வீர்கள். உங்கள் வாழ்க்கையை உங்களுடைய கட்டுப்பாட்டிற்குள் கொண்டுவருவதற்கு உங்களுக்குக் குறுக்கே நின்று கொண்டிருக்கின்ற விஷயங்கள், உங்களுடைய பயங்களும் உங்களுடைய உணர்ச்சிகளும் மட்டும்தாம்.

இந்த இடத்தில்தான், மற்றவர்கள் உங்களைப் பற்றி என்ன சிந்தித்துக் கொண்டிருக்கிறார்கள், எப்படி உணர்கிறார்கள் ஆகியவற்றைப் பற்றிக் கவலைப்படுவதில் உங்களுடைய ஆற்றலை வீணாக்கிக் கொண்டிருக்காமல், உங்கள் வாழ்க்கையின் ஆகச் சிறந்த அத்தியாயத்தை உருவாக்குவதற்கு அந்த ஆற்றலை நீங்கள் செலவிட வேண்டும். இதற்கு நான் என்னுடைய சொந்த வாழ்க்கையிலிருந்தே ஓர் எடுத்துக்காட்டைக் கொடுக்கிறேன்.

உங்களுடைய பொறாமை உங்களுக்கு எதைக் கற்றுக் கொடுக்க முயல்கிறது என்பது எப்போதும் வெளிப்படையாகத் தெரியாது. நான் என்னுடைய நாற்பதுகளில் பெருங்கடனுடன் கஷ்டப்பட்டுக் கொண்டிருந்தபோது, என்னுடைய தோழி ஒருவர் தன்னுடைய வீட்டைப் பெரிதாக மாற்றியமைத்துக் கொண்டிருந்தார்.

நாங்கள் சந்தித்துக் கொண்டபோதெல்லாம், அவருடைய வீட்டின் மறுசீரமைப்புப் பணி எப்படி நடைபெற்றுக் கொண்டிருந்தது என்பதைத் தெரிந்து கொள்வதில் நான் வெகுவாக ஆர்வம் காட்டினேன். அது தொடர்பான புகைப்படங்களை நான் பார்த்தேன். அந்த உரையாடல்கள் எனக்கு சுவாரசியமாக இருந்தன. ஆனால், எங்களுடைய சந்திப்பு முடிந்து நான் வீடு திரும்பிய ஒவ்வொரு முறையும், நான் வருத்தத்துடனும் ஊக்கமிழந்தும் இருந்தேன்.

அந்த வீட்டின் மறுசீரமைப்புப் பணி நிறைவடைந்த பிறகு அந்த வீட்டுக்கு நான் என்னுடைய கணவருடன் சென்றபோது, நான் திறந்த வாயை மூடாமல் அதைப் பார்த்துக் கொண்டிருந்தேன். அந்த வீடு மிகவும் அழகாக இருந்தது.

நான் என் தோழிக்காக மகிழ்ச்சியடைந்தபோதிலும், நான் அங்கு இருந்தபோது, பொறாமையுணர்வு என்னைச் சூழ்ந்து கொண்டது. என் தோழியிடம் மட்டும் எப்படி அவ்வளவு பணம் குவிந்திருந்தது என்று நான் யோசித்தேன். என் தோழியும் அவருடைய கணவரும் பல ஆண்டுகள் கஷ்டப்பட்டு உழைத்து அந்த வீட்டைக் கட்டியிருந்தனர். அதைப் பற்றிப் பேசுவதற்கும் பெருமை கொள்வதற்கும் அவர்களுக்கு அனைத்து உரிமைகளும் இருந்தன.

இதை நான் அறிந்திருந்தாலும், என்னால் என் பொறாமையுணர்வைக் கட்டுப்படுத்திக் கொள்ள முடியவில்லை. அப்படிப்பட்ட ஒரு வீட்டைத்தான் நான் கனவு கண்டு

கொண்டிருந்தேன்.

என் தோழியின் வீட்டில் இருந்தவரை அந்த உணர்வை எப்படியோ அடக்கிக் கொண்ட நான், அங்கிருந்து என் கணவருடன் காரில் கிளம்பியவுடன் அவரிடம் கொட்டித் தீர்த்துவிட்டேன் - ஓர் எட்டு வயதுச் சிறுமியைப்போல!

நான் என் கணவரிடம், "நம்மால் ஒருக்காலும் இது போன்ற ஒரு வீட்டைக் கட்ட முடியாது," என்று புலம்பிவிட்டு, "நீங்கள் எதற்காக உணவகத் தொழிலுக்குள் நுழைந்தீர்கள்?" என்று அவரைச் சாடினேன்.

ஆனால், உண்மையில் நான் என் தோழியின்மீதோ அல்லது என் கணவர்மீதோ கோபமாக இருக்கவில்லை. நான் என்மீதுதான் கோபமாக இருந்தேன். ஏனெனில், நான் என்னுடைய இலட்சியத்தைக் கைகழுவியிருந்தேன். என் கணவரின் தொழில் வெகுவாகத் தழைக்கும் என்றும், அதன் மூலம் வாழ்க்கையில் நான் விரும்பிய அனைத்தையும் என்னால் பெற்றுவிட முடியும் என்றும் நான் நம்பியிருந்தேன். ஆனால், உங்கள் வாழ்க்கை உங்களுடைய பொறுப்பு என்பதே உண்மை. நீங்கள் பொருளாதார வெற்றியைப் பெற விரும்பினால், அதை நீங்கள்தான் உருவாக்கிக் கொள்ள வேண்டும். உங்களுக்கு ஓர் அழகான பெரிய வீடு வேண்டுமென்றால், அதைக் கட்ட வேண்டிய பொறுப்பு உங்களுடையதுதான்.

அந்தப் பொறுப்பை நான் பத்தாண்டுகளுக்கும் மேலாகத் தட்டிக் கழித்து வந்திருந்தேன். நான் எதிர்கொண்டிருந்த அந்த அனுபவத்தின் காரணமாக, என்னை நானே என் கண்ணாடியில் நேருக்கு நேராகப் பார்த்து, உண்மையிலேயே நான் எதை விரும்பினேன் என்பதை நான் தெரிந்து கொள்ள முயன்றேன். பொறாமை, என் வருங்கால வாழ்க்கையிலிருந்து வந்திருந்த ஒரு தகவல்தான். என் தோழியின் வெற்றி, என்னாலும் பெரிய வெற்றிகளைச் சாதிக்க முடியும் என்ற சாத்தியக்கூற்றைப் பார்க்க எனக்கு வழிவகுத்துக் கொடுத்தது.

இலேசாகத் திறந்த அந்தக் கதவை நான் எட்டி உதைத்து உள்ளே நுழைந்தேன். உடனே நான் செயல்நடவடிக்கைகளில் இறங்கினேன். நான் தனித்துவமிக்கவள் அல்லள். அதற்கு முன்பு நான் செய்யத் தயாராக இல்லாதிருந்த விஷயங்களை நான் செய்யத் தொடங்கினேன், அவ்வளவுதான். நான் அர்ப்பணிப்புடன் அதில் மூழ்கினேன். என் கனவு வீட்டைக் கட்டுவதற்கு எனக்குப் பதினைந்து ஆண்டுகள் பிடித்தன. ஆனால், அதை நான் சாதித்தேன். உங்களுக்கும் அது சாத்தியம்தான்.

ஓர் அழகான, அற்புதமான வாழ்க்கை உங்களுக்காகக் காத்துக் கொண்டிருக்கிறது. நீங்கள் கற்பனை செய்துள்ளதைக் காட்டிலும் அதிகமான திறமை உங்களிடம் இருக்கிறது. நீங்கள் எங்கு வசிக்கிறீர்கள் என்பதோ, தற்போது எந்தச் சூழலை நீங்கள்

எதிர்கொண்டுள்ளீர்கள் என்பதோ உங்களை எந்த விதத்திலும் குறுக்கிவிடாது.

உங்களுக்கு உண்மையிலேயே என்ன வேண்டும் என்பது குறித்து உங்களிடம் நீங்கள் நேர்மையாக நடந்து கொண்டு, அதை உருவாக்குவதற்குப் பொறுப்பேற்றுக் கொண்டால், கண்டிப்பாக அதை உங்களால் உருவாக்க முடியும். அதற்கு நீங்கள் சிறப்புத் தகுதிகள் எதையும் பெற்றிருக்க வேண்டிய தேவையில்லை. தினந்தோறும் எழுந்து, ஒவ்வோர் அடியாக முன்னே எடுத்து வைத்து நடக்க வேண்டும், ஒவ்வொரு நாளும் நீங்கள் முந்தைய நாளைவிடச் சிறப்பாகச் செயல்பட முனைய வேண்டும், அவ்வளவுதான். அப்படி நீங்கள் செய்கின்றபோது, திடீரென்று ஒரு நாள், நீங்கள் மாறியிருப்பதை மட்டுமல்லாமல், நீங்கள் கனவு கண்டிருந்த வாழ்க்கையை வாழ்ந்து கொண்டிருப்பதையும் நீங்கள் காண்பீர்கள்.

ஒப்பிட்டுக் கொண்டிருப்பதிலிருந்து மீள்வதற்கு இதுவரை நீங்கள் எதையெல்லாம் கற்றுக் கொண்டிருந்தீர்கள் என்பதை இப்போது நாம் பார்க்கலாம். இதுவரை, மற்றவர்களின் வெற்றி உங்களை உறைய வைக்க நீங்கள் அனுமதித்திருந்தீர்கள். நீங்கள் விரும்புகின்ற வாழ்க்கையைக் கட்டியெழுப்பத் தேவையான உத்வேகத்தை மற்றவர்களின் வெற்றியிலிருந்து எப்படிப் பெறுவது என்பதை 'அவர்களை அவர்கள் போக்கில் விடுங்கள்' கோட்பாடு உங்களுக்குக் கற்றுக் கொடுக்கிறது.

1. **பிரச்சனை:** வாழ்க்கை எந்த அளவுக்கு நியாயமற்றதாக இருக்கிறது என்பதில் நீங்கள் உங்களுடைய கவனத்தைக் குவித்து, உங்களை மற்றவர்களுடன் ஒப்பிடுகின்றபோது, நீங்கள் உங்களுடைய அரிய நேரத்தையும் ஆற்றலையும் உங்களுடைய கட்டுப்பாட்டிற்கு அப்பாலுள்ள விஷயங்களில் வீணாக்குகிறீர்கள். மற்றவர்களுடைய வெற்றி உங்களை உறைய வைக்க நீங்கள் அனுமதிக்கிறீர்கள். அது உங்களுக்கு விரக்தியையும், வாழ்க்கையில் நீங்கள் பின்தங்கிவிட்டீர்கள் என்ற உணர்வையும் ஏற்படுத்துகிறது. இந்த மனநிலையின் காரணமாக நீங்கள் விஷயங்களைத் தள்ளிப் போடுகிறீர்கள், உங்களுடைய சொந்த வெற்றியை அடைவதற்கு நீங்களே ஒரு தடைக்கல்லாக ஆகிறீர்கள்.
2. **உண்மை:** வாழ்க்கையில் எப்போதும், உங்களைவிடப் பெரிய அதிர்ஷ்டசாலிகளும், நீங்கள் அடைய விரும்புகின்ற வெற்றியை விரைவாக அடைந்தவர்களும், நீங்கள் விரும்புகின்ற அனைத்தையும் வைத்திருப்பவர்களும் இருப்பார்கள். உங்களை மற்றவர்களுடன் ஒப்பிடுவது என்பது மனித இயல்பு. ஆனால் அது உங்களுடைய

சிந்தனை முழுவதையும் ஆக்கிரமித்துக் கொள்கின்றபோது, அது உங்கள் தன்னம்பிக்கையை வெகுவாகக் குறைத்துவிடும், உங்களை ஊக்கமிழக்கச் செய்துவிடும். உங்களால் பிறருடைய வெற்றியைக் கட்டுப்படுத்த முடியாது. ஆனால், அதற்கு எப்படி எதிர்வினையாற்றுவது என்பது உங்கள் கட்டுப்பாட்டில்தான் இருக்கிறது.

3. **தீர்வு:** 'அவர்களை அவர்கள் போக்கில் விடுங்கள்' கோட்பாட்டைப் பயன்படுத்தி, உங்களை நீங்களே சித்திரவதை செய்வதை நிறுத்திவிட்டு ஒப்பீட்டை உங்களுக்குச் சாதகமாகப் பயன்படுத்திக் கொள்ளுங்கள். மற்றவர்களின் வெற்றியிலிருந்து ஊக்கம் பெறுங்கள், அதை உங்களுடைய பயணத்திற்குப் பயன்படுத்திக் கொள்ளுங்கள். மற்றவர்களின் வெற்றி, உங்களாலும் அதைச் சாதிக்க முடியும் என்பதற்கான நிரூபணமே. உத்வேகத்தை ஒரு செயல்நடவடிக்கையாக மாற்றுவதன் மூலம் உங்களால் ஓர் அசாதாரணமான வாழ்க்கையைக் கட்டமைத்துக் கொள்ள முடியும்.

'அவர்களை அவர்கள் போக்கில் விட்டுவிடு!' என்று நீங்கள் உங்களிடம் கூறிக் கொள்ளும்போது, மற்றவர்களின் வெற்றியிலிருந்து நீங்கள் கற்றுக் கொள்கிறீர்கள். 'இதற்கு நான் பொறுப்பேற்றுக் கொள்கிறேன்!' என்று நீங்கள் கூறும்போது, வாழ்க்கையெனும் சீட்டுக்கட்டு விளையாட்டில் உங்களுக்குக் கிடைத்துள்ள சீட்டுகளை வைத்துக் கொண்டு, மற்றவர்களுக்கு எதிராக விளையாடாமல் அவர்களுடன் சேர்ந்து ஆடி அந்த ஆட்டத்தில் நீங்கள் வெற்றி பெறுவீர்கள்.

இப்புத்தகத்தின் அடுத்தப் பகுதியில், 'அவர்களை அவர்கள் போக்கில் விடுங்கள்' கோட்பாட்டைப் பயன்படுத்தி உறவுச் சிக்கல்களை எப்படிச் சமாளிப்பது என்பதை நாம் பார்க்கலாம்.

பகுதி 3

‘அவர்களை அவர்கள் போக்கில் விடுங்கள்’ கோட்பாடும் உங்கள் உறவுகளும்

மற்றவர்கள் உண்மையில் யாராக இருக்கிறார்களோ, அவர்கள் அப்படியே இருக்க நீங்கள் எவ்வளவு அதிகமாக அனுமதிக்கிறீர்களோ, உங்கள் உறவுகள் அவ்வளவு அதிகச் சிறப்பாக இருக்கும்.

— மெல் ராபின்ஸ்

வளர்ந்த நபர்களுடனான உறவுகளில் கைதேர்ந்தவராக ஆதல்

அத்தியாயம் 11

நட்பு குறித்து உங்களிடம் எவரும் இதுவரை கூறியிராத உண்மை

வளர்ந்த நபர்களோடு நட்பு பாராட்டுவது கடினமானது என்பதை மறுப்பதற்கில்லை. எனக்குத் தெரிந்த ஒவ்வொருவரும், வளர்ந்த நபர்களுடனான நட்புறவில் தடுமாறிக் கொண்டிருக்கிறார்கள். ஒரு நட்பை உருவாக்குவதற்கும், அதைத் தக்கவைத்துக் கொள்வதற்கும் அவர்கள் போராடிக் கொண்டிருக்கிறார்கள்.

உங்கள் வாழ்க்கையில், “என்னுடைய நண்பர்கள் எல்லோரும் எங்கே காணாமல் போனார்கள்?” என்று யோசிக்கின்ற ஒரு கட்டத்தை நீங்கள் அடைந்திருந்தால், கவலைப்படாதீர்கள், அதில் நீங்கள் மட்டும் தனியாக இல்லை. ஒருவேளை உங்களுக்கு நண்பர்களே இல்லை என்ற உணர்வு உங்களுக்கு இருக்கலாம். அல்லது, பழைய நண்பர்களோடு முன்பு இருந்த அளவுக்கு இப்போது நீங்கள் நெருக்கமாக இல்லாதிருக்கலாம். அல்லது, உங்கள் நண்பர்கள் உங்களைக் கழற்றி விட்டுவிட்டுத் தங்களுடைய நட்பு வட்டத்தைத் தொடர்ந்து கொண்டிருக்கிறார்கள் என்று நீங்கள் கருதலாம். அல்லது, நீங்கள் ஒரு நல்ல நட்புக்காக ஏங்கிக் கொண்டிருக்கலாம். அதை எப்படி உருவாக்குவது என்று நீங்கள் தவித்துக் கொண்டிருக்கலாம்.

நானும் இப்படித் தவித்திருக்கிறேன்.

நம்முடைய சிறு வயதில் நட்பை நாம் எப்படி அணுகினோமோ, வளர்ந்த பிறகும் அதை நாம் அதே விதத்தில் அணுகுகிறோம். அதாவது, அது தானாகவே மலரும் என்று நாம் எதிர்பார்க்கிறோம். ஆனால் வளர்ந்தவர்களின் உலகம் சிறுவர்களின் உலகிலிருந்து வேறுபட்டது.

நீங்கள் வளர்ந்தவர்களாக ஆகின்றபோது, உங்கள் நட்பு

திடீரென்று வேறு மாதிரியாகிவிடுகிறது. அந்த மாற்றம் நிகழப் போவது குறித்தப் பிரக்ஞை எவருக்கும் இருப்பதில்லை. உங்கள் வாழ்க்கையின் இந்தப் பகுதியை உங்களுடைய கட்டுப்பாட்டிற்குள் கொண்டுவருவதற்கு, உங்களுக்கு முற்றிலும் புதியதோர் அணுகுமுறை தேவைப்படுகிறது. 'அவர்களை அவர்கள் போக்கில் விடுங்கள்' கோட்பாடு அதை நிறைவேற்றும்.

மனித அனுபவங்களில் அர்த்தமிக்க, தலைசிறந்த அம்சங்களில் ஒன்று நட்பு. தங்கள் வாழ்க்கையில் அற்புதமான நண்பர்களைக் கொண்டிருப்பதற்கு ஒவ்வொருவருக்கும் தகுதி இருக்கிறது. நண்பர்கள் அற்புதமானவர்கள். அவர்கள் உங்கள் வாழ்க்கையை சுவாரசியமானதாகவும் மனநிறைவு தருவதாகவும் ஆக்குகின்றனர். உங்களுக்கு நீங்களே தேர்ந்தெடுத்துக் கொள்கின்ற குடும்ப உறுப்பினர்களாகக்கூட அவர்களால் ஆக முடியும்.

மாபெரும் சிதறல்

வளர்ந்தவர்களுடனான நட்பு கடினமானதாக இருப்பதற்குக் காரணம், நீங்கள் உங்களுடைய இருபதுகளில் அடியெடுத்து வைக்கின்றபோது, நட்பு என்பது ஒரு குழு விளையாட்டு என்ற அந்தஸ்திலிருந்து தனிநபர் விளையாட்டு என்ற நிலைக்கு மாறிவிடுவதுதான். ஆனால், பெரும்பாலானோர் இதைப் புரிந்து கொள்வதில்லை.

இந்த மாற்றத்தை நீங்கள் அங்கீகரிக்காமல் இருக்கின்றபோது, வளர்ந்தவர்களின் நட்பு குறித்த உங்களுடைய அணுகுமுறையை நீங்கள் மாற்றிக் கொள்வதில்லை. அதனால்தான், தனிமையுணர்வு உங்களைத் தொற்றிக் கொள்கிறது. நாளுக்கு நாள் மும்முரமாக ஆகிக் கொண்டிருக்கின்ற, அதிகமான கவனச்சிதறலை ஏற்படுத்திக் கொண்டிருக்கின்ற இந்த உலகில், நீங்கள் நேசிக்கின்ற நபர்களுடன்கூடத் தொடர்ந்து தொடர்பில் இருப்பது கடினமாகிக் கொண்டிருப்பதற்கும் இதுதான் காரணம்.

நீங்கள் வளர்ந்து பெரியவர்களாக ஆகின்றபோது, நீங்கள் இடம் பெயர்கிறீர்கள், உங்கள் வேலையை மாற்றிக் கொள்கிறீர்கள், திருமணம் செய்து கொள்கிறீர்கள். அதனால், புதிய இடங்களில், புதிய சூழல்களில், உங்கள் வாழ்க்கையின் புதிய அத்தியாயங்களில் உங்களுக்கென்று ஒரு நட்பு வட்டத்தை உருவாக்கிக் கொள்வது ஒரு பெரும் சவாலான காரியமாக ஆகியுள்ளது.

வளர்ந்தவர்களின் நட்பை ஓர் ஆழமான நிலையில் புரிந்து கொள்ளவும், இருக்கின்ற நட்பை வலுவாக்கிக் கொள்ளவும், 'அவர்களை அவர்கள் போக்கில் விடுங்கள்' கோட்பாடு உங்களுக்கு வெகுவாக உதவும்.

அதற்கு நீங்கள் எவற்றை மாற்றிக் கொள்ள வேண்டியிருக்கும்?

அதற்கு முதலில், சிறு வயதில் நாம் கொண்டிருந்த நட்புக்கும் வளர்ந்த பிறகு நாம் உருவாக்கிக் கொள்கின்ற நட்புக்கும் இடையேயுள்ள வேறுபாட்டை நாம் புரிந்து கொள்ள வேண்டியது அவசியம்.

உங்களுடைய சிறு வயது நட்பில், நீங்கள் ஒரு குழுவைச் சேர்ந்தவர்கள் என்ற உணர்வு உங்களுக்கு இருக்கும். அங்கு, அதில் ஈடுபட்டுள்ளவர்கள் ஒரே இடத்தில் இருப்பர், ஒரே வேகத்தில் நகர்ந்து கொண்டிருப்பர். முதலாம் வகுப்பிலிருந்து உயர்நிலைப் பள்ளிவரை நீங்களும் உங்கள் நண்பர்களும் ஒரே விதமான அன்றாட வழமையைக் கொண்டிருப்பீர்கள், தினமும் அதே பேருந்தில் பயணிப்பீர்கள், ஒரே புத்தகங்களைப் படிப்பீர்கள், பள்ளியில் ஒரே பாடத்தைப் படிப்பீர்கள்.

வகுப்பறையில், விளையாட்டு மைதானத்தில், உங்களுடைய வசிப்பிடங்களுக்கு அருகில் என்று எல்லா இடங்களிலும் நீங்கள் உங்கள் வயதை ஒத்தவர்களையே பார்ப்பீர்கள். நீங்கள் அனைவரும் ஒரே இலக்கைக் கொண்டிருப்பீர்கள். படிப்பு, விளையாட்டு, பொழுதுபோக்கு நடவடிக்கைகள் போன்ற அனைத்திலும் நீங்கள் ஒன்றாகப் பங்கேற்பீர்கள். அது, உங்கள் வாழ்க்கையில் ஒரு பெரிய குழு உங்களோடு சேர்ந்து பயணித்துக் கொண்டிருக்கின்ற உணர்வையும், நீங்கள் அதன் ஓர் அங்கமாகத் திகழ்கின்ற நினைப்பையும் ஆழ்மனரீதியாக உங்களுக்கு அளிக்கும்.

அந்தச் சிறு வயது நட்பு ஒரு குழு விளையாட்டைப்போலத் தோன்றுவதற்கு அதுதான் காரணம்.

உங்களுடைய முதல் இருபது ஆண்டுகளுக்கு, உங்கள் நட்பின் கட்டமைப்பு, உங்கள் பெற்றோர்களாலும், பள்ளி அமைப்புமுறையாலும், விளையாட்டுக் குழுக்களாலும், கலாச்சாரக் குழுக்களாலும் திட்டமிடப்படுகிறது. அதில் ஈடுபடுபவர்கள் அனைவரும் ஒத்த வயதுடையவர்களாக இருப்பதால், அதில் ஈடுபடுவது உங்களுக்கு எளிதாக இருக்கிறது. அங்கு நீங்கள் ஒரே நேரத்தில் ஒத்த அனுபவத்தை அனுபவிக்கிறீர்கள்.

அதனால், அங்கு நண்பர்களை உருவாக்கிக் கொள்வது எளிதாக இருப்பதோடு, நீங்கள் அவர்களோடு ஏராளமான நேரத்தை ஒன்றாகச் செலவிடுவதாலும், அவர்களுடன் ஒத்த அனுபவத்தைப் பகிர்ந்து கொள்வதாலும், ஓர் ஆழமான நட்பை உருவாக்கிக் கொள்வது சாத்தியமாகிறது.

அது ஒரு குழு விளையாட்டைப்போலத் தோன்றுவதற்குக் காரணம், நீங்கள் ஒரு குழு விளையாட்டின் உறுப்பினராக இருக்கின்றபோது, அது தொடர்பான ஒரு நிகழ்ச்சி ஏற்பாடு செய்யப்படுகின்றபோதெல்லாம் அதற்கு நீங்கள் அழைக்கப்படுவீர்கள் என்ற எதிர்பார்ப்பு உங்களிடம் இருக்கும்.

நட்பு என்பது எளிதாக இருக்கும் என்றும், அனைத்துக் குழு நிகழ்ச்சிகளுக்கும் நீங்கள் எப்போதும் அழைக்கப்படுவீர்கள்

என்றும் நம்புவதற்கும், நீங்கள் எப்போதும் உங்களுடைய நண்பர்களைச் சந்தித்துக் கொண்டிருப்பீர்கள் என்று நம்புவதற்கும், எப்போதும் ஏதாவது ஒரு நடவடிக்கை இருந்து கொண்டேயிருக்கும் என்று நம்புவதற்கும் உங்களுடைய இளமைக்கால நட்பு உங்களைப் பயிற்றுவித்திருக்கிறது.

ஆனால், நீங்கள் உங்களுடைய இருபதுகளுக்குள் அடியெடுத்து வைக்கின்றபோது, நட்புறவின் வேறு ஒரு கட்டத்திற்குள் நீங்கள் நுழைகிறீர்கள். அதை மாபெரும் சிதறல் என்று நான் அழைக்கிறேன்.

அந்த மாபெரும் சிதறல் இப்படிக் காட்சியளிக்கும்: பள்ளிப் படிப்பு அல்லது கல்லூரிப் படிப்பு ஒரு முடிவுக்கு வருகிறது. உங்கள் நண்பர்கள் அனைவரும் ஆளுக்கொரு மூலையில் சிதறுகிறார்கள். திடீரென்று ஒவ்வொருவரும் வெவ்வேறு இடங்களில் வசிக்கத் தொடங்குகின்றனர். விரைவில் உங்கள் நண்பர்கள் அனைவரும் வெவ்வேறு வேலைகளில் சேர்கின்றனர், தங்களுக்குப் புதிய நட்பு வட்டங்களை உருவாக்கிக் கொள்கின்றனர், புதிய இலக்குகளை நிர்ணயித்துக் கொள்கின்றனர். உங்களுடைய நட்பை அதுவரை கட்டிக் காத்துக் கொண்டிருந்த அமைப்புமுறை திடீரென்று காணாமல் போய்விடுகிறது.

அதனால்தான், உங்கள் வாழ்க்கையின் அனைத்து அம்சங்கள்மீதும் நீங்கள் கட்டுப்பாட்டை இழப்பதாக நீங்கள் உணர்கிறீர்கள். அடுத்து நீங்கள் என்ன செய்ய வேண்டும், எதைச் சாதிக்க வேண்டும் என்பது குறித்து உங்களுக்கு வழிகாட்டிக் கொண்டிருந்த ஓர் அமைப்புமுறை இப்போது இல்லாமல் போய்விடுகிறது. இப்போது எல்லாவற்றையும் நீங்களே தீர்மானிக்க வேண்டியிருக்கிறது.

வேறு வார்த்தைகளில் கூற வேண்டுமென்றால், உங்களுடைய வயதுவந்த வாழ்க்கை தொடங்குகிறது. உங்கள் வாழ்க்கையில் முதன்முறையாக நீங்கள் அதிகாரபூர்வமாக உங்களுடைய சொந்தக் காலில் நிற்கிறீர்கள். நீங்கள் உங்கள் நேரத்தை எப்படிச் செலவிட விரும்புகிறீர்கள், எந்த வேலையில் சேர விரும்புகிறீர்கள், எந்த நகரத்தில் வாழ விரும்புகிறீர்கள், யாருடன் சேர்ந்து சுற்றித் திரிய விரும்புகிறீர்கள் என்பன போன்றவற்றைத் தேர்ந்தெடுப்பது முழுக்க முழுக்க உங்கள் பொறுப்பாகிவிடுகிறது.

இப்போது எல்லோரும் தங்களுடைய புதிய வாழ்க்கையில் கவனம் செலுத்தத் தொடங்குகின்றனர், தங்களுக்கு அருகேயுள்ள நபர்களுக்கு முன்னுரிமை அளிக்கின்றனர்.

அக்கட்டத்தில்தான் தனிமையுணர்வு உங்கள் வாழ்க்கைக்குள் எட்டிப் பார்க்கிறது. அது, வளர்ந்தவர்களுக்கு இடையே நட்புறவு உருவாவதைக் கடினமானதாக ஆக்குகிறது. வாரத்தில் ஏழு நாள்களும் தினமும் இருபத்து நான்கு மணிநேரமும் உங்களுடைய நண்பர்களைப் பார்ப்பதற்கு உதவிக் கொண்டிருந்த

கட்டமைப்பு இப்போது நிர்மூலமாகிப் போயுள்ளது. “என் நண்பர்கள் எல்லோரும் எங்கே போய்விட்டனர்?” என்று நீங்கள் யோசிக்கத் தொடங்குகிறீர்கள். அது உங்களிடம் ஒரு விதமான பாதுகாப்பின்மை உணர்வைத் தோற்றுவிக்கிறது.

வளர்ந்தவர்களுக்கு இடையேயான நட்பு வரும், பிறகு போய்விடும் என்பதுதான் நிதர்சனம். இங்கு நீங்கள் நெகிழ்வுத்தன்மையுடன்கூடிய அணுகுமுறை ஒன்றையே கடைபிடிக்க முடியும்.

அதனால், உங்களுடைய பழைய நண்பர்களை அவர்கள் போக்கில் விட்டுவிட வேண்டியதுதான் என்ற நிலைப்பாட்டை நீங்கள் எடுக்கிறீர்கள்.

அவர்கள் வேறோர் இடத்திற்குச் சென்றால், சென்று கொள்ளட்டும். அவர்கள் புதிய நட்புக்கு முக்கியத்துவம் கொடுத்தால், கொடுத்துவிட்டுப் போகட்டும். அவர்களால் என்னுடன் அதிக நேரம் செலவழிக்க முடியவில்லையா, பரவாயில்லை.

இது நம் எல்லோருக்கும் நடப்பதுதான் என்றாலும், அது நமக்குக் குழப்பம் ஏற்படுத்துகிறது. இதற்குப் பிறகு, நீங்கள் வளர்ந்தவர் என்ற முறையில் நட்பை அணுக வேண்டியிருக்கும். உங்கள் வாழ்க்கையின் அடுத்தடுத்த அத்தியாயங்கள் மலர மலர, இந்த மாபெரும் சிதறல் உங்கள் வாழ்க்கையில் மீண்டும் மீண்டும் ஏற்படும்.

வளர்ந்த பிறகு நீங்கள் உருவாக்கிக் கொண்டுள்ள நண்பர்களுக்குத் திருமணம் ஆகின்றபோது, அவர்களும் சிதறி ஓடிவிடுவர். அவர்களுக்குக் குழந்தைகள் பிறந்த பிறகு சிலர் சிதறி ஓடிவிடுவர். அவர்கள் ஒரு புதிய நகருக்கு இடம்பெயர்கின்றபோதும் இது நிகழும். நீங்கள் விவாகரத்து பெறுகின்றபோதும் உங்களுடைய நட்பு வட்டம் சிதறிவிடும். நீங்கள் உங்கள் வேலையிலிருந்து ஓய்வு பெறுகின்றபோதும் இது நிகழும்.

இது உங்கள் வாழ்க்கையில் மீண்டும் மீண்டும் நிகழ்ந்து கொண்டே இருக்கும். இது இயல்பானதுதான். அதனால்தான், ‘அவர்களை அவர்கள் போக்கில் விடுங்கள்’ கோட்பாடு உங்களுக்குத் தேவைப்படுகிறது. நட்பை நெகிழ்வுத்தன்மையுடன் அணுகுவதற்கு அது உங்களுக்குக் கற்றுக் கொடுக்கும். உங்கள் நேரத்தை எப்படிச் சிறப்பாகப் பயன்படுத்திக் கொள்வது என்பதையும், மிகச் சிறந்த நட்பை எப்படி உருவாக்கிக் கொள்வது என்பதையும் அது உங்களுக்கு கற்றுத் தரும்.

நட்பின் மூன்று தூண்கள்

ஒரு நல்ல நட்பை உருவாக்குவதற்கு மூன்று அடிப்படைக் காரணிகள் தேவை. அருகாமை, காலகட்டம், ஆற்றல் ஆகியவையே அவை. நாம் உருவாக்குகின்ற அனைத்து நட்புகளுக்கும் பின்னால் இருக்கின்ற, நம் கண்களுக்குப் புலப்படாத மறைவான தூண்கள் இவை.

வளர்ந்தவர்களுக்கு இடையேயான நட்பு பெரும்பாலும் தனிப்பட்ட முறையிலான தகராறுகளால் முறிவதில்லை. இந்த மூன்று தூண்களில் ஒன்று அல்லது அதற்கு மேற்பட்டவை இல்லாமல் போகின்றபோது, நட்பு குலைந்துவிடுகிறது.

அந்தத் தூண்களை இப்போது விரிவாகப் பார்க்கலாம்.

முதலாவது தூண்: அருகாமை

பௌதிகரீதியாக நீங்கள் உங்களுடைய நண்பர்களுக்கு எவ்வளவு அருகே இருக்கிறீர்கள் என்பதே அருகாமையாகும். நீங்கள் ஒருவருக்கு அருகாமையில் இருக்கின்றபோது, இயல்பாகவே அவருடன் அதிக நேரத்தைச் செலவிடுவீர்கள். நீங்கள் அருகாமையில் இல்லாவிட்டால், தொடர்பில் இருப்பதற்கு நீங்கள் அதிகமாக மெனக்கெட வேண்டியிருக்கும்.

அருகாமையில் இருக்கின்ற நபரை நீங்கள் அடிக்கடி சந்திப்பதால், உங்களால் அந்த நபருடன் ஒரு நெருக்கத்தை வளர்த்துக் கொள்ள முடியும்.

அருகாமை குறித்து நிறைய ஆய்வுகள் மேற்கொள்ளப்பட்டுள்ளன. நீங்கள் யாருடன் நட்பு கொள்கிறீர்கள் என்பதைத் தீர்மானிப்பதில் அருகாமை ஒரு முக்கியப் பங்கு வகிக்கிறது. நீங்கள் ஒருவரை அடிக்கடி சந்திக்கின்றபோது, அந்த நபரைப் பற்றி அதிகமாகத் தெரிந்து கொள்வதற்கும், பொதுவான அனுபவங்களைப் பகிர்ந்து கொள்வதற்கும் உங்களுக்கு அதிக வாய்ப்பு கிடைக்கிறது. ஓர் ஆழமான நட்பு உருவாவதற்கு அது வழிவகுக்கிறது.

கேன்சஸ் பல்கலைக்கழகம் நடத்திய ஓர் ஆய்வின்படி, ஒரு மேலோட்டமான நட்பு உருவாவதற்கு நீங்கள் அந்த நபருடன் குறைந்தபட்சம் 74 மணிநேரத்தையாவது செலவிட்டிருக்க வேண்டும். சற்று நெருக்கமான நட்பை உருவாக்கிக் கொள்வதற்கு நீங்கள் அந்த நபருடன் குறைந்தபட்சம் 200 மணிநேரத்தையாவது செலவிட்டிருக்க வேண்டும்.

பள்ளியில் படித்துக் கொண்டிருந்தபோது, நீங்கள் இரண்டு மாதங்களில் 200 மணிநேரத்தை உங்கள் நண்பர்களுடன் கழித்திருப்பீர்கள். கல்லூரியில் நீங்கள் ஒன்றாகத் தங்கியிருந்ததால்,

இன்னும் குறைவான நேரத்திலேயே உங்களால் அந்த 200 மணிநேரத்தை உங்கள் நண்பர்களுடன் செலவழித்திருக்க முடியும். உங்கள் நட்பின் ஆழத்தை அதிகப்படுத்துவதற்கும், பரஸ்பர விசுவாசத்தைப் பெருக்கிக் கொள்வதற்கும் அந்த அருகாமை உங்களுக்கு உதவியிருந்தது.

இந்த அருகாமை முக்கியமானது. நீங்கள் இளமையாக இருந்தபோது, நீங்கள் எந்நேரமும் உங்கள் நண்பர்களுக்கு அருகாமையில் இருந்தீர்கள். ஆனால், வளர்ந்த பிறகு, மற்றொருவருடன் 200 மணிநேரத்தைச் செலவிடுவது கடினமானது என்பதால்தான் அந்த நட்பை உருவாக்கிக் கொள்வது சிரமமானதாக இருக்கிறது.

வளர்ந்த பிறகு உங்களுக்குக் கிடைக்கின்ற ஓய்வு நேரத்தின் அளவும் கணிசமாகச் சுருங்கிவிடுகிறது. ஒருவர் தன்னுடைய 21-வது வயதிலிருந்து 60-வது வயதுவரை தன்னுடைய குடும்பத்தோடும் நண்பர்களோடும் செலவிடுகின்ற மொத்த நேரத்தைவிட அதிகமான நேரத்தைத் தன்னுடைய அலுவலக சகாக்களுடன் செலவிடுகிறார் என்று 'அமெரிக்கன் டைம்' ஆய்வு ஒன்று கண்டுபிடித்துள்ளது.

அப்படியானால், உங்களுடைய வேலை நேரத்திற்குப் பிறகு உள்ள நேரமும் வார இறுதி நாள்களும்தாம் உங்கள் நண்பர்களுடன் செலவழிப்பதற்கு உங்களுக்குக் கிடைக்கின்றன. அப்படியிருக்கின்றபோது, ஒருவருடன் மட்டும் 200 மணிநேரத்தைச் செலவழிக்க முனைவது உங்களுக்கு ஒரு சவாலான காரியமாக இருக்கும். அத்துடன், அருகாமை நட்பின் முக்கியமானதொரு காரணி என்றால், நீங்கள் அதிகமாக நேரம் செலவழிக்கின்ற அலுவலக சகாக்கள் அத்தனை பேருடனும் உங்களால் ஏன் ஒரு நெருக்கமான நட்புறவை ஏற்படுத்திக் கொள்ள முடிவதில்லை என்ற கேள்வியும் உங்களிடம் எழலாம்.

இரண்டாவது தூண்: காலகட்டம்

நீங்கள் உங்கள் வாழ்க்கையின் எந்த அத்தியாயத்தில் இருக்கிறீர்கள் என்பதை இது குறிக்கிறது. வேறு ஒருவர் தன் வாழ்க்கையின் எந்த அத்தியாயத்தில் இருக்கிறாரோ அதே அத்தியாயத்தில் நீங்கள் இல்லாவிட்டால், அந்த நபருடன் ஒரு நட்புறவை உருவாக்கிக் கொள்வது எளிதல்ல. ஏனெனில், உங்களுக்கு இடையே பொதுவான விஷயங்கள் குறைவாக இருக்கும்.

மற்ற எல்லா இடங்களையும்விட, அலுவலகத்தில் இதன் தாக்கம் அதிகமாக இருக்கும். ஏனெனில், ஓர் அலுவலகத்தில் இருப்பவர்கள் தங்களுடைய வாழ்க்கையின் வெவ்வேறு அத்தியாயங்களில் இருப்பர். அதனால், நீங்கள் சுமார் நாற்பது ஆண்டுகள் பணியாற்றப் போகின்ற ஓர் அலுவலகச் சூழலில்,

நீங்கள் பலருடன் அருகாமையில் இருந்தாலும், அவர்களில் பெரும்பாலானோர், நீங்கள் வாழ்க்கையின் எந்த அத்தியாயத்தில் இருக்கிறீர்களோ அதே அத்தியாயத்தில் இருக்க மாட்டார்கள்.

எடுத்துக்காட்டாக, உங்களுடைய அலுவலக சகாக்களில் பலர் உங்களைவிடச் சில பத்தாண்டுகள் மூத்தவர்களாக இருந்தால், அவர்களுடன் ஒரு நெருக்கமான நட்பை உருவாக்கிக் கொள்வது உங்களுக்குக் கடினமாக இருக்கும். மூத்த சகாக்கள் தங்களுடைய ஓய்வூதியத்தைப் பற்றியும், குழந்தைகளின் படிப்பு அல்லது திருமணத்தைப் பற்றியுமே பேச விரும்புவர். இருபதுகளில் இருக்கின்ற ஒருவருக்கு அது பெரிய அளவுக்கு வசீகரமானதாக இருக்காது.

அதனால்தான், பெரும்பாலானோரால் தங்களுடைய அலுவலக சகாக்களுடன் ஒரு நெருக்கமான நட்புறவை வளர்த்துக் கொள்ள முடிவதில்லை. எடுத்துக்காட்டாக, எனக்கும் என் கணவருக்கும் நிறைய குடும்ப நண்பர்கள் இருக்கிறார்கள். அவர்களுடன் நாங்கள் நிறைய நேரம் செலவழிக்கிறோம். ஆனால், வயது வித்தியாசம் அதிகம் இருப்பதால், எங்களால் அதிகமான விஷயங்களைப் பகிர்ந்து கொள்ள முடிவதில்லை. அவர்களை எனக்குப் பிடிக்கும். ஆனால், அவை நெருக்கமான உறவுகள் அல்ல.

வளர்ந்த நட்பு தோன்றும், பிறகு மறையும். அதுதான் இயல்பு. உங்கள் நண்பர்கள் அனைவரும் உங்களுக்கு நெருக்கமானவர்களாக இருக்க வேண்டிய தேவையில்லை என்ற புரிதல் உங்களுக்கு ஏற்படுகின்றபோது, நட்புறவை அது இலகுவாக்குகிறது.

மூன்றாவது தூண்: ஆற்றல்

சிலரை உங்களுக்குப் பிடிக்கும், சிலரைப் பிடிக்காது. அதற்கான காரணத்தை உங்களால் விவரிக்க முடியாது. அதற்கு நீங்கள் உங்களுடைய உள்ளுணர்வை மட்டுமே நம்ப வேண்டியிருக்கும். இது ஆற்றல் சம்பந்தப்பட்ட விஷயம். இதற்கு அறிவியல்பூர்வமான ஒரு விளக்கத்தைக் கொடுக்க முடியாது.

ஆற்றல் காலப்போக்கில் மாறும். சில காலகட்டங்களில் அது கூடுதலாக இருக்கும், சில காலகட்டங்களில் குறைவாக இருக்கும். ஒரு விதத்தில் அது நல்லதுதான். ஏனெனில், நீங்களும் உங்களுடைய வாழ்க்கையில் இடம்பெற்றுள்ள மற்றவர்களும் மாறிக் கொண்டிருக்கிறீர்கள் என்பதையே அது காட்டுகிறது.

எடுத்துக்காட்டாக, நீங்கள் கல்லூரியில் படித்துக் கொண்டிருந்தபோது, நீங்கள் ஐந்து நண்பர்களோடு மிகவும் நெருக்கமாக இருந்தீர்கள். அப்போது வாழ்க்கையை நீங்கள் வெகுவாக இரசித்துக் கழித்தீர்கள். கல்லூரிப் படிப்புக்குப்

பிறகு, அவர்களில் ஒருவருடன் நீங்கள் சேர்ந்து வசிக்கத் தொடங்குகிறீர்கள். ஆனால், உங்களுக்கு இடையே ஏதோ சரியில்லை என்ற உணர்வு உங்களுக்கு ஏற்படுகிறது. அது இயல்பானதுதான். நீங்கள் இருவரும் வளர்ந்து கொண்டும் மாறிக் கொண்டும் இருக்கிறீர்கள் என்பதையே அது காட்டுகிறது. அதற்காக அந்த நட்புக்கு முற்றுப்புள்ளி விழுந்துவிட்டது என்று நீங்கள் எடுத்துக் கொள்ளத் தேவையில்லை.

அடுத்தவர்கள் எப்படி இருக்கிறார்களோ அப்படியே அவர்களை ஏற்றுக் கொள்ளாமல், எங்கே தவறு நேர்ந்தது என்று அளவுக்கதிகமான அலசலில் நாம் இறங்குகிறோம். உங்கள் வாழ்க்கையின் ஒரு கட்டத்தில் நீங்களும் அவர்களும் நெருக்கமாக இருந்திருந்த காரணத்தால், அதற்கு அடுத்தக் கட்டத்திலும் நீங்கள் அப்படியே இருக்க வேண்டும் என்று அவசியமில்லை.

தனிப்பட்ட முறையில், 'நெருக்கமான நண்பர்' என்ற பதமே எனக்குப் பிடிக்காது. ஏனெனில், அது என்மீது தேவையில்லாத அழுத்தத்தை ஏற்படுத்துவதாக நான் கருதுகிறேன். எந்தவோர் உறவும் அதில் ஈடுபட்டுள்ளவர்கள் வளர்வதற்குப் போதுமான இடத்தை அளிக்க வேண்டும். நெருக்கமான நட்பு என்று கூறுகின்றபோது, அங்கு அதற்கான இடம் குறைவாக இருப்பதாக எனக்குத் தோன்றுகிறது. நண்பர்கள் உங்கள் வாழ்க்கையில் வருவார்கள்,போவார்கள். அதை ஏற்றுக் கொள்ளுங்கள்.

ஏதோ ஒரு காரணத்திற்காக, உங்கள் வாழ்க்கையில் கட்டாயம் இடம்பெற்றிருந்தாக வேண்டிய சிலர் இருப்பர். வேறு சிலர், ஏதோ ஒரு குறிப்பிட்டக் காரணத்திற்காக மட்டுமே உங்கள் வாழ்க்கையில் இடம்பெறுவர். இன்னும் சிலர், உங்கள் வாழ்நாள் முழுவதும் உங்கள் வாழ்க்கையில் இடம்பெற்றிருப்பர்.

இது இயல்பானதுதான். யாரோ ஒருவர் உங்களுடைய அருகாமையிலிருந்து விலகிச் சென்றுவிட்டாலோ, அவர்களுடைய ஆற்றல் உங்களுடையதோடு ஐக்கியமாகவில்லை என்றாலோ, அவர்களை உங்களுடைய எதிரியாக ஆக்கிக் கொள்ளாதீர்கள். ஒரு நட்பை நீங்கள் வலுக்கட்டாயமாக உருவாக்கிக் கொள்கின்றபோது, அது உங்களுடைய ஆற்றலை உறிஞ்சிவிடும். அவர்களுடனான உரையாடல்கள் உங்களுக்கு அசௌகரியம் ஏற்படுத்தக்கூடும். அப்படிப்பட்ட உணர்வு உங்களுக்கு ஏற்பட்டால், அதை நம்புங்கள். நான் சில வேளைகளில் அப்படிப்பட்ட உணர்வை மீறிச் செயல்பட்டு, அந்த உறவைத் தேவையில்லாமல் பிடித்துத் தொங்கிக் கொண்டிருந்திருக்கிறேன். அது நிலைமையை மோசமாக்கியதைத் தவிர அதனால் வேறு எந்தப் பயனும் ஏற்படவில்லை.

ஒன்று நமக்கானது அன்று என்று நம் உள்மனம் கூறினாலும், நாம் அதைப் பிடித்துத் தொங்கிக் கொண்டிருப்போம். எனக்கு அதுதான் நிகழ்ந்தது. என் வாழ்க்கையில் திடீரென்று,

என் நெருங்கிய நட்பு வட்டத்திற்கு வெளியே நான் நின்று கொண்டிருந்ததை நான் கண்டேன். அது குறித்து என்ன செய்வது என்பதை நான் அறிந்திருக்கவில்லை. அதை நான் நிச்சயமாக ஒழுங்காகக் கையாளவில்லை.

அத்தியாயம் 12

சில நட்புகள் ஏன் இயல்பாகவே மங்கி மறைந்துவிடுகின்றன

என் வாழ்க்கையில் நடந்தது இதுதான்.

அப்போது நான் மூன்று இளம் குழந்தைகளுக்குத் தாய். நாங்கள் வசித்து வந்த ஒரு குடியிருப்பில் என் வயதை ஒத்த ஏராளமான இளம் தாய்மார்கள் இருந்தனர். நாங்கள் ஒன்றாகக் குழந்தைகளை வளர்த்தோம், ஒன்றாக ஊர் சுற்றினோம். எங்களுடைய சமூக வாழ்க்கையும் சிறப்பாகப் போய்க் கொண்டிருந்தது.

எங்கள் குழந்தைகள் கிட்டத்தட்ட சம வயதில் இருந்தனர். அவர்கள் அரசுத் தொடக்கப் பள்ளி ஒன்றில் படித்து வந்தனர். என் வாழ்க்கையில் நான் மிகவும் குதூகலமாகக் கழித்திருந்த ஒரு காலகட்டம் அது. நாங்கள் அடிக்கடி ஒருவரையொருவர் சந்தித்துக் கொண்டிருந்தோம். மீண்டும் உயர்நிலைப் பள்ளியில் படிக்கின்ற காலகட்டத்திற்கு நாங்கள் சென்றுவிட்டிருந்ததைப் போன்றதோர் உணர்வு எனக்கு ஏற்பட்டது.

அவர்களில் இரண்டு தம்பதியருடன் எங்களுக்கு ஒரு நெருக்கமான நட்பு ஏற்பட்டது. நாங்கள் ஏராளமான விஷயங்களை ஒன்றாகச் சேர்ந்து செய்தோம்.

நானும் என் கணவரும் உண்மையிலேயே மிகவும் மகிழ்ச்சியாக இருந்தோம். நகருக்கு வெளியேயிருந்த அந்த இடத்திற்கு நாங்கள் புதிதாகக் குடிபெயர்ந்திருந்ததால், இதை நாங்கள் எங்களுக்கு வாய்த்திருந்த அதிர்ஷ்டமாகக் கருதினோம்.

அப்போது என்னுடைய பழைய தோழி ஒருத்தி வேறு ஒரு நகரில் வசித்து வந்தாள். நான் என்னுடைய புதிய வாழ்க்கையைப் பற்றி அவளிடம் அடிக்கடி பகிர்ந்து கொண்டேன். அவள்

எங்களுடைய வாழ்க்கை குறித்துப் பெரிதும் பொறாமை கொண்டாள். நாங்கள் அனுபவித்தது போன்ற அதே மகிழ்ச்சியை அவளும் அனுபவிக்க விரும்பினால், எங்களுடைய இடத்திற்குக் குடிபெயர்வதுதான் அவளுக்கு ஒரே வழி என்று நான் அவளிடம் கூறினேன்.

அவள் தன் குடும்பத்துடன் இங்குக் குடிபெயர்வதற்கு நானும் என் கணவரும் அவர்களை வெகுவாக ஊக்குவித்தோம்.

இறுதியில் அவள் இங்குக் குடிபெயர்ந்தாள். அவள் என்னுடைய இரண்டு குடும்ப நண்பர்கள் குடியிருந்த அதே தெருவில் அவர்களுக்கு எதிரே இருந்த ஒரு வீட்டை விலைக்கு வாங்கிவிட்டாள். முதலில் நான் அது குறித்து மிகவும் மகிழ்ச்சியடைந்தேன். காரில் சென்றால் ஐந்து நிமிடங்களில் அவளுடைய வீட்டை அடைந்துவிட முடியும்.

அதனால், எங்களுடைய நான்கு குடும்பங்களும் சேர்ந்து அடிக்கடி கொண்டாட்டங்களில் ஈடுபடவிருந்தோம் என்ற கனவில் நான் இருந்தேன். முதலில் அது நான் எதிர்பார்த்திருந்தபடியே இருந்தது. அடிக்கடி நாங்கள் ஒருவருக்கொருவர் விருந்தளித்துக் கொண்டோம். ஆனால், போகப் போக, என் தோழியிடமிருந்து வந்த அழைப்புகளின் எண்ணிக்கை குறைந்து கொண்டே போனது. இதில் ஒரு வேடிக்கையான விஷயம் என்னவென்றால், அந்த மூன்று குடும்பங்களும் என்னையும் என் கணவரையும் விட்டுவிட்டு ஒன்றாகக் கூடிக் கும்மாளமிட்டுக் கொண்டிருந்தன.

இப்போது திரும்பிப் பார்க்கின்றபோது, அந்த மூன்று குடும்பத்தாரும் ஏன் அப்படி நடந்து கொண்டனர் என்பதை என்னால் புரிந்து கொள்ள முடிகிறது. அருகாமைதான் அதற்குக் காரணம். அவர்கள் ஒரே தெருவில் எதிரெதிர் வீட்டில் வசித்து வந்தனர். அவர்கள் பரஸ்பரம் தங்கள் வீட்டு வாசல்களில் நின்று கொண்டு தங்களுடைய கைகளை ஆட்டி வாழ்த்துகளைப் பரிமாறிக் கொள்கின்ற அளவுக்கு அருகாமையில் இருந்தனர். அவர்களுடைய குழந்தைகள் கிட்டத்தட்ட சம வயதுடையவர்களாக இருந்தனர், ஒரே பள்ளிப் பேருந்தில் தினமும் பயணித்தனர்.

தனிப்பட்ட முறையில் அவர்களுக்கு என்மீது எந்தவிதமான விமர்சனங்களோ அல்லது பிரச்சனைகளோ இருக்கவில்லை என்பதை இப்போது என்னால் புரிந்து கொள்ள முடிகிறது. பள்ளிப் பேருந்திலிருந்து இறங்கி வருகின்ற உங்கள் குழந்தைகளுக்காக நீங்கள் ஒரே இடத்தில் ஒன்றாகக் காத்துக் கொண்டிருக்கும்போது, உங்களுக்கிடையே பேச்சும் அதிகரிக்கும், உங்கள் நட்பின் நெருக்கமும் அதிகரிக்கும்.

அதனால், அவர்கள் நெருக்கமாக ஆனதில் வியப்பில்லை. அதில் எந்தத் தவறும் இல்லை. ஆனால், நான் வெகு தொலைவிலிருந்து இந்த ஊருக்கு அழைத்து வந்திருந்த ஒருத்தி

என்னுடைய நட்பு வட்டத்தில் என்னுடைய இடத்தையே திருடிக் கொண்டது எனக்குப் பிடிக்கவில்லை. நான் கோபத்தில் இருந்ததால், அதை நான் சரியாகக் கையாளவுமில்லை.

நான் படுமட்டமாக நடந்து கொண்டேன்

தன் நிலை உறுதியானது என்று நம்பிக் கொண்டிருந்த ஒரு நட்பு வட்டத்திலிருந்து வெளியேற்றப்படுகின்ற ஒருவர் எப்படி நடந்து கொள்வாரோ அப்படி நான் நடந்து கொண்டேன். அத்துடன், வளர்ந்தவர்களின் நட்புறவு பற்றிய புரிதலும் அப்போது எனக்கு இருக்கவில்லை. நான் கோபத்தில் கொதித்துக் கொண்டிருந்தேன், பொறாமையில் வெந்து கொண்டிருந்தேன். "நாங்கள் மூவரும்தானே சேர்ந்து சுற்றிக் கொண்டிருந்தோம்," என்று நான் உள்ளுக்குள் குமைந்தேன். "அவள் என்னுடைய நட்புக் குழுவைத் திருடிவிட்டாள்," என்று நான் புழுங்கினேன்.

முதலில், அதை நான் கண்டுள்ளாததைப்போலக் காட்டிக் கொள்ள நான் தீர்மானித்தேன். நான் எப்போதும்போல இருந்ததாக என்னைக் காட்டிக் கொள்ள முயன்றேன். அதன் மூலம் சூழல் பழைய நிலைமைக்கு மாறும் என்று நான் கணக்குப் போட்டேன். ஆனால், அவர்களைப் பார்த்தவுடன் என் உறுதியெல்லாம் காற்றில் பறந்து போய்விட்டது.

என்னால் என் உணர்ச்சிகளைக் கட்டுப்படுத்திக் கொள்ள முடியவில்லை. நான் மிகவும் மனங்கசந்திருந்தேன். என் ஆற்றல் எதிர்மறையானதாக மாறியிருந்து. அதை என் கணவரும் உணர்ந்தார், அந்த மூன்று குடும்பத்தாரும் உணர்ந்தனர். அந்த இடத்திலிருந்த பிற குடும்பங்களும் என்னுடைய இந்த எதிர்மறையான போக்கை உணர்ந்தன. என் நோக்கம் அதுவாக இல்லாதிருந்தபோதிலும் நான் மகாமட்டமாக நடந்து கொண்டிருந்தேன். நான் அதைப் பற்றி யோசிக்க விரும்பவில்லை என்றாலும், இரவில் நான் என் வீட்டில் சாப்பிட்டுக் கொண்டிருக்கின்றபோது, அவர்கள் மூவரும் ஒன்றாகக் குதூகலமாக இருப்பார்கள் என்ற நினைப்பு என்னை வாட்டியது.

அவர்களை நான் எங்குக் கண்டாலும் எனக்கு மன உளைச்சல் ஏற்பட்டது. எனக்கு அவர்களைப் பிடிக்கும் என்றாலும், நிலைமை மாற வேண்டும் என்று நான் ஆசைப்பட்டாலும், என் உணர்ச்சிகளை எப்படிக் கையாள்வதென்று தெரியாமல் நான் தவித்தேன்.

அப்போது என் குரல் மாறிவிடும். அவர்களைப் பார்த்தவுடன் நான் என் கைகளை என் நெஞ்சுக்குக் குறுக்கே கட்டிக் கொள்வேன். என் மொத்த உடலும் இறுக்கமடைந்துவிடும்.

எங்களுடைய நட்பு வட்டத்தில் ஏற்பட்டிருந்த இந்த

மாற்றத்தை என் கணவர் பெரிதாக எடுத்துக் கொள்ளவில்லை. இப்போது அதைப் பற்றிப் பேசுவது வலிமிக்கதாக இருந்தாலும், அப்போது நான் பக்குவமாக நடந்து கொண்டிருக்கவில்லை என்பதே உண்மை. நான் ஒரு குழந்தையைப்போல நடந்து கொண்டிருந்தேன்.

அந்தக் கட்டத்தில் நான் 'அவர்களை அவர்கள் போக்கில் விடுங்கள்' கோட்பாட்டை அறிந்திருந்தால், அவர்களை அவர்கள் போக்கில் நான் விட்டிருந்திருப்பேன், அந்தச் சூழலிலிருந்து இலகுவாக விடுபட்டிருந்திருப்பேன். என் நடத்தைக்குப் பொறுப்பேற்றுக் கொண்டு, பக்குவமடைந்த ஒரு நபரைப்போல நான் நடந்து கொண்டிருந்திருப்பேன். ஆனால், அப்போது நான் அவர்களை வில்லிகளாகப் பார்த்தேன்.

அதற்கு என்ன காரணம்? ஏனெனில், நாமே பொறுப்பேற்றுக் கொள்வதைவிட, மற்றவர்கள்மீது பழி போடுவது எளிது. வளர்ந்தவர்களுடன் ஏற்படுத்திக் கொள்கின்ற நட்புறவில் ஒருவர் மேற்கொள்ளக்கூடிய மிகப் பெரிய தவற்றை நான் செய்திருந்தேன். அது எளிதாக இருக்கும் என்றும், அந்த நண்பர்கள் என்னுடைய வாழ்க்கையில் நிரந்தரமாக இருப்பார்கள் என்றும், அக்குழுவின் அனைத்து நிகழ்ச்சிகளுக்கும் நான் அழைக்கப்படுவேன் என்றும் நான் எதிர்பார்த்தேன்.

வளர்ந்தவர்களின் நட்புறவில் அருகாமை எந்த அளவுக்கு ஒரு முக்கியமான பாத்திரம் வகிக்கிறது என்பதற்கான நல்லதோர் எடுத்துக்காட்டாக என்னுடைய இந்தக் கதை திகழ்கிறது. அதேபோல, உணர்ச்சிகள் உருவாக்குகின்ற ஆற்றல் ஒரு நட்பை எந்த அளவுக்கு நாசமாக்கும் என்பதற்கான எடுத்துக்காட்டாகவும் இது இருக்கிறது. இது நான் என்னுடைய நாற்பதுகளை நெருங்கிக் கொண்டிருந்தபோது நடந்தது. ஆனால், இது ஒருவருடைய வாழ்க்கையில் எந்தக் கட்டத்தில் வேண்டுமானாலும் நிகழலாம்.

நீங்கள் வளர்ந்த பிறகு, உங்கள் வாழ்க்கையில் பலர் தோன்றுவர், பின்னர் அவர்கள் பல திசைகளில் சிதறி ஓடிவிடுவர். அதனால்தான், அப்படிப்பட்ட நட்பில் நெகிழ்வுத்தன்மை தேவைப்படுகிறது.

"அவர்களை அவர்கள் போக்கில் விட்டேன். இப்போது எனக்கு நண்பர்களே இல்லை."

இந்த நூலுக்காக, 'அவர்களை அவர்கள் போக்கில் விடுங்கள்' கோட்பாட்டைப் பயன்படுத்தியிருந்த பலருடைய அனுபவங்களை நான் ஆய்வு செய்தேன். இக்கோட்பாட்டைப் பயன்படுத்தியிருந்தவர்களில் பலர், தாங்கள் நண்பர்கள் என்று

நினைத்துக் கொண்டிருந்தவர்கள் உண்மையில் தங்களுடைய நண்பர்கள் அல்லர் என்பதைப் புரிந்து கொண்டபோது, அதை அவர்களால் ஜீரணித்துக் கொள்ள முடியவில்லை.

இக்கோட்பாட்டை நீங்கள் பயன்படுத்துகின்றபோது, தாங்கள் யார் என்பதையும், உங்கள் வாழ்க்கையில் தாங்கள் வகிக்கின்ற பாத்திரம் என்ன என்பதையும் மக்கள் வெளிப்படுத்துவர். சிலருடனான நட்புறவில் நீங்கள் அதிகமான ஆற்றலைச் செலவழித்துக் கொண்டிருந்தாலும், பதிலுக்கு அவர்கள் அதே முறையில் எதிர்வினையாற்றிக் கொண்டிருக்கவில்லை என்பதையும் நீங்கள் அறிவீர்கள்.

எடுத்துக்காட்டாக, நீங்கள்தாம் எப்போதும் அவர்களுக்குத் தொலைபேசி அழைப்பு விடுப்பீர்கள். அவர்களாக உங்களை ஒருபோதும் அழைக்க மாட்டார்கள். நீங்கள் அழைப்பதை நிறுத்திவிட்டால், அந்தப் பக்கமிருந்து எந்த முயற்சியும் மேற்கொள்ளப்பட மாட்டாது. நீங்கள்தான் அனைத்து முன்னெடுப்புகளையும் செய்து கொண்டிருக்கிறீர்கள் என்பதை நீங்கள் தெரிந்து கொள்ளும்போது, அது உங்களுக்குப் பெரும் வேதனை ஏற்படுத்தும்.

ஒரு நட்புறவு மங்கி மறைந்துவிடுகின்றபோது அல்லது உங்களுடைய நட்பு வட்டத்தில் இருப்பவர்களில் ஒருவர் தான் உண்மையில் யார் என்பதை வெளிப்படுத்தும்போது, நட்பின் மூன்று தூண்களில் ஒரு தூணோ அல்லது ஒன்றுக்கு மேற்பட்டத் தூண்களோ சரிந்து விழுந்திருப்பதை நீங்கள் பார்ப்பீர்கள். அது குறித்து நீங்கள் கோபமடைவதற்கு முன்பாக நிலைமையை அலசுங்கள்.

நீங்களோ அல்லது உங்கள் நண்பர்களோ மாறியுள்ளீர்களா அல்லது ஒரு புதிய வழியில் வளர்ச்சி கண்டுள்ளீர்களா? உங்கள் வாழ்க்கையின் கால அட்டவணையில் ஏதேனும் மாற்றம் ஏற்பட்டுள்ளதா? நீங்கள் அவர்களை அடிக்கடி நேரில் சந்தித்துக் கொண்டிருக்கிறீர்களா? உங்களுடைய வாழ்க்கை அத்தியாயமும் உங்களுடைய நண்பர்களின் வாழ்க்கை அத்தியாயங்களும் ஒரே மாதிரியாக இருக்கின்றனவா அல்லது மாறியுள்ளனவா? உங்களில் ஒருவருடைய வாழ்க்கையில் ஏற்பட்டிருந்த பெரும் மாற்றத்தின் காரணமாக, உங்களுக்கு இடையே நிலவி வந்த ஆற்றலில் ஏதாவது மாற்றம் ஏற்பட்டுள்ளதா?

உங்களிடம் நீங்கள் இக்கேள்விகளைக் கேட்டுக் கொள்வது முக்கியமானது. ஏனெனில், நம்மீது தவறு இருக்கின்றபோது நாம் மற்றவர்களையும், மற்றவர்கள்மீது தவறு இருக்கின்றபோது நாம் நம்மையும் குறை சொல்லக்கூடும்.

நீங்கள் ஒரு நட்புறவைத் துண்டித்துக் கொள்வதற்கு முன்பு, அந்த நபரின் நோக்கம் சரியானதாக இருப்பதாகவே அனுமானித்துக் கொள்ளுங்கள். சில நேரங்களில், உங்களுக்கு

இடையேயுள்ள நட்புறவில், எப்போதும் நீங்களே திட்டங்களைத் தீட்டுபவராக இருந்து வந்திருக்கலாம். அல்லது, சமீபத்தில் அவருடைய வாழ்க்கையில் அவரை ஆழமாகப் பாதித்துள்ள ஏதாவது நடந்திருக்கலாம். அவர்கள் வேண்டுமென்றே உங்களை ஒதுக்கித் தள்ளாமல் இருந்திருக்கலாம். ஒருவேளை அவர்களுடைய அப்போதைய வாழ்க்கை அத்தியாயம் அவர்களுக்கு அதீதக் களைப்பை ஏற்படுத்தி இருந்திருக்கலாம்.

என்னைத் தொடர்பு கொண்டவர்களில் பலர், தாங்கள் அனுப்புகின்ற குறுஞ்செய்திகளுக்குத் தங்களுடைய நண்பர்கள் பதிலளிப்பதில்லை என்ற புகாரை முன்வைத்தனர். தாங்கள் விரும்புகின்ற அளவுக்குப் பிறர் தங்களுக்குப் பதிலளிப்பதில்லை என்ற காரணத்திற்காக, அவர்கள் தங்களுடைய நட்புறவைச் சிதைத்துக் கொள்வதற்கு 'அவர்களை அவர்கள் போக்கில் விடுங்கள்' கோட்பாட்டைப் பயன்படுத்துவதில் எனக்கு உடன்பாடில்லை.

நட்பு என்பது, "வெட்டுக்கு வெட்டு, குத்துக்குக் குத்து" என்ற ரீதியில் செயல்படுகின்ற ஒன்று அன்று. இங்கு நீங்கள் எதிராளியாடு ஆடுகின்ற விளையாட்டில் செய்வதுபோல, 'புள்ளிகளைக்' குறைக்காதீர்கள். நீங்கள் விரும்புவதால் ஒருவரை நீங்கள் தொடர்பு கொள்கின்றபோது, அந்த நபர் நீங்கள் எதிர்பார்க்கின்ற விதத்தில் எதிர்வினையாற்றுவார் என்று எதிர்பார்க்காதீர்கள். ஒருவர் உங்களுக்கு எவ்வளவு விரைவாகப் பதிலனுப்புகிறார், எவ்வளவு அடிக்கடி எதிர்வினையாற்றுகிறார் என்பதை வைத்து அவர் எந்த அளவுக்கு உங்கள்மீது அக்கறை கொண்டுள்ளார் என்பதைத் தீர்மானிக்காதீர்கள். அவர்கள் ஏதாவது ஒரு காரணத்தால் இக்கட்டத்தில் திக்குமுக்காடல் உணர்வுக்கு ஆட்பட்டிருந்திருப்பதற்கான அறிகுறியாகக்கூட அது இருக்கலாம். அதனால், உங்கள் நண்பர் உங்களுக்குப் பதிலளிக்கவில்லை என்பதால் அவரைத் தவறாக எடைபோடுவதற்குப் பதிலாக, அதற்கு பின்னால் ஏதாவது ஒரு நியாயமான காரணம் இருக்கும் என்று அனுமானித்துக் கொள்வதே நல்லது.

அவர்கள் பதிலனுப்பாமல் இருந்துவிட்டுப் போகட்டும்

கடந்த நான்கு ஆண்டுகள்தாம் என் வாழ்க்கையில் என்னை மிகவும் திக்குமுக்காட வைத்த ஆண்டுகளாகும். அது என்னுடைய நட்புறவில் ஒரு பெரும் பாதிப்பு ஏற்படுத்தியது. பாஸ்டன் நகருக்கு வெகு அருகே 26 ஆண்டுகள் வாழ்ந்திருந்த நாங்கள், எங்களுக்கு முன்பின் பரிச்சயம் இல்லாத ஒரு சிற்றூருக்குக்

குடிபெயர்ந்திருந்தோம்.

அதே காலகட்டத்தில், என்னுடைய நிறுவனம் படுவேகமாக வளர்ந்து கொண்டிருந்தது. ஆனால், நான் என்னுடைய குடும்பத்திற்கும், அந்தச் சமூகத்தோடு இணக்கமானதோர் உறவை ஏற்படுத்திக் கொள்வதற்கும் முன்னுரிமை கொடுத்தேன். அதனால், எனக்குக் கிடைத்த ஓய்வு நேரம் முழுவதையும் நான் என் குடும்பத்தோடு செலவழித்தேன் அல்லது என் சமூகத்தில் புதிய நட்புகளை வளர்த்துக் கொள்வதற்கு முனைந்தேன்.

அதனால், என்னுடைய பழைய நண்பர்களில் பலர், நான் வேண்டுமென்றே அவர்களை ஒதுக்கி வைத்துவிட்டேன் என்றோ, அவர்களுடனான உறவை அலட்சியப்படுத்திவிட்டேன் என்றோ நினைத்துக் கொண்டனர். அவர்களுடைய கண்ணோட்டத்தின்படி அது சரிதான்.

நான் அவர்கள்மீது அக்கறை கொண்டிருக்கவில்லை என்றில்லை. என்னுடைய முன்னுரிமை அச்சமயத்தில் மாறியிருந்தது. அதனால், கடந்த மூன்று ஆண்டுகளில், என்னுடைய பழைய நண்பர்களை அணுகுவதற்கு நானாக வலிந்து எந்த முயற்சியும் மேற்கொள்ளவில்லை. அதனால் பரவாயில்லை.

நீங்கள் ஒருவரை நீண்ட நாள்களாகத் தொடர்பு கொள்ளவில்லை என்றால், அதற்காக நீங்கள் ஒரு நண்பரை இழந்துவிட்டீர்கள் என்று எடுத்துக் கொள்ள வேண்டியதில்லை. தங்களுடைய பழைய நண்பர் ஒருவர் வெகுதூரம் தள்ளிச் சென்றுவிட்டார் என்பதாலேயே சிலர் அவர்களைத் தங்களுடைய எதிரிகளாக பாவிக்கின்றனர். அது தேவையில்லை.

என் நட்பு வட்டாரத்தில் இருப்பவர்களில் சிலர் திடீரென்று மாயமாய் மறைந்துவிடுவர். அதற்குப் பின்னால் ஒரு நியாயமான காரணம் இருந்திருந்தது பின்னர் எனக்குத் தெரிய வரும். அவர்களில் சிலர், தங்களுடைய பெற்றோரை அல்லது குழந்தைகளைக் கவனித்துக் கொள்வதில் மூழ்கியிருந்தனர்; சிலருக்கு அவர்களுடைய வேலை திடீரென்று ஒரு பெரும் பிரச்சனையாக மாறியிருந்தது; வேறு சிலர், ஆரோக்கியமற்ற உறவுகளில் சிக்கிக் கொண்டிருந்தனர். அவர்கள் என்னுடன் தொடர்பில் இல்லாமல் போனதற்கு நான் காரணமாக இருக்கவில்லை. அவர்கள் எப்போதும் என் நண்பர்களாகவே இருந்தனர்.

நான் இதைச் சொல்வதற்குக் காரணம், நட்பு விஷயத்தில் நீங்கள் நெகிழ்வுத்தன்மையுடன் இல்லாமல் இருந்துவிட்டு, அந்த உறவு சீர்கேடு அடைந்த பிறகு, அதற்கு 'அவர்களை அவர்கள் போக்கில் விடுங்கள்' கோட்பாட்டின்மீது நீங்கள் பழிபோட்டுவிடக்கூடாது என்பதுதான். பெரும்பாலான நேரங்களில், வெறும் ஒரு தொலைபேசி அழைப்பே வறண்டு போயுள்ள ஒரு நட்பைப் புதுப்பித்துவிடும்.

இப்போது நாங்கள் ஒரு புதிய வீட்டிற்குக் குடிபெயர்ந்துவிட்டோம். பாஸ்டனில் நான் துவக்கியிருந்த ஸ்டூடியோ நன்றாகப் போய்க் கொண்டிருக்கிறது. இப்போது நான் என்னுடைய வயதான பெற்றோருடன் நிறைய நேரம் செலவிட்டுக் கொண்டிருக்கிறேன். இப்போது எங்களுடைய குழந்தைகளும் கூட்டைவிட்டுப் பறந்துவிட்டனர். நான் இப்போது என் வாழ்க்கையின் மற்றொரு புதிய அத்தியாயத்தை தொடங்கியிருக்கிறேன். இதில் பழைய நட்புறவுகளைப் புதுப்பித்துக் கொள்வதற்கு முன்னுரிமை அளிக்க நான் திட்டமிட்டுள்ளேன்.

உங்களிடம் வெகுநாள்களாகத் தொடர்பில் இல்லாத ஒருவர் திடீரென்று உங்களைத் தொடர்பு கொண்டால், அது உங்களுக்கு மிகப் பெரிய ஆச்சரியத்தை ஏற்படுத்தும். நான் பல ஆண்டுகளாகத் தொடர்பில் இல்லாதிருந்த ஒருவருடன் திடீரென்று ஒரு நாள் ஒரு கோப்பை காபி அருந்தினால், என்னால் உடனடியாக அந்த நபருடன் மீண்டும் ஓர் ஆழமான பிணைப்பை ஏற்படுத்திவிட முடியும்.

நீங்கள் வேறு ஒருவருடன் ஏற்படுத்தியிருக்கும் உறவு ஒருபோதும் சட்டென்று ஒரு முடிவுக்கு வந்துவிடாது. சில நேரங்களில், அருகாமையின்மையும் நேரப் பொருத்தமின்மையும் பிரிவை ஏற்படுத்தியிருக்கலாம். அதனால், பழைய நண்பர்களுடன் மீண்டும் தொடர்பு ஏற்படுத்திக் கொள்வதற்கு, காலம் கடந்துவிட்ட நிலை என்ற ஒன்று ஒருபோதும் கிடையாது.

இந்த விஷயத்தில் நெகிழ்வுத்தன்மையுடனும் பரிவுடனும் இருப்பதற்கும், மக்கள் உங்கள் வாழ்வில் வந்து போவார்கள் என்ற கண்ணோட்டத்தை ஏற்றுக் கொள்வதற்கும் 'அவர்களை அவர்கள் போக்கில் விடுங்கள்' கோட்பாடு உங்களுக்கு உதவும். 'இதற்கு நான் பொறுப்பேற்றுக் கொள்கிறேன்' பகுதி, பழைய நட்புகளைப் புதுப்பித்துக் கொள்வதற்கும், புதிய நட்புகளை உருவாக்கிக் கொள்வதற்கும் உங்களை ஊக்குவிக்கும்.

நான் என்னுடைய 54ம் வயதில் ஒரு புதிய இடத்திற்குக் குடிபெயர்ந்தபோது, நான் இக்கோட்பாட்டை வெற்றிகரமாகப் பயன்படுத்தினேன். அதை அடுத்துப் பார்க்கலாம்.

அத்தியாயம் 13

ஆகச் சிறந்த நட்பை உங்கள் வாழ்க்கையில் உருவாக்கிக் கொள்வது எப்படி

நாங்கள் இப்போது வசித்து வருகின்ற இடத்திற்கு நாங்கள் புதிதாகக் குடிபெயர்ந்தபோது அங்கு எனக்கு எவரையும் தெரியாது என்பதால் நான் மிகவும் தனிமையாக உணர்ந்தேன்.

இது உங்கள் வாழ்க்கையிலும் ஏதாவது ஒரு கட்டத்தில் நடக்கலாம். விவாகரத்து, உறவில் விரிசல் ஏற்படுதல், ஒரு தீவிர நோயால் தாக்கப்படுதல் என்பன போன்ற, உங்கள் வாழ்க்கையில் நடைபெறுகின்ற மிகப் பெரிய மாற்றங்கள் உங்களுடைய வாழ்க்கைக்குள் ஒரு புதிய நட்பைக் கொண்டுவரக்கூடும். சில நேரங்களில், உங்கள் வாழ்வில் துக்ககரமான ஏதாவது ஒரு பெரிய சம்பவம் நிகழ்ந்தால், உங்களுடன் அதுவரை நெருக்கமாக இருந்தவர்கள் சிலருக்கு உங்களிடம் தொடர்ந்து எப்படி ஆதரவுடன் இருப்பது என்பது குறித்தக் குழப்பம் ஏற்படக்கூடும் அல்லது அசௌகரிய உணர்வு உண்டாகக்கூடும். அப்போது அவர்கள் உங்களிடமிருந்து விலகிச் செல்லக்கூடும். நீங்கள் வேலை காரணமாகவோ அல்லது மேற்படிப்புக்காகவோ இடம்பெயர்கின்றபோதும் இதுபோல நடக்கலாம்.

நீங்கள் மேற்கொள்கின்ற மாற்றம் குறித்து நீங்கள் பரவசம் அடைந்திருக்கலாம் என்றாலும், அப்புதிய இடத்தில் உங்களுக்கு நண்பர்களே இருக்க மாட்டார்கள் என்பதே உண்மை. நீங்கள் உங்களுடைய கனவு நகரத்திற்குக் குடிபெயர்ந்திருக்கலாம் அல்லது பெரிதும் கொண்டாடப்படுகின்ற ஒரு கல்வி நிறுவனத்தில் படிப்பதற்கு உங்களுக்கு ஒரு வாய்ப்பு கிடைத்திருக்கலாம்.

நீங்கள் படிப்பிற்காக இடம் மாறுகின்றபோது, அங்கு விரைவில் உங்களுக்குச் சிறந்த நண்பர்கள் கிடைப்பார்கள் என்று நீங்கள் நினைப்பீர்கள். ஆனால், எல்லோருமே உங்களைப்போலவே பதற்றத்துடன் இருப்பார்கள் என்பதால், அவர்கள் கண்களில் முதலில் படும் நபர்களோடு நட்புறவை வளர்த்துக் கொள்ளவும், ஒரு புதிய வட்டத்தை ஏற்படுத்திக் கொள்ளவும் அவர்கள் முயல்வார்கள்.

ஒரே வாரத்திற்குள் எல்லோருக்குமே தாங்கள் ஏதோ ஒரு நட்பு வட்டத்திற்குள் இருப்பது போன்ற உணர்வு ஏற்படும். ஆனால், நீங்கள் அப்படிப்பின் இறுதி ஆண்டுக்கு வருகின்றபோது, உங்களுடைய நண்பர்கள் குழு முற்றிலும் மாறிப் போய் இருப்பதை நீங்கள் காண்பீர்கள். ஏனெனில், ஒரு நெருக்கமான பிணைப்பை உருவாக்கிக் கொள்வதற்கு நேரம் தேவைப்படும்.

அதற்கு ஓராண்டு கொடுங்கள்

என் மகள் சாயர், கல்லூரிக்குச் சென்றபோது, அடிக்கடி என்னைத் தொடர்பு கொண்டு, “நான் தவறான கல்லூரியில் சேர்ந்துவிட்டேன். நான் பழக்கப்பட்டுள்ள மக்கள் இங்கு யாருமே இல்லை. நான் வேறொரு கல்லூரிக்கு மாறப் போகிறேன்,” என்று என்னிடம் புலம்புவாள். நான் அவளிடம், “நீ உடனே கல்லூரியின் சிற்றுண்டியகத்திற்குப் போ. அங்கு உனக்கு சுவாரசியமாகப் படுகின்ற நபர்களைத் தேர்ந்தெடுத்து அவர்களிடம் பேச்சுக் கொடு,” என்று கூறுவேன். அத்துடன், “ஒன்றை நினைவில் வைத்துக் கொள். இதற்குக் காலம் பிடிக்கும். ஓராண்டுவரை காத்திரு,” என்ற அறிவுரையையும் நான் வழங்குவேன்.

அவளுக்கு அந்த அறிவுரை பிடிக்கவில்லை. ஓராண்டுவரை அவள் தன் புலம்பலை நிறுத்தவில்லை. அவள் முதலில் தொடர்பு ஏற்படுத்திக் கொண்டிருந்த இரண்டு பெண்களும் அதேபோன்ற உணர்வையே கொண்டிருந்தனர். ஆனாலும், அவர்கள் எப்படியோ ஓராண்டை ஓட்டிவிட்டனர்.

அவள் பங்குக்கு, மற்றவர்களுடன் பழகுவதற்கு அவள் பல விதங்களில் முயற்சி செய்தாள். கல்லூரியில் இயங்கிக் கொண்டிருந்த பல சங்கங்களில் அவள் ஓர் உறுப்பினராக ஆனாள். கல்லூரி நிகழ்ச்சிகளில் அவள் கலந்து கொண்டாள். ஆனால் எதுவும் அவளுக்கு உதவவில்லை. ஆனால், அந்த ஆண்டு நிறைவடைவதற்கு ஒரு சில வாரங்களுக்கு முன்பு, பின்னர் அவளுடைய நெருங்கிய தோழியாக ஆன ஒருத்தியை என் மகள் கண்டுபிடித்தாள். அந்தப் பெண், தன் நட்பு வட்டத்தில் இருந்த ஏழு பேரை என் மகளுக்கு அறிமுகம் செய்து வைத்தாள். அவர்கள் அனைவரும் இன்றளவும் ஒருவருக்கொருவர் நெருக்கமான

தோழிகளாக இருந்து வருகின்றனர்.

நான் ஒரு புதிய இடத்திற்குக் குடிபெயர்ந்தபோது, என் மகளுக்கு நான் கொடுத்திருந்த அர்த்தமுள்ள அறிவுரையை நானே காற்றில் பறக்கவிட்டேன். நான் அங்குச் சென்ற ஒரு சில வாரங்களுக்குள், நான் தவறு செய்துவிட்டேன் என்ற முடிவுக்கு நான் வந்தேன். ஓராண்டுக்கு நான் தனிமையாக உணர்ந்தேன். இந்த இடத்தில் எனக்கு ஒருபோதும் புதிய நண்பர்கள் எவரும் கிடைக்கப் போவதில்லை என்று நான் உறுதியாக நம்பினேன்.

அந்த ஓராண்டு முழுவதும் நான் வீட்டிலேயே தனியாக உட்கார்ந்திருந்தேன்.

புதியவர்களைச் சந்திப்பதற்கு நான் வாய்ப்புகள் எதையும் ஏற்படுத்திக் கொள்ளவில்லை. நான் சோகமான இசையைக் கேட்டுக் கொண்டு என்மீது கழிவிரக்கம் கொண்டு தன்னந்தனியளாக அமர்ந்திருந்தேன். நான் என் கணவரிடம் புலம்பினேன். நட்பு என்பது தானாக வந்து என் மடியில் விழும் என்று நான் தப்புக் கணக்குப் போட்டுவிட்டேன். ஆனால், எதார்த்தத்தில் அப்படி நடப்பதில்லை.

இதுபோன்ற அனுபவம் உங்களுக்கும் நேர்ந்திருக்கலாம். ஏதோ ஒரு காரணத்திற்காக நீங்கள் இடம்பெயர்ந்திருக்கலாம். அப்போது நீங்கள் தனிமையை உணர்ந்திருப்பீர்கள். அது இயல்பானதுதான்.

உங்களுக்குத் தொலைதூரத்தில் நல்ல நண்பர்கள் இருந்தாலும், அருகாமையில் நண்பர்கள் இல்லையென்றால் நீங்கள் கண்டிப்பாகத் தனிமையாகத்தான் உணர்வீர்கள்.

ஒரு நாள் நான் என்னுடைய இரண்டு மகள்களுடன் காலார நடந்துவிட்டு வரச் சென்றபோது, நாங்கள் வசித்து வந்த பகுதியை நான் வெறுத்ததாகவும், நான் தனிமையுணர்வில் வாடியதாகவும் அவர்களிடம் புலம்பித் தள்ளினேன்.

அப்போது நான் என் மகள்களிடம் ஒரு வீட்டைச் சுட்டிக்காட்டி, அந்த வீட்டில் குடியிருந்த பெண்மணியை ஆறு மாதங்களுக்கு முன்பு நான் சந்தித்திருந்தேன் என்றும், பழகுவதற்கு அவர் இனிமையானவராகத் தெரிந்தார் என்றும் கூறினேன். உடனே என் மகள்கள் இருவரும் நேராக அந்த வீட்டிற்குச் சென்று கதவைத் தட்டினர்.

நான் தனியாகச் சென்றிருந்தால், அதைச் செய்ய நான் நிச்சயமாகத் துணிந்திருக்க மாட்டேன். வலிந்து போய் ஒரு வீட்டின் கதவைத் தட்டும் அளவுக்கு நான் இறங்கிவிட்டேனா என்று என்னை நானே கடிந்து கொண்டேன்.

ஆனால், என் மகளுக்கு நான் இதே அறிவுரையைத்தான் கொடுத்திருந்தேன். ஆனாலும், அந்த வீட்டின் கதவைத் தட்டியபோது நான் மிகவும் அசௌகரியமாக உணர்ந்தேன். ஆனால், கதவைத் திறந்தவர் அந்தப் பெண்மணியின் கணவர்.

அவரிடம் நான், “இங்கு மியா இருக்கிறார்களா?” என்று கேட்டேன். “நான் இந்த இடத்திற்குப் புதிது. உங்கள் மனைவியைச் சில காலம் முன்பு நான் பார்த்தேன். இந்த வழியாகச் சென்றபோது அவருடைய ஞாபகம் வந்தது. அவரிடம் ஒரு ‘ஹலோ’ சொல்லிவிட்டுப் போகலாம் என்று நான் நினைத்தேன்,” என்று கூறினேன்.

வீட்டுக்குள் வரும்படி அவர் எங்களை அழைத்தார். எங்களைப் பார்த்தது கண்டு மியா மகிழ்ந்தார். நாங்கள் அவருடன் சிறிது நேரம் பேசிவிட்டு அங்கிருந்து கிளம்பினோம். அதற்கு அடுத்த வாரத்திலிருந்து, நானும் மியாவும் சேர்ந்து அந்த இடத்தில் நடைப்பயிற்சி மேற்கொள்ளத் தொடங்கினோம். விரைவில் நாங்கள் தோழிகளானோம். காலப்போக்கில் அது ஒரு நெருக்கமான நட்பாக மலர்ந்தது. அது எனக்கு வளர்ந்தவர்களின் நட்பு பற்றிக் கற்றுக் கொடுத்தது. வளர்ந்தவர்களின் நட்பை நாமேதான் வலிந்து உருவாக்கிக் கொள்ள வேண்டும்.

அது எனக்குப் புதிய தன்னம்பிக்கையைக் கொடுத்தது. அதற்குப் பிறகு நான் வலிந்து பல இடங்களுக்குச் சென்று பல புதிய நண்பர்களை உருவாக்கிக் கொண்டேன். மெதுவாக எனக்கென்று ஒரு நட்பு வட்டம் உருவாயிற்று.

ஓராண்டுக்குள் அப்புதிய இடம் எனக்கு மிகவும் பழகிய இடமாகவும், நண்பர்கள் நிறைந்த இடமாகவும் மாறிவிட்டது. நாம் முன்னெடுப்புகளை மேற்கொண்டால்தான் இது சாத்தியம்.

இதற்கு நீங்கள் முதலடியை எடுத்து வைக்க வேண்டும்

ஒரு புதிய நட்பை உருவாக்கிக் கொள்வதற்கு நான்தான் என்னை அறிமுகம் செய்து கொள்ள வேண்டும். “நான் இங்குப் புதிதாக வந்துள்ளேன். நீங்கள் எவ்வளவு காலமாக இங்கு இருந்து வருகிறீர்கள்?” என்று பேச்சைத் தொடங்க வேண்டும். “நீங்கள் நடைப்பயிற்சி மேற்கொள்ள விரும்பினால், சொல்லுங்கள், நாம் சேர்ந்து போகலாம். இதுதான் என் தொலைபேசி எண்,” என்று கூறுபவராக நீங்கள்தான் இருக்க வேண்டும்.

இப்படியாக, ஒன்றன் பின் ஒன்றாகப் பல அசௌகரியமான உரையாடல்களுக்குப் பிறகு, எனக்குப் பிடித்தமான பலரை நான் இனம் கண்டுகொண்டேன். காலப்போக்கில் எனக்கு அந்த இடத்தில் பல அற்புதமான நண்பர்கள் கிடைத்தனர். என்னால் ஐம்பது வயதிற்குப் பிறகு இப்படிச் செய்ய முடியுமென்றால், உங்களாலும் அது முடியும். நீங்கள் எங்கு வாழ்கிறீர்கள் என்பதோ, உங்களுடைய வயது என்ன என்பதோ ஒரு பொருட்டல்ல.

இதற்குக் கால தாமதம் என்பதே கிடையாது. ஏனெனில், எல்லோருமே வாழ்க்கையில் நண்பர்களைப் பெற விரும்புகிறார்கள். எல்லோருக்கும் நண்பர்கள் தேவைப்படுகிறார்கள். தங்களுக்கு ஏற்கனவே ஒரு நட்பு வட்டம் இருந்தாலும், ஓர் அருமையான புதியவருக்கு அங்கு எப்போதும் இடமுண்டு.

அதற்கு நீங்கள் முதலடியை எடுத்து வைக்க வேண்டும், அவ்வளவுதான்.

நீங்கள் யாரையாவது சந்தித்தால், ‘ஹலோ’ என்று கூறுகின்ற முதல் நபராக நீங்கள் இருங்கள். அது ஒரு மாபெரும் வித்தியாசத்தை ஏற்படுத்தும். வெகு நாள்களுக்கு அதை நான் செய்யாமல் இருந்தேன். நான் பெரும்பாலும் வீட்டில் அடைந்து கிடந்தேன். வெளியே சென்றபோதும் நான் எனக்குள் ஒடுங்கிக் கொண்டேன். நான் ஒரு காபிக் கடைக்குள் செல்வேன், நான் பல முறை பார்த்திருந்தவர்கள் அங்கு அமர்ந்திருப்பர், ஆனால் அவர்களில் எவருடைய பெயரும் எனக்குத் தெரியாது. ஏனெனில், நான் ஒருபோதும் அவர்களிடம் அவர்களுடைய பெயர்களைக் கேட்டதில்லை. அதனால், அவர்களில் யாரையும் எனக்குத் தெரியாது.

‘நான் முதலில்’ என்ற யோசனையை நான் சுவீகரித்துக் கொண்டதும், ஓராண்டுக்கும் மேலாக நான் அடிக்கடி சென்று கொண்டிருந்த அதே காபிக் கடைக்கு நான் சென்றபோது, முதன்முறையாக, அங்கிருந்த பணியாளரிடம், “என் பெயர் மெல். உங்கள் பெயர் என்ன?” என்று கேட்டேன்.

“கெவின்.”

அவர் என்னிடம் காபியைக் கொடுத்தபோது, “நன்றி, கெவின்,” என்று நான் கூறினேன்.

நான் ஓரிடத்தில் அமர்ந்ததும், முதல் வேலையாக என் அலைபேசியை எடுத்து அவருடைய பெயரை அந்த காபிக் கடையின் பெயரோடு சேர்த்து அதில் பதிவு செய்தேன். அதில் அவரைப் பற்றிய ஒரு சிறு குறிப்பையும் சேர்த்துக் கொண்டேன். அதை நான் உடனடியாகச் செய்ததற்குக் காரணம், அவருடைய பெயரை நான் மறந்துவிடக்கூடாது என்ற கவலைதான்.

அதையடுத்து, அங்கிருந்த ஓர் இளம் ஜோடியின் பக்கம் என் பார்வை திரும்பியது. அவர்களை அங்குக் காலை நேரங்களில் பல முறை நான் பார்த்திருக்கிறேன். ஒரு முறைகூட நான் அவர்களிடம் பேசியிருக்கவில்லை. இம்முறை நானே அவர்களிடம் சென்று என்னை அறிமுகம் செய்து கொண்டு, அவர்களுடைய பெயர்களைக் கேட்டுத் தெரிந்து கொண்டேன். அவர்களுடைய பெயர்களையும் நான் என்னுடைய அலைபேசியில் பதிவு செய்து கொண்டேன். அவர்களிடம் பேச்சுக் கொடுத்தபோது, அவர்களும் ஓராண்டுக்கு முன்புதான் அங்கு இடம் பெயர்ந்திருந்தனர் என்பதை நான் அறிந்தேன்.

அந்தப் பெண் ஓர் உளவியலாளர். அவருடைய கணவர் வலையொலிப்பதிவுத் தொழிலில் ஈடுபட்டிருந்தார். அவர்கள் இருவரும் நான் தொடர்பு கொண்டிருந்த அதே துறையோடு தொடர்பு கொண்டிருந்தனர். அதே இடத்தில் நான் ஓராண்டாக அவர்களைச் சந்தித்திருந்தபோதிலும், அவர்களிடம் நான் பேசியிருக்கவில்லை. என்ன விசித்திரம்!

அப்படிப் படிப்படியாக அந்தச் சமூகத்தில் எனக்கென்று ஒரு நட்பு வட்டத்தை நான் உருவாக்கிக் கொண்டேன். நீங்கள் அதிக எண்ணிக்கையில் மக்களைத் தொடர்பு கொள்கின்றபோது, உங்கள் மனத்திற்குப் பிடித்தவர்களைக் கண்டுபிடிப்பதற்கான வாய்ப்புகள் பிரகாசமாகும்.

நீங்களாக முதலில் சென்று பேச்சுக் கொடுப்பதில் இன்னோர் அனுகூலமும் இருக்கிறது. இப்படி நீங்கள் அடிக்கடி சந்திக்கின்ற நபர்கள் அந்நியர்கள் அல்லர், மாறாக, ‘பலவீனமான தொடர்புகள்’ என்று உளவியலாளர்கள் கூறுகின்றனர். அவர்கள் உங்களுடைய அன்றாட வாழ்க்கையில் ஒரு முக்கியமான பங்கு வகிக்கக்கூடியவர்கள்.

இப்போது எங்களுடைய நெருக்கமான குடும்ப நண்பராக ஆகியுள்ள டேவிட்டை நான் ஒரு காபிக் கடையில்தான் சந்தித்தேன்.

இது எனக்குச் சாத்தியம் என்றால் உங்களுக்கும் சாத்தியம்தான்.

நீங்களாக முன்வந்து பேச்சைத் துவக்கினாலும் சிலர் அசௌகரியமாக உணர்வர். இருந்துவிட்டுப் போகட்டும். அவர்களை அவர்கள் போக்கில் விடுங்கள். பெரும்பாலான மக்கள் அதை வரவேற்பர். அவர்களை ஏற்றுக் கொள்ளுங்கள்.

நான் மேற்கொண்ட சில முன்னெடுப்புகள் இதோ:

1. நீங்கள் செல்லுமிடங்களிலெல்லாம் மக்களைப் பாராட்டிப் பேசுங்கள்

நீங்கள் பார்க்கின்ற நபரின் ஆடை உங்களுக்குப் பிடித்திருக்கிறதா, அதைப் பாராட்டுங்கள். அவர்களுடைய குழந்தை அழகாக இருக்கிறதா, அதைப் பற்றி உயர்வாகப் பேசுங்கள். எல்லா மக்களுக்கும் பாராட்டுரைகள் பிடிக்கும். உங்களுக்கும் பிறருக்கும் எந்த அசௌகரிய உணர்வையும் ஏற்படுத்தாமல் அந்நியர்களுடன் ஓர் உரையாடலைத் தொடங்குவதற்கு இது உங்களுக்கு உதவும்.

2. ஆர்வம் காட்டுங்கள்

அவர்கள் என்ன படித்துக் கொண்டிருக்கிறார்கள் என்று கேளுங்கள். அவர்கள் எந்த உணவை ஆர்டர் கொடுத்தார்கள்

என்று விசாரியுங்கள். மக்களுக்குப் பொதுவாகத் தங்களைப் பற்றிப் பேச மிகவும் பிடிக்கும். அவர்கள் வெறுமனே நன்றி என்று கூறிக் கொள்வதோடு நிறுத்திக் கொண்டால்கூடப் பிரச்சனையில்லை.

3. புன்னகை புரியுங்கள், 'ஹலோ' சொல்லுங்கள்

கனிவான, அணுகுவதற்கு உகந்த ஒரு நபராக இருப்பது ஒரு திறன். அதை நீங்கள் கற்றுக் கொண்டால், அது உங்கள் வாழ்க்கைமுறையாகவே மாறிவிடும். அது உங்களுக்குப் பல கதவுகளைத் திறக்கும்.

4. எந்தவிதமான எதிர்பார்ப்புகளும் இல்லாமல் இதைச் செய்யுங்கள்

நீங்கள் அந்நியர்களிடம் கனிவுடன் நடந்து கொண்டு அவர்களுடன் தொடர்புகளை ஏற்படுத்திக் கொள்வது உங்கள் வாழ்க்கையை வெகுவாக மேம்படுத்தும். பிறரிடம் நீங்கள் காட்டுகின்ற பரிவு உங்களிடமே மீண்டும் திரும்பி வரும்.

எந்தவிதமான எதிர்பார்ப்புகளும் இல்லாமல் நீங்கள் நிறைய பேருடன் தொடர்புகளை ஏற்படுத்திக் கொள்கின்றபோது, சரியான நபர்கள் உங்களை நோக்கி வருவதை நீங்கள் காண்பீர்கள்.

தனிமை உண்மையானது. ஆனால், அதில் நீங்கள் மாட்டிக் கொண்டிருக்க வேண்டிய தேவையில்லை. வெளியே வந்து நான்கு பேரைச் சந்திப்பது என்பது கடினமானதுதான். ஆனால், தனியாக வீட்டில் அமர்ந்திருப்பது அதைவிட அதிகக் கடினமானது. தனிமையுணர்வில் மாட்டிக் கொண்டிருப்பதைவிட, அசௌகரியமான கணங்களை எதிர்கொள்வது எளிது.

இறுதியாக, அதற்கு ஓராண்டைக் கொடுங்கள்.

நீங்கள் வசிக்கின்ற இடத்தின் சமூகத்தின் ஓர் அங்கம் நீங்கள் என்ற உணர்வை உங்களிடம் உருவாக்குவதில் நட்பு ஒரு முக்கியப் பங்கு வகிக்கிறது. நானே முன்வந்து பிறரிடம் பேசி நட்பை உருவாக்கிக் கொண்ட பிறகுதான், என் வாழ்க்கையில் நட்புறவுகள் தோன்றாமல் இருந்ததற்கு நான்தான் காரணம் என்ற ஞானோதயம் எனக்குப் பிறந்தது.

நட்பு வட்டத்தை எங்கு வேண்டுமானாலும் உருவாக்கிக் கொள்ள முடியும்

நான் வசித்து வந்திருந்த பகுதியில் எனக்கென்று ஒரு நட்பு வட்டம் உருவாவதைத் தடுத்துக் கொண்டிருந்தது நான்தான் என்ற புரிதல் தாமதமாகத்தான் எனக்கு ஏற்பட்டது. சமூகம்

உங்களை வரவேற்கத் தயாராக இருக்கிறது. நீங்கள்தான் உங்களை உங்களுக்குள் சுருக்கிக் கொள்கிறீர்கள். நீங்கள் அமர்ந்திருக்கின்ற அதே காபிக் கடையில் உங்களிடமிருந்து இரண்டு மேசைகள் தள்ளி உங்களுடைய வருங்காலக் காதலர் அமர்ந்திருக்கலாம் அல்லது உங்களுடைய வருங்கால ஆத்ம சிநேகிதர் காபி அருந்திக் கொண்டிருக்கலாம், யாருக்குத் தெரியும்?

அவர்கள் உங்களைக் கண்டுபிடிப்பார்கள் என்று எதிர்பார்க்காதீர்கள். நீங்களே முதலடியை எடுத்து வையுங்கள். கீழ்க்கண்டவை அதற்கு உதவும்.

1. நிறைய பேர் கலந்து கொள்கின்ற நிகழ்ச்சிகளிலும், உங்களுக்கு வசீகரமாக இருக்கின்ற வகுப்புகளிலும் கலந்து கொள்ளுங்கள்

அது எதுவாக வேண்டுமானாலும் இருக்கலாம். யோகா, சமையல், ஓவியம் போன்றவற்றைக் கற்றுக் கொடுக்கின்ற பயிற்சிப் பட்டறைகள் அவற்றுக்கான சில எடுத்துக்காட்டுகள். நீங்கள் ஆர்வம் கொண்டிருக்கின்ற அதே விஷயத்தில் ஆர்வம் கொண்டிருக்கின்ற நபர்களுடனான அருகாமையை இவை உங்களுக்கு ஏற்படுத்திக் கொடுக்கும். அது ஒரு நெருக்கமான நட்பை வளர்த்தெடுக்க உங்களுக்குத் துணை புரியும்.

2. உங்களுக்கு ஒருவரைப் பிடித்துவிட்டால், வெளியே அவருடன் தொடர்பு ஏற்படுத்திக் கொள்ள முற்படுங்கள்

நீங்கள் கலந்து கொள்கின்ற வகுப்புகளில் அல்லது பங்கேற்கின்ற நிகழ்ச்சிகளில் நீங்கள் சந்திக்கின்ற நபர்களில் யாரையாவது உங்களுக்குப் பிடித்திருந்தால், அவர்களை நீங்கள் முதலில் அணுகி, வெளியே சந்திப்பதற்கு ஏற்பாடு செய்யுங்கள். எடுத்துக்காட்டாக, வெளியே காபி அருந்துவதற்கு அவர்களை நீங்கள் அழைக்கலாம். அல்லது, உங்களுடன் நடைப்பயிற்சியில் உங்களோடு சேர்ந்து கொள்வதற்கு நீங்கள் அவர்களுக்கு அழைப்பு விடுக்கலாம். இப்படி நீங்கள் அதிகமான நபர்களுடன் முயற்சி செய்கின்றபோது, அதில் உங்களுக்கு ஒரு சௌகரிய உணர்வு ஏற்படும். அது நல்ல நட்புறவுகளுக்கு உங்களை விரைவாக எடுத்துச் செல்லும்.

3. அடுத்து, உங்களுக்குப் பிடித்தமானவர்களை ஒரு குழுவாக இணைக்க முயற்சி செய்யுங்கள்

அது ஒரு நடைப்பயிற்சியாக இருக்கலாம் அல்லது ஒரு தன்னார்வப் பணியாக இருக்கலாம். நான் ஒருவரை என்னுடைய சிகையலங்கார நிலையத்தில் சந்தித்தேன். நடைப்பயிற்சியில் என்னுடன் கலந்து கொள்ளுமாறு நான் அவருக்கு அழைப்பு

விடுத்தேன். பின் அவர் தன்னுடைய தோழி ஒருத்தியை அழைத்து வந்தார். பின் நான் வேறு இடங்களில் சந்தித்திருந்த சிலருக்கு அழைப்பு விடுத்தேன். படிப்படியாக அது ஒரு சிறிய குழுவாக உருவாயிற்று. இப்போது நாங்கள் ஒவ்வொரு புதன்கிழமையும் காலை 6.30 மணிக்கு ஒரு குறிப்பிட்ட இடத்தில் சந்தித்து, ஒன்றாக நடைப்பயிற்சிக்குச் செல்கிறோம். மூன்று ஆண்டுகளாக அது தொடர்ந்து கொண்டிருக்கிறது.

நடைப்பயிற்சி ஓர் எடுத்துக்காட்டு மட்டும்தான். உள்ளூர்ச் சங்கம் ஒன்றில் ஜாஸ் இசையைக் கேட்கின்ற ஒரு குழுவையும் நான் உருவாக்கியிருந்தேன். இப்படிப் பல்வேறு குழு நிகழ்ச்சிகளை நீங்கள் ஏற்பாடு செய்யலாம்.

என் கணவரும் இதே அணுகுமுறையைக் கடைபிடித்தார். அவர் உள்ளூர் உடற்பயிற்சிக்கூடத்தில் சேர்ந்தார், கோல்ஃப் சங்கத்தில் ஓர் உறுப்பினராக ஆனார், அருகேயிருந்த மலையில் நடைபெற்றப் பனிச்சறுக்கு விளையாட்டில் கலந்து கொண்டார். இந்த நடவடிக்கைகள், அவருக்குப் பிடித்திருந்த நடவடிக்கைகளில் ஈடுபட்டிருந்த வேறு சிலரை நண்பர்களாக ஆக்கிக் கொள்ள அவருக்கு உதவின.

இவை உங்களுக்கு என்ன சொல்கின்றன?

உங்களால் மெதுவாகவும் படிப்படியாகவும் அதிகமான நண்பர்களை உருவாக்கிக் கொள்ள முடியும். நாம் ஒவ்வொருவரும் புதிய நண்பர்களை உருவாக்கிக் கொள்ள ஆவலாக இருக்கிறோம்.

வீட்டில் உட்கார்ந்திருப்பதற்குப் பதிலாக, இதுபோன்ற ஏதாவது ஒரு சங்கத்தில் அல்லது வகுப்பில் அல்லது நிகழ்ச்சியில் கலந்து கொள்ளுங்கள், முதலடியை எடுத்து வையுங்கள்.

நட்பு முக்கியமானது. நல்லதொரு வாழ்க்கையை உருவாக்கிக் கொள்ள அது உங்களுக்கு உதவும். நல்ல நண்பர்கள் உங்களுடைய மகிழ்ச்சியையும் ஆரோக்கியத்தையும் அதிகரிக்க உதவுவர், உங்கள் வாழ்க்கைக்கு ஓர் அர்த்தத்தைக் கொடுப்பர். நட்பு உங்களுடைய வாழ்க்கையில் நீங்கள் மிகவும் இரசித்துக் கொண்டாடுகின்ற ஒரு விஷயமாக இருக்கும்.

நண்பர்களை உருவாக்கிக் கொள்கின்ற விஷயத்தில் நீங்கள் நெகிழ்வுத்தன்மையுடன் இருப்பதற்கும், முதலடியை எடுத்து வைப்பதற்கும், ‘அவர்களை அவர்கள் போக்கில் விடுங்கள்’ கோட்பாடு உங்களுக்கு உதவிகரமாக இருக்கும்.

வளர்ந்தவர்களுடன் நட்புறவு ஏற்படுத்திக் கொள்வதில் கைதேர்ந்தவர்களாக ஆவதற்கு என்னென்ன செய்யப்பட வேண்டும் என்பது குறித்து நாம் இதுவரை கற்றுக் கொண்டுள்ளவற்றின் சாராம்சத்தை இப்போது நாம் பார்க்கலாம். நாம் இளம் வயதில் இருந்தபோது நமக்கு எவ்வாறு நட்புறவு உருவாகியிருந்ததோ, வளர்ந்தவர்களுடனான நட்புறவும் நமக்கு அதே முறையில் உருவாகும் என்ற நினைப்புடன்தான் நாம்

அதை அணுகுகிறோம். அதாவது, அது தானாக நிகழும் என்று நாம் நம்புகிறோம். ஆனால், அது அப்படி நிகழப் போவதில்லை. நீங்கள்தான் அதற்கு முன்முயற்சி மேற்கொள்ள வேண்டும்.

1. **பிரச்சனை:** நீங்கள் இருபதுகளுக்குள் அடியெடுத்து வைத்தபோது ஒரு மாபெரும் சிதறல் ஏற்பட்டது. ஆனால், அதை நீங்கள் உணரவில்லை. அதன் காரணமாக, நீங்கள் உங்களுடைய நட்புறவை ஒரு தவறான முறையிலேயே அணுகிக் கொண்டிருந்தீர்கள். ஏற்கனவே இருக்கின்ற ஒரு குழுவில் மற்றவர்கள் தாங்களாக முன்வந்து உங்களைச் சேர்த்துக் கொள்வார்கள் என்று நீங்கள் எதிர்பார்த்தீர்கள். நீங்கள் எந்தவிதமான முன்முயற்சிகளையும் மேற்கொள்ளாமல் இருந்ததால் நீங்கள் தனிமைப்படுத்தப்பட்டீர்கள்.
2. **உண்மை:** வளர்ந்தவர்களின் நட்புறவில் மூன்று தூண்கள் இருக்கின்றன. அருகாமை, காலகட்டம், ஆற்றல் ஆகியவை அவை. இந்த மூன்று தூண்களைப் பற்றிப் புரிந்து கொள்ள வேண்டியதும், ஒரு புதிய நட்புறவை வளர்ப்பதற்கு நெகிழ்வுத்தன்மையுடன்கூடிய ஓர் அணுகுமுறையைக் கடைபிடிக்க வேண்டியதும் உங்கள் பொறுப்பு. நீங்கள் முதலடியை எடுத்து வைப்பதற்காக மற்றவர்கள் காத்துக் கொண்டிருக்கிறார்கள்.
3. **தீர்வு:** 'அவர்களை அவர்கள் போக்கில் விடுங்கள்' கோட்பாட்டைப் பயன்படுத்தி, எந்தவிதமான எதிர்பார்ப்புகளுமின்றி மற்றவர்களுடன் தொடர்புகளை ஏற்படுத்திக் கொள்ள முயலுங்கள். நீங்கள் முதலடியை எடுத்து வையுங்கள். நீங்கள் அன்றாடம் சந்திக்கின்ற நபர்களுக்கு நீங்களே முன்வந்து வணக்கம் தெரிவியுங்கள், அவர்களைப் பற்றி விசாரியுங்கள். பயிற்சி வகுப்புகள் மற்றும் நிகழ்ச்சிகளில் பங்கேற்றுக் கொள்ளுங்கள். அங்கு நீங்கள் சந்திக்கின்றவர்களில் உங்களுக்குப் பிடித்தமானவர்களை அந்த வகுப்புகள் அல்லது நிகழ்ச்சிகளுக்கு வெளியே சந்திக்க முயற்சி செய்யுங்கள். இதை நீங்கள் தொடர்ந்து செய்கின்றபோது, உங்களோடு ஒத்தக் கருத்துள்ள, ஒத்த இரசனையுள்ள ஒரு நல்ல நட்பு வட்டத்தை உங்களால் உருவாக்கிக் கொள்ள முடியும்.

'அவர்களை அவர்கள் போக்கில் விடுங்கள்' என்று நீங்கள் கூறுகின்றபோது, இனியும் உங்களுக்கு நெருக்கமாக இல்லாத நண்பர்களைப் பிடித்துத் தொங்கிக் கொண்டிருப்பதற்கான தேவையை நீங்கள் உங்களிடமிருந்து களைந்துவிடுகிறீர்கள். உங்களுக்கு உண்மையிலேயே அர்த்தமுள்ளதாகப் படுகின்ற

விஷயங்களோடு உடன்படுகின்ற நண்பர்கள் வட்டத்தை உருவாக்கிக் கொள்வதற்கு அப்போதுதான் இடம் கிடைக்கும். நீங்களே முதலடியை எடுத்து வைத்துப் புதிய நண்பர்களை உருவாக்கிக் கொள்வதற்கான முயற்சிகளில் ஈடுபடுவீர்கள்.

ஒரு நல்ல நட்பு தானாகவே நிகழும் என்று காத்துக் கொண்டிருக்கின்ற காலம் முடிந்துவிட்டது. அற்புதமான நண்பர்களை உருவாக்கிக் கொள்வதற்கான வேளை வந்துவிட்டது.

அது உங்களுக்காகக் காத்துக் கொண்டிருக்கிறது.

நீங்கள் செய்ய வேண்டியதெல்லாம், முதலடியை எடுத்து வைக்க வேண்டியது மட்டும்தான்.

தங்களை மாற்றிக் கொள்வதற்கு மக்களை ஊக்குவித்தல்

அத்தியாயம் 14

தாங்களாக உணர்கின்றபோது மட்டுமே மக்கள் மாறுவர்

மிக அதிகமாகக் கேட்கப்பட்டுக் கொண்டிருக்கின்ற ஒரு கேள்வி: "இன்னொருவரை மாற்றுவதற்கு என்னால் அவருக்கு எப்படி ஊக்குவிப்பு அளிக்க முடியும்?"

இதற்கான பதில்: உங்களால் முடியாது.

தாங்கள் மாற வேண்டும் என்று விரும்புகின்றபோது மட்டுமே மக்கள் மாறுவர். அவர்கள் மாற வேண்டும் என்று நீங்கள் எவ்வளவு விரும்பினாலும் அது நடக்கப் போவதில்லை. உங்கள் வாதம் எவ்வளவு நியாயமானதாக இருந்தாலும் அது ஒரு பொருட்டல்ல. உங்கள் அபிப்பிராயம் எவ்வளவு சரியானதாக இருந்தாலும் அது அவர்களிடம் எடுபடாது. தான் மாற வேண்டும் என்று ஒருவர் உணராவிட்டால், அவர் மாற மாட்டார். அதைவிட மோசமாக, அவர்கள் மாற வேண்டும் என்று நீங்கள் அவர்களுக்கு எவ்வளவு அதிக அழுத்தம் கொடுக்கிறீர்களோ, அவர்கள் அதை அவ்வளவு அதிகமாக எதிர்ப்பர், உங்களிடமிருந்து அவ்வளவு அதிகமாக விலகிச் செல்வர்.

உங்கள் வாழ்க்கையில் இடம்பெற்றுள்ள, நீங்கள் நேசிக்கின்ற, மாறினால் நன்றாக இருக்கும் என்று நீங்கள் கருதுகின்ற ஒரு நபரை நினைத்துக் கொள்ளுங்கள். அது உங்களுடைய கணவர், அம்மா, சகோதரர், மருமகள், முன்னாள் வாழ்க்கைத் துணைவர், நெருங்கிய நண்பர், அறைவாசி என்று யாராக வேண்டுமானாலும் இருக்கலாம்.

அவர்கள் ஒரு மேம்பட்ட வேலையில் இருந்தால் நன்றாக இருக்கும் என்று நீங்கள் நினைக்கலாம். அல்லது, அவர்கள் தங்களுடைய எடையைக் குறைத்தால் அவர்களுடைய

ஆரோக்கியத்திற்கு நல்லது என்று நீங்கள் கருதலாம். அப்பட்டியல் நீளமானது: அவர்கள் சீக்கிரம் எழ வேண்டும், வரவு செலவுத் திட்டத்தைக் கண்டிப்புடன் கடைபிடிக்க வேண்டும், குறைவாக மது அருந்த வேண்டும், செல்லப் பிராணியை இன்னும் ஒழுங்காகப் பராமரிக்க வேண்டும், எதிர்மறைப் போக்கைக் கைவிட வேண்டும், தங்களுடைய அரசியல் கண்ணோட்டத்தை மாற்றிக் கொள்ள வேண்டும், சாப்பிட்டத் தட்டுகளைச் சுத்தம் செய்யாமல் கழுவுமிடத்தில் அப்படியே போடுவதை நிறுத்த வேண்டும்.

அவர்களைக் குறித்து நீங்கள் கவலை கொண்டிருக்கலாம். தங்களிடமுள்ள இந்தப் பிரச்சனையை அல்லது குறைபாட்டை அவர்களால் ஏன் பார்க்க முடிவதில்லை என்று நீங்கள் யோசிக்கலாம். "நான் கூறுவதை அவர்கள் கேட்டால்தான் என்னவாம்?" என்று நீங்கள் உங்களுக்குள் குமுறிக் கொண்டிருக்கலாம்.

நீங்கள் ஒருவர்மீது அழுத்தம் கொடுத்தால், அவர்கள் அதை ஏற்றுக் கொள்ளாமல் முரண்டு பிடிக்கத்தான் செய்வார்கள். இதுதான் எதார்த்தம். உங்களுடைய போக்குதான் மனித இயல்புக்கு எதிரானதாக இருக்கிறது. மக்கள் தங்களுடைய தீர்மானங்கள் தங்கள் கட்டுப்பாட்டில் இருக்க வேண்டும் என்று விரும்புகின்றனர். அவர்கள் மாற வேண்டும் என்று நீங்கள் அவர்களுக்கு அழுத்தம் கொடுக்கிறீர்கள். அதை அவர்கள் எதிர்க்கவே செய்வர்.

உங்கள் நோக்கம் உன்னதமானதாக இருக்கலாம். ஆனால், அது நேரெதிரான விளைவுகளையே ஏற்படுத்தும். ஏனெனில், அடிப்படை மனித இயல்புக்கு எதிராக நீங்கள் போராட முற்பட்டால், அதில் உங்களுக்குத் தோல்விதான் ஏற்படும்.

மக்களை உங்களால் மாற்ற முடியாது என்றாலும், அவர்கள்மீது உங்களால் தாக்கம் ஏற்படுத்த முடியும்.

மற்றவர்கள் மாற வேண்டும் என்று ஆசைப்படுதல்

"நீங்கள் உங்களை இன்னும் சிறப்பாகப் பராமரித்துக் கொண்டால் நன்றாக இருக்கும் என்று நான் ஆசைப்படுகிறேன்!"

இது என்னுடைய நெருங்கிய தோழி ஒருத்தி தன் கணவரிடம் கூறிய வார்த்தைகள். அவர் தன் ஆரோக்கியத்தை அவசியம் மேம்படுத்திக் கொள்ள வேண்டிய நிலையில் இருந்தார். அவர் பல ஆண்டுகள் இதற்காகப் பல வழிகளில் முயற்சி செய்து பார்த்துவிட்டார்.

என் தோழி அவருக்குக் கோடி காட்டினாள், அவரிடம் மென்மையாகக் கேட்டாள், கெஞ்சினாள், மன்றாடினாள்,

சில நேரங்களில் கண்ணீர் மல்க வேண்டுகோளும் விடுத்தாள். ஏனெனில், அவளுடைய கணவரின் உடல்நிலை அவளுக்குக் கவலையளித்தது.

ஒரு கட்டத்திற்குப் பிறகு அவள் கோபமடைந்தாள். அவள் அதை மறைமுகமாக வெளிப்படுத்தவும் செய்தாள். பிறகு, அவள் தன் கணவரை ஓர் உடற்பயிற்சிக்கூடத்தில் சேர்த்துவிட்டாள். அவர் ஓடுவதற்காகப் புதிய காலணிகளை வாங்கிக் கொடுத்தாள். அவருக்காக ஆரோக்கியமான உணவு வகைகளைச் சமைத்துக் கொடுத்தாள். விலைமிக்க நவீன உடற்பயிற்சிக் கருவி ஒன்றையும் அவள் அவருக்காக வாங்கினாள்.

ஆனால், இவை எதுவும் பலனளிக்கவில்லை. இக்கட்டத்தில் என் தோழி மிகவும் சலிப்படைந்திருந்தாள். அதனால், அவளுடைய கணவர் செய்த அனைத்திலும் அவள் குற்றம் கண்டுபிடிக்கத் தொடங்கினாள்.

அவளுடைய கணவரையும் குற்றம் சொல்ல முடியாது. தன் பங்கிற்கு அவரும் முயன்றார். அவர் பத்தியங்களை மேற்கொண்டார், உடற்பயிற்சிக்கூடத்திற்குச் சென்றார், வீட்டில் தன் மனைவி வாங்கிக் கொடுத்திருந்த உடற்பயிற்சிக் கருவியை முறைப்படி எவ்வாறு இயக்குவது என்பதற்கான பயிற்சி வகுப்புகளுக்குக்கூடச் சென்றார். ஆனால், எதுவுமே நீண்டகாலம் தொடரவில்லை.

அவர் மாறாமல் இருந்தது குறித்து என் தோழி கடும் எரிச்சலடைந்தாள். ஆனால், தன் மனைவி அந்த விஷயத்தில் தன்னைத் தொடர்ந்து நச்சரித்துக் கொண்டிருந்தது அவருக்குப் பிடிக்கவில்லை. வீட்டுக்கு வீடு வாசற்படி என்று நீங்கள் முணுமுணுப்பது என் காதில் விழுகிறது.

இது போன்று, உங்கள் வாழ்க்கையில் நீங்கள் நேசிக்கின்ற ஒருவர் மாற வேண்டும் என்று நீங்கள் விரும்பிக் கொண்டிருக்கலாம்.

அவருக்கு ஆகச் சிறந்தது கிடைக்க வேண்டும் என்று நீங்கள் விரும்புவதுதான் அவர்கள் மாற வேண்டும் என்று நீங்கள் விரும்புவதற்குக் காரணம். அதனால், அச்சூழல் உங்களுக்கு மன அழுத்தத்தைக் கொடுக்கிறது.

அதனால்தான், அவர்கள் ஆரோக்கியமாக இருக்க வேண்டும் என்று நீங்கள் விரும்புகிறீர்கள். அவர்கள் ஒரு நல்ல வேலையில் சேர வேண்டும், கடுமையாகப் படிக்க வேண்டும், சிகிச்சைக்குச் செல்ல வேண்டும், விவாகரத்திற்குப் பிறகு பழையதை மறந்துவிட்டு ஒரு புதிய வாழ்க்கையைத் தேர்ந்தெடுத்துக் கொள்ள வேண்டும், வீட்டில் அடைந்து கிடக்காமல் நண்பர்களுடன் நேரம் செலவிட வேண்டும் என்றெல்லாம் நீங்கள் விரும்புகிறீர்கள்.

நீங்கள் நேசிக்கின்ற ஒருவர் மகிழ்ச்சியாகவும் ஆரோக்கியமாகவும் இருக்க வேண்டும் என்பதற்காக அவர் மாற வேண்டும் என்று நீங்கள் ஆசைப்படுவது இயல்பானதுதான்.

மற்றொருவர் நல்லதொரு வாழ்க்கையை வாழ வேண்டும் என்று ஆசைப்படுவது ஒரு நல்ல விஷயம்தான்.

இங்குப் பிரச்சனை உங்கள் விருப்பம் அன்று. நீங்கள் அந்தப் பிரச்சனையை எப்படி அணுகுகிறீர்கள் என்பதும், உங்களுக்கும் அந்த நபருக்கும் இடையே இருக்கின்ற உறவின் இயல்பின்மீது அது எத்தகைய தாக்கம் ஏற்படுத்துகிறது என்பதும்தான் இங்கு முக்கியம்.

ஒருவேளை, உங்களை நேசிக்கின்ற ஒருவர் உங்கள்மீது இப்படிப்பட்ட அழுத்தத்தை ஏற்படுத்திக் கொண்டிருக்கலாம். அவர்கள் இதை வாய்வார்த்தையாக உங்களிடம் தெரிவிக்காமல்கூட இருந்திருக்கலாம். ஆனால், அவர்களுடைய நடத்தை, நீங்கள் இப்போது யாராக இருக்கிறீர்களோ அதை அவர்கள் ஏற்றுக் கொண்டிருக்கவில்லை என்பதைத் துல்லியமாக வெளிப்படுத்திக் கொண்டிருப்பதை நீங்கள் அறிந்திருப்பீர்கள்.

நீங்கள் உங்கள் வாழ்க்கையை இப்போது எப்படி வாழ்ந்து கொண்டிருக்கிறீர்களோ அப்படி வாழாமல் வேறு மாதிரியாக வாழ வேண்டும் என்று அவர்கள் விரும்புகின்றனர். அது உங்களுக்கு எரிச்சல் ஏற்படுத்தும் என்பது உண்மைதான். அதை எதிர்க்க வேண்டும் என்பதுதான் உங்களிடம் இயல்பாக எழுகின்ற உணர்வாக இருக்கும்.

ஆனால் மாற்றம் ஏன் கடினமானதாக இருக்கிறது?

மாற்றம் ஏன் கடினமானதாக இருக்கிறது?

ஒருவர் மாற வேண்டும் என்று நீங்கள் எதிர்பார்க்கின்றபோது, அது குறித்துக் கோடி காட்டினாலேயே அவர்கள் மாறிவிடுவார்கள் என்று பலர் நினைத்துக் கொண்டிருக்கின்றனர். சில எடுத்துக்காட்டுகள்: உடற்பயிற்சி செய்தால் அவர்களுடைய ஆரோக்கியம் வெகுவாக மேம்படும்; அவர்களால் ஒரு மேம்பட்ட வேலையைத் தேர்ந்தெடுத்துக் கொள்ள முடியும்; அவர்களுடைய சம்பளம் அதிகரித்தால் வீட்டின் பொருளாதாரச் சுமை குறையும்; நாள் முழுவதும் வீடியோ விளையாட்டில் ஈடுபட்டுக் கொண்டிருப்பதற்குப் பதிலாக வெளியே சென்றால், அற்புதமான மனிதர்களைச் சந்திப்பதற்கான வாய்ப்பு கிடைக்கும்.

நீங்கள் முன்வைக்கின்ற இந்தச் சாத்தியக்கூறுகள் குறித்து அவர்கள் இதுவரை யோசித்துக்கூடப் பார்த்திருக்க மாட்டார்கள் என்று நீங்கள் எண்ணுகிறீர்கள், இல்லையா?

இப்போது நாம் விஷயங்களைத் திருப்பிப் போடலாம். உங்கள் வாழ்க்கையில் எத்தனை பேர் உங்களுக்கு நன்றாகத் தெரிந்த விஷயங்களை உங்களிடம் சுட்டிக்காட்டியிருக்கிறார்கள்? உடல் எடையைக் குறைப்பதற்கு உடற்பயிற்சி செய்ய வேண்டும் என்பது

உங்களுக்குச் சுத்தமாகத் தெரியாது என்பதுபோல எத்தனை பேர் உங்களுக்கு அறிவுரை வழங்கியிருக்கிறார்கள்? நீங்கள் உங்கள் அறையில் தனியாக அமர்ந்து கொண்டு அழுது கொண்டிருப்பது உங்களைவிட்டுப் பிரிந்து சென்றுவிட்டக் காதலியை மீட்டெடுக்க உதவாது என்று எத்தனை பேர் உங்களிடம் கூறியிருக்கிறார்கள்? அல்லது, செவிலியர் கல்லூரியில் சேர்வதற்கு நீங்கள் முதலில் செவிலியர் பள்ளிக்கு விண்ணப்பித்தாக வேண்டும் என்று உங்களிடம் கூறப்பட்டிருக்கும்தானே?

வேறு யாராவது ஒருவர் இப்படி உங்களிடம் கூறினால், உங்களுக்கு அது பொறுத்துக் கொள்ள முடியாத ஒன்றாக இருக்கிறது. உங்களைத் தாக்கியதற்கு ஒப்பானதாக அதை நீங்கள் கருதுவீர்கள். ஒரு சொடுக்குப் போட்டவுடன் ஏதோ மாயாஜாலமாக ஒரு புதிய வேலை கிடைத்துவிடும் என்ற நினைப்பில் ஒருவர் ஒய்யாரமாக அமர்ந்து கொண்டு, நீங்கள் ஒரு புதிய வேலைக்கு விண்ணப்பிக்க வேண்டும் என்று உங்களுக்கு அறிவுரை கூறினால், அதை உங்களால் சகித்துக் கொள்ள முடியாது. உங்களுக்கு நல்லது எது என்று தீர்மானிக்க அவர்களுக்கு யார் அதிகாரமளித்தது?

மாற்றம் எவரொருவருக்குமே கடினமானதுதான். எல்லோருமே தங்களுக்குத் தாங்களே போதுமான அளவு அழுத்தத்தைக் கொடுத்துக் கொண்டிருக்கின்றபோது, உங்களிடமிருந்து கூடுதல் அழுத்தம் வருவதை அவர்கள் விரும்புவதில்லை.

நான் முன்பு குறிப்பிட்டிருந்த என் தோழியின் உதாரணத்தை எடுத்துக் கொள்ளலாம். அவளுடைய கணவர் ஆரோக்கியமான ஓர் உடலை விரும்புகிறார்தான். அவர் தன் எடையைக் குறைக்க ஆசைப்படுகிறார்தான். உடலில் கூடுதலாக இருபது அல்லது முப்பது கிலோக்களைச் சுமந்து திரிவது கஷ்டம்தான். தன் நண்பர்கள் வட்டாரத்தில் தான் ஒரு பருத்த உடலுடன் இருப்பதை அவர் இரசிக்கவில்லைதான். அது தன் இதயத்திற்கு நல்லதன்று என்பதை அவர் அறிவார். அவர் ஒரு முட்டாள் அல்லர். ஆனால், எடையைக் குறைப்பது எவ்வளவு கடினம் என்பதையும், அதற்கு எவ்வளவு கடின உழைப்பு தேவைப்படும் என்பதையும் அவர் நன்றாகவே அறிவார்.

காலையில் சீக்கிரமாக எழுந்திருப்பது, மது அருந்துவதைக் குறைத்துக் கொள்வது, உடற்பயிற்சிக்கூடத்தில் பலரின் ஏளனப் பார்வையைத் தாங்கிக் கொள்ள வேண்டியிருப்பது, ஒரு புதிய பத்திய உணவைத் துவக்குவது போன்ற அனைத்துமே வலிமிக்கவை. நீண்ட நாள்களாகப் புகைபிடித்துக் கொண்டிருப்பவர் அதை நிறுத்த முயல்வதைப் போன்றதுதான் இது. வருமானத்திற்கு அதிகமாகச் செலவு செய்து பழக்கப்பட்டுவிட்ட ஒரு நபரை வரவு செலவுத் திட்டத்திற்கு ஏற்பச் செலவிடுமாறு

வற்புறுத்துவதைப் போன்றதுதான் இது. தனியாக வாழ்வது கடினம் என்பதால்தான், பலர் தாங்கள் சேர்ந்து இருக்கக்கூடாத நபரைப் பொறுத்துக் கொண்டு அவருடன் வாழ்கின்றனர். தன்னுடைய வேலையிலிருந்து தூக்கியெறியப்பட்டுள்ள ஒருவர் தன்மீது நம்பிக்கையை வளர்த்து கொண்டு வேலை தேடுவதில் ஈடுபட்டு ஒரு நல்ல வேலையைப் பெறுதல் கடினமானது.

மாற்றம் எவருக்கும் ஒருபோதும் எளிதானதாக இருந்ததில்லை. அது எளிதானதாகவும் சுவாரசியமானதாகவும் இருந்திருந்தால், நீங்கள் நேசிக்கின்ற அந்த நபர் அதை எப்போதோ செய்து முடித்திருந்திருப்பார்.

நீங்கள் நேசிக்கின்ற நபருக்கு நீங்கள் செய்யக்கூடிய நேசமிக்க ஒரு காரியம், அவருக்குக் கூடுதல் அழுத்தம் தராமல் இருப்பதுதான். இப்போது நீங்கள் எதார்த்தமற்ற ஓர் அணுகுமுறையைக் கொண்டிருக்கிறீர்கள். அது நீங்கள் எதிர்பார்ப்பதற்கு நேர் எதிரான விளைவுகளையே ஏற்படுத்துகிறது. அவர்களை அவர்கள் போக்கில் விடுவதைத் தவிர உங்களுக்கு வேறு வழி கிடையாது.

'அவர்களை அவர்கள் போக்கில் விடுங்கள்' கோட்பாடு, நீங்கள் ஓரடி பின்வாங்கி எதார்த்தத்தை எதிர்கொண்டு உங்களுடைய உறவுகளைக் கூடுதல் பரிவுடன் அணுகுவதற்கு உங்களுக்கு உதவும். அது வேலை செய்யும் என்பதுதான் இதிலுள்ள முக்கியமான விஷயம். அதற்கு நீங்கள் சில அடிப்படை உண்மைகளை அறிந்து வைத்திருக்க வேண்டும்.

உண்மை 1: வளர்ந்தவர்கள் தாங்கள் விரும்புகின்றபோது மட்டுமே மாறுகின்றனர்

மக்களை ஊக்குவிக்கின்ற முயற்சிகளில் ஈடுபடுவதை நிறுத்திக் கொள்ளுங்கள். மாறுவதற்கான ஊக்குவிப்பு ஒருவருக்கு உள்ளேயிருந்துதான் வர வேண்டும் என்று ஆய்வுகள் தெரிவிக்கின்றன.

ஊக்குவிப்பு என்ற வார்த்தை எல்லோருக்கும் பிடித்தமானதொரு வார்த்தை. தன்னைப் பராமரித்துக் கொள்வதற்கான ஊக்குவிப்பு தன் கணவருக்கு இல்லை என்று என் தோழி கூறுகிறாள். நீங்களும் இதேபோல உணரக்கூடும்.

ஆனால், அது அவ்வளவு எளிதல்ல. ஊக்குவிப்பு என்றால் ஒன்றைச் செய்ய வேண்டும் என்ற உணர்வைக் கொண்டிருத்தல் என்று பொருள். வளர்ந்தவர்கள் தாங்கள் எதைச் செய்ய வேண்டும் என்று உணர்கிறார்களோ அதைத்தான் செய்கிறார்கள் என்பதை நாம் ஏற்கனவே பார்த்தோம்.

உங்கள் வாழ்க்கைத் துணைவருக்கு உடற்பயிற்சி செய்ய வேண்டும் என்ற உணர்வு ஏற்பட்டிருக்கவில்லை. அதனால்தான் அது குறித்து அவர் ஊக்கம் பெறவில்லை. அதனால், அதைச்

செய்ய அவர் விரும்பவில்லை. அவரை உங்களால் ஒருக்காலும் ஊக்குவிக்க முடியாது. அந்த உணர்வு அவருக்கு உள்ளேயிருந்து வர வேண்டும்.

ஊக்குவிப்பு குறித்த ஒரு பிரச்சனை இருக்கிறது. எப்போது அது உங்களுக்குத் தேவையோ அப்போது அது உங்கள் வசப்படாது. ஊக்குவிப்பு எளிதானதாகவும் தானாகவே நிகழ்கின்ற ஒன்றாகவும் இருந்திருந்தால், எல்லோருமே ஒரு கட்டுமஸ்தான உடலோடு இருந்திருப்பர், எல்லோருடைய வங்கிக் கணக்கிலும் பத்து இலட்சம் டாலர்கள் இருந்திருக்கும், அனைவரும் வேலை தவிர தனியாக ஒரு தொழிலை நடத்திக் கொண்டிருந்திருப்பர். தாங்கள் ஒரு விஷயத்தைச் செய்ய வேண்டும் என்ற உணர்வை உங்களால் இன்னொருவருக்கு ஊட்ட முடிந்தால், அதற்குப் பெயர் ஊக்குவிப்பு அன்று. வசியப்படுத்துதல் என்பது அதன் பெயர்.

நான் எப்படி மாறியிருந்தேனோ அதேபோல மாறும்படி நான் பிறரைப் பல ஆண்டுகளாக ஊக்குவித்து வந்துள்ளேன். அதாவது, நான் அவர்கள்மீது அழுத்தத்தைப் பிரயோகித்து வந்துள்ளேன். நான் என்னுடைய நெருங்கிய தோழியை மீண்டும் 'டேட்டிங்' செய்வதற்குத் தூண்டியிருக்கிறேன். என் சகோதரனுக்கு உடற்பயிற்சிக்கூடச் சந்தா கட்டணத்துடன், தனிப் பயிற்சியாளர் ஒருவருக்கான கட்டணத்தையும் கட்டி அவனை உந்தித் தள்ளியிருக்கிறேன். உளவியல் சிகிச்சை எடுத்துக் கொள்ளுமாறு என் அம்மாவை நான் நச்சரித்திருக்கிறேன். ஆனால், இவற்றில் எதுவுமே நடைபெறவில்லை.

இவை தோற்றதற்குக் காரணம், நீங்கள் ஒருவரிடம் எதை உந்தித் தள்ளினாலும், அதற்கு நேரெதிர் விளைவுதான் ஏற்படும் என்பதுதான்.

உண்மை 2: தங்களுக்கு ஒரு நல்லவிதமான உணர்வை ஊட்டுகின்ற விஷயங்களை நோக்கி நகர்வதுதான் மனித இயல்பு

இச்சமயத்திற்கு எது ஒரு நல்லவிதமான உணர்வைக் கொடுக்கிறதோ அதை நோக்கி நகர்வதுதான் மனித இயல்பு, மோசமாக உணரச் செய்கின்ற விஷயங்களிலிருந்து அவர்கள் விலகிச் செல்லவே விரும்புவர்.

இது நரம்பு அறிவியல் தொடர்பானது. நான் இந்நூலுக்கான ஆய்வுகளில் ஈடுபட்டிருந்தபோது, ஹார்வர்டில் படித்திருந்த டாக்டர் அலோக் கனோஜியாவிடம் நான் பேசினேன்.

டாக்டர் அலோக், ஊக்குவிப்பு மற்றும் நடத்தை மாற்றத் துறை வல்லுநர். அவர் என்னிடம், "மற்றவர்கள்மீது அழுத்தத்தைப் பிரயோகிப்பது நேரெதிர் விளைவையே உருவாக்கும். மனித மூளை எப்படி இயங்குகிறது என்பதை அவர்கள் அறிந்திராததே

இதற்குக் காரணம்," என்று கூறினார்.

தற்போது எது தனக்கு இன்பமளிக்கிறதோ, அதைத்தான் மனிதன் எப்போதும் தேர்ந்தெடுப்பான்; எது தனக்கு வலி ஏற்படுத்துமோ, அதை அவன் தவிர்ப்பான் என்று அவர் அது குறித்து மேலும் விளக்கினார். நிகழ்கணத்தில், மாற்றம் என்பது வலியை ஏற்படுத்துகின்ற ஒன்று. அத்துடன், அது கடினமானதும்கூட. அதனால்தான், நீண்டகால நோக்கில் அது தங்களுக்கு நல்லது என்று தெரிந்திருந்தும், எவரும் மாற்றத்தை உருவாக்கிக் கொள்ளத் தங்களை ஊக்குவித்துக் கொள்வதில்லை.

தன் எடையைக் குறைப்பதற்கு உடற்பயிற்சிக்கூடத்திற்கு தான் பல மாதங்கள் செல்ல வேண்டியிருக்கும் என்பதும், அது தவிர வேறு சில வாழ்க்கைமுறை மாற்றங்களையும் தான் செய்ய வேண்டியிருக்கும் என்பதும் என்னுடைய தோழியின் கணவருக்குத் தெரியும். ஆனாலும், அவர் ஏன் எதுவும் செய்யாமல் வெறுமனே தன் வீட்டு சோபாவில் உட்கார்ந்திருந்தார்? அது இப்போது சுகமானதாக இருப்பதால்தான். அவர் சாப்பிட்டுக் கொண்டிருக்கும் ஒரு பெரிய சிப்ஸ் பாக்கெட்? அது இப்போது மிகவும் ருசியாக இருப்பதால்தான். அவர் தொலைக்காட்சியில் பார்த்துக் கொண்டிருக்கும் நிகழ்ச்சி? அது இப்போது அவருக்கு சுவாரசியமளித்துக் கொண்டிருப்பதால்தான்.

நீண்டகால நோக்கில் உடற்பயிற்சி தனக்கு நல்லதைத்தான் செய்யும் என்பதை அவர் அறிந்திருந்தாலும், அது தனக்கு உடனடி திருப்தியளிக்காது என்பதையும் அவர் உணர்ந்திருந்தார்.

ஒருவர் மாற வேண்டும் என்று நீங்கள் அவருக்கு அழுத்தம் கொடுக்கின்றபோது, இப்போது எது இன்பமளிக்கிறதோ அதைச் செய்ய விரும்புகின்ற மனித இயல்புக்கு எதிராக நீங்கள் போராடுகிறீர்கள். ஒருவர் ஒரு மாற்றத்தை மேற்கொள்ள வேண்டுமென்றால், செயலில் இறங்குவது தோற்றுவிக்கவிருக்கின்ற வலியிலிருந்து அவர் தன்னை அப்புறப்படுத்திக் கொண்டாக வேண்டும்.

ஒரு கையில் ஒரு பெரிய சிப்ஸ் பாக்கெட்டுடன் அவர் தன் சோபாவில் அமர்ந்து கொண்டிருக்கின்றபோது, அவர் தனக்குத் தானே, "உடற்பயிற்சி செய்வது கஷ்டமாகத்தான் இருக்கும். ஆனாலும் அதை நான் செய்யப் போகிறேன்," என்று கூறிக் கொள்ள வேண்டும்.

அதாவது, அவர் தன்னுடைய வலியிலிருந்து தன்னை அப்புறப்படுத்திக் கொள்ள வேண்டும். தன் உணர்ச்சிகளை ஓர் ஓரமாக வைத்துவிட்டு அவர் அச்செயலில் இறங்க வேண்டும். அதை அந்த நபர்தான் செய்ய வேண்டும். அவருக்காக அதை வேறு எவராலும் செய்ய முடியாது.

உண்மை 3: தாங்கள் மட்டும் விதிவிலக்கு என்று இந்த உலகிலுள்ள ஒவ்வொருவரும் நினைத்துக் கொண்டிருக்கின்றனர்

இந்நூலுக்காக நான் டாக்டர் டாலி ஷரோட்டுடன் பேசினேன். டாக்டர் டாலி, நடத்தைசார் நரம்பு அறிவியலாளர்.

அவருடைய கண்டுபிடிப்புகளில் ஒன்று குறிப்பிடத்தக்கது. பொதுவாக நிலவுகின்ற ஆபத்துகள், அச்சுறுத்தல்கள், எச்சரிக்கை வாசகங்கள் ஆகியவை தங்களுக்கு மட்டும் பொருந்தாது என்று எல்லோரும் நினைத்துக் கொண்டிருக்கின்றனர் என்பதுதான் அது.

என்னுடைய தோழியின் கணவர் அதிகப் பருமனாக இருந்தும், உடல்ரீதியான நடவடிக்கைகள் எதுவும் மேற்கொள்ளாமல் இருந்தும், தனக்கு மாரடைப்பு வராது என்று நினைத்துக் கொண்டிருப்பதற்கு இதுதான் காரணம். தான் அப்படியே இருந்து வந்தாலும் மோசமான எதுவும் தனக்கு நிகழாது என்று அவர் நம்புவதற்கு அதுதான் காரணம்.

தான் பாக்கெட் மேல் பாக்கெட்டாக ஊதித் தள்ளினாலும் தனக்கு நுரையீரல் புற்றுநோய் வராது என்று உங்கள் நண்பர் நம்புவதற்கு இதுதான் காரணம். இவை போன்ற ஓராயிரம் எடுத்துக்காட்டுகளை நீங்கள் அறிவீர்கள்.

தங்களுக்கு மட்டும் மோசமானது எதுவும் நிகழாது என்று மக்கள் நம்புவதால்தான், உங்களுடைய கண்ணீரும் கதறல்களும் எச்சரிக்கைகளும் மிரட்டல்களும் அவர்களிடம் பலிப்பதில்லை.

டாக்டர் டாலி மற்றொரு சுவாரசியமான விஷயத்தையும் என்னுடன் பகிர்ந்து கொண்டார். "யாராவது ஒருவர் உங்களிடம் எதிர்மறையான ஒன்றைச் சொன்னாலோ (நீங்கள் குடிப்பதை நிறுத்தாவிட்டால், நான் உங்களைவிட்டுப் போய்விடுவேன்), அல்லது நீங்கள் கேட்க விரும்பாத ஒன்றைக் கூறினாலோ (உங்களுடைய காதலர் ஒரு சுயமோகி), உங்கள் மூளை அதை வடிகட்டிவிடும்." இதை மூளையின் ஸ்கேன் படங்கள் நிரூபித்துள்ளன.

இதற்கு என்ன அர்த்தம்?

உங்களுடைய அச்சுறுத்தல்கள், எதிர்மறையான விமர்சனங்கள், கண் உருட்டல்கள், முறைத்துப் பார்த்தல் போன்ற உத்திகள் எதுவும் அந்த நபரின் மூளையை நெருங்குவதே இல்லை என்று அர்த்தம். நீங்கள் உங்கள் நேரத்தையும் ஆற்றலையும் விரயம் செய்து கொண்டிருக்கிறீர்கள், அவ்வளவுதான். இது உங்களுக்கு விரக்தியையும் மன அழுத்தத்தையும் ஏற்படுத்துவதில் வியப்பில்லை.

அதனால்தான், இதை அணுகுவதற்கு உங்களுக்கு ஒரு புதிய அணுகுமுறை தேவைப்படுகிறது. இந்த அறிவியல் உண்மையை உங்களுக்குச் சாதகமாகப் பயன்படுத்திக் கொள்ள 'அவர்களை

அவர்கள் போக்கில் விடுங்கள்’ கோட்பாட்டால் உங்களுக்கு உதவ முடியும்.

இதை உங்களால் சரியாகச் செய்ய முடிந்தால், நீங்கள் நேசிக்கின்ற அந்த நபர் மாற்றத்தை மேற்கொள்வதற்கு அவரை உங்களால் ஊக்குவிக்க முடியும்.

இப்போது, நான் முன்பு குறிப்பிட்ட என்னுடைய தோழியாக உங்களைக் கற்பனை செய்து கொள்ளுங்கள்.

மாலையில் நீங்கள் உங்கள் வேலையிலிருந்து களைப்புடன் வீடு திரும்புகிறீர்கள். அங்கு உங்களுடைய கணவர் ஒரு சோபாவில் அமர்ந்து கொண்டு குஷியாகத் தொலைக்காட்சியில் எதையோ பார்த்துக் கொண்டிருக்கிறார்.

அதைப் பார்த்தவுடன் உங்களுக்குப் பற்றிக் கொண்டு வருகிறது. உங்கள் கோபத்தை அடக்கிக் கொண்டு, ஆயாசத்துடன் நீங்கள் அவரிடம், “ஹாய்,” என்று கூறுகிறீர்கள்.

மனித மூளையைப் பற்றியும் ஊக்குவிப்பைப் பற்றியும் இதுவரை இங்கு நாம் அலசியிருந்த எதுவும் அப்போது உங்கள் நினைவுக்கு வரவில்லை. உங்கள் கணவர் அங்கிருந்து எழுந்து உடற்பயிற்சிக்கூடத்திற்குச் செல்வது ஒரு சுலபமான காரியமாக இருந்தும் அவர் சோம்பேறித்தனமாக சோபாவில் படுத்துக் கிடப்பது உங்களுக்கு எரிச்சல் ஏற்படுத்துகிறது.

நீங்கள் விரும்புகின்ற ஒன்றைச் செய்யாமல் இருக்கின்ற அவர்மீது நீங்கள் கடும் கோபம் கொள்கிறீர்கள்.

ஆனால், உண்மையில் அவருக்குத் தேவைப்படுவது பரிவுதானே அன்றி, உங்களுடைய கண்டனக் குரல் அன்று. உங்களுடைய ஆயாசப் பெருமூச்சோ அல்லது மோசமான மனநிலையோ அவரை அங்கிருந்து கிளப்பி உடற்பயிற்சிக்கூடத்திற்கு அனுப்பப் போவதில்லை.

உங்கள் நோக்கம் உயர்ந்ததாக இருக்கலாம். ஆனால், நீங்கள் அவரை உங்கள் வழிக்குக் கொண்டுவர முயல்வதாகத்தான் அவர் உங்களுடைய நடத்தையைப் பார்ப்பார். அதனால், அவர் உங்களிடமிருந்து இன்னும் அதிகமாக விலகிச் செல்வார். அவர் தன் நிலைப்பாட்டை நிலைநிறுத்திக் கொள்ளவும் தன்னைப் பாதுகாத்துக் கொள்ளவும்தான் முனைவார்.

மோதல்

அழுத்தங்களால் மாற்றத்தை உருவாக்க முடியாது. அவை எதிர்ப்பை மட்டுமே தோற்றுவிக்கும். நீங்கள் பிறருடைய நடத்தையைக் கட்டுப்படுத்த முயன்றால், உள்ளுணர்வுரீதியாக அதற்கு அவர்கள் எதிர்ப்பைத் தெரிவிப்பர்.

உங்கள் நோக்கம் ஒருவரை ஊக்குவிப்பதாக இருந்தாலும்,

இப்போது அது கட்டுப்பாடு குறித்த ஓர் இழுபறியாக மாறிவிட்டிருக்கும்.

எல்லா விஷயங்களும் எப்போதும் தங்கள் கட்டுப்பாட்டில் இருக்க வேண்டும் என்று விரும்புவது அடிப்படை மனித இயல்பு என்று டாக்டர் டாலி குறிப்பிடுகிறார். இது உயிர்பிழைத்திருத்தல் தொடர்பான உள்ளுணர்வு. அதுதான் ஒருவருக்குப் பாதுகாப்புணர்வைக் கொடுக்கிறது.

அப்படியெனில், உங்கள் வாழ்வில் இடம் பெற்றிருக்கின்ற, நீங்கள் நேசிக்கின்ற அனைவருமே அதே உணர்வைத்தான் கொண்டிருப்பர்.

தங்கள் வாழ்க்கை தங்களுடைய கட்டுப்பாட்டில் இருப்பதாக அவர்கள் உணர்கின்றபோது மட்டுமே தாங்கள் பாதுகாப்பாக இருப்பதாக அவர்கள் உணர்வர்.

மற்றவர்கள் என்ன செய்ய வேண்டும் என்று நீங்கள் அவர்களிடம் கூறும்போது, நீங்கள் அவர்களுடைய கட்டுப்பாட்டை அவர்களிடமிருந்து பறித்துக் கொள்ள முயல்கிறீர்கள்.

ஒருவர் அன்று வெளியே சென்று ஓடுவதற்கு ஏற்ற மனநிலையில் இல்லாதிருக்கின்றபோது, “இன்று ஓடுவதற்கு ஓர் அருமையான நாள்,” என்று கூறுவதன் மூலம் நீங்கள் அந்த நபருக்கு அச்சுறுத்தல் ஏற்படுத்துகிறீர்கள். உங்களுடைய பரிந்துரைக்கு என்னதான் நல்ல நோக்கம் இருந்தாலும், தன்னுடைய கட்டுப்பாட்டை நீங்கள் பறிக்க முயல்வதாகத்தான் அவர் கருதுவார்.

அதனால்தான், வளர்ந்தவர்களை நீங்கள் அவர்கள் போக்கில் விட்டுவிட வேண்டியது இன்றியமையாததாகிறது.

மற்றவர்கள் எப்படி இருக்கிறார்களோ அப்படியே அவர்களை நீங்கள் ஏற்றுக் கொள்கின்றபோது, அவர்கள் பாதுகாப்பாக உணர்கின்றனர்.

ஒருவர் தன்னை மாற்றிக் கொள்ள வேண்டும் என்று நீங்கள் அவருக்கு அழுத்தம் கொடுப்பது இதற்கு நேரெதிரான விளைவை ஏற்படுத்துகிறது. இதன் காரணமாக, உங்களுக்கும் அந்த நபருக்கும் இடையே கட்டுப்பாடு குறித்த ஓர் இழுபறி நடைபெறத் தொடங்குகிறது.

நாம் ஏற்கனவே பார்த்ததைப்போல, ஒருவர் வலியை அனுபவிக்கின்றபோது, அவர் உங்களிடமிருந்து விலகிச் செல்கிறார். அதைப் பார்க்கின்ற நீங்கள் அவருக்கு மேலும் அழுத்தம் கொடுப்பீர்கள். அது மேலும் நேரெதிரான விளைவையே உண்டாக்கும்.

இந்த இழுபறி தானாகத் தீரப் போவதில்லை. அதை நிறைவு செய்வதற்கான சக்தி உங்களிடம் இருக்கிறது. ‘அவர்களை அவர்கள் போக்கில் விடுங்கள்’ கோட்பாட்டைப் பயன்படுத்துவதுதான்

அது.

அந்த இழுபறியை நீங்கள் நிறைவுக்குக் கொண்டு வர விரும்பினால், உங்கள் கணவர் தன் சோபாவில் அமர்ந்திருப்பதை நீங்கள் அனுமதித்தாக வேண்டும்.

என் தோழியின் விஷயத்தில் யார் கட்டுப்பாட்டில் இருக்கிறார்கள்? அவளுடைய கணவர்தான். அவர் தன் மனைவியை அலட்சியப்படுத்திக் கொண்டிருக்கின்றவரை, அவர்தான் தன் வாழ்க்கையின்மீதும், தன் தீர்மானங்கள்மீதும், தன் நடத்தையின்மீதும் கட்டுப்பாட்டைக் கொண்டுள்ளார்.

அவர் தன் மனைவி சொல்வதற்குக் கீழ்ப்படிந்து நடக்கத் தொடங்குகின்ற கணத்தில் அவர் தன் கட்டுப்பாட்டை இழக்கிறார், அவருடைய மனைவி 'வெற்றி' பெற்றுவிடுகிறார். இக்கட்டத்தில் வாதம் உடற்பயிற்சி தொடர்பானதாக இல்லாமல், யார் கையில் கட்டுப்பாடு இருக்கிறது என்பதாக மாறிவிடுகிறது.

அவருடைய மனைவியால் ஏன் தன் முயற்சிகளை நிறுத்திக் கொள்ள முடியாது என்பதற்கும் இதுதான் காரணம். தன் கணவரின் ஆரோக்கியம் அவளுக்கு மிகுந்த கவலையளிக்கிறது. தன் வாழ்க்கையின் மிக முக்கியமான பகுதிமீதான தன் கட்டுப்பாட்டைத் தான் இழந்து கொண்டிருக்கிறோம் என்ற உணர்வு அவளுக்கு ஏற்படுகிறது. அதனால், தன் வாழ்க்கையின் அந்தப் பகுதிமீதான தன் கட்டுப்பாடு தன்னிடம் அதிகமாக இருப்பது போன்ற உணர்வைப் பெறுவதற்காக, அவள் தன் கணவரைக் கட்டுப்படுத்தும் முயற்சியில் தொடர்ந்து ஈடுபடுகிறாள்.

அதை அவளுடைய கணவர் ஓர் அச்சுறுத்தலாகப் பார்க்கிறார். தன் வாழ்க்கைமீதான தன் கட்டுப்பாட்டை உறுதி செய்து கொள்வதற்காக அவர் அதை எதிர்க்கிறார். அவர் எந்த அளவுக்கு உறுதியாக எதிர்க்கிறாரோ, அந்த அளவுக்கு அவருடைய மனைவி அதில் அதிகமான பிடிவாதத்தைக் காட்டுகிறாள்.

அவர்களுக்கு இடையேயான இந்த அதிகாரப் போட்டியில் இருவருமே தங்கள் நிலையை விட்டுக்கொடுக்கத் தயாராக இல்லாததால், அது மேன்மேலும் மோசமாகிக் கொண்டே போகிறது.

ஒருவேளை, நீங்களும் உங்கள் வாழ்க்கையில் இதுபோன்ற ஒரு முடக்க நிலையை எதிர்கொண்டிருக்கலாம். நீங்கள் உங்களுடைய வாழ்க்கைத் துணைவர்மீதோ, பெற்றோர்மீதோ அல்லது உங்களுடைய குழந்தைகளில் ஒருவர்மீதோ இதுபோன்ற அழுத்தத்தைப் பிரயோகித்துக் கொண்டிருக்கலாம். அல்லது, அவர்களில் ஒருவர் உங்கள்மீது இத்தகைய அழுத்தத்தைப் பிரயோகித்துக் கொண்டிருக்கலாம்.

தங்களுடைய நண்பர்களால், தங்களுடைய குடும்பத்தாரால், தாங்கள் நேசிக்கின்ற நபர்களால் தங்கள்மீது அழுத்தம் பிரயோகிக்கப்படுவதை எவரும் விரும்புவதில்லை. நீங்கள்

விரும்புவதெல்லாம், நிபந்தனையற்ற அன்பு, பரிவு, ஏற்றுக் கொள்ளப்படுதல் ஆகியவற்றை மட்டும்தான். நீங்கள் பிறரால் கட்டுப்படுத்தப்படுவதை விரும்புவதில்லை. உங்கள் வாழ்க்கையில் இடம் பெற்றுள்ளவர்கள், நீங்கள் உங்களுடைய வாழ்க்கையின் எந்தக் கட்டத்தில் இருக்கிறீர்களோ அதையும், நீங்கள் யாராக இருக்கிறீர்களோ அதையும் அப்படியே ஏற்றுக் கொள்ள வேண்டும் என்று நீங்கள் விரும்புகிறீர்கள்.

அதுதான், உண்மையில் நீங்கள் யாராக இருக்கிறீர்களோ அப்படியே இருப்பதற்கு உங்களை அனுமதிக்கிறது, உங்கள் உறவுகளில் நீங்கள் பாதுகாப்பாக இருக்கிறீர்கள் என்ற உணர்வை உங்களுக்குக் கொடுக்கிறது.

உங்கள் காதலரைத் தனக்குப் பிடிக்கவில்லை என்று உங்களுடைய நெருங்கிய நண்பர் உங்களிடம் கூறுவதை அல்லது உங்களுடைய மனைவி உங்களுக்காக ஓர் உடற்பயிற்சிக்கூடத்திற்குச் சந்தா செலுத்துவதை நீங்கள் நிச்சயமாக விரும்ப மாட்டீர்கள்.

இன்னொரு விஷயம்.

பெரும்பாலான சமயங்களில், தான் மாற வேண்டும் என்ற விருப்பம் அந்த நபருக்கு அவருடைய ஆழ்மனத்தில் இருக்கும். நீண்டகால நோக்கில் தன்னுடைய நடத்தை தனக்கு நல்லதன்று என்பதை அந்த நபரே அறிந்திருக்கின்றபோது, அது அவருக்குள் ஒரு போராட்டத்தை உருவாக்கும்.

என் தோழியின் கணவரும் இதுபோன்ற மனப்போராட்டத்தை எதிர்கொண்டிருப்பதால்தான், அவர் சிலவற்றை முயல்வதும், பிறகு அவற்றை நிறுத்துவதுமாக இருக்கிறார்.

பொதுவாகவே மாற்றம் கடினமானதாக இருக்கின்றபோது, அதைச் செய்தாக வேண்டும் என்று வேறு ஒருவர் அழுத்தம் கொடுக்கின்றபோது, நீங்கள் அவருடைய அழுத்தத்தைக் கையாள வேண்டியிருப்பதோடு மட்டுமல்லாமல், நீங்கள் அந்தக் காரியத்தைச் செய்து முடிக்கும்போது, அந்த நபர் கூறியது சரிதான் என்பதை நீங்கள் ஒப்புக் கொள்ளவும் வேண்டியிருக்கும்.

மாற்றம் உங்களுடைய யோசனையாக இல்லாமல் அவர்களுடைய சொந்த யோசனைபோல இருப்பதற்கான தேவையை டாக்டர் அலோக் வற்புறுத்துவதற்கு இதுதான் காரணம். தன் மனைவியின் வாயை மூடுவதற்காக மட்டுமல்லாமல், அந்தக் கடினமான முயற்சியில் இறங்குவதற்கு வேறு ஒரு வலுவான காரணமும் அந்தக் கணவருக்குத் தேவைப்படுகிறது. இல்லையெனில், அந்த மாற்றம் நீண்டநாள் தாக்குப்பிடிக்காது, அந்த இருவருக்கும் இடையேயான மனக்கசப்பு அதிகரித்துக் கொண்டே போகும்.

மக்கள் தாங்கள் நினைப்பதையே செய்கிறார்கள்

மாற்றத்தைத் தாங்களே மேற்கொள்ளத் தயாராகின்றபோதுதான் மக்கள் அந்த மாற்றத்தை மேற்கொள்கின்றனர். நீங்கள் விதிக்கின்ற காலக்கெடுவுக்குள் அவர்கள் மாறாமல் இருப்பதற்காக அவர்களைத் தண்டிப்பதை நிறுத்துங்கள். அவர்கள் செய்ய விரும்பாத ஒன்றைச் செய்வதற்கு அவர்களை ஊக்குவிப்பதை நிறுத்துங்கள்.

அதனால் உங்களுடைய நேரம்தான் விரயமாகும். அது உங்கள் மன அழுத்தத்தை அதிகரிக்கும். அது உங்களுடைய உறவைச் சீரழிக்கும். எல்லாவற்றுக்கும் மேலாக, உங்கள் இருவருக்கும் இடையேயுள்ள இடைவெளியை அது மேலும் அகலப்படுத்தும்.

மற்றவர்களை நேசிப்பது என்பது அவர்கள் எங்கு இருக்கிறார்களோ அங்கு அவர்களைச் சந்திப்பது. வளர்ந்தவர்கள் வளர்ந்தவர்களாக இருப்பதற்கு நீங்கள் அனுமதிக்க வேண்டும். 'அவர்களை அவர்கள் போக்கில் விடுங்கள்' கோட்பாடு சிறப்பாக வேலை செய்வதற்கு இதுதான் காரணம்.

நீங்கள் அவர்களை அவர்கள் போக்கில் விடுகின்றபோது, அவர்கள் இப்போது யாராக இருக்கிறார்களோ, அவர்களை அப்படியே நீங்கள் ஏற்றுக் கொள்கிறீர்கள். அவர்கள் தங்களுடைய காலவீதியில் தங்கள் இஷ்டப்படி உலா வரட்டும். தங்களுடைய தொழில்வாழ்க்கையில் தோற்கட்டும். புகைபிடித்துக் கொள்ளட்டும். தங்கள் முயற்சியை கைவிடட்டும். படுமோசமான உறவில் தொடரட்டும். நிறைவேற்றாத வாக்குறுதிகளை வழங்கிக் கொள்ளட்டும். தங்கள் வாழ்க்கையை ஓர் இடியப்பச் சிக்கலாக்கிக் கொள்ளட்டும். இரவு விருந்திற்கு உடற்பயிற்சி உடையுடன் கலந்து கொள்ளட்டும். வார இறுதி முழுவதும் வீடியோ விளையாட்டை விளையாடிக் கொள்ளட்டும். தங்களுடைய செயலின்மையின் பின்விளைவுகளை அனுபவித்துக் கொள்ளட்டும். உடற்பயிற்சிக்கூடத்திற்குச் செல்லாமல் சோபாவில் அமர்ந்து கொள்ளட்டும். தங்கள் வாழ்க்கையைத் தங்கள் போக்கில் வாழ்ந்து கொள்ளட்டும்.

இதைப் புரிந்து கொள்வது எளிது, ஆனால் நடைமுறையில் கடைபிடிப்பது சிரமம். "அப்படியானால், மற்றவர்கள் விஷயத்தில் நான் செய்வதற்கு ஒன்றுமே இல்லையா?" என்று நீங்கள் யோசிக்கக்கூடும். இருக்கிறது. எப்போதுமே நீங்கள் செய்யக்கூடிய ஒன்று இருக்கத்தான் செய்யும்.

எப்போதும் உங்களுடைய கட்டுப்பாட்டில் இருக்கின்ற ஒன்று இருக்கிறது. நீங்கள்தான் அது. உங்களுடைய கட்டுப்பாட்டில் இருக்கின்ற ஒரே நடத்தைசார் மாற்றம் உங்களுடைய சொந்த நடத்தை மாற்றம் மட்டும்தான். அங்கு மட்டும்தான் உங்கள்

அதிகாரம் செல்லுபடியாகும்.

நீங்கள் மேற்கொள்ள கொள்ள வேண்டிய முதல் நடத்தை மாற்றம், மற்றவர்கள் எப்படி இருக்கிறார்களோ அவர்களை அப்படியே ஏற்றுக் கொள்வதும், அவர்கள்மீது எந்தவிதமான அழுத்தங்களையும் பிரயோகிக்காமல் இருப்பதும்தான். நீங்கள் மற்றவர்களை அப்படியே ஏற்றுக் கொள்கின்றபோது, உங்களுக்கு விரக்தியளிக்கின்ற, பயனற்ற இழுபறிப் போராட்டம் நிறைவுக்கு வந்துவிடும்.

இது அறிவியல்.

அழுத்தம் வேலை செய்யாது என்றால், பின் எதுதான் வேலை செய்யும் என்று நீங்கள் கேட்கலாம். மற்றவர்களுடைய நடத்தையை உங்களால் மாற்ற முடியாது என்றாலும், அதில் உங்களால் தாக்கம் ஏற்படுத்த முடியும்.

மாறுவதற்கு உங்களால் பிறரை ஊக்குவிக்க முடியாது என்றாலும், அவர்களுக்கு உங்களால் உத்வேகமூட்ட முடியும் என்று ஆய்வுகள் தெரிவிக்கின்றன. அது உண்மையில் உங்களுடைய யோசனையாக இருந்தாலும், அது அவர்களுடைய சொந்த யோசனை என்று அவர்களை உங்களால் நம்ப வைக்கக்கூட முடியும்.

அதை எப்படிச் செய்வது என்பதை அடுத்த அத்தியாயத்தில் பார்க்கலாம்.

அத்தியாயம் 15

உங்கள் செல்வாக்கின் சக்தியைக் கட்டவிழ்த்துவிடுங்கள்

மாற வேண்டும் என்ற அழுத்தத்தை நீங்கள் மற்றவர்களுக்குக் கொடுப்பதை நிறுத்திவிட்டு, அவர்கள் அவர்களாக இருக்க நீங்கள் அனுமதிக்கின்றபோது, ஒரு மாயாஜாலம் நிகழ்கிறது. இப்போது, நேர்மறையான தாக்கம் ஏற்படுத்துவதற்கான வழிகளைக் கண்டறியத் தேவையான ஆற்றலும் நேரமும் உங்களுக்குக் கிடைக்கின்றன.

மனிதர்கள் சமூக விலங்குகள். அவர்கள் தங்களைச் சுற்றியுள்ள நபர்களால் உத்வேகம் பெறுகின்றனர், அவர்களுடைய தாக்கத்திற்கு ஆளாகின்றனர். மனித நடத்தை குறித்தப் பல்லாண்டுகால ஆய்வுகள் இதை உறுதி செய்துள்ளன. இணையத்தில் ஒருவர் புரதச்சத்துப் பொடி பானத்தை மடமடவென்று குடிக்கின்ற காட்சியைப் பார்க்கின்றபோதோ, ஒரு புதிய பாணி ஜீன்ஸின் விளம்பரத்தைப் பார்க்கின்றபோதோ, அதை நீங்களும் வாங்க வேண்டும் என்ற உணர்வு உங்களுக்குள் பொங்கி எழுவதற்கு இதுதான் காரணம்.

ஒரு விஷயம் மற்றவர்களின் வாழ்க்கையில் ஒரு நேர்மறையான தாக்கம் ஏற்படுத்துவதை நீங்கள் காண்கின்றபோது, அதில் இயல்பாகவே உங்களுக்கு ஆர்வம் ஏற்படுகிறது. அதை நீங்கள் உணர்ந்திருக்கிறீர்களோ இல்லையோ, நீங்கள் விரும்புகின்ற விளைவை வேறு யாரோ ஒருவர் பெற்றிருப்பதைப் பார்க்கின்றபோதும், ஒரு விஷயம் எளிதாகவும் இன்பகரமானதாகவும் இருப்பதாகச் சித்தரிக்கப்படுகின்றபோதும், மக்களைக் குதூகலப்படுத்துகின்ற ஒரு விஷயத்தை நீங்கள் காண்கின்றபோதும், அதை நோக்கி நீங்கள் இயல்பாகவே

கவர்ந்திழுக்கப்படுகிறீர்கள். உங்கள் நண்பர் ஒரு புத்தகத்தைப் பற்றி வெகுவாக சிலாகித்துப் பேசுகின்றபோது, அதை வாங்கிப் படித்துவிட வேண்டும் என்ற இயல்பான ஆர்வம் உங்களிடம் தோன்றுவதற்கு இதுதான் காரணம்.

ஓர் இரயிலில் பயணம் செய்கின்ற ஒருவர் ஒரு சிப்ஸ் பாக்கெட்டையோ, ஓர் ஆப்பிளையோ சாப்பிடுகின்றபோது, அதைத் தாங்களும் சாப்பிட வேண்டும் என்ற ஏக்கம் அவருக்கு அருகே இருப்பவர்களுக்கு வரும் என்று ஆய்வுகள் தெரிவிக்கின்றன. உங்களுடைய அலுவலக சகா மதிய உணவு இடைவேளையின்போது வெளியே காலார நடப்பதை நீங்கள் பார்த்தால், உங்களுக்கும் நடக்க வேண்டும் என்று தோன்றும்.

டாக்டர் டாலி இதைச் 'சமூகத் தொற்று' என்று அழைக்கிறார். மக்களின் நடத்தை ஒருவரிடமிருந்து மற்றொருவருக்குத் தொற்றிக் கொள்ளக்கூடியது என்பது அதன் பொருள்.

உங்கள் வாழ்க்கையில் இடம் பெற்றிருப்பவர்களிடம் இதைப் பயன்படுத்துவது எளிது. மற்றவர்களிடம் நீங்கள் எந்த நடத்தை மாற்றத்தை எதிர்பார்க்கிறீர்களோ, அதற்கான ஒரு முன்னுதாரணமாக நீங்களே திகழுங்கள். நீங்கள் பரிந்துரைக்கின்ற மாற்றத்தை அவர்கள் சுவீகரித்துக் கொள்வதற்கு அவர்களைத் தூண்ட நீங்கள் விரும்பினால், அதை உருவாக்கிக் கொள்வது எவ்வளவு எளிது என்பதை நீங்கள் உங்கள் வாழ்க்கையில் செயல்படுத்திக் காட்ட வேண்டும். நீங்கள் ஆரோக்கியமற்ற உணவை உண்டு கொண்டிருக்கின்றபோது, மற்றவர்கள் ஆரோக்கியமான உணவுப் பழக்கத்தைக் கடைபிடிக்க வேண்டும் என்று உங்களால் பரிந்துரைக்க முடியாது. நீங்கள் எப்போதும் ஆரோக்கியமான உணவை உண்டு, அதன் பெருமைகளைப் பற்றி எப்போதும் சிலாகித்துப் பேசிக் கொண்டிருப்பதன் மூலம், தாங்களும் அதை முயன்று பார்க்க வேண்டும் என்ற விருப்பத்தை அவர்களிடம் உங்களால் தோற்றுவிக்க முடியும்.

நீங்கள் உங்களுடைய அலைபேசியை உங்களுடைய கைகளில் வைத்துக் கொண்டு, மற்றவர்கள் தங்களுடைய அலைபேசியை உற்றுப் பார்க்கக்கூடாது என்ற வேண்டுகோளை உங்களால் விடுக்க முடியாது. நீங்கள் உங்களுடைய அலைபேசியை வேறோர் அறையில் வைத்துவிட்டு அப்படிப்பட்டதொரு வேண்டுகோளை விடுத்தால், உங்களுடைய செய்கை அந்த நபரிடம் தாக்கம் ஏற்படுத்தும்.

நீங்கள் மற்றவர்களிடம் விரும்புகின்ற நடத்தையை உங்களிடம் செயல்படுத்துகின்ற ஒருவராக இருப்பதில் இன்னோர் அனுகூலமும் இருக்கிறது. அவர்கள் அதைத் தங்களுடைய சொந்த யோசனையாகக் கருதுவர்.

உங்கள் அலுவலக சகா தினந்தோறும் மதிய உணவு இடைவேளையில் சிறிது நேரம் காலார நடக்கச் செல்கின்ற

உதாரணத்தை எடுத்துக் கொள்ளலாம். அவர் அப்படிச் செய்து கொண்டிருப்பதைச் சில வாரங்கள் நீங்கள் அவதானிக்கின்றபோது, உங்களையும் அறியாமல் அது உங்களுடைய ஆழ்மனத்தில் தாக்கம் ஏற்படுத்தத் தொடங்கிவிடும். அந்த நபர் நடந்துவிட்டுத் திரும்பி வருகின்றபோது அவருடைய மனநிலை மேம்பட்டிருப்பதையும், அவருடைய ஆற்றல் அதிகரித்திருப்பதையும், அவருடைய புன்னகை பிரகாசமடைந்திருப்பதையும் நீங்கள் பார்க்கிறீர்கள்.

அவருடைய நடத்தையைப் பற்றி நீங்கள் பிரக்ஞைபூர்வமாகச் சிந்தித்துக் கொண்டிருக்காவிட்டாலும், அது உங்கள்மீது தாக்கம் ஏற்படுத்துகிறது. அது மீண்டும் மீண்டும் நிகழ்வதை நீங்கள் தொடர்ந்து பார்த்துக் கொண்டிருக்கின்றபோது, ஒரு கட்டத்தில் நீங்களும் அதில் இறங்கிவிடுவீர்கள்.

எனக்கு இதில் பிடித்த விஷயம் இதுதான்: நீங்கள் நடக்கத் தொடங்கும்போது, உண்மையில், உங்களுடைய சகா உங்கள் ஆழ்மனத்தில் ஏற்படுத்திய தாக்கத்தின் காரணமாகத்தான் நீங்கள் அதில் இறங்கியிருக்கிறீர்கள் என்றாலும், அது உங்களுடைய சொந்த யோசனை என்ற எண்ணம் உங்களிடம் இருக்கும். இவ்வளவுக்கும், அவர் வெளிப்படையாக உங்கள்மீது தாக்கம் ஏற்படுத்த முயலவில்லை. அவர் தன்னுடைய ஆரோக்கியத்திற்காக அதைச் செய்து கொண்டிருந்தார், அவ்வளவுதான்.

தாக்கத்தின் சக்தி அது. அடுத்து, இதை உங்களுக்குச் சாதகமாக எப்படிப் பயன்படுத்தலாம் என்று பார்க்கலாம்.

முதலில் மற்றவர்களை அவர்கள் போக்கில் விடுங்கள்.

அவர்கள் மாற வேண்டும் என்ற அழுத்தத்தை அவர்கள்மீது திணிக்காதீர்கள். அவர்களுடைய நடத்தையையோ அல்லது செயல்களையோ உங்களால் மாற்ற முடியாது என்பதை ஏற்றுக் கொள்ளுங்கள். வளர்ந்தவர்கள் தாங்கள் நினைப்பதைத்தான் செய்வார்கள். அவர்கள் யாராக இருக்கிறார்களோ அவர்களை அப்படியே ஏற்றுக் கொள்ளுங்கள்.

உங்களுடைய செல்வாக்கைப் பயன்படுத்துங்கள்

உங்களுடைய சக்தி அவர்கள்மீதான உங்கள் செல்வாக்கில் இருக்கிறது. அதற்கு, நீங்கள் உங்களுடைய கட்டுப்பாட்டிற்குள் இருக்கின்ற ஒன்றின்மீது கவனம் செலுத்த வேண்டும். நீங்கள்தான் அது. நீங்கள் மற்றவர்களிடம் விரும்புகின்ற மாற்றத்தை முதலில் உங்களிடம் ஏற்படுத்துங்கள். அது எளிதானதாகவும் சுவாரசியமானதாகவும் இருப்பதை உறுதி செய்து கொள்ளுங்கள்.

உங்களுடைய முன்னுதாரணம் மற்றவர்கள்மீது கண்டிப்பாகத் தாக்கம் ஏற்படுத்தும். ஆனால், அதற்கு உங்களுக்கு ஏராளமான பொறுமை தேவைப்படும். ஏனெனில், உங்களுடைய

நேர்மறையான தாக்கம் பிறருடைய ஆழ்மனத்தில் பதிவதற்கு அதிக காலம் பிடிக்கும்.

உங்களுடைய முன்னுதாரணத்தால் உந்தப்பட்டு அவர்கள் மாறுவார்கள் என்ற எதிர்பார்ப்பு இல்லாமல் இதை நீங்கள் செய்ய வேண்டும். நீங்கள் எதிர்பார்ப்புடன் இருந்து அவர்கள் மாறவில்லை என்றால், உங்களுக்கு அவர்கள்மீது மனக்கசப்பு ஏற்படும். அதைத் தவிர்ப்பதற்காக, நீங்கள் எந்த எதிர்பார்ப்பும் வைத்துக் கொள்ளக்கூடாது.

அதற்கு ஆறு மாதகால அவகாசத்தைக் கொடுங்கள்.

"என்ன, ஆறு மாதங்களா?" என்று நீங்கள் யோசிப்பது எனக்குத் தெரிகிறது.

ஆமாம், ஆறு மாதங்கள். எடுத்துக்காட்டாக, நீங்கள் உடற்பயிற்சிக்கூடத்திற்குச் செல்கிறீர்கள் என்று வைத்துக் கொள்வோம். நீங்கள் ஆறு மாதங்கள் தொடர்ச்சியாக அங்குச் சென்றால்தான், வெளிப்படையாகத் தெரிகின்ற மாற்றங்களை உங்களிடம் ஏற்படுத்த முடியும். அப்போதுதான், நீங்கள் யாரை மாற்ற வேண்டும் என்று நினைக்கிறீர்களோ அவர்கள் அதனால் ஈர்க்கப்படுவார்கள், உங்களுடைய நடத்தை அவர்கள்மீது தாக்கம் ஏற்படுத்தும்.

நீங்கள் இவ்வளவு காலம் காத்திருக்க விரும்பவில்லை என்றால், 'மூன்று அம்சச் சுழற்சி வட்டம்' என்ற வேறோர் உத்தி இருக்கிறது. அதை நீங்கள் முயன்று பார்க்கலாம்.

மூன்று அம்சச் சுழற்சி வட்ட உத்தி

இது நான் உருவாக்கியுள்ள ஓர் உத்தி. உங்கள் வாழ்வில் இடம் பெற்றுள்ள எவரிடம் வேண்டுமானாலும் இதை நீங்கள் பயன்படுத்திப் பார்க்கலாம்.

அந்த மூன்று அம்சங்கள்:

மன்னிப்புக் கேளுங்கள், பிறகு திறந்தமுனை கேள்விகளைக் கேளுங்கள்

பின்வாங்குங்கள், பிறகு அவர்களுடைய நடத்தையை அவதானியுங்கள்

கொண்டாடுங்கள், பிறகு ஒரு முன்மாதிரியாக இருப்பதைத் தொடருங்கள்

இவற்றை ஒவ்வொன்றாக விரிவாகப் பார்ப்பதற்கு முன்பாக அவற்றின் சில அடிப்படை அம்சங்களைப் பார்க்கலாம்.

1. அடிப்படை விதிகள்

இந்த மூன்று அம்சச் சுழற்சி வட்டத்தை நீங்கள் ஓர் உரையாடலுடன் தொடங்க வேண்டும். இது வழக்கமான உரையாடல் அன்று. இதற்கு முன்பு இப்பிரச்சனை குறித்து நீங்கள் மேற்கொண்டுள்ள உரையாடல்களிலிருந்து இது வேறுபட்டிருக்கும். இது உளவியலாளர்கள் பயன்படுத்துகின்ற ஓர் உத்தி.

இப்பிரச்சனை நீண்டகாலமாக இருந்து வந்திருந்தால், அது உங்களிடம் ஏகப்பட்ட விரக்தியைத் தோற்றுவித்திருக்கும். அது உங்களுக்குள் ஒரு முடிவுறா இழுபறி நிலைக்கு இட்டுச் சென்றிருக்கும். அதைக் களைவதற்கு இந்த உரையாடல் உதவும்.

இந்த உரையாடலை நீங்கள் நேருக்கு நேராக நடத்த வேண்டும். அதற்கு நீங்கள் ஒரு காலக்கெடுவை நிர்ணயிக்கக்கூடாது. நீங்கள் நேசிக்கின்ற ஒருவரிடம் நீங்கள் அடையாளம் கண்டுள்ள ஒரு தீவிரமான பிரச்சனைக்குத் தீர்வு காண்பதற்காக, அந்த நபருடன் நீங்கள் ஏற்படுத்திக் கொள்ளப் போகின்ற ஓர் ஆழமான பிணைப்பு தொடர்பானது இது.

இங்கு நீங்கள் பரிவை வெளிப்படுத்த வேண்டும். நீங்கள் உங்களுடைய கவலையை அல்லது விரக்தியை வெளிப்படுத்துவதற்கான, குறை கூறுவதற்கான, கடுமையாக விமர்சிப்பதற்கான ஓர் உரையாடலன்று இது. இது சரியானதை நிலைநிறுத்துவதற்கான முயற்சியும் அன்று. இறுக்கத்தைக் குறைத்து, ஒரு நேர்மறையான மாற்றம் ஏற்படுவதற்கான ஒரு சூழலை உருவாக்குவதுதான் இதன் நோக்கம்.

மாற வேண்டும் என்று நீங்கள் நினைக்கின்ற நபர் கூறுவதை எந்தவிதமான குறுக்கீடுகளும் இல்லாமல் காது கொடுத்துக் கேட்கின்ற மனநிலையோடு நீங்கள் இதை அணுக வேண்டும்.

2. முன்தயாரிப்பு

இந்த உரையாடலுக்குள் நுழைவதற்கு முன்பு, மற்றவருடைய எந்த நடத்தை உங்களுக்கு விரக்தி ஏற்படுத்திக் கொண்டிருக்கிறது, அவர் எந்த மாற்றத்தை மேற்கொள்ள வேண்டும் என்று நீங்கள் எதிர்பார்க்கிறீர்கள் என்பது குறித்தத் தெளிவு உங்களுக்கு இருக்க வேண்டும். மற்றவர்களிடம் நேர்மையாக இருப்பதற்கு முன்பாக, முதலில் நீங்கள் உங்களுடன் நேர்மையாக இருத்தல் இன்றியமையாதது.

ஒரு குறிப்பேட்டை எடுத்துக் கொள்ளுங்கள். இதற்கு நீங்கள் உங்கள் அலைபேசியிலுள்ள குறிப்பெடுக்கும் செயலியையும் பயன்படுத்திக் கொள்ளலாம்.

உங்கள் உணர்ச்சிகளை ஒதுக்கி வைத்துவிட்டு, அந்த

விஷயம் உங்களை ஏன் தொந்தரவு செய்கிறது என்பது குறித்து ஆராய்வதுதான் இங்கு நம் நோக்கம். அதற்கு 'ஐந்து "ஏன்" உத்தி' என்ற ஓர் உத்தியை நாம் கையாளப் போகிறோம். டொயோட்டா நிறுவனத்தின் நிறுவனரான சாகிசி டொயோட்டா உருவாக்கிய உத்தி இது.

இதில் நீங்கள் ஐந்து முறை 'ஏன்' என்ற கேள்வியைக் கேட்பீர்கள். ஒவ்வொரு கேள்வியும் முந்தைய கேள்வியைவிடப் பிரச்சனையின் ஆழத்திற்குள் செல்ல வேண்டும்.

இந்த உத்தியைப் பயன்படுத்துவதற்கான வழி இது:

உங்களிடம் இப்படிக் கேளுங்கள்: "அந்த நபரின் நடத்தை என்னை ஏன் இந்த அளவு பாதிக்கிறது?" இது குறித்துச் சிந்தித்து அதற்கான பதிலை எழுதிக் கொள்ளுங்கள்.

அடுத்து இப்படிக் கேளுங்கள்:

"அது ஏன் என்னைப் பாதிக்கிறது?" அதற்கான பதிலையும் எழுதிக் கொள்ளுங்கள்.

மீண்டும் இப்படிக் கேளுங்கள்:

"அது ஏன் என்னைப் பாதிக்கிறது?" அதற்கான பதிலையும் எழுதிக் கொள்ளுங்கள். மீண்டும் ஒரு முறை, "அது ஏன் என்னைப் பாதிக்கிறது?" என்று கேட்டு அதற்கான பதிலையும் எழுதிக் கொள்ளுங்கள். இறுதியாக, ஐந்தாவது முறை, "அது ஏன் என்னைப் பாதிக்கிறது?" என்று கேட்டு அதற்கான பதிலையும் எழுதிக் கொள்ளுங்கள்.

இதை விளக்குவதற்கு, நாம் ஏற்கனவே பார்த்திருந்த, தன் கணவரின் ஆரோக்கியம் குறித்துக் கவலை கொண்டிருந்த என் தோழியின் கதையை மீண்டும் எடுத்துக் கொள்ளலாம்.

நாம் அவளிடம் இக்கேள்விகளைக் கேட்கலாம். அவள் என்ன பதிலளிப்பாள் என்பதையும் நாம் கற்பனை செய்யலாம்.

"அது ஏன் என்னைப் பாதிக்கிறது?"

அவர் தன்னுடைய ஆரோக்கியம் குறித்து அக்கறை கொள்ளாமல் இருக்கிறார் என்பதால் இது என்னைப் பாதிக்கிறது.

"அது ஏன் என்னைப் பாதிக்கிறது?"

அவருடைய ஆரோக்கியமற்ற நடத்தை எங்களுடைய குழந்தைகளுக்கான மோசமான முன்னுதாரணமாக அமைந்துவிடக்கூடும் என்று நான் பயப்படுகிறேன்.

"அது ஏன் என்னைப் பாதிக்கிறது?"

அவர் மற்ற முக்கியமான விஷயங்களைத் தவிர்க்கிறார். இதனால், அவர் எனக்கு வசீகரமற்றவராகத் தோன்றுகிறார்.

"அது ஏன் என்னைப் பாதிக்கிறது?"

அவரை நான் ஆழமாகக் காதலிக்கிறேன். அவருக்கு மாரடைப்பு ஏற்பட்டுவிடக்கூடாது என்று நான் பயப்படுகிறேன்.

"அது ஏன் என்னைப் பாதிக்கிறது?"

நான் அவரைச் சீக்கிரமாகவே இழந்துவிடுவேனோ என்று

எனக்கு பயமாக இருக்கிறது.

இந்த உத்தி எப்படி வேலை செய்கிறது என்பது உங்களுக்குப் புரிகிறதா? இறுதிக் கேள்வியின் வாயிலாக, பிரச்சனை எந்த அளவு தீவிரமானது என்று அவர் கருதுகிறார் என்பது வெளிப்பட்டுள்ளது. அப்பிரச்சனை ஏன் அவரைக் கடும் மன உளைச்சலுக்கு ஆளாக்குகிறது என்பது இப்போது தெளிவாகிறது.

இக்கேள்விகளுக்கான உங்களுடைய பதில்கள் தனிப்பட்ட முறையில் உங்களுக்கானவை. அவற்றை, நீங்கள் யாரிடம் மாற்றத்தை விரும்புகிறீர்களோ அவரிடம் நீங்கள் பகிர்ந்து கொள்ளத் தேவையில்லை. அது உங்களுடைய வேண்டுகோளுக்கு வலு சேர்க்கும் என்று நீங்கள் கருதினால், அதை நீங்கள் செய்வதில் தப்பில்லை. ஆனால், இந்த ஐந்து கேள்விகள் உத்தியின் நோக்கம், உங்களுடைய விரக்திக்கான ஆழமான காரணத்தை அறிந்து கொள்வதுதான்.

இக்கேள்விகளுக்கு நீங்கள் ஒரு நேர்மையான முறையில் பதிலளிக்க வேண்டும். இது உங்களைப் பற்றியது என்பதையும், எந்த விஷயத்தில் நீங்கள் கட்டுப்பாடு செலுத்த விரும்புகிறீர்கள் என்பதையும் உங்களால் பார்க்க முடிகின்றபோது, நீங்கள் அவர்களை அவர்கள் போக்கில் விட்டுவிடுவீர்கள். நீங்கள் நிதானத்துடன் அந்த மூன்று அம்சச் சுழற்சி வட்டத்திற்குள் நுழைவதற்கு அது உங்களுக்கு உதவும்.

<u>மூன்று அம்சச் சுழற்சி வட்டம்</u>

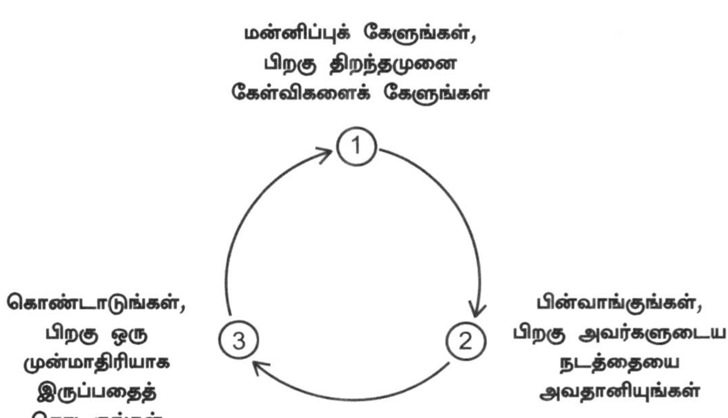

மன்னிப்புக் கேளுங்கள், பிறகு திறந்தமுனை கேள்விகளைக் கேளுங்கள்

இது, 'ஊக்குவிப்பு நேர்காணல்' என்ற ஓர் உத்தியின் அடிப்படையில் அமைந்த ஒன்று. இதை நான் டாக்டர் அலோக்கிடமிருந்து அறிந்து கொண்டேன்.

இது திறந்தமுனை கேள்விகளைக் கேட்பதில் கவனத்தைக் குவிக்கிறது. இங்கு நீங்கள் அந்த நபர் எப்படி உணர்கிறார் என்பதை வெளிப்படுத்துகின்ற கேள்விகளைக் கேட்பீர்கள். இது, அவர்களுடைய நடத்தைக்கும் அவர்களுடைய விருப்பத்திற்கும் இடையேயுள்ள தொடர்பின்மை குறித்து அவர்களைச் சிந்திக்க வைக்கும்.

இது அழுத்தம் கொடுப்பதற்கு நேரெதிரானது. மற்றவர் என்ன செய்ய வேண்டும் என்று சிந்தித்துக் கொண்டிருப்பதற்குப் பதிலாக, இங்கு நீங்கள் திறந்தமுனை கேள்விகளை அவரை நோக்கி அனுப்புகிறீர்கள். ஏனெனில், தன்னுடைய நடத்தை குறித்து அவருடைய நிலைப்பாடு என்ன என்பதைத் தெரிந்து கொள்ள நீங்கள் ஆர்வமாக இருக்கிறீர்கள்.

இந்த உரையாடலைத் துவக்குவதற்கான சிறந்த வழி, அதை ஒரு மன்னிப்புடன் துவக்குவதுதான். உங்கள் கேள்வியை நீங்கள் இந்த ரீதியில் அமைத்துக் கொள்ளலாம்: "நான் உங்களை எடைபோட்டுள்ளதற்காகவும், உங்கள்மீது அழுத்தத்தைப் பிரயோகித்ததற்காகவும் உங்களிடம் மன்னிப்புக் கேட்க விரும்புகிறேன். உங்களுடைய . . . . குறித்து நீங்கள் எப்படி உணர்கிறீர்கள் என்று நான் ஒருபோதும் உங்களிடம் கேட்கவில்லை."

அந்தக் கோடிட்ட இடத்தில், கீழே குறிப்பிடப்பட்டுள்ளவற்றில் ஒன்றைக் கொண்டு அல்லது பொருத்தமான வேறு ஏதாவது ஒன்றைக் கொண்டு நீங்கள் பூர்த்தி செய்து கொள்ளலாம்.

ஆரோக்கியம்.
மதிப்பெண்.
வேலை தேடல்.
திருமணம் செய்து கொள்ளாமல் இருத்தல்.
வாழ்க்கைச் சூழல்.
திருமணம்.
குடிப்பழக்கம்.
நிதி நிலைமை.

நீங்கள் இந்த உரையாடலை மன்னிப்புக் கேட்பதுடன் துவங்குகின்றபோது, அது பரிவு மற்றும் ஆதரவுடன்கூடிய ஓர் உரையாடலுக்கான அடித்தளத்தை அமைத்துக் கொடுக்கும்.

அவர் கூறுவதை உண்மையிலேயே காது கொடுத்துக் கேளுங்கள். அந்தப் பிரச்சனை குறித்து அந்த நபர் உண்மையிலேயே எப்படி உணர்கிறார் என்பதைத் தெரிந்து கொள்ள முயலுங்கள்.

அவர்களுடைய பதில் எதுவாக இருந்தாலும், அந்த பதிலையே மீண்டும் அவரிடம் திறந்தமுனை கேள்வியாகக் கேளுங்கள்.

என்னுடைய தோழியைப் பொறுத்தவரை அது இப்படி இருக்கலாம்: "உங்களுடைய ஆரோக்கியம் குறித்து இப்போது நீங்கள் எப்படி உணர்கிறீர்கள்?"

டாக்டர் அலோக் இவ்வாறு கூறுகிறார்: "வாழ்க்கையில் நீங்கள் எடுக்கின்ற ஒவ்வொரு நடவடிக்கையும் தனிப்பட்ட முறையிலானது. ஊக்குவிப்புக் கூட்டங்களில், மக்கள் இக்கொள்கையைப் புரிந்து கொள்ள நாங்கள் உதவுகிறோம். தங்களுடைய சொந்தச் சூழல் குறித்துச் சிந்திக்க நாங்கள் அவர்களை ஊக்குவிக்கிறோம்."

உங்களுடைய முதல் கேள்விக்கு அவர்களுடைய பதில் எதுவாக இருந்தாலும், அது குறித்து உங்களுடைய உணர்ச்சிகளை நீங்கள் அவரிடம் பகிர்ந்து கொள்ளத் தேவையில்லை. அவருடைய பதிலையே அவரிடம் ஒரு கேள்வியாகத் திருப்பிப் போடுங்கள். "ஓ! இது இப்படித் தோன்றுகிறது . . ."

"உங்கள் ஆரோக்கியம் குறித்து நீங்கள் நல்லவிதமாக உணர்வதுபோலத் தோன்றுகிறது."

அவர்களுடைய பதில் "சரி," என்பது போன்ற ஒற்றை வார்த்தையாக இருந்தாலும், அது ஒரு பிரச்சனையன்று. அதை மற்றொரு திறந்தமுனை கேள்வியாக மாற்றிவிடுங்கள்.

"சரி என்ற உணர்வை எது உங்களுக்கு அளிக்கிறது?"

அவர் கூறுவதை ஆர்வத்துடனும் ஏற்றுக் கொள்ளும் மனப்போக்குடனும் கேளுங்கள். பின் மேலும் சில திறந்தமுனை கேள்விகளைக் கேளுங்கள்:

"இது நீண்டகாலமாகவே இப்படி இருப்பதால், உங்கள் ஆரோக்கியம் குறித்து நீங்கள் பெரிதாக அலட்டிக் கொள்வதில்லைபோலத் தோன்றுகிறது."

டாக்டர் அலோக் சில கேள்விகளைப் பரிந்துரைக்கிறார். அவற்றை நீங்கள் எந்த உரையாடலில் வேண்டுமானாலும் கேட்கலாம்:

"அது குறித்து நீங்கள் எப்படி உணர்கிறீர்கள்?"

"அதற்கு நீங்கள் பழகிவிட்டதுபோலத் தோன்றுகிறது."

"மாறுவதற்கு நீங்கள் அளவுக்கதிகமாகக் கடினமாக உழைக்க வேண்டும் என்று நீங்கள் நினைக்கிறீர்களா?"

"இது கடினமாக இருப்பதாக நீங்கள் ஏன் கருதுகிறீர்கள்?"

"உங்களிடமிருந்து நான் எப்போதும் அதிகமாக எதிர்பார்த்துக் கொண்டிருப்பது உங்களுக்கு நிஜமாகவே கடும்

விரக்தியளித்திருக்கும், இல்லையா?”

“எவ்வளவு காலமாக உங்களிடம் இந்த உணர்வு நிலவிக் கொண்டிருக்கிறது?”

“இது குறித்து நான் எதுவும் செய்ய வேண்டாம் என்று நீங்கள் கூற வருகிறீர்கள் என்று நான் எடுத்துக் கொள்ளலாமா?”

நான் இதை உங்களிடம் மீண்டும் நினைவுபடுத்த விரும்புகிறேன்: இங்கு நீங்கள் வெறுமனே கேள்விகளை மட்டும் கேட்டுக் கொண்டிருக்க வேண்டும், உங்களுடைய அபிப்பிராயங்கள் தவிர்க்கப்பட வேண்டும். அப்படி நீங்கள் உங்களுடைய அபிப்பிராயங்களை வெளிப்படுத்தினால், நீங்கள் தன்மீது மீண்டும் அழுத்தத்தைப் பிரயோகிக்கத் தொடங்கிவிட்டதாக அவர் நினைக்கத் தொடங்கிவிடுவார். அது இந்த உத்தியைப் பயனற்றதாக ஆக்கிவிடும்.

அந்த நபர் ஓர் ஒற்றை வரியில் பதிலளித்தாலும், பேச்சை மாற்றிக் கொண்டிருந்தாலும், அதனால் ஊக்கமிழக்காதீர்கள். அவர்களை உண்மையைக் கூற வைப்பது இந்த உத்தியின் நோக்கமன்று. அவர்கள் தங்களுக்குள் உணர்வது குறித்த அசௌகரியத்தை அவர்களிடம் ஏற்படுத்துவதுதான் இதன் நோக்கம். அதை அவர்கள் உங்களிடம் வெளிப்படுத்தாமல் போகலாம்.

அவர்களுடைய தற்போதைய நடத்தைக்கும் அவர்கள் விரும்புவதற்கும் இடையேயுள்ள இடைவெளியை அவர்களை உணர வைப்பது முக்கியம். ஏனெனில், அப்போதுதான் அவர்களாகவே மாற்றத்தை நாடுவார்கள்.

அதில் நீங்கள் குறுக்கிடக்கூடாது என்று கூறப்படுவதற்கு இதுதான் காரணம். அந்த அசௌகரிய உணர்விடம் அவர்களைக் கொண்டு சேர்க்கின்ற வாகனம்தான் நீங்கள். அதை நீங்கள் பரிவுடனும் ஆர்வத்துடனும் அன்புடனும் செய்ய வேண்டும் என்பதுதான் இங்கு முக்கியம். அந்தப் பிரச்சனை குறித்து அவர்கள் எப்படி உணர்கிறார்கள் என்பதைத் தெரிந்து கொள்வதுதானே உங்களுடைய நோக்கம்?

மாறுவதற்கான ஊக்குவிப்பை அவர்களிடம் ஏற்படுத்துவதில் இந்த உரையாடலுக்கு ஒரு முக்கியப் பங்கு இருக்கிறது.

பின்வாங்குங்கள், பிறகு அவர்களுடைய நடத்தையை அவதானியுங்கள்

நீங்கள் அவர்களிடம் மன்னிப்புக் கோரிவிட்டு, திறந்தமுனை கேள்விகளை அவர்களிடம் கேட்டுவிட்டு, பிறகு பின்வாங்கிவிட வேண்டும். அதற்குப் பிறகு நீங்கள் அவர்களுக்கு அழுத்தம் எதையும் கொடுக்கக்கூடாது.

அவர்கள் உடனே செயலில் குதிப்பார்கள் என்று

எதிர்பார்க்காதீர்கள். அது குறித்து அசைபோட்டுப் பார்ப்பதற்கு அவர்கள் நேரம் எடுத்துக் கொள்வார்கள். நீங்கள் எதிர்பார்க்கின்ற மாற்றத்தை உங்களிடம் ஏற்படுத்திக் கொண்டு, அது எளிதாகவும் சுவாரசியமானதாகவும் இருக்கின்ற தோற்றத்தை நீங்கள் அவர்களுக்குக் கொடுப்பது முக்கியமானது. ஏனெனில், அப்போதுதான், அந்தப் பிரச்சனை தீர்க்கப்பட வேண்டியது தங்களுக்கு எந்த அளவு முக்கியமானது என்பதை அவர்களே கண்டுபிடித்துக் கொள்வதற்கான சுதந்திரம் அவர்களுக்குக் கிடைக்கும்.

உங்களுடைய சக ஊழியர் காலார நடந்து செல்கின்ற எடுத்துக்காட்டிற்கு நாம் மீண்டும் வரலாம். அதனால் உந்தப்பட்டு நீங்கள் செயல்நடவடிக்கையில் இறங்குவதற்கு உங்களுக்குப் பல மாதங்கள் ஆகலாம் என்றாலும், அதைத் தினந்தோறும் நீங்கள் பார்த்துக் கொண்டிருக்கின்றபோது, உங்களிடம் ஒரு விதமான இறுக்கமான உணர்வு ஏற்படும். இறுதியில் ஒரு நாள் அந்த இறுக்கம் உங்களுக்கு ஊக்குவிப்பளித்து உங்களையும் வெளியே சென்று நடக்க வைக்கும்.

அதனால்தான், அதற்கு நீங்கள் நீண்டகாலத்தை அளிக்க வேண்டும். இறுக்கம் ஊக்குவிப்பாக மலர்வதற்குக் காலம் பிடிக்கும்.

நீங்கள் திறந்தமுனை கேள்விகளைக் கேட்டு முடித்தப் பிறகு வெறுமனே அவர்களை அவதானித்துக் கொண்டிருந்தால் போதும். அவர்களை மாற்ற நீங்கள் முயலக்கூடாது. அவர்கள் மாறினால் நல்லது. இல்லையெனில், அவர்களை அவர்கள் போக்கில் விட்டுவிடுங்கள்.

அவர்களுக்கு அப்படி நீண்டகால அவகாசம் கிடைத்தால், அந்த யோசனை தங்களுடையது என்ற முடிவுக்கு அவர்கள் வருவார்கள்.

கொண்டாடுங்கள், பிறகு ஒரு முன்மாதிரியாக இருப்பதைத் தொடருங்கள்

நீங்கள் பின்வாங்கிக் கொண்ட பிறகு, உங்களுடைய முன்மாதிரி நடவடிக்கையைத் தொடருங்கள். நீங்கள் மேற்கொண்டிருந்த நடவடிக்கையின் காரணமாக நீங்கள் ஏதாவது மைல்கல்லை அடைந்துவிட்டால், அதைக் கொண்டாடுங்கள். அதேபோல, அந்த நபர் ஒரு சிறிய அடியை எடுத்து வைத்தாலும் அதையும் கொண்டாடுங்கள்.

நேர்மறையான பாராட்டுரைகள், நடத்தை மாற்றத்தில் ஒரு குறிப்பிடத்தக்கத் தாக்கம் ஏற்படுத்துவதாக டாக்டர் டாலி தெரிவிக்கிறார். எடுத்துக்காட்டாக, உங்கள் கணவருக்கு நீங்கள் வாங்கிக் கொடுத்த உடற்பயிற்சிக் கருவியை அவர்

பயன்படுத்துவதை நீங்கள் பார்த்தால், அவர் தன் உடற்பயிற்சியை முடித்ததும், அவரைக் கட்டியணைத்து அவரைப் பாராட்டிவிட்டு, அவர் குறித்து நீங்கள் பெருமை கொள்வதாக அவரிடம் கூறலாம்.

அது மிகச் சிறப்பான பலன்களை அளிக்கும் என்று டாக்டர் டாலி தெரிவிக்கிறார்.

மக்கள் நல்லவிதமாக உணர விரும்புகிறார்கள்

ஒருவர் கடினமான ஒன்றைச் செய்து முடிக்கின்றபோது, அதற்கான நேர்மறையான வெகுமதிகள் உடனடியாக அவருக்குக் கிடைத்தால், அது அவரிடம் உள்ளார்ந்த ஊக்குவிப்பை ஏற்படுத்தும் என்றும், அதை மீண்டும் செய்வதற்கு அவரைத் தூண்டும் என்றும் ஆய்வுகள் தெரிவிக்கின்றன. நீங்கள் அவர்களுடைய முயற்சிகளை அங்கீகரித்தால், அது அவர்களுக்குப் பெரும் ஊக்குவிப்பாக இருக்கும்.

வெகுமதிகளும் பாராட்டுகளும் ஒருவருக்கு இன்ப உணர்ச்சியை ஊட்டும். டாக்டர் அலோக் தெரிவித்திருந்தபடி, இன்ப உணர்ச்சிகள் ஒருவர் முன்னே செல்ல அவரை வெகுவாக ஊக்குவிக்கும்.

தன் கணவர் உடற்பயிற்சி செய்து முடித்தவுடன் என்னுடைய தோழி அவரை எவ்வளவு அதிகமாகப் பாராட்டுகிறாரோ, உடற்பயிற்சியில் ஈடுபட வேண்டும் என்ற ஊக்குவிப்பு அவ்வளவு அதிகமாக அவருக்குள் ஏற்படும்.

பொதுவாக, மாற்றங்களை, அச்சுறுத்தல்கள், அழுத்தம், பயம் என்பன போன்ற எதிர்மறையான விஷயங்களோடு நாம் தொடர்புபடுத்துகிறோம். ஆனால், அதன் உண்மையான வெற்றி, ஏற்றுக் கொள்ளுதல்கள், பாராட்டுரைகள், வெகுமதிகள், பரிவுடன்கூடிய ஆதரவு போன்றவற்றில்தான் பொதிந்துள்ளது.

வளர்ந்தவர்கள் தாங்கள் நினைப்பதையே செய்வார்கள். நேர்மறையான ஊக்குவிப்பில்தான் உங்கள் சக்தி அடங்கியிருக்கிறது.

அவர்களிடம் மாற்றம் உடனடியாக நிகழலாம். அல்லது, அதற்குப் பல வாரங்கள் அல்லது மாதங்கள் பிடிக்கலாம். சில சமயங்களில், சில ஆண்டுகள்கூடப் பிடிக்கலாம். அல்லது அவர்கள் ஒருபோதும் மாறாமல் போகக்கூடும்.

அதுவும் ஒரு பிரச்சனையன்று.

மாறுவதற்கு மற்றவர்களை எப்படி ஊக்குவிப்பது என்பதை இப்போது சுருக்கமாகப் பார்க்கலாம். நீங்கள் நேசிக்கின்ற நபர்கள் தங்களை மாற்றிக் கொள்ள வேண்டும் என்று நீங்கள் விரும்பக்கூடும். ஆனால், அதற்கு நீங்கள் அவர்கள்மீது அழுத்தத்தைப் பிரயோகித்தால், அதை அவர்கள் எதிர்ப்பார்கள்.

அதனால் அவர்கள் தங்களைத் தாங்களே ஊக்குவித்துக் கொள்ளத் தேவையான தாக்கத்தை உங்களால் அவர்கள்மீது ஏற்படுத்த முடியும்.

1. **பிரச்சனை:** அழுத்தம் மாற்றத்தை உருவாக்குவதில்லை. அது எதிர்ப்பையே உருவாக்கும். உங்கள் நோக்கம் சிறப்பானதாக இருந்தாலும், மோசமான விளைவுகளேயே நீங்கள் எதிர்கொள்ள நேரிடும். நீங்கள் ஒருவர்மீது எவ்வளவு அதிகமாக அழுத்தத்தைப் பிரயோகிக்கிறீர்களோ, அவ்வளவு அதிகமாக அவர்கள் உங்களிடமிருந்து விலகிச் செல்வர். அது அவர்களுடனான உங்கள் உறவைச் சீர்குலைக்கும். இங்கு நீங்கள் மனித இயல்புக்கு எதிராகச் செயல்பட முனைகிறீர்கள். உங்கள் உறவில் ஏற்படுகின்ற இறுக்கம், அந்த நபர் நீங்கள் கூறுகின்றபடி நடக்காமல் இருப்பதால் ஏற்படுவதாக நீங்கள் நினைக்கக்கூடும். அது உண்மையன்று. நீங்கள் உருவாக்குகின்ற அழுத்தத்தாலேயே அது ஏற்படுகிறது.
2. **உண்மை:** வளர்ந்தவர்கள் தாங்கள் எப்போது நினைக்கிறார்களோ அப்போதுதான் மாறுவார்கள். தங்கள் வாழ்க்கையின் ஒவ்வோர் அம்சத்தையும் கட்டுப்படுத்த வேண்டும் என்ற உள்ளுணர்வுரீதியான அடிப்படை உந்துதல் எல்லா மனிதர்களுக்கும் இயல்பிலேயே உண்டு. அந்தக் கட்டுப்பாட்டை யாரோ தங்களிடமிருந்து அபகரிக்கப் பார்க்கிறார்கள் என்ற உணர்வு அவர்களுக்கு எழுந்தால், அவர்கள் அதை எதிர்த்துப் போராடுவார்கள்.
3. **தீர்வு:** மற்றவர்கள் தங்களைத் தாங்களே ஊக்குவித்துக் கொள்ள அவர்கள்மீது உங்களால் தாக்கம் ஏற்படுத்த முடியும். திறந்தமுனை கேள்விகளைக் கேட்டல், மாற்ற நடத்தைக்கான ஒரு முன்னுதாரணமாகத் திகழ்தல், முன்னேற்றத்தைக் கொண்டாடுதல் ஆகியவற்றை உள்ளடக்கிய மூன்று அம்சச் சுழற்சி வட்ட உத்தியைப் பயன்படுத்துவதன் மூலம் அந்தத் தாக்கத்தை உங்களால் ஏற்படுத்த முடியும். ஆனால், மாற்றத்திற்குத் தயாராகின்ற அந்த நபர், அது தன்னுடைய சொந்த யோசனை என்று நினைத்துக் கொள்வார் என்பதுதான் இதிலுள்ள சிறப்பு.

'அவர்களை அவர்கள் போக்கில் விடுங்கள்' என்று நீங்கள் சொல்கின்றபோது, அவர்கள் எப்படி இருக்கிறார்களோ அப்படியே அவர்களை நீங்கள் ஏற்றுக் கொள்கிறீர்கள். அது அழுத்தத்தையும் இறுக்கத்தையும் களைகிறது. பின் நீங்கள் உங்களை ஒரு முன்னுதாரணமாக ஆக்கிக் கொள்வதன் மூலம்,

அந்த நபரிடம் மாற்றத்தை ஏற்படுத்துவதற்கு அவர்மீது தாக்கம் ஏற்படுத்துகிறீர்கள்.

வளர்ந்தவர்களை வளர்ந்தவர்களாக நடத்துங்கள். உங்களுடைய முன்னுதாரண நடவடிக்கை அவர்கள்மீது தாக்கம் ஏற்படுத்தி அவர்களை மாற்றட்டும்.

வாழ்க்கையில் தத்தளித்துக் கொண்டிருக்கின்ற ஒருவருக்கு உதவுதல்

அத்தியாயம் 16

நீங்கள் எவ்வளவு அதிகமாக அவர்களைக் கைதூக்கிவிடுகிறீர்களோ, அவ்வளவு அதிகமாக அவர்கள் மூழ்குவர்

"வளர்ந்தவர்களை வளர்ந்தவர்களாக இருக்கவிடுங்களா?" நீங்கள் என்ன நினைக்கிறீர்கள் என்பது எனக்குத் தெரிகிறது. நான் மாற்ற விரும்புகின்ற நபர் உண்மையிலேயே ஒரு பெரிய சிக்கலில் மாட்டிக் கொண்டிருந்தால் அப்போது நான் என்ன செய்ய வேண்டும்? அவர்கள் அதிலேயே கிடந்து உழலட்டும் என்று அவர்களைக் கை கழுவிவிட்டு நான் ஒதுங்கிக் கொள்ள வேண்டுமா? அவர்கள் குடித்துவிட்டு வண்டியோட்டுவதை நான் வேடிக்கை பார்த்துக் கொண்டிருக்க வேண்டுமா?

வேண்டாம். அதில் சந்தேகமில்லை.

யாராவது ஒருவர் ஆபத்தான ஏதாவது ஒன்றைச் செய்து கொண்டிருந்தாலோ அல்லது சுய அழிவில் ஈடுபட்டிருந்தாலோ, அவர்களை அவர்கள் போக்கில் விட்டுவிட முடியாதுதான். நீங்கள் தலையிட்டுத்தான் ஆக வேண்டும். அவருடைய உயிரைக் காப்பாற்றுவதற்கான நடவடிக்கையில் நீங்கள் இறங்கித்தான் ஆக வேண்டும். காவல்துறையினரை அணுகுவது, அவரை ஒரு மருத்துவமனைக்கு அழைத்துச் செல்வது, இன்னொருவருடைய உதவியை நாடுவது, அவரை ஒரு பாதுகாப்பான இடத்திற்கு அனுப்பி வைக்கின்றவரை அவருடன் இருப்பது என்பன போன்ற நடவடிக்கைகளை நீங்கள் மேற்கொள்ள வேண்டியிருக்கலாம்.

சிக்கல் என்னவென்றால், பெரும் பிரச்சனைகளோடு போராடிக் கொண்டிருக்கின்ற பலர், அதை உங்களிடமிருந்து சாமர்த்தியமாக மறைத்துவிடுவர். போதை மருந்தை அவர்கள்

உங்கள் முன்னால் பயன்படுத்தாமல் இருப்பர். அது குறித்து உங்களிடம் பொய் சொல்வர். அவர்கள் கடுமையான மனச்சோர்வால் பாதிக்கப்பட்டிருந்தாலும், அலுவலகத்தில் தாங்கள் சாதாரணமாக இருப்பதாகக் காட்டிக் கொள்வர்.

தீவிரமான பிரச்சனைகளில் சிக்கிக் கொண்டிருப்பவர்களைக் கையாள்வதிலுள்ள ஒரு முக்கியமான சவால், அவர்களுடைய பிரச்சனை உண்மையில் எந்த அளவுக்குத் தீவிரமானது என்பதை அறிந்து கொள்வதுதான். பல நேரங்களில் அதை நீங்கள் அறிந்து கொள்கின்றபோது, காலம் கடந்துவிட்டிருக்கும்.

தீவிரப் பிரச்சனைகளில் சிக்கிக் கொண்டிருக்கின்ற மக்கள் அது குறித்து அவமான உணர்வு கொண்டிருப்பர். தங்கள் நிலைமை அவ்வளவு தீவிரமானதன்று என்று அவர்கள் தங்களைத் தாங்களே நம்ப வைத்துக் கொள்வர். தாங்கள் பிறருக்கு பாரமாக இருக்கின்ற உணர்வால் அவர்கள் அவதிப்பட்டுக் கொண்டிருப்பர். பிறர் தங்கள்மீது வைத்துள்ள நம்பிக்கைக்குப் பாத்திரமாகத் தாங்கள் நடந்து கொண்டிருக்கவில்லை என்ற குற்றவுணர்வு அவர்களுக்கு ஏற்கனவே இருக்கும். மக்கள் பிறரிடம் உதவி கேட்காமல் இருப்பதற்கும், தங்களுக்குள் என்ன நடந்து கொண்டிருக்கிறது என்பதைப் பிறருக்குச் சொல்லாமல் இருப்பதற்கும் இதுதான் காரணம்.

தாங்கள் நேசிக்கின்ற ஒருவர் மனச்சோர்வால் அவதிப்பட்டுக் கொண்டிருப்பதையோ, துக்கத்தில் மூழ்கியிருப்பதையோ, அல்லது மது, போதைப் பொருள் போன்ற ஏதாவது ஒன்றுக்கு அடிமையாகி இருப்பதையோ வெறுமனே பார்த்துக் கொண்டிருப்பது ஒருவர் தன் வாழ்க்கையில் எதிர்கொள்கின்ற மிகக் கடினமான அனுபவங்களில் ஒன்று. மேம்படுவதற்கும், போதைப் பழக்கத்திலிருந்து விடுபடுவதற்கும், பிரச்சனைகளை எதிர்கொள்வதற்கும் எல்லோருமே தயாராக இருக்க மாட்டார்கள் என்பது கசப்பானதோர் உண்மை. எல்லோராலும் அதைச் செய்யவும் முடியாது.

நீங்கள் நேசிக்கின்ற நபரின் வலியைப் போக்குவதற்கு எதைச் செய்வதற்கும் நீங்கள் தயாராக இருக்கலாம். ஆனால், அதை அந்த நபரும் விரும்ப வேண்டும். இல்லையென்றால், உங்களால் அவருக்குப் பெரிதாக உதவ முடியாது.

சில நேரங்களில், இப்படிப்பட்ட நபருக்கு உதவுகின்ற உங்களுடைய ஆர்வத்தின் காரணமாக, அந்த நபர் தன் பிரச்சனைகளை எதிர்கொள்ளத் தேவையான பலத்தைப் பெறுவதற்கு நீங்கள் இடைஞ்சலாக இருக்கக்கூடும். நீங்கள் எவ்வளவு அதிகமாக அவர்களைக் கைதூக்கிவிடுகிறீர்களோ, அவ்வளவு அதிகமாக அவர்கள் மூழ்கக்கூடும். தங்களுடைய செயல்களின் இயல்பான பின்விளைவுகளை எதிர்கொள்ள ஒருவரை அனுமதிப்பது, அவர்களுடைய சிகிச்சையின்

அத்தியாவசியமான ஒரு பகுதியாகும். மீள்வதற்கான வேலைகளைச் செய்வதற்கு ஒருவர் தயாராக இருக்கும்போதுதான் அவர்கள் மேம்படுவர். பெரும்பாலான சமயங்களில், அவர்கள் தயாராவதற்கு முன்பே நீங்கள் இடையில் புகுந்துவிடுவீர்கள். நான் கூறுவது உங்களுக்குக் கடுமையானதாகத் தோன்றலாம். ஆனால், அதுதான் உண்மை.

குணமாதல் குறித்த ஒரு கசப்பான உண்மை

எந்தப் பிரச்சனையும் இல்லாத ஒருவர் மாறுவதற்கு அவர்மீது அழுத்தத்தைப் பிரயோகிப்பதே உங்களுக்கு விரக்தி ஏற்படுத்தும் என்பதை நாம் ஏற்கனவே பார்த்தோம். அந்த நபர் கடுமையான பிரச்சனைகளில் சிக்கிக் கொண்டிருக்கின்ற ஒருவராக இருந்தால், நிலைமை மேலும் மோசமாகும். பிரச்சனையின் தீவிரம் எவ்வளவு அதிகமானதாக இருக்கிறதோ, அவருடைய குற்றவுணர்வும் அவமான உணர்வும் அவ்வளவு அதிகமாக இருக்கும்.

மக்கள் எப்போது தயாராக இருக்கிறார்களோ, அப்போதுதான் அவர்கள் குணமடைவர். அவர்கள் குணமாகவில்லை என்றால், அவர்கள் தயாராக இல்லை என்று அர்த்தம். மனத்தளர்ச்சியால் கடுமையாக அவதிப்பட்டுக் கொண்டிருக்கின்ற, நீங்கள் நேசிக்கின்ற ஒருவர், உங்களுக்காகவோ, தன்னுடைய குழந்தைகளுக்காகவோ அல்லது தன்னுடைய குடும்பத்தாருக்காகவோ குணமாக முயற்சி செய்ய மாட்டார். குணமாக வேண்டும் என்று அவரே விரும்பினால்தான் அது நடைபெறும்.

இதை உங்களால் புரிந்து கொள்ள முடியாது. அந்தச் சூழலில் நீங்கள் இருந்தால் நீங்கள் வித்தியாசமாக நடந்து கொள்வீர்கள் என்று நீங்கள் நினைக்கலாம். அது உங்களுடைய அபிப்பிராயம். அது ஓர் எடைபோடுதல். உங்களுடைய அந்த எடைபோடுதலும், அந்த நபர் என்ன செய்ய வேண்டும் என்று நீங்கள் நினைப்பதும் பிரச்சனையின் ஒரு பகுதி. ஏனெனில், அது அந்த நபர்மீதான அழுத்தமாக மாறுகிறது. ஆனால், அவதிப்பட்டுக் கொண்டிருப்பவருக்கு, எல்லாவற்றையும்விட மிக முக்கியமாகத் தேவைப்படுவது உங்களுடைய ஏற்றுக் கொள்ளுதல்தான்.

இவை தனிப்பட்ட முறையிலான கடுமையான போராட்டங்கள். அதற்கு அவர் தயாராக இருந்தால்தான் அவரால் போராட முடியும். போராடும்படி அவரை உங்களால் தூண்ட முடியாது. அடிமைப் பழக்கங்களிலிருந்து ஒருவரை உங்களால் மீட்டெடுக்க முடியாது. பொருளாதாரரீதியான பொறுப்புடன் நடந்து கொள்ள ஒருவரை உங்களால் நிர்ப்பந்திக்க முடியாது. உங்களால் இன்னொருவரைக் குணப்படுத்த முடியாது.

அவர்களுக்கு உங்களுடைய அன்பும் ஆதரவும் தேவை

என்பதில் சந்தேகமில்லை. ஆனால், அவர்களை நீங்கள் 'மீட்டெடுக்கத்' தேவையில்லை. இதை நான் மீண்டும் சொல்கிறேன். நீங்கள் ஒருவரை அவருடைய பிரச்சனையிலிருந்து மீட்டெடுக்க எவ்வளவு அதிகமாக முயல்கிறீர்களோ, அவர் அவ்வளவு அதிக ஆழமாக அதற்குள் மூழ்குவார். நீங்கள் எவ்வளவு அதிகமாக ஒருவரை எடைபோடுகிறீர்களோ, அவ்வளவு அதிகமாக அவர் உங்களிடம் பொய் சொல்வார்.

பிறரைக் காப்பாற்றுவதற்கான உங்களுடைய இந்த முயற்சி அவர்களுக்கு ஆதரவான செயலன்று என்பதையும், அவர்களை மேலும் சுய அழிவுப் பாதைக்குள் தள்ளுவது அவர்களை நேசிப்பதாகாது என்பதையும் நீங்கள் உணர்ந்து கொள்ள வேண்டும்.

சில நேரங்களில், அவர்களுக்கு ஆதரவாக இருக்கும் என்று நினைத்துக் கொண்டு நீங்கள் மேற்கொள்கின்ற நடவடிக்கைகள் அவர்களுடைய பிரச்சனைகளை அதிகரிக்கக்கூடும். படித்து முடித்துவிட்டு வேலைக்குச் செல்லாமல் வீட்டில் இருக்கின்ற வளர்ந்த குழந்தைகளுக்குக் கைச்செலவுக்கு அளவுக்கதிகமாகப் பணம் கொடுத்தல், உங்கள் வாழ்க்கைத் துணைவரின் கோபக் குமுறல்களுக்கு நியாயம் கற்பித்தல், முரண்பாட்டைத் தவிர்ப்பதற்குப் பிரச்சனையை உதாசீனப்படுத்துதல் ஆகியவை இவற்றுக்கான எடுத்துக்காட்டுகள்.

நீங்கள் நேசிக்கின்ற நபர்கள், தங்களுடைய சொந்த அனுபவங்களின் மூலம் பாடம் கற்றுக் கொள்ள அவர்களை அனுமதிப்பதுதான் நீங்கள் அவர்களுக்குச் செய்கின்ற சரியான காரியமாக இருக்கும்.

நீங்கள் பிறருக்குப் பணம் கொடுத்தல், அறிவுரை வழங்குதல், அவர்களுக்காக நேரடி நடவடிக்கைகளில் இறங்குதல் போன்றவற்றில் ஈடுபடுவதன் மூலம், அவர்கள் குணமடைவதற்கு நீங்கள் முட்டுக்கட்டை போடுகிறீர்கள். அவர்களுடைய வேதனை, அவர்களுடைய கடன், அவர்களுடைய மன உளைச்சல் ஆகியவை நீடித்துக் கொண்டே போக நீங்கள் வழி வகுக்கிறீர்கள். நீங்கள் அவர்களுடைய பிரச்சனையைக் குறைத்துக் கொண்டிருப்பதாக நீங்கள் நினைக்கலாம். ஆனால், உண்மையில், அவர்கள் சுயமாக மேம்படுவதை நீங்கள் கடினமாக்கிக் கொண்டிருக்கிறீர்கள்.

வளர்ந்தவர்கள் தங்களுடைய செயல்கள் அல்லது நடத்தைகளின் பின்விளைவுகளை நேருக்கு நேர் எதிர்கொள்ள நீங்கள் அவர்களை அனுமதிப்பது அவர்களுடைய குணமாதலின் ஒரு முக்கியக் கட்டமாகும்.

மற்றவர்களுக்கு உதவுதல் என்றால் அவர்களுடைய பிரச்சனைகளை நீங்களே தீர்த்து வைத்தல் என்று அர்த்தமில்லை என்பதை 'அவர்களை அவர்கள் போக்கில் விடுங்கள்' கோட்பாடு உங்களுக்குக் கற்றுக் கொடுக்கிறது. அவர்கள் தங்களுடைய

பிரச்சனைகளைத் தாங்களே தீர்த்துக் கொள்ளத் தேவையான கருவிகளையும், ஆதரவையும், இடத்தையும் நீங்கள் அவர்களுக்கு வழங்கினாலே போதும்.

குணமாதலை நீங்கள் நேசிக்கின்ற நபரோடு நீங்கள் ஆடுகின்ற கூடைப்பந்து விளையாட்டு என்று நினைத்துக் கொள்ளுங்கள். அவர்களிடம் பந்தைத் தூக்கிப் போடுவது என்பது அவர்களுக்கு ஆதரவளிப்பதற்கு ஒப்பானது. அதை நீங்கள் மீண்டும் மீண்டும் அவரிடம் தூக்கிப் போடுகின்றபோது, அதை எப்படிக் கையில் பிடித்துக் கூடைக்குள் எறிய வேண்டும் என்பதை அவர் கற்றுக் கொள்வார். அவர் பந்தைப் பிடிக்காமல் இருக்கின்றபோது, அதை நீங்கள் தூக்கிக் கூடைக்குள் போட்டால் எப்படியிருக்கும்? அவர்கள் அந்த விளையாட்டைக் கற்றுக் கொள்ள அது அவர்களுக்கு உதவாது.

அவர்கள் பந்தைச் சரியாகப் பிடிக்காமல் இருக்கட்டும். அதைக் கீழே போடட்டும். அதை எடுத்துக் கூடைக்குள் போட வேண்டும் என்று உங்களுக்குள் எழுகின்ற துடிப்பை நீங்கள் அடக்கிக் கொள்ள வேண்டும்.

நீங்கள் நேசிக்கின்ற ஒருவர் போராடிக் கொண்டிருப்பதை வெறுமனே வேடிக்கை பார்த்துக் கொண்டிருப்பது மிகவும் கடினமான காரியம் என்பதை நான் அறிவேன். என் வாழ்க்கையில் நான் வெகுவாக நேசித்தப் பலர், போதைப் பழக்கங்களுக்கும் மனநோய்களுக்கும் பலியானதை நான் அருகிலிருந்து பார்த்திருக்கிறேன். நான் தூக்கிப் போட்டப் பந்துகளை அவர்கள் பிடித்திருந்தால் நன்றாக இருந்திருக்கும் என்று நான் ஆசைப்பட்டிருக்கிறேன். ஆனால், என்னுடைய இந்த மாதிரியான ஆசைகள் அவர்களை மீட்டுக் கொண்டுவரப் போவதில்லை. தங்களுக்குள் போராடிக் கொண்டிருக்கின்ற நபர்கள் அதிலிருந்து விடுபடுவதற்கு அது உதவப் போவதும் இல்லை.

நீங்கள் எத்தகைய சூழலில் இருக்கிறீர்கள் என்பதை உணர்ந்து கொள்வது மட்டுமே நீங்கள் செய்யக்கூடிய ஒரே காரியமாகும். நீங்கள் எறிகின்ற பந்தைப் பிடிக்க அவர்கள் தயாராக இல்லையென்றால், எறிவதை நீங்கள் நிறுத்த வேண்டும். அவர்கள் பந்தைப் பிடிக்க எந்தக் கணம் தயாராகிறார்களோ, அக்கணத்தில் அதை எறிவதற்கு நீங்கள் தயாராக இருப்பீர்கள் என்பதை நீங்கள் இருவருமே உங்கள் இதயங்களின் ஆழங்களில் அறிந்திருப்பீர்கள்.

கடின உழைப்பை மேற்கொள்ளத் தயாராக இருக்கும்போது, வளர்ந்தவர்கள் தங்களைக் குணமாக்கிக் கொள்வர்

சட்டப்படி ஒருவருக்குப் பதினெட்டு வயது ஆகின்றபோது அவர் ஒரு வளர்ந்த நபராகக் கருதப்படுகிறார். ஆனால், இருபத்தைந்து வயது ஆகின்றபோதுதான் மனித மூளை முதிர்ச்சியடைகிறது என்று வல்லுநர்கள் கருதுகின்றனர். அதாவது, நரம்பியலின்படி, 18 முதல் 25 வயது கொண்ட நபர்களுக்கு ஏராளமான வழிகாட்டுதல் தேவைப்படுகிறது. நீங்கள் அவர்களை அவர்களுடைய கையைப் பிடித்து அழைத்துச் செல்ல வேண்டியிருக்கும்.

ஆனால், 25 வயதிற்குப் பிறகு நிலைமை வேறு. அவர்கள் குணமடைவதற்கு அவர்கள்தாம் பொறுப்பு. அதற்கான திறனும் அவர்களுக்கு வந்துவிடுகிறது. ஆனால், அந்த வயதில்கூட, மனச்சோர்வு, போதைகளுக்கு அடிமையாதல், பெரும் துக்கத்தில் விழுந்திருத்தல் போன்றவற்றுக்கு அவர்கள் ஆளாகியிருந்தால், பிறருடைய முயற்சிகளை அவர்களுடைய மூளை எதிர்க்கும் அல்லது அதிலிருந்து தப்பியோடப் பார்க்கும்.

அந்த நிலையிலிருந்து அவர்களை உங்களால் வெளியே கொண்டுவர முடியாது. அவர்கள் அழுது கொண்டிருந்தால் அவர்களுடன் மௌனமாக அமர்ந்திருத்தல், அவர்கள் புலம்பினால் அவர்களிடம் எதிர்க் கேள்வி கேட்காமல் வெறுமனே கேட்டுக் கொண்டிருத்தல் என்பன போன்ற ஆறுதல் நடவடிக்கைகளில் நீங்கள் ஈடுபடலாம். ஆனால், அவர்கள் விழுந்து கிடக்கின்ற நிலையிலிருந்து அவர்களை உங்களால் மீட்க முடியாது. அந்த வேலையை அவர்கள்தாம் செய்ய வேண்டும்.

நீங்கள் மனச்சோர்வால் பாதிக்கப்பட்டிருக்கும்போது, படுக்கையிலேயே விழுந்து கிடப்பது எளிதான காரியமாக இருக்கும். நீங்கள் பெரும் துக்கத்திற்கு ஆட்பட்டிருக்கின்றபோது, அதிலிருந்து மீள்வது சாத்தியமேயில்லை என்று சிந்திப்பது எளிதாக இருக்கும். நீங்கள் போராடிக் கொண்டிருக்கின்றபோது, மதுக் கோப்பையை நோக்கி நகர்வது எளிதாக இருக்கும்.

அதனால்தான், நீங்கள் நேசிக்கின்ற நபர்கள் தங்களுடைய நிலையிலேயே பல ஆண்டுகளாக விழுந்து கிடக்கின்றனர். குணமாக வேண்டும் என்ற ஆசை அவர்களுக்கும் இருக்கும்தான். ஆனால், அது சாத்தியம் என்று அவர்கள் நம்புவதில்லை.

போராடுவது என்பது மனித அனுபவங்களின் ஒரு முக்கியமான பகுதி என்று வல்லுநர்கள் கருதுகின்றனர். மேம்படுவதைத் தேர்ந்தெடுக்கின்ற நபர்களுக்கு அது இன்றியமையாதது.

வாழ்க்கையிலிருந்து மக்கள் கற்றுக் கொள்ளட்டும்

டாக்டர் ராபர்ட் வால்டிங்கர் ஒரு பிரபலமான உளவியல் மருத்துவர். வளர்ந்தவர்களின் வாழ்க்கை குறித்து அவர் நீண்டகால ஆய்வுகளை மேற்கொண்டுள்ளார். நான் அவரிடம் பேசிக் கொண்டிருந்தபோது, அவர் இவ்வாறு கூறினார்:

> *வாழ்க்கையிலிருந்து பாடம் கற்றுக் கொள்ள மக்களை அனுமதியுங்கள். அவர்கள் தேர்ந்தெடுப்பவற்றின் பின்விளைவுகளிலிருந்து அவர்களைப் பாதுகாக்காதீர்கள். "நான் ஒரு வேலை தேடிக் கொள்ள விரும்பவில்லை," என்று ஒருவர் கூறினால், "பரவாயில்லை, நான் அதைப் பார்த்துக் கொள்கிறேன்," என்று கூறாதீர்கள். மாறாக, "சரி. ஆனால், வீட்டு வாடகையை எப்படிக் கொடுக்கப் போகிறீர்கள்?" என்று அவரிடம் கேளுங்கள். தாங்கள் மேற்கொள்கின்ற தேர்ந்தெடுப்புகளின் பின்விளைவுகளை எதிர்கொள்ள மக்களை நீங்கள் அனுமதிக்கின்றபோது, அவர்கள் அதிலிருந்து கற்றுக் கொள்வர்.*

ஒருவேளை அவர்கள் சிறையில் ஓர் இரவைக் கழிக்க வேண்டியிருக்கலாம்.

ஒருவேளை அவர்கள் தங்களுடைய வேலையை இழக்க வேண்டியிருக்கலாம்.

ஒருவேளை கல்லூரிப் படிப்பை நிறுத்துமாறு அவர்களிடம் நீங்கள் கூற வேண்டியிருக்கலாம்.

ஒருவேளை அவர்களுக்குக் குடும்பத்தினரின் ஆதரவு தேவைப்படுகின்ற காரணத்தால், உங்களுடன் வசிக்குமாறு அவர்களை நீங்கள் கேட்டுக் கொள்ள வேண்டியிருக்கலாம்.

இது மனச்சோர்வடைதல் போன்ற தீவிரமான நிலைகளுக்கு மட்டுமே பொருந்துகின்ற ஒன்றல்ல. பதற்றம், சுய சந்தேகம் போன்றவற்றால் அவதிப்பட்டுக் கொண்டிருக்கும் நபர்களுக்கும் இது பொருந்தும்.

பிரபல உளவியலாளரான டாக்டர் லூனா மார்கியூஸிடம் நான் உரையாடியபோது, "பிரச்சனையில் சிக்கியிருக்கின்ற ஒருவரை நீங்கள் நேருக்கு நேர் எதிர்கொண்டால், அவர் உங்களைத் தவிர்க்கப் பார்ப்பார். தவிர்த்தல் என்பது மக்கள் சாதாரணமாகக் கடைபிடிக்கின்ற ஒரு பழக்கம். பிரச்சனையைச் சமாளிப்பதற்கான ஓர் உத்தி இது," என்று அவர் கூறினார்.

அது கடினமானதாக இருக்கும் என்று நீங்கள் நேசிக்கின்ற நபர்கள் உணர்கின்றபோது, அவர்கள் உங்களுடனான உரையாடல்களையும், உங்களை நேரில் சந்திப்பதையும், நடத்தை மாற்றங்களையும் தவிர்க்க முயற்சி செய்வர். கடினமானதை எதிர்கொள்ளாமல், அதிலிருந்து தப்பித்து எளிதானவற்றைச்

செய்ய முயல்வது மனித இயல்பு. இந்த உண்மையை நீங்கள் புரிந்து கொண்டால்தான், அறிவியல்பூர்வமான அணுகுமுறையை உங்களால் மேற்கொள்ள முடியும்.

பிரச்சனையைத் தவிர்ப்பதை நிறுத்துங்கள்

ஒரு சமயத்தில் என் மகள் கடுமையான பதற்றக் கோளாறினால் பாதிக்கப்பட்டிருந்தாள். அது சாதாரணமாகத்தான் ஆரம்பித்தது. பகல் முழுவதும் பதற்றத்தில் இருந்த அவள், இரவு நேரத்தில் தன் அறையில் தனியாகப் படுத்துத் தூங்க அஞ்சினாள். ஒரு நாள், அவள் நடு இரவில் என் அறைக்கு வந்து என்னுடன் படுத்துக் கொள்ளட்டுமா என்று கேட்டபோது, நான் அதற்குச் சம்மதித்தேன். அது நான் செய்த மிகப் பெரிய தவறு.

பின்னர் அதுவே அவளுக்குப் பழக்கமாகிவிட்டது. நடு இரவில் வந்து அவள் என் அறையில் படுத்துக் கொள்வது நடைமுறையாகிவிட்டது. இது கிட்டத்தட்ட ஆறு மாதகாலம் தொடர்ந்தது.

அப்படிச் செய்ததன் மூலம், அவளுடைய வாழ்க்கையை நான் இலகுவாக்கியதாக நான் நினைத்துக் கொண்டிருந்தேன். ஆனால், உண்மையில், அவளுடைய பதற்றத்திற்குப் பின்னாலிருந்த ஆழமான விஷயத்தை அவள் தனியாக எதிர்கொள்வதை நான் அவளுக்குக் கடினமாக்கியிருந்தேன்.

“நீ தாராளமாக இங்குப் படுத்துக் கொள்ளலாம்,” என்று நான் கூறிய ஒவ்வொரு முறையும், “இதைத் தனியாக எதிர்கொள்ளும் வலிமை உனக்கு இல்லை,” என்று நான் அவளிடம் மறைமுகமாகக் கூறியிருந்தேன்.

மேலோட்டமாகப் பார்த்தால் இது ஒரு பெரிய விஷயமாகத் தோன்றாது. ஆனால், இது உண்மையில் சிக்கலான ஒன்றுதான். அதற்கு அடுத்தச் சில ஆண்டுகளுக்கு அவளுடைய பதற்றக் கோளாறு மேலும் மோசமடைந்தது. ஏனெனில், அவள் அதை எதிர்கொள்வதற்குப் பதிலாக அதைத் தவிர்ப்பதற்கு நான் அவளுக்கு உதவிக் கொண்டிருந்தேன். பதற்ற உணர்வுக்கான தீர்வு அதிலிருந்து தப்பி ஓடுவதுதான் என்று நான் அவளுக்குக் கற்றுக் கொடுத்திருந்தேன்.

பள்ளிக்குச் செல்வது, காரில் தனியாக உட்கார்ந்திருப்பது, தோழிகளின் வீடுகளில் இரவில் தங்குவது, கிதார் பயிற்சி வகுப்புகளில் கலந்து கொள்வது போன்ற பல விஷயங்கள் அவளுக்குப் பதற்றத்தைக் கொடுத்தன. அச்சமயங்களில் நான் அவளுக்குத் தேவைப்பட்டேன்.

அவளுடைய நிலைக்கு ஒரு பெற்றோர் என்ற முறையில் என்மீது நான் பழிபோட்டுக் கொண்டேன். பதற்றம்

ஏற்படுகின்றபோது உண்டாகின்ற அசௌகரிய உணர்வு இயல்பானதுதான் என்பதை அவள் கற்றுக் கொள்ள நான் ஒரு தடையாக இருந்திருந்தேன்.

இறுதியில் நாங்கள் அவளை ஓர் உளவியல் வல்லுநரிடம் அழைத்துச் சென்றோம். என் மகள் எதை எதிர்கொள்வதற்கு அஞ்சினாளோ அல்லது பலவீனமாக உணர்ந்தாளோ, அதை எதிர்கொள்வதன் மூலமாகத்தான் அவளால் வலிமையானவளாக ஆக முடியும் என்று அந்த வல்லுநர் தெரிவித்தார்.

நீங்கள் நேசிக்கின்ற நபர் பதற்றமாக உணர்வது உங்கள் கட்டுப்பாட்டில் இல்லை. அவர்கள் நடு இரவில் வந்து உங்களுடன் படுத்துக் கொள்ளலாமா என்று கேட்கின்ற சூழலும் உங்கள் கட்டுப்பாட்டில் இல்லை. ஆனால், அதற்கு நீங்கள் எப்படி எதிர்வினையாற்றுவது என்பது எப்போதும் உங்கள் கட்டுப்பாட்டில்தான் இருக்கிறது.

அவர்களிடம் ஆறுதலாக ஓரிரு வார்த்தைகளைக் கூறலாம். அவர்களை அன்போடு கட்டியணைத்துக் கொள்ளலாம். ஆனால், அச்சூழலை எதிர்கொள்கின்ற கடினமான வேலையை அவர்கள்தாம் செய்தாக வேண்டும். அதை நீங்கள் அனுமதிக்க வேண்டும்.

என் மகள் விஷயத்தில், அவளை மீண்டும் அவளுடைய அறைக்கு அழைத்துச் சென்று அங்கேயே படுக்க வைப்பதாக அது இருந்தது. முதல் சில நாள்களுக்கு அது அவளுக்குக் கடினமாக இருந்தது. "நான் தனியாக இருக்க மாட்டேன்!" என்று அவள் அழுது ஆர்ப்பாட்டம் செய்தாள். இதை எனக்குப் பரிந்துரைத்திருந்த உளவியலாளர்மீது எனக்குக் கோபம் வந்தது. என் மகளை மீண்டும் என் அறையில் என்னுடன் படுக்க வைத்துக் கொள்ளலாமா என்று நான் நினைத்தேன். ஆனாலும், எப்படியோ அந்த உந்துதலை நான் கட்டுப்படுத்திக் கொண்டேன்.

இந்த நரக வேதனை ஐந்து நாள்கள் தொடர்ந்தது. அது எனக்கும் கடினமாக இருந்தது. அவள் தூங்கிய பிறகு நான் என் அறைக்குத் திரும்புவேன். சில இரவுகளில் அவள் மறுபடியும் விழித்துக் கொண்டு என் அறைக்கு வருவாள். மீண்டும் நான் அவளை அழைத்துச் சென்று அவளுடைய அறையில் படுக்க வைப்பேன்.

மக்கள் போராடுகின்றபோது, அவர்கள் தங்களுடைய வலிமையை மீட்டெடுக்க அவர்களுக்கு உதவுகின்ற விதத்தில் உங்களுடைய செயல்கள் இருக்க வேண்டும். தன்னுடைய போராட்டங்களை எதிர்கொள்ளத் தனக்குப் போதிய வலிமை இல்லை என்று ஒருவர் நினைத்தால், அவர் அதிலிருந்து மீண்டு வெளியே வருவது கடினம்.

சிறிய பிரச்சனைகளுக்குக்கூட நீங்கள் ஓடோடி வந்து அவர்களை மீட்டெடுத்துக் கொண்டிருந்தால், அவர்களுடைய

வாழ்க்கை கடினமானதாக ஆகின்றபோது அவர்கள் உங்களிடமிருந்து உதவியை எதிர்பார்ப்பார்கள். ஆனால், உங்கள் ஆதரவுடன், கடினமானவற்றைத் தாங்களாகவே எதிர்கொள்ள அவர்கள் கற்றுக் கொண்டால், அவர்களுடைய வலிமை தொடர்ந்து அதிகரித்துக் கொண்டிருக்கும். தங்களால் கடுமையான சூழல்களை எதிர்கொள்ள முடியும் என்ற நம்பிக்கை அவர்களிடம் பிறக்கும்.

அதனால், மக்களை மீட்டெடுக்கின்ற முயற்சிகளில் ஈடுபடுவதை நிறுத்திக் கொள்ளுங்கள். பிரச்சனைகளை எதிர்கொள்ளத் தேவையான வலிமை அவர்களிடம் இருப்பதாக நீங்கள் நம்புவதுபோல நடந்து கொள்ளுங்கள். இங்கு உங்களுடைய செயல்தான் சத்தமான உரையாடலாக அமையும். உங்கள் நடத்தை, "உன் திறனில் எனக்கு நம்பிக்கை இருக்கிறது. உன்னால் இதைச் செய்ய முடியும். அதை நீ எதிர்கொள்கின்றபோது நான் உன் அருகில் இருப்பேன்," என்று அவர்களிடம் கூறும்.

நீங்கள் நேசிக்கின்ற நபர்கள் போராடிக் கொண்டிருக்கின்றபோது, அவர்களுக்கு ஆதரவாக இருப்பது கடினமானதுதான். அதற்குக் காலமும் பொறுமையும் தேவை. அது விரக்தியளிக்கின்ற ஒன்றாக இருக்கும். அதனால்தான், நம்மில் பலர், எளிய வழியான 'மீட்டெடுப்பில்' இறங்கிவிடுகிறோம். உங்கள் அறையில் படுக்க அவர்களை அனுமதிப்பது, அவர்களை வேலையை இராஜினாமா செய்ய வைப்பது, அவர்களை வேறொரு பள்ளிக்கு மாற்றுவது, பிரச்சனையைப் பொருட்படுத்தாமல் விட்டுவிட்டால் அது தானாகவே மறைந்துவிடும் என்று மனப்பால் குடித்துக் கொண்டிருப்பது, அவர்களுக்காகப் பணத்தை வாரி இறைப்பது போன்றவை எளிது என்பதால் அவற்றில் நாம் ஈடுபடுகிறோம்.

அப்படியானால், பயனுள்ள விதத்தில் ஒருவருக்கு ஆதரவாக இருப்பது எப்படி?

அத்தியாயம் 17

சரியான வழியில் ஆதரவளிப்பது எப்படி

மற்றவர்களை ஒரேயடியாக மீட்டெடுக்காமல் பயனுள்ள முறையில் அவர்களுக்கு ஆதரவாகச் செயல்படுவது குறித்துப் பல கேள்விகள் இருக்கின்றன என்றாலும், நான் சந்தித்திருந்த பல வல்லுநர்கள் வலியுறுத்திய ஒரு குறிப்பிட்டப் பரிந்துரையை நான் இங்கு உங்களுடன் பகிர்ந்து கொள்கிறேன்.

போராடிக் கொண்டிருக்கும் ஒரு வளர்ந்த நபருக்கு ஆதரவாக நீங்கள் செயல்படுகின்றபோது, பணத்தை எதில் செலவிட வேண்டும், எதில் செலவிடக்கூடாது என்பதை நீங்கள் அறிந்திருக்க வேண்டியது முக்கியம்.

ஏதோ ஒரு பிரச்சனையை எதிர்த்துப் போராடிக் கொண்டிருக்கும் ஒருவருக்கு நீங்கள் பணத்தின் மூலமாக ஆதரவளிக்கத் தீர்மானிக்கின்றபோது, அந்த ஆதரவு எந்த நிபந்தனையின் பேரில் வழங்கப்படுகிறது என்பதில் நீங்கள் தெளிவுடன் இருப்பது நல்லது.

எந்த நிபந்தனையும் இல்லாமல் நீங்கள் பணத்தைக் கொடுத்தால், பின்னர் நீங்கள் அது குறித்து மனக்கசப்பு அடைய நேரிடலாம். பணம் என்பது ஒரு பரிசு அன்று. நிபந்தனையற்ற ஆதரவும் நிபந்தனையற்ற முறையில் பணத்தைக் கொடுத்தலும் ஒன்றல்ல.

உண்மையில், நிபந்தனையற்ற ஆதரவு என்பது நீங்கள் கொடுத்துக் கொண்டிருக்கின்ற பணத்தை நிறுத்துவதாகும். இது தேர்ந்தெடுப்பதற்குக் கடினமானதொரு வழி. பொதுவாக, தங்களுடைய வயது வந்த மகனோ அல்லது மகளோ இத்தகைய ஒரு போராட்டத்தில் சிக்கியிருக்கின்றபோது, பெற்றோர்கள் மேற்கொள்கின்ற இறுதி முயற்சியாக இது இருக்கும்.

நீங்கள் மேற்கொள்கின்ற பிற அனைத்து முயற்சிகளும்

வெற்றியடையாமல் போகும்போதுதான் இதை நீங்கள் தேர்ந்தெடுப்பீர்கள். ஒருவருடைய படிப்புச் செலவு, அவர் வாழ்க்கை நடத்துவதற்கான செலவு ஆகியவற்றுக்குத் தேவையான பணத்தை எந்த நிபந்தனையுமின்றி நீங்கள் அவருக்குக் கொடுத்து உதவுவதன் மூலம், அவருடைய சுய அழிவு நடத்தையை நீங்கள் ஊக்குவித்துக் கொண்டிருக்கிறீர்கள் என்பதை ஒரு கட்டத்தில் நீங்கள் உணர்வீர்கள்.

வல்லுநர்களின் உதவியை நாட மறுக்கின்ற அல்லது வேறு முயற்சிகளை மேற்கொள்ள விரும்பாதிருக்கின்ற நபர்களுக்குப் பண உதவி அளிப்பதை நிறுத்த நீங்கள் தீர்மானிக்கக்கூடும்.

நான் சந்தித்தப் பல வல்லுநர்கள் இந்த ஒரு விஷயத்தில் உறுதியாக இருக்கிறார்கள்: நீங்கள் நேசிக்கின்ற நபர்களுக்கு, அன்பு, இரக்கம், ஏற்றுக் கொள்ளுதல் ஆகியவற்றை வழங்க நீங்கள் கடமைப்பட்டிருக்கிறீர்கள். ஆனால், பணம் கொடுப்பதற்கு நீங்கள் ஒருக்காலும் கடமைப்பட்டிருக்கவில்லை. ஒருவர் தொடர்ந்து மருத்துவச் சிகிச்சைக்கு உடன்பட மறுத்து வருகின்றபோதோ, ஒரு வேலை தேடிக் கொள்ளாமல் இருக்கின்றபோதோ, பயிற்சி வகுப்புகளுக்குச் செல்லாமல் இருக்கின்றபோதோ, தொடர்ந்து பொய் சொல்லிக் கொண்டிருக்கின்றபோதோ, தவிர்ப்பு நடவடிக்கைகளில் ஈடுபட்டிருக்கின்றபோதோ, நீங்கள் அவருக்கு நிபந்தனையற்ற நிதியுதவி அளித்து வந்தால், நீங்களும் அப்பிரச்சனையின் ஒரு பகுதியாக ஆகிவிடுகிறீர்கள்.

ஆனால், குறிப்பிட்டச் சில நிபந்தனைகளுடன் ஒருவருக்குப் பணம் வழங்குவது பலனளிக்கும். எடுத்துக்காட்டுகள்: நீ குடிக்காமல் இருந்தால், நீ இங்குத் தங்கிக் கொள்ளலாம்; மாதத்திற்கு ஒரு முறை நானும் உன்னுடன் அந்த உளவியல் சிகிச்சையாளரைச் சந்திக்க வருவதற்கு நீ ஒப்புக் கொண்டால், இச்சிகிச்சைக்கு ஆகின்ற செலவை நான் ஏற்றுக் கொள்கிறேன்; நீ அறுபது சதவீத மதிப்பெண்கள் பெற்றுக் கொண்டிருக்கின்றவரை நான் உன்னுடைய கல்விக் கட்டணத்தைச் செலுத்தத் தயாராக இருக்கிறேன்.

நீங்கள் விதிக்கின்ற நிபந்தனைகளின்படி அவர்கள் நடக்கவில்லை என்றால் என்ன செய்வது? எடுத்துக்காட்டாக, அவர்கள் சிகிச்சைக்குச் செல்லவில்லை என்றால், அறுபது சதவீதத்திற்கும் குறைவான மதிப்பெண்களைப் பெற்றால், உங்களுடைய நிபந்தனையின்படி நீங்கள் அவருக்கு அளித்து வருகின்ற நிதியுதவியை நிறுத்திவிட வேண்டும், இல்லையா?

நீங்கள் அப்படிச் செய்தால், அவர்கள் அதற்காக உங்களை வெறுப்பார்கள். அவர்களை எந்தப் பிரச்சனையிலிருந்து மீட்க நீங்கள் முயன்றிருந்தீர்களோ, தொடக்கத்திலேயே அதில் அவர்கள் சறுக்கிவிடுவார்கள்.

ஆனால், நீங்கள் உங்களுடைய நிபந்தனையில் உறுதியாக

இருக்க வேண்டும். நிதியுதவியை உடனடியாக நிறுத்திவிட வேண்டும். அவர்கள் கஷ்டப்படட்டும் என்று நீங்கள் விட்டுவிட வேண்டும்.

ஆனால், வெகு சிலரே இதைச் செய்யத் துணிவர். ஏனெனில், இது குரூரமாக இருப்பதாக அவர்களுக்குப் படும். அதனால்தான், இதுபோன்ற பிரச்சனைகளில் மக்கள் பணத்தை வாரி இறைப்பது தொடர்ந்து கொண்டிருக்கிறது. ஆனால், நிதியுதவியை நிறுத்துவது மட்டுமே இங்கு வேலை செய்யும். ஏனெனில், நீங்கள் ஏற்கனவே மற்ற அனைத்து வழிமுறைகளையும் முயன்று பார்த்துவிட்டீர்கள். இந்த ஓர் அதிகாரம் மட்டுமே இப்போது உங்கள் வசம் இருக்கிறது. ஒருவேளை அவர்களுக்கு இத்தகைய அபாய எச்சரிக்கை தேவைப்படலாம்.

உங்கள் பெற்றோரிடமிருந்து இதுபோன்ற பண உதவியைப் பெற்றுக் கொண்டிருக்கின்ற ஒருவராக நீங்கள் இருந்தால், நான் அவர்கள் பக்கம்தான் இருக்கிறேன் என்பதை நீங்கள் தெரிந்து கொள்ள வேண்டும்.

உங்களுக்குப் பணம் கொடுக்கின்ற பெற்றோர், அதற்குச் சில நிபந்தனைகளை விதித்தால், அதை நீங்கள் ஏற்றுக் கொண்டுதான் ஆக வேண்டும்.

உங்கள் பெற்றோரின் நிபந்தனைகள் உங்களுக்குப் பிடிக்கவில்லையென்றால், நீங்கள் அவர்களுடைய நிதியுதவியை நிராகரித்துவிட வேண்டும்.

ஆனால், இது போன்ற சூழல்கள் உங்களுக்கு விரக்தியளிப்பதற்குக் காரணம், நீங்கள் அந்தப் பணத்தை நம்பி இருக்கிறீர்கள் என்பதை நீங்கள் அறிந்திருப்பதுதான். உங்களால் உங்களுடைய சொந்தக் காலில் நிற்க முடியாமல் இருப்பது குறித்து நீங்கள் உங்கள்மீது கோபமாக இருக்கிறீர்கள் என்பதே உண்மை.

வளர்ந்தவர்களுக்கு நிதியுதவி அளிப்பதை நிறுத்துங்கள்

நான் ஏற்கனவே குறிப்பிட்டிருந்ததுபோல, நான் என்னுடைய நாற்பதுகளில் இருந்தபோது, நாங்கள் பெரும் கடனில் இருந்தோம். வீட்டுக்கடன் மட்டும் 8 இலட்சம் டாலர்கள் இருந்தது. என் கணவரின் உணவகம் மிக மோசமான நிலையில் இருந்தது. அவர் தன் ஊழியர்களுக்குப் பல மாதங்களாகச் சம்பளம் கொடுத்திருக்கவில்லை. அப்போது நானும் என் வேலையை இழந்திருந்தேன். மளிகைச் சாமான்கள் வாங்கக்கூட நாங்கள் திணறிக் கொண்டிருந்தோம்.

என் கணவர் தன் தம்பியிடம் நிதியுதவி கேட்டபோது, அதற்கு அவர், “உன் தொழிலின் தோல்விக்கு என்னால் பணம்

கொடுத்து உதவ முடியாது. இதிலிருந்து எப்படி வெளியே வருவது என்பதை நீதான் கண்டுபிடித்துக் கொள்ள வேண்டும்," என்று கூறிவிட்டார்.

அது ஒரு குரூரமான பதிலா? இல்லை. அது ஒரு நேர்மையான பதில். கிறிஸ்ஸின் தொழில்ரீதியான பிரச்சனைகளுக்கு அவருடைய தம்பியால் எப்படிப் பொறுப்பேற்றுக் கொள்ள முடியும்? அந்தப் பதில் கிறிஸ்ஸுக்குப் பெரும் மன வேதனையைக் கொடுத்தது. ஆனால், அதுதான் எதார்த்தம்.

கிறிஸ்ஸின் உணவகத்தை அவரும் அவருடைய கூட்டாளியும் சேர்ந்து நடத்திக் கொண்டிருந்தனர். அந்தக் கூட்டாளியும் பல ஆண்டுகளாக இத்தொழிலை மீட்டெடுக்க முயன்று கொண்டிருந்தார். இப்போது கிறிஸ் மதுவுக்கு அடிமையாகியிருந்தார். அத்துடன், அவர் கடுமையான மனச்சோர்வுக்கும் ஆளாகியிருந்தார்.

அவருடைய தம்பி அவருக்குக் கடன் கொடுத்து உதவியிருந்தால், அது ஒரு தற்காலிக நிவாரணமாக இருந்திருக்கும், அவ்வளவுதான். இப்போது, தன்னைத் தானே அதிலிருந்து மீட்டெடுக்க வேண்டிய நிலைக்குக் கிறிஸ் தள்ளப்பட்டிருந்தார். அக்கட்டத்தில் அவர் தன் வாழ்க்கையின் அதலபாதாளத்தைத் தொட்டிருந்தார்.

கிறிஸ்ஸின் தம்பி அவருக்குப் பண உதவி அளிக்கவில்லை என்றபோதிலும், கிறிஸ்ஸின் புலம்பல் முழுவதையும் கேட்டார். தன் நடத்தையின் மூலமாக, "இதிலிருந்து நீ மீண்டுவிடுவாய் என்ற நம்பிக்கை எனக்கு இருக்கிறது," என்பதை அவர் வெளிப்படுத்தினார். அந்த நம்பிக்கையின்படியே, கிறிஸ் அதிலிருந்து மீண்டு வந்துவிட்டார்.

மாற்றத்திற்கான முதலடி, உங்கள் வாழ்க்கை சரியான பாதையில் போய்க் கொண்டிருக்கவில்லை என்ற உண்மையை நீங்கள் எற்றுக் கொள்வதுதான். நீங்கள் நேசிக்கின்ற நபர்கள் எதார்த்தத்தை நேருக்கு நேர் எதிர்கொள்ள அவர்களை அனுமதிப்பதன் மூலம் நீங்கள் அவர்களுக்கு உதவுகிறீர்கள். அவர்களை நேசிப்பது, அவர்களுடைய திறனில் நம்பிக்கை வைத்திருப்பது போன்றவற்றோடு, நிதியுதவி அல்லாத வேறு விதங்களில் ஆதரவளிப்பது போன்றவை இங்கு முக்கியமானவை. அதைத்தான் கிறிஸ்ஸின் தம்பி செய்தார். தூரத்திலிருந்து ஆதரவளிக்க ஓராயிரம் வழிகள் உள்ளன.

குணமடைவதற்கு ஏதுவான ஒரு சூழலை உருவாக்குவது எப்படி

ஒருவருக்கு ஆதரவளிப்பதற்கான வழிகளில் எனக்குப் பிடித்தது, அவர் மேம்படுவதற்கு ஏற்ற ஒரு சூழலை எப்படி உருவாக்குவது

என்று யோசிப்பது. ஒருவருடைய மனநலத்திலும் உடல்நலத்திலும் அவருடைய சுற்றுச்சூழல் ஒரு முக்கியப் பங்கு வகிப்பதாக ஆய்வுகள் தெரிவிக்கின்றன. நீங்கள் வசிக்கின்ற சூழல் எப்படி இருக்கிறது, உங்களைச் சுற்றியுள்ள இடம் எந்த அளவுக்கு நேர்த்தியாக இருக்கிறது, உங்களுடைய ஃபிரிட்ஜில் எத்தகைய உணவுப் பதார்த்தங்கள் இருக்கின்றன, நீங்கள் யாருடன் நேரத்தைச் செலவிடுகிறீர்கள், உங்களுடைய நிகழ்ச்சி நிரல் எப்படி இருக்கிறது என்பன போன்றவை அவற்றில் அடங்கும்.

"மேம்படுவதை எளிதாக்குகின்ற, மாற்றத்திற்கு உதவுகின்ற ஒரு சூழலை எப்படி என்னால் உருவாக்கிக் கொள்ள முடியும்?" என்ற கேள்வியை உங்களிடம் கேளுங்கள். இதைச் செய்வதற்கு ஓராயிரம் வழிகள் இருக்கின்றன. நான் என்னுடைய சொந்த வாழ்க்கையில் நிகழ்ந்த ஒரு சம்பவத்தை உங்களுடன் பகிர்ந்து கொள்கிறேன். நீங்கள் அதிலிருந்துகூடத் தொடங்கலாம்.

என்னுடைய முதல் பிரசவம் சிக்கலானதாக இருந்தது. அதில் எனக்கு ஏகப்பட்ட இரத்த இழப்பு ஏற்பட்டது. நான் மருத்துவமனையிலிருந்து வீடு திரும்பியபோது, நான் உடல்ரீதியாக பலவீனமாக இருந்ததோடு, கடுமையான மனச்சோர்வுக்கும் ஆளாகியிருந்தேன்.

அதன் காரணமாக, முதல் நான்கு மாதங்களுக்கு நான் என் குழந்தையுடன் தனிமையில் இருக்க அனுமதிக்கப்படவில்லை. தீவிரமான மருத்துவச் சிகிச்சைக்கு நான் ஆட்படுத்தப்பட்டிருந்ததால், என் குழந்தைக்குத் தாய்ப்பால் கொடுக்க நான் அனுமதிக்கப்படவில்லை. அந்த நான்கு மாதங்களும் நான் ஒரு நடைப்பிணமாக வலம் வந்து கொண்டிருந்தேன்.

அச்சமயத்தில் என் வாழ்க்கையில் இடம் பெற்றிருந்தவர்கள் எவரும், எனக்கு எப்படிப்பட்ட உதவி தேவை என்று என்னிடம் கேட்கவில்லை. அவர்கள் தாங்களாகவே முன்வந்து, நான் கேட்காமலேயே என் குணமாதலுக்கு ஏற்ற ஒரு சூழலை உருவாக்கிக் கொடுத்தனர்.

என் ஒன்றுவிட்டத் தங்கை என் வீட்டைச் சுத்தம் செய்து கொடுத்தாள். நாட்டின் மறுமுனையிலிருந்து வந்திருந்த என் பெற்றோர், வாரக்கணக்கில் என்னுடன் தங்கியிருந்தனர். கருவுற்றிருந்த என் தோழி ஒருத்தி தினமும் வந்து என்னுடன் பேசிக் கொண்டிருந்தாள். நான் அயர்ந்து தூங்கியபோது, அவள் என் துணிகளைத் துவைத்தாள், எனக்கு எளிய உணவைச் சமைத்துக் கொடுத்தாள்.

என் மாமனாரும் மாமியாரும் வந்து எங்களுடன் ஒரு வாரம் தங்கியிருந்து பல நிகழ்ச்சிகளைத் திட்டமிட்டு நடத்தினர். என்னையும் என் குழந்தையையும் காரில் ஏற்றிக் கொண்டு, எங்களைப் பல இடங்களுக்கு அழைத்துச் சென்றனர்.

வெளியேயுள்ள காற்றோட்டமான புதிய சூழல் என்னுடைய மனச்சோர்வுக்கு மருந்தாக இருக்கும் என்று அவர்கள் கணக்குப் போட்டனர்.

என்னிடம் கேட்காமலேயே எனக்கு என்ன தேவை என்பதை உணர்ந்து கொண்டு அவர்கள் செயல்பட்டது எனக்கு மிகப் பெரிய ஆறுதலாக இருந்தது.

நீங்கள் போராடிக் கொண்டிருக்கின்றபோது, உங்களுக்கு என்ன வேண்டும், உங்களுக்கு என்ன தேவை என்பது உங்களுக்குத் தெரிந்திருக்காது. சில வேளைகளில், அன்று என்ன நாள் என்பதுகூட உங்களுக்கு நினைவிருக்காது. போராடிக் கொண்டிருக்கின்ற ஒரு நபரிடம், "நான் உங்களுக்கு என்ன உதவி செய்யட்டும்?" என்று நீங்கள் கேட்டால், அதற்கு அவர்கள் பெரும்பாலும், "எதுவும் தேவையில்லை, நான் நன்றாகத்தான் இருக்கிறேன்," என்ற பதிலையே கூறுவதை நீங்கள் கவனித்திருக்கிறீர்களா?

நீங்கள் போராடிக் கொண்டிருக்கின்றபோது, மற்றவர்களுக்குக் கூடுதல் சிரமம் கொடுப்பதை நீங்கள் விரும்ப மாட்டீர்கள். எனெனில், நீங்கள் ஏற்கனவே ஒரு சுமையாக இருப்பதாக நீங்கள் நினைப்பீர்கள்.

அவர்களைக் கேட்காமலேயே உங்களால் அவர்களுக்குப் பல வழிகளில் உதவ முடியும். எடுத்துக்காட்டுகள்: அவர்களுடைய வீட்டைச் சுத்தம் செய்து கொடுக்கலாம்; இரவு உணவைச் சமைத்துக் கொடுக்கலாம்; துணி துவைத்துக் கொடுக்கலாம்; அவர்கள் கேட்டு மகிழ்வதற்கு நல்ல பாடல்களைத் தொகுத்துக் கொடுக்கலாம்; சிறந்த வலையொலிப்பதிவுகள் பற்றிய விவரங்களைச் சேகரித்துக் கொடுக்கலாம்; நேர்மறையான மேற்கோள்களை அச்சிட்டுக் கொடுக்கலாம்; பாத்திரம் கழுவும் வேலையைக் குறைப்பதற்கு, காகிதத் தட்டுகள், கோப்பைகள் மற்றும் டம்ளர்களை வாங்கிக் கொடுக்கலாம். இப்படி இன்னும் அடுக்கிக் கொண்டே போகலாம்.

அப்படிப் போராடிக் கொண்டிருப்பவர்களுக்கு நேரில் சென்று உதவ முடியாவிட்டால், "நான் உன்னைப் பற்றித்தான் நினைத்துக் கொண்டிருக்கிறேன். இதில் நீ தனியாக இல்லை என்பதை உணர்ந்து கொள். நீ என்னை எப்போது அழைத்தாலும், அடுத்தக் கணம் நான் அங்கு இருப்பேன் என்பதை நீ தெரிந்து கொள்," என்று நீங்கள் அவர்களுக்கு ஒரு செய்தி அனுப்பலாம்.

மேற்கண்ட எடுத்துக்காட்டுகள், வெறுமனே பணத்தை வாரி இறைப்பதிலிருந்து எந்த அளவு வேறுபட்டு இருக்கின்றன என்பதை நீங்கள் கவனித்தீர்களா?

ஒருவர் மனத்தளவில் எத்தகைய வேதனையை அனுபவித்துக் கொண்டிருக்கிறார் என்பதை அவரைத் தவிர வேறு யாராலும் கண்டறிய முடியாது. ஆனால், அது போன்ற சமயங்கள், நீங்கள்

அந்த நபருக்கு எத்தகைய ஒரு நண்பராக, குடும்ப உறுப்பினராக, காதலராக இருக்கிறீர்கள் என்பதை வெளிக்காட்டுவதற்கான நல்வாய்ப்புகளாகும்.

நீங்கள் ஒருவருக்கு உதவுகின்றபோது, எந்த எதிர்பார்ப்பும் இன்றி அவர்களுக்கு உதவுங்கள். அது உங்களுக்கு ஒரு நல்லவிதமான உணர்வை ஏற்படுத்தும் என்பதால் அதைச் செய்யுங்கள். நீங்கள் அனுப்புகின்ற குறுஞ்செய்திக்குப் பதில் வரும் என்று எதிர்பார்த்து அதை அனுப்பாதீர்கள்.

கடும் போராட்டத்தில் இருப்பவர்களுக்கு உங்களுக்கு நன்றி தெரிவிப்பதற்குக்கூட ஆற்றல் இல்லாமல் இருக்கலாம். அவர்கள் உங்களுக்கு வெளிப்படையாக நன்றி தெரிவித்திருந்தாலும் சரி, தெரிவித்திருக்காவிட்டாலும் சரி, நீங்கள் அவர்களுடைய வாழ்க்கையில் ஒரு மாபெரும் வித்தியாசத்தை ஏற்படுத்துகிறீர்கள்.

நீங்கள் அவர்களுக்குப் பக்கத்தில் நின்று கொண்டு விளக்கை உயரே தூக்கிப் பிடிக்க வேண்டியது மட்டுமே உங்கள் வேலை. அவர்களுக்கு ஒரு நம்பிக்கை விளக்காக இருங்கள். தங்களை மேம்படுத்திக் கொள்வதற்கான திறன் அவர்களிடம் இருக்கிறது என்று நம்புங்கள்.

மக்கள் தாங்கள் எதிலிருந்து தப்பி ஓடிக் கொண்டிருக்கிறார்களோ, அந்த வலியைத் தங்களால் எதிர்கொள்ள முடியும் என்ற நம்பிக்கை இல்லாததால்தான், அவர்கள் சிகிச்சையைத் தவிர்க்க முயல்கின்றனர். அந்த நம்பிக்கையை உங்களிடமிருந்து கடன் வாங்கிக் கொள்ள அவர்களை அனுமதியுங்கள். ஏனெனில், தாங்கள் நேசிக்கப்படுகிறோம், ஏற்றுக் கொள்ளப்படுகிறோம், ஆதரிக்கப்படுகிறோம் என்ற நம்பிக்கை ஒருவருக்கு ஏற்படுகின்றபோது, தாங்கள் மாட்டிக் கொண்டுள்ள குகையிலிருந்து அவர்களால் வெளியே வந்துவிட முடியும்.

போராடிக் கொண்டிருப்பவர்களுக்கு உங்களால் எப்படி உதவ முடியும் என்பதை இப்போது சுருக்கமாகப் பார்க்கலாம். இப்புத்தகத்தின் இந்தப் பகுதியில், மற்றவர்கள் தங்களுடைய போராட்டங்களை அவர்களே எதிர்கொள்வதை நீங்கள் எப்படித் தடுத்துக் கொண்டிருக்கிறீர்கள் என்பதை நாம் பார்த்தோம். மற்றவர்களுக்கு உதவுவது என்பது அவர்களுடைய பிரச்சனைகளை நீங்கள் தீர்க்க முயல்வது அன்று, மாறாக, அதை அவர்களே செய்து கொள்வதற்கான கருவிகளையும் இடத்தையும் அவர்களுக்கு வழங்குவதுதான்.

1. **பிரச்சனை:** மக்களை அவர்களுடைய பிரச்சனையிலிருந்து மீட்க முயல்வது, அவர்கள் அதில் இன்னும் ஆழமாக மூழ்குவதற்கு வழி வகுத்துவிடும். உங்கள் வார்த்தைகள், நடவடிக்கைகள் மற்றும் பணத்தால் நீங்கள் அவர்களுக்கு

ஆதரவளிக்க முன்வரும்போது, நீங்கள் அவர்களுடைய குணமாதலுக்கு இடைஞ்சலாக இருக்கிறீர்கள். அதன் மூலம், நீங்கள் அவர்களுடைய கடனை, அவர்களுடைய வேதனையை நீட்டிக்கிறீர்கள். அதன் மூலம் உங்களுடையதையும்தான்!

2. **உண்மை:** கடின உழைப்பை மேற்கொள்ளத் தயாராகின்றபோதுதான் மக்கள் தங்களைக் குணமாக்கிக் கொள்வர். அதற்கு முன்பே நீங்கள் அவர்களுக்கு உதவ முன்வந்தால், அது எந்த விதத்திலும் அவர்களுக்கு உதவாது. உங்கள் நோக்கம் உன்னதமானதாக இருக்கலாம். ஆனால், அவர்களுடைய பிரச்சனையைத் தீர்ப்பதற்காக நீங்கள் தொடர்ந்து அவர்களுடைய வாழ்க்கைக்குள் குதிப்பது அவர்களுடைய விரக்தியையும், அவர்கள் பிறரைச் சார்ந்திருக்கின்ற போக்கையும் அதிகரிக்கும். அவர்களுடைய வாழ்க்கைக்கு அவர்களே பொறுப்பேற்றுக் கொள்வதற்கான அவர்களுடைய திறனை அது அவர்களிடமிருந்து பறிக்கும். அவர்கள் குணமாக வேண்டும் என்று அவர்களைவிட அதிகமாக உங்களால் விரும்ப முடியாது.

3. **தீர்வு:** 'அவர்களை அவர்கள் போக்கில் விடுங்கள்' கோட்பாட்டைப் பயன்படுத்தி, அவர்களிடமிருந்து பின்வாங்கிக் கொண்டு, அவர்கள் தங்களுடைய நடவடிக்கைகளின் பின்விளைவுகளை எதிர்கொள்ள நீங்கள் அனுமதிக்க வேண்டும். அவர்களை அதிலிருந்து மீட்பதற்குப் பதிலாக, நிபந்தனைகளுடன்கூடிய ஆதரவை நீங்கள் அவர்களுக்கு வழங்க வேண்டும். தங்களுடைய குணமாதலுக்குத் தாங்களே பொறுப்பேற்றுக் கொள்ள அது அவர்களைத் தூண்டும்.

'அவர்களை அவர்கள் போக்கில் விட்டுவிடு!' என்று நீங்கள் கூறுவதன் மூலம், அவர்கள் தங்களுடைய பிரச்சனைகளைத் தாங்களே கையாண்டு கொள்வதற்கும், கஷ்டங்களை எதிர்கொள்வது வளர்ச்சியின் ஓர் அங்கம் என்பதைப் புரிந்து கொள்வதற்கும் நீங்கள் அவர்களுக்கு அதிகாரமளிக்கிறீர்கள். நீங்கள் உங்களுடைய செயல்களுக்குப் பொறுப்பேற்றுக் கொள்கின்றபோது, அவர்களை நீங்களே மீட்டெடுக்காமல், அவர்கள் தங்களைத் தாங்களே மேம்படுத்திக் கொள்வதற்கான சூழலை நீங்கள் அவர்களுக்கு உருவாக்கிக் கொடுக்கிறீர்கள்.

அவர்கள் தங்களைக் குணப்படுத்திக் கொள்வதற்குத் தேவையான திறன் அவர்களிடம் இருக்கிறது என்று நம்புங்கள். மாற்றம் சாத்தியமாக இருக்கின்ற ஒரு சூழலை உருவாக்குங்கள்.

நீங்கள் எந்த அன்பிற்குத்
தகுதியானவரோ, அந்த
அன்பைத் தேர்ந்தெடுங்கள்

அத்தியாயம் 18

அவர்கள் உண்மையில் யாரென்பதை அவர்களே உங்களுக்குக் காட்டட்டும்

உங்கள் வாழ்க்கையின் இறுதிக் கட்டத்தில், மற்றவர்கள் உங்களிடம் எந்த வார்த்தைகளைச் சொல்ல வேண்டும் என்று நீங்கள் விரும்புவீர்கள்?

"நான் உங்களை நேசிக்கிறேன்."

நேசம்தான் இந்த உலகிலேயே மிகவும் ஆற்றல்மிக்க சக்தி. நீங்கள் நேசிக்கப்படுவதற்கும், நேசத்தை வெளிப்படுத்துவதற்கும், நேசிக்கப்படுவதாக உணர்வதற்கும், காதல் வசப்படுவதற்கும் தகுதியானவர். ஓர் அன்பான உறவில் திளைத்தல் என்ற, வாழ்வின் மிகப் பெரிய ஆனந்தத்தை அனுபவிப்பதற்குத் தகுதியானவர் நீங்கள்.

நீங்கள் திருமணமானவராக இருந்தாலும் சரி, திருமணமாகாதவராக இருந்தாலும் சரி, விவாகரத்தானவராக இருந்தாலும் சரி, காதலித்துக் கொண்டிருப்பவராக இருந்தாலும் சரி, உங்களுடைய ஆகச் சிறந்த காதல் வாழ்க்கை உங்கள் முன்தான் இருக்கிறது என்று நான் நம்புகிறேன். ஏற்கனவே உங்களுடைய காதல் உறவு சிறப்பானதாக இருந்தால்கூட, அது அதிக அர்த்தம் மிக்கதாக ஆக முடியும், உங்களுடைய தொடர்பு அதிக ஆழமானதாக ஆக முடியும்.

நீங்கள் திருமணமாகாதவராக இருந்தால், உங்களுடைய காதல் கதை இன்னும் தொடங்கியே இருக்கவில்லை. அது உங்களுக்காக வருங்காலத்தில் காத்துக் கொண்டிருக்கிறது. நீங்கள் இதுவரை ஈடுபட்டிருந்த அனைத்து உறவுகளும் அதற்காக உங்களைத் தயார்படுத்தியுள்ளன.

நான் இந்தப் புத்தகத்திற்கான ஆய்வில் ஈடுபட்டிருந்தபோது,

'அவர்களை அவர்கள் போக்கில் விடுங்கள்' கோட்பாட்டைக் காதல் வாழ்க்கைக்குப் பயன்படுத்துவது தொடர்பான பல கேள்விகளை என் வாசகர்கள் என்னிடம் கேட்டனர்.

எனவே, காதல் உறவு தொடர்பான பல விஷயங்களை இப்போது நாம் அலசவிருக்கிறோம்.

வளர்ந்தவர்கள் தாங்கள் யாரைக் காதலிக்கப் போகிறோம் என்பதையும், அதை எப்படிச் செய்யப் போகிறோம் என்பதையும் தேர்ந்தெடுக்கின்றனர். சில நேரங்களில், காதலை அல்லது காதல் என்று நீங்கள் நம்பிக் கொண்டிருக்கின்ற ஒன்றை நீங்கள் துரத்திச் சென்று கொண்டிருக்கிறீர்கள். அப்போது, காதலுக்காக நீங்கள் உங்களுடைய விழுமியங்களோடு சமரசம் செய்து கொள்கிறீர்கள். காதலைத் துரத்திச் செல்வதன் மூலம், எந்த ஆழமான, அர்த்தமிக்க உறவுக்கு நீங்கள் தகுதியானவரோ, அந்த உறவை நீங்கள் உங்கள் வாழ்விலிருந்து துரத்தியடித்துவிடுகிறீர்கள்.

காதல் எந்த அளவுக்கு அசாதாரணமானதாக விளங்குகிறதோ, அதே அளவுக்கு வலியின் மூலாதாரமாகவும் அதனால் விளங்க முடியும். நீங்கள் பிறரால் காதலிக்கப்படுவதற்கு அளவுக்கு மீறி ஏங்கிக் கொண்டிருப்பதால், நீங்கள் உங்களுடைய அதிகாரத்தை அந்த நபரிடம் அடகு வைத்துவிடுகிறீர்கள்.

எடுத்துக்காட்டாக, ஒருவேளை, இணையத்தில் நீங்கள் எதிர்கொண்டிருந்த ஒரு நபர் இப்போது உங்களுடைய மனநிலையை நிர்ணயிக்கின்ற ஒருவராக மாறியிருக்கலாம்; தங்களுடைய சமூக ஊடகங்களிலிருந்து உங்களை நீக்கிவிட்டவர்கள் உங்களுடைய சுயமதிப்பை அழித்துவிட்டிருக்கலாம்; உங்கள் வாழ்க்கைத்துணைவர் உங்களை அந்த வீட்டில் ஒரு சக அறைவாசிபோல நடத்திக் கொண்டிருக்கலாம், அதை நீங்கள் ஏற்றுக் கொண்டும் இருக்கலாம்.

உங்களுடைய காதல் வாழ்க்கைக்குள் மற்றவர்களையும் அவர்களுடைய சொந்தப் பிரச்சனைகளையும் அனுமதிக்கின்ற ஒரு பொறிக்குள் நீங்கள் மாட்டிக் கொள்ளக்கூடும். அப்போது நீங்கள் உங்களுடைய விழுமியங்களோடு சமரசம் செய்து கொள்ள வேண்டியிருக்கும், வாழ்க்கையிலிருந்து உண்மையிலேயே நீங்கள் எதைப் பெற விரும்பியிருந்தீர்களோ அதற்கு மிகக் குறைவானவற்றைப் பெறுவதில் திருப்தியடைகின்ற பரிதாப நிலைக்கு நீங்கள் உங்களைத் தாழ்த்திக் கொள்ள வேண்டியிருக்கும்.

இதயம் கோலோச்சுகின்ற இடத்தில் தர்க்கத்திற்கு இடமில்லாமல் போய்விடும். நீங்கள் எதார்த்தத்தை ஏற்றுக் கொள்வதற்குப் பதிலாக, உங்களுடைய தலைக்குள் ஒரு மாயப் பிம்பத்தை உருவாக்கிக் கொண்டிருப்பதை நீங்கள் காண்பீர்கள். உங்களுடைய தற்போதைய காதல் உறவு சரியாக இல்லை என்றாலும் அதில் தொடர்வது, அதை உடைத்துவிட்டு,

அறியப்படாத ஓர் எதிர்காலத்தை எதிர்கொள்வதைவிட மேலானது என்ற உணர்வின் காரணமாக, அதில் தொடர்ந்து இருக்க உங்களை நீங்களே ஒப்புக் கொள்ள வைப்பீர்கள்.

நீங்கள் ஓர் அற்புதமான காதல் வாழ்க்கைக்குத் தகுதியானவர். அதைவிடக் குறைந்த எதையும் நீங்கள் ஒப்புக் கொள்ளக்கூடாது.

'அவர்களை அவர்கள் போக்கில் விடுங்கள்' கோட்பாட்டைப் பயன்படுத்துவதன் மூலம், காதலைத் தேடி ஓடிக் கொண்டிருப்பதற்கும், அதைத் தேர்ந்தெடுப்பதற்கும் இடையே உள்ள வேறுபாட்டை உங்களால் கண்டுகொள்ள முடியும். எந்தக் காதல் வாழ்க்கைக்கு உங்களை அர்ப்பணித்துக் கொள்ளலாம், எதற்கு உங்களை அர்ப்பணிக்கக்கூடாது என்பதை நீங்கள் கற்றுக் கொள்வீர்கள். காதல் பொங்கி வழிகின்ற, ஆதரவுமிக்க, அர்ப்பணிப்புடன்கூடிய ஓர் உறவை எப்படி உருவாக்கிக் கொள்வது என்பதையும் நீங்கள் கற்றுக் கொள்வீர்கள்.

மிகச் சிறந்த உறவுகள்கூட, காலப்போக்கில் வளரும், மாற்றமடையும் என்ற உண்மையை நீங்கள் மறக்கக்கூடாது. அதற்கேற்ப உங்களை மாற்றிக் கொள்வதன் மூலம் அந்த மாற்றத்தை உங்களால் சிறப்பாக எதிர்கொள்ள முடியும்.

காதலை எப்படிக் கண்டுபிடிக்கலாம் என்பதிலிருந்து தொடங்கலாம்

ஒரு காதலரைக் கண்டுபிடிப்பது முன்னெப்போதையும்விட இன்று மிகக் கடினமானதாக மாறியுள்ளது. அது எளிதானதாகவும் குதூகலமானதாகவும் இருப்பதாக திருமணமாகாத எவரும் என்னிடம் சொன்னதில்லை.

தங்களை இந்தக் காதல் சந்தைக்குள் நிறுத்திக் கொள்வது எல்லோருக்குமே உதறலைக் கொடுக்கிறது. இப்போது மற்ற அனைத்தையும்விட இணையம் இதற்கு அதிகமாக முட்டுக் கொடுத்துக் கொண்டிருக்கிறது. அதில் இறங்குவது ஒரு விஷக் கிணற்றுக்குள் இறங்குவதைப் போன்ற திக்குமுக்காடல் உணர்வை ஒவ்வொருவருக்கும் கொடுக்கிறது. நீங்கள் திருமணமாகாத ஒருவராக இருந்து, இதனால் ஊக்கமிழந்திருந்தால், அதில் நீங்கள் தனியாக இல்லை என்பதை நீங்கள் தெரிந்து கொள்ள வேண்டும். சமூக ஊடகங்களும், 'இணை பழகல்' (டேட்டிங்) செயலிகளும், காதலையும் காதல் உறவுகளையும் ஒரு தொழில்துறையாகவும் ஒரு போட்டியாகவும் மாற்றியிருப்பது அதற்கு ஒரு காரணம்.

இது விரக்தியளிப்பதற்கான இன்னொரு காரணம், இவை வழங்குகின்ற அறிவுரைகளில் பல, அடுத்த இணையோடு ஓர் ஏற்பாட்டைச் செய்து கொள்வதற்கு அல்லது உங்களால்

எத்தனை பேரைக் கவர முடியுமோ அத்தனை பேரைக் கவர்வதற்குத் தேவையான உத்திகளைப்போலவும், தந்திரோபாயங்களைப்போலவும், வெற்றி கொள்வதற்கான விதிமுறைகளைப்போலவும் தோற்றமளிப்பதுதான். அதனால்தான், இன்று, இணை பழகல் ஒரு போட்டியைப்போலத் தோன்றுகிறது. இது ஒரு விளையாட்டு அன்று. காதல் மற்றும் அர்ப்பணிப்புடன்கூடிய ஓர் உறவை அணுகுவதற்கான மகாமட்டமான வழி அது என்றே நான் கருதுவேன். மற்றவர்கள் உங்களை விரும்பும்படி செய்வதற்குத் தந்திரமாக முயல்வது எந்த விதத்தில் நியாயம்? உங்கள் மனத்திற்குப் பிடித்தவற்றைப் பேசுவதற்கோ அல்லது அவற்றை ஒரு செய்தியாக அனுப்புவதற்கோ இடமிருக்க வேண்டிய ஓரிடத்தில் விதிமுறைகளுக்கு என்ன வேலை?

உண்மையில் நீங்கள் யாராக இருக்கிறீர்களோ, அப்படி அங்கு நீங்கள் தோன்றினால், உங்களைக் கண்டு பிரமிக்கக்கூடிய ஒருவர் உங்களைக் கண்டுபிடிப்பதற்கான வாய்ப்பு அங்கு இருக்க வேண்டும். உங்களைக் 'களமிறக்குவதற்குத்' தேவையான உபாயங்கள் தன்னிடம் இருப்பதாக ஒரு செயலி கூறினால், அது உங்களை உங்களுடைய சுயத்திலிருந்து பிரித்தெடுத்து, தவறான நபர்களின் கூட்டத்தில் உங்களைக் கொண்டுபோய்ச் சேர்த்துவிடும். இந்த 'விளையாட்டில்' வெற்றி பெறுவதற்கு, உங்களை நீங்கள் மாற்றிக் கொள்ள வேண்டும் என்றும், வித்தியாசமானவற்றைச் செய்ய வேண்டும் என்றும் சிந்திப்பதற்குப் பதிலாக, நீங்கள் எதைச் செய்வதை நிறுத்த வேண்டும் என்பதை நான் உங்களுக்குக் கற்றுக் கொடுக்கப் போகிறேன்.

காதலைக் கண்டுபிடிப்பது என்பது 'சரி' என்று சொல்வதைப் பற்றியதன்று. 'முடியாது' அல்லது 'வேண்டாம்' என்று சொல்வதைப் பற்றியது அது. உங்களுக்கும், நீங்கள் எதிர்பார்க்கின்ற உறவுக்கும் நீங்கள் ஓர் உயர்ந்த தரத்தை நிர்ணயித்துக் கொள்கின்றபோது, இணை பழகல் ஒரு விலக்கல் செயல்முறையாக ஆகிவிடும்.

'அவர்களை அவர்கள் போக்கில் விடுங்கள்' கோட்பாட்டை நீங்கள் பின்பற்றுகின்றபோது, அது, நீங்கள் உண்மையில் யாராக இருக்கிறீர்களோ அதை அப்படியே தக்கவைத்துக் கொண்டு, அந்த மற்ற நபர் உண்மையில் யாராக இருக்கிறாரோ அதை வெளிப்படுத்துவதற்கு அவரைத் தூண்டுவதற்கான துணிச்சலை உங்களுக்குக் கொடுக்கும்.

நீங்கள் நீங்களாகவே இருப்பதற்கான துணிச்சல் உங்களிடம் இருக்கின்றபோது, கட்டுப்பாடு உங்கள் கைகளில் இருக்கும். ஏனெனில், இங்கு நீங்கள்தான் தேர்ந்தெடுப்பவராக இருக்கிறீர்கள்.

வேறொருவர் உங்களிடம் ஈர்க்கப்பட்டிருக்கவில்லை என்பதைக் காண்பதற்கும் துணிச்சல் தேவை. ஒருவருக்கு ஒரு குறுஞ்செய்தி அனுப்புவது எளிது, ஆனால் அந்த நபர்

உண்மையிலேயே உங்களை நேரில் சந்திக்க விரும்பியிருந்தால், உங்களைச் சந்திப்பதற்கான திட்டங்களைத் தீட்டியிருந்திருப்பார்.

நேரில் சந்திப்பதைத் தவிர்ப்பதற்கு என்ன செய்யலாம் என்று நீங்கள் மனத்தில் கற்பனை செய்யத் துவங்குகின்றபோதே, நீங்கள் உங்களுடைய சக்தியை அந்த நபரிடம் கொடுத்துவிடுகிறீர்கள். இணை பழகல் என்று வரும்போது, மற்றவர்களின் நடத்தை குறித்து நீங்கள் ஒரு தெளிவான வரையறைக்கு வந்தாக வேண்டிய நிர்ப்பந்தத்திற்கு ஆளாகிறீர்கள்.

இணை பழகலின் நோக்கம் உங்களுடைய 'ஆத்ம ஜோடியைக்' கண்டுபிடிப்பதையும் தாண்டிய ஒன்று

இணை பழகல் கடினமானதாக இருப்பதற்குக் காரணம், அதன் உண்மையான நோக்கம் என்ன என்பதை நீங்கள் புரிந்து கொள்ளாமல் இருப்பதுதான். அதன் நோக்கம், உங்களுடைய 'ஆத்ம ஜோடியைக்' கண்டுபிடிப்பது மட்டுமன்று. உங்களைப் பற்றி நீங்களே அதிகம் கற்றுக் கொள்வதற்கும், உங்களுக்கு உண்மையில் என்ன வேண்டும் என்பதையும் என்ன வேண்டாம் என்பதையும் தெரிந்து கொள்வதற்கும் இணை பழகல் உதவும். இணை பழகல் வழியாக நீங்கள் சந்திக்கின்ற நபர்கள் ஒவ்வொருவரிடமிருந்தும், உங்களுக்கு உண்மையிலேயே என்ன பிடிக்கும், என்ன பிடிக்காது என்பதை நீங்கள் தெரிந்து கொள்கிறீர்கள். ஒவ்வோர் அனுபவமும், அது மோசமானதாக இருந்தால்கூட, உங்களுக்கு முக்கியமான ஏதாவது ஒன்றைக் கற்றுக் கொடுக்கும்.

எந்த மாதிரியான நபருடன் உறவு ஏற்படுத்திக் கொள்ள நீங்கள் உண்மையிலேயே விரும்புகிறீர்கள், அவரிடம் எத்தகைய நடத்தையை நீங்கள் ஏற்றுக் கொள்வீர்கள் என்பது நீங்கள் கற்றுக் கொள்கின்ற முக்கியமான பாடமாக இருக்கும். ஆனால், நீங்கள் 'ஆத்ம ஜோடியைக்' கண்டுபிடிப்பதில் மட்டுமே குறியாக இருந்தீர்கள் என்றால், இணை பழகல், உங்கள் வாழ்க்கையில் காதலின் மதிப்பைக் கற்றுக் கொடுக்க முயல்கின்ற அனைத்துப் படிப்பினைகளையும் நீங்கள் தவறவிட்டுவிடுவீர்கள்.

நீங்கள் இந்த உலகில் பிறந்திருப்பது யாரோ ஒருவருடைய கணவனாகவோ அல்லது மனைவியாகவோ இருப்பதற்காக அல்ல. நீங்கள் இங்கு இருப்பது உங்களுடைய கனவைப் பூர்த்தி செய்வதற்குத்தான். ஓர் அழகான, அற்புதமான, பிரம்மாண்டமான வாழ்க்கையை உருவாக்கிக் கொள்வதற்குத்தான்.

அந்த வாழ்க்கையை உங்களுக்காக வேறு எவரும் உருவாக்கிக் கொடுக்கப் போவதில்லை. நீங்கள் நேசிக்கத் தேர்ந்தெடுக்கும் நபருக்கு, அந்த வாழ்க்கையை உங்களோடு பகிர்ந்து கொள்வதற்கு

ஒரு வாய்ப்புக் கிட்டும். அதனால்தான், நீங்கள் உங்களுடைய தேர்ந்தெடுப்பில் மிகவும் கவனமாக இருக்க வேண்டும் என்று நான் கூறுகிறேன்.

நீங்கள் ஒருவருடன் இணை பழகலில் ஈடுபடுகின்றபோது, குதூகலமாக இருங்கள், நிறைய பேரைச் சந்தியுங்கள். ஆனால், நீங்கள் உங்களுடைய ஆகச் சிறந்த வடிவமாக மாறுவதற்கும், இணைந்து ஓர் அற்புதமான வாழ்க்கையை உருவாக்குவதற்கும் உங்களுக்கு உதவக்கூடிய திறனுள்ள ஒருவரை நீங்கள் தேடிக் கொண்டிருக்கிறீர்கள் என்பதை மறந்துவிடாதீர்கள்.

அதற்குச் சரிப்பட்டு வராது என்று நீங்கள் கருதுகின்ற நபர்களிடம் முடியாது என்று சொல்லிவிடுங்கள்.

அதனால்தான், இணை பழகலை, பல்வேறு விதமான அனுபவங்களைப் பெறுவதற்குத் திறந்த மனத்துடன் இருப்பதன் மூலம் உங்களைப் பற்றி இன்னும் அதிகமாகக் கற்றுக் கொள்வதற்கு உங்களுக்குக் கிடைக்கின்ற ஒரு வாய்ப்பாகவும், அதன் மூலம் இறுதியில் ஓர் அற்புதமான நபரை நீங்கள் தேர்ந்தெடுப்பதற்கும், பதிலுக்கு அந்த நபர் உங்களைத் தேர்ந்தெடுப்பதற்கும் இட்டுச் செல்கின்ற ஒரு வாய்ப்பாகவும் நீங்கள் கருத வேண்டும்.

இதிலுள்ள பெரும் பிரச்சனை, அந்த நபர் உங்களைத் தேர்ந்தெடுப்பாரா மாட்டாரா என்பது உங்கள் கட்டுப்பாட்டில் இல்லாததுதான். உங்கள் வாழ்க்கையின் அத்தியாயமும், அந்த நபரின் வாழ்க்கையின் அத்தியாயமும் ஒன்றோடொன்று பொருந்துகின்ற விதத்தில் அமையுமா என்பதும் உங்களுடைய கைகளில் இருக்காது.

தாங்கள் யாரை நேசிக்க வேண்டும் என்பதையும் அதை எப்படிச் செய்ய வேண்டும் என்பதையும் ஒவ்வொருவரும் தேர்ந்தெடுக்கின்றனர். பல நேரங்களில், மற்றொருவரால் அப்படித் தேர்ந்தெடுக்கப்படுகின்ற நபராக நீங்கள் இல்லாமல் போகலாம். ஆனால், ஒருவரைத் தேர்ந்தெடுக்கவும், அவரை எப்படி நேசிக்க வேண்டும் என்று முடிவு செய்யவும் உங்களாலும் முடியும். நீங்கள் எப்படி நடத்தப்பட வேண்டும் என்பதையும் நீங்கள் தீர்மானிக்கலாம். இணை பழகலைப் பொறுத்தவரை, பல நேரங்களில், நீங்கள் எப்படி நடத்தப்படுவதற்குத் தகுதியானவரோ அப்படி நடத்தப்படாமல் போகின்றபோது, அந்த நபரிடமிருந்து விலகிச் செல்வதை உங்களால் தேர்ந்தெடுக்க முடியும்.

மற்றவர்கள் உங்களைப் பற்றி எப்படி உணர்கிறார்கள் என்பதை அவர்களுடைய நடத்தை உங்களிடம் தெள்ளத் தெளிவாகத் தெரிவித்துவிடும்.

நீங்கள் அதை அலசிப் பார்த்துப் புரிந்து கொள்ளவோ அல்லது ஊகிக்கவோ தேவையில்லை. மற்றவர்கள் உண்மையிலேயே யாராக இருக்கிறார்கள் என்பதையும், அவர்கள் உங்களைப் பற்றி உண்மையிலேயே என்ன நினைக்கிறார்கள் என்பதையும்

அவர்களை வெளிப்படுத்த வைப்பதுதான் உங்கள் வேலை. பின் அதை நீங்கள் ஏற்றுக் கொள்ள வேண்டும். இது உறவின் அனைத்துக் கட்டங்களுக்கும் பொருந்தும்.

தொடக்க நாள்கள்

நீங்கள் உங்களைப் பற்றிய விவரங்களை இணை பழகல் செயலிகள் மற்றும் வலைத்தளங்களில் தரவேற்றிவிட்டு, நிறைய பேரைச் சந்திக்கத் தொடங்கிய பிறகு, உங்களுக்குப் 'பிடித்த' மற்றும் உங்கள்மீது 'ஆர்வம் காட்டுகின்ற' ஏராளமானோரை நீங்கள் சந்திப்பீர்கள். ஏனெனில், வசீகரமான, சுவாரசியமான, குதூகலத்தை விரும்புகின்ற நபர்களுக்கு இவ்வுலகில் பஞ்சமில்லை.

தொடக்கக் காலங்கள் பரவசமூட்டுபவையாக இருக்கும். அதனால்தான், அப்போது நீங்கள் ஏராளமானோரிடம் உறவை அடுத்தக் கட்டத்திற்கு நகர்த்துவதற்குச் சரி சென்று சொல்வீர்கள். ஆனால், அவர்கள் உங்களுக்கு ஏற்றவர்கள் அல்லர் என்பதை நீங்கள் விரைவிலேயே தெரிந்து கொள்வீர்கள். ஒருவர் வசீகரமாக இருக்கின்றபோதோ, நீங்கள் உணர்ச்சிக் கொந்தளிப்புக்கு ஆளாகின்றபோதோ, அந்த வார இறுதியில் வேறு வேலைகள் எதுவும் இல்லாதபோதோ, தனியராக இருப்பது குறித்து நீங்கள் சலிப்படைந்திருக்கின்றபோதோ, உங்களுக்கு ஒருபோதும் ஒரு ஜோடி கிடைக்கவே மாட்டார் என்று நீங்கள் அஞ்சிக் கொண்டிருக்கின்றபோதோ, அவர்களிடம் அந்த உறவை அடுத்தக் கட்டத்திற்கு நகர்த்துவதற்குச் சரி என்று கூறுவது எளிதாகிவிடுகிறது.

இணை பழகல் கடினமானது. ஏனெனில், எல்லோருமே தனியராக இருப்பது குறித்து அரண்டு போயிருக்கிறார்கள், யாராவது ஒருவரைக் கண்டுபிடித்துவிடத் தவித்துக் கொண்டிருக்கிறார்கள், ஒரு மாயாஜாலமான மணவாழ்க்கையை வாழத் துடித்துக் கொண்டிருக்கிறார்கள்.

உங்களுக்கும் அந்த நபருக்கும் இடையே உண்மையில் இருப்பதைவிட அதிகத் தீவிரமான காதல் நிலவுவதாகவோ அல்லது அது கண்டிப்பாக அடுத்தக் கட்டத்தை நோக்கி நகர்ந்து கொண்டிருப்பதாகவோ எத்தனை முறை நீங்கள் தவறாகக் கணக்குப் போட்டிருக்கிறீர்கள்?

"உங்களை ஒருவர் விரும்பினால் அது உங்களுக்குத் தெரிந்துவிடும். ஆனால், உங்களை அவர் விரும்பவில்லை என்றால் நீங்கள் குழப்பமடைவீர்கள்," என்ற மேற்கோளை நீங்கள் கேள்விப்பட்டிருக்கலாம். நீங்கள் இணை பழகலில் ஈடுபட்டிருக்கின்றபோது இப்படிப்பட்டக் குழப்பம் ஆபத்தானது. ஏனெனில், நீங்கள் அந்த நபர்மீது பைத்தியமாக இருந்தால்,

அந்த நபரும் உங்களை விரும்புகிறார் என்று நம்பவே நீங்கள் விரும்புவீர்கள்.

அந்த நபர் உங்களை விரும்பாதிருக்கின்றபோது, அவர் உங்களை விரும்புவதாக நீங்கள் உங்களை நம்ப வைக்க முனைகின்றபோது, நீங்கள் காதலைத் துரத்திச் செல்கிறீர்கள். நீங்கள் காதலைத் துரத்திச் சென்றால், அது உங்களைத் துரத்தித் தள்ளிவிடும். உங்களுக்குப் பொருத்தமில்லாத ஒருவரை நீங்கள் துரத்திச் சென்றால், அதன் முடிவு இனிமையானதாக இருக்காது.

உங்களுக்குப் பொருத்தமில்லாத ஒருவரை நீங்கள் துரத்திச் சென்று கொண்டிருக்கிறீர்கள் என்பதை எப்படிக் கண்டுபிடிப்பது?

நீங்கள் மட்டுமே அந்த நபருக்குக் குறுஞ்செய்திகள் அனுப்பிக் கொண்டிருப்பீர்கள், நீங்கள் மட்டுமே அவரைத் தொலைபேசியில் அழைத்துக் கொண்டிருப்பீர்கள். அது அடுத்தக் கட்டத்திற்கு நகரும் என்று நீங்கள் மனக்கோட்டை கட்டிக் கொண்டிருப்பீர்கள். அவர் உங்கள் காதல் வலையில் விழுவார் என்ற நம்பிக்கையில் நீங்கள் எந்நேரமும் அவருக்கு அருகில் இருக்க முயற்சிப்பீர்கள்.

அவருடைய நடத்தை வேறு ஒன்றைச் சொல்லிக் கொண்டிருந்தாலும், அவர் உங்களிடம் என்ன கூறுகிறாரோ அதை நீங்கள் நம்புவீர்கள். காலப்போக்கில் அது மேம்படும் என்று நீங்கள் மனப்பால் குடிப்பீர்கள். அவருக்கு எது நல்லதென்று அவரைவிட உங்களுக்குத்தான் தெரியும் என்று நீங்கள் நினைப்பீர்கள். அவருடைய குறைகளை உங்களால் நிவர்த்தி செய்துவிட முடியும் என்று நீங்கள் கருதுவீர்கள்.

நீங்கள் எதார்த்தத்தைப் பார்க்காமல் சாத்தியக்கூற்றைத் துரத்திச் சென்று கொண்டிருப்பதற்கான எடுத்துக்காட்டுகள் இவை. அந்த நபர் உண்மையிலேயே உங்களுக்கு பொருத்தமாக இருப்பாரா என்று தெரியாமல், முன்னே பின்னே இருந்தாலும், எப்படியாவது 'ஒப்பேற்றிவிடலாம்' என்ற நம்பிக்கையில் ஒருவர் பக்கம் சாய்வது சரிப்பட்டு வராது. ஒரு ஜோடி காலணிகள், உருவளவில், நீங்கள் வழக்கமாக அணிகின்ற காலணிகளைவிட இரண்டு எண்கள் குறைவாக இருந்தாலும், அவை மிகவும் அழகாகவும் வசீகரமாகவும் இருப்பதால் அவற்றை வாங்கி அவற்றுக்குள் உங்கள் கால்களைத் திணிக்க முயல்கின்ற மாதிரியான அபத்தம் இது. நீங்கள் அவற்றை வாங்கிவிட்ட ஒரே காரணத்திற்காக, உங்களுடைய கால்கள் அவற்றுக்கேற்ப மாயாஜாலமாகச் சுருங்கிவிடாது, உங்களுடைய காலணிகளும் பெரிதாக விரிந்துவிடாது. அதேபோலத்தான், அந்த நபரும் உங்களுடைய எதிர்பார்ப்புகளுக்கு ஏற்பத் தன்னை மாற்றிக் கொள்ளப் போவதில்லை. நீங்கள் ஒருவரைத் துரத்திச் செல்வதை நிறுத்த வேண்டும் என்று நான் கூறுவதற்கு இதுதான் காரணம்.

தவறான நபர்களின் பின்னால் ஓடுவதற்கு நீங்கள் எவ்வளவு அதிக நேரத்தைச் செலவழித்துக் கொண்டிருக்கிறீர்களோ,

சரியான நபரைத் தேடுவதற்கு அவ்வளவு அதிகத் தாமதம் ஆகும். அவர்களை மறந்துவிட்டு நீங்கள் முன்னே செல்லுங்கள்.

உங்களுக்குப் பொருத்தமில்லாத ஒருவராக ஆகக்கூடிய சாத்தியமுள்ள ஒருவரின் பின்னால் ஓடுவதை நிறுத்துங்கள். உங்களுக்குத் திருப்பிக் கொடுக்காமல் இருக்கும் நபரிடம் நேரத்தையும் ஆற்றலையும் விரயமாக்கிக் கொண்டிருப்பதை நிறுத்துங்கள். அவர்களுடைய மரியாதையற்ற நடத்தைக்கு வியாக்கியானம் அளித்துக் கொண்டிருப்பதை நிறுத்துங்கள். உங்களை நேசிக்காத நபர்களிடம் நேசம் காட்டுவதை நிறுத்துங்கள். உங்களிடம் துளிகூட ஆர்வம் காட்டாத நபர்களின் போக்கை நியாயப்படுத்திக் கொண்டிருப்பதை நிறுத்துங்கள். உங்களைப் பதிலுக்குக் காதலிக்காமல் இருக்கின்ற நபர்களைத் துரத்திச் செல்வதை நிறுத்துங்கள்.

ஆமாம், இணை பழகல் கடினமானதுதான். நீங்கள் இதில் உங்களுடைய உணர்ச்சிகளை ஏராளமாகக் கொட்டியிருக்கிறீர்கள் என்பது உண்மைதான். நிராகரிப்பு வலிமிக்கதுதான்.

அவர்கள் சிரிக்கச் சிரிக்கப் பேசுகிறார்கள்தான். உங்களுடைய நண்பர்கள் வட்டத்தில் நீங்கள் மட்டுமே தனியராக இல்லாமல் இருந்தால் நன்றாக இருக்கும் என்பது உண்மைதான். ஒருவர் உங்கள்மீது ஆர்வம் காட்டுகின்றபோது, அது உங்களை நல்லவிதமாக உணரச் செய்கிறது என்பது உண்மைதான். வார இறுதியை அந்த நபரோடு கழிப்பதற்காக, அதை ஆவலுடன் எதிர்பார்த்துக் காத்துக் கொண்டிருப்பது நன்றாக இருக்கும் என்பதை மறுக்க முடியாதுதான்.

பொருத்தமில்லாத நபர்களை வேண்டாம் என்று ஒதுக்குவதன் மூலம் உங்களால் சரியான நபர்களைக் கண்டுபிடிக்க முடியும் என்பதை ஞாபகம் வைத்துக் கொள்ளுங்கள். நீங்கள் எவ்வளவு வேகமாக 'வேண்டாம்' என்று கூறுகிறீர்களோ, அவ்வளவு வேகமாக, உங்களுக்குப் பொருத்தமான நபரை உங்களால் அடையாளம் காண முடியும். உங்களுக்குப் பொருத்தமான ஒருவரைக் கண்டறிவதற்கு, 'அவர்களை அவர்கள் போக்கில் விடுங்கள்' கோட்பாடு உங்களுக்கு வெகுவாக உதவும். ஏனெனில், நீங்கள் இருக்கின்ற சூழல் குறித்தும், நீங்கள் பழகிக் கொண்டிருக்கும் நபர் உண்மையிலேயே யார் என்பது குறித்தும், அவர் உண்மையிலேயே உங்களைப் பற்றி எத்தகைய உணர்வுகளைக் கொண்டிருக்கிறார் என்பது குறித்தும் நேர்மையுடன் இருப்பதற்கு அது உங்களை நிர்ப்பந்திக்கும்.

அவர்களுக்கு உங்களைப் பிடிக்கவில்லை. விழித்துக் கொள்ளுங்கள்.

மற்றவர் உண்மையிலேயே யார் என்பதையும், அவர்களுடைய வாழ்க்கையில் நீங்கள் எந்த இடத்தில் இருக்கிறீர்கள் என்பதையும் அறிந்து கொள்வதற்கான ஒரே வழி, அவர்களுடைய நடத்தையை அவதானிப்பதுதான். அவர்கள் என்ன சொல்லிக் கொண்டிருக்கிறார்கள் என்பதை ஒதுக்கித் தள்ளிவிடுங்கள். அவர்கள் எப்படி நடந்து கொள்கிறார்கள் என்பதைக் கவனியுங்கள். அது எளிதாக இருக்காது. ஏனெனில், தொடக்கத்தில், பரவச உணர்வு உங்களிடம் படர்ந்திருக்கும். ஹார்மோன்களின் சேட்டையும் அதிகமாக இருக்கும். நீங்கள் எப்படி நடத்தப்பட்டுக் கொண்டிருக்கிறீர்கள் என்ற உண்மையை நீங்கள் தரிசிப்பதை அது திரைபோட்டு மறைத்துவிடும்.

இணை பழகல் என்ற மூடுபனியிலிருந்து உங்களை விடுவித்துக் கொள்வதற்கு உங்களிடம் இந்த ஒரு கேள்வியைக் கேளுங்கள்: "உங்களுடைய நெருங்கிய நண்பர் இப்படி நடத்தப்படுவதை நீங்கள் பார்த்துக் கொண்டிருந்தால், அவர்களிடம் நீங்கள் என்ன சொல்வீர்கள்?"

ஒருவருடைய வாழ்க்கையில் நீங்கள் எந்த இடத்தை அலங்கரித்துக் கொண்டிருக்கிறீர்கள் என்பதை அவர்களுடைய நடத்தை தெள்ளத் தெளிவாக விளக்கிவிடும். ஒன்று, அவர்கள் தங்களுடைய வாழ்க்கையில் உங்களுக்கு முன்னுரிமை அளிக்கின்றனர், அல்லது முன்னுரிமை அளிக்காமல் இருக்கின்றனர். இதில் இடைப்பட்ட நிலை என்ற ஒன்று கிடையாது.

அவர்கள் உண்மையில் யார் என்பதை அவர்கள் வெளிப்படுத்திக் கொள்ள அவர்களை அனுமதியுங்கள். ஒருவர் உங்களை நோக்கிக் கதம்பமான சமிக்கைகளை அனுப்பிக் கொண்டிருந்தால், அவர்களுக்கு உங்கள்மீது ஆர்வமில்லை என்று அர்த்தம். அவை உண்மையில் கதம்பமான சமிக்கைகளே அல்ல. அவர்களுடைய வாழ்க்கையில் உங்களுக்கு எந்த முன்னுரிமையும் இல்லை என்பதையும், நீங்கள் அவர்களுக்குக் கிடைத்துள்ள ஒரு சௌகரியம் மட்டுமே என்பதையுமே அவை வெளிப்படுத்துகின்றன.

எடுத்துக்காட்டாக, அவர் உங்களுக்கு டன் கணக்கில் குறுஞ்செய்திகளை அனுப்பிக் கொண்டிருக்கிறார், ஆனால், நேரில் சந்திப்பதற்குத் துளிகூட முனையவில்லை என்றால், அவருக்கு உங்கள்மீது ஆர்வமில்லை என்று அர்த்தம். பிரச்சனை அவரிடம் இல்லை, உங்களிடம்தான் இருக்கிறது. அந்த உறவு அதற்கு மேல் எங்கும் நகரப் போவதில்லை என்பதைப் புரிந்து கொள்ளாமல்

நீங்கள்தான் அந்த நபருக்காக உங்கள் நேரத்தையும் ஆற்றலையும் தேவையில்லாமல் வீணடித்துக் கொண்டிருக்கிறீர்கள்.

அவரை அவர் போக்கில் விட்டுவிட்டு, நீங்கள் உங்களுடைய வாழ்வின் அடுத்தக் கட்டத்திற்கு நகருங்கள்.

காதல் உறவு ஆரோக்கியமானதாக இருக்க வேண்டும் என்றால், அந்த உணர்வு இருவரிடமும் இருக்க வேண்டும்.

பரஸ்பர முயற்சி. பரஸ்பர மரியாதை. பரஸ்பர உணர்வு. பரஸ்பர ஈர்ப்பு. பரஸ்பர ஆர்வம்.

பதிலுக்கு உங்களைக் காதலிக்காத ஒருவருடன் உறவு வைத்துக் கொள்ள வேண்டும் என்பதற்காக, ஒரு சிறிய பெட்டிக்குள் அடங்குவதுபோல உங்களைச் சுருக்கிக் கொள்ளாதீர்கள். அல்லது, புத்தம் புதிய ஒரு நபராக உங்களை மாற்ற முயலாதீர்கள்.

காதல் உறவின் தொடக்கத்தில் இத்தகைய பொறிக்குள் சிக்கிக் கொள்வது சுலபம். உங்கள் தலைக்குள் எச்சரிக்கை மணி பலமாக ஒலித்துக் கொண்டிருந்தாலும், அந்த நபர்தான் உங்களுக்குச் சாலப் பொருத்தமானவர் என்ற முடிவுக்கு நேராக வந்துவிடுவது எளிது. அந்த நபர்மீது நீங்கள் எத்தகைய உணர்வைக் கொண்டிருக்கிறீர்களோ, அதே உணர்வை அவரும் கொண்டிருக்கிறார் என்று கண்மூடித்தனமாக நம்புவது எளிது. நீங்கள் சிறிது மாறினால் அந்த நபர் உங்களைக் காதலிப்பார் என்று மனக்கோட்டை கட்டுவது எளிது. அந்த உணர்வு நீங்கள் நினைத்திருந்ததைப்போல மாயாஜாலமாக இருக்கவில்லை என்றபோதிலும், நீங்கள் காதலிக்கப்பட்டுக் கொண்டிருக்கிறீர்கள் என்ற கற்பனை உலகிற்குள் சுருண்டு கிடப்பது எளிது. அவர் உங்களிடம் எந்த வாக்குறுதியும் வழங்கியிராதபோதும், அவர் வேறு எவரையும் சந்தித்துக் கொண்டிருக்கவில்லை என்று நம்பிக் கொண்டிருப்பது எளிது. நிகழ்கணத்தில் அது எளிதாக இருக்கலாம். ஆனால், நீண்டகால நோக்கில் அது உங்கள் இதயத்தை நொறுக்கிவிடும்.

அவர் எந்த முயற்சியும் மேற்கொள்ளவில்லை என்றால், அவர் உங்களுக்குத் தகுதியானவர் அல்லர்.

அத்தியாயம் 19

உங்கள் உறவை அடுத்தக் கட்டத்திற்கு எடுத்துச் செல்வது எப்படி

பலர் இப்படிக் கூறக்கூடும்: "ஆனால், நான் விரும்புகின்ற கவன ஈர்ப்பை அவர்கள் எனக்குக் கொடுக்கிறார்களே. அவர்களுக்கு என்னைப் பிடித்திருக்கிறது. அதை அவர்கள் வாய்விட்டும் கூறியுள்ளார்கள். அவர்கள் எல்லாவற்றையும் சரியாகச் செய்து கொண்டிருக்கிறார்கள், ஒன்றே ஒன்றைத் தவிர. இந்த உறவை அடுத்தக் கட்டத்திற்கு நகர்த்த அவர்கள் தயங்குகிறார்கள்."

இது பரவலாக இருக்கின்ற ஒன்றுதான். இது பல வழிகளில் வெளிப்படக்கூடும். தங்களுடைய உறவுக்கு அவர்கள் ஒரு முத்திரை குத்த விரும்பாமல் இருக்கக்கூடும். நிச்சயம் செய்து கொள்வதற்கோ அல்லது திருமணம் செய்து கொள்வதற்கோ அவர்கள் தயக்கம் காட்டக்கூடும்.

முதலில் நீங்கள் உங்களிடம், "காதல் உறவை அதன் இயல்பான இறுதிக் கட்டத்திற்கு எடுத்துச் செல்லத் தயங்குபவர்களைத்தான் நான் தேடித் தேடிக் காதலித்துக் கொண்டிருக்கிறேனா?" என்ற கேள்வியைக் கேளுங்கள். அல்லது, அது அந்த ஒரு நபரிடம் மட்டுமே வெளிப்பட்டிருந்த நடத்தையா? இவை இரண்டும் வெவ்வேறு பிரச்சனைகள் என்பதால், அவற்றை நாம் தனித்தனியாகப் பார்க்கலாம்.

நீங்கள் தொடர்ந்து தவறான நபர்களையே தேர்ந்தெடுத்துக் கொண்டிருந்தால்

நீங்கள் காதல் உறவு வைத்துள்ள நபர்களில் பலரும், அதை அடுத்தக் கட்டத்திற்கு எடுத்துச் செல்ல தயங்குகிறார்கள் அல்லது

மறுக்கிறார்கள் என்றால், அது எதேச்சையானதாக இல்லாமல் இருக்கலாம். ஒருவேளை, அவர்கள் அந்த உறவுகளில் உங்கள் அளவுக்கு முழுமையாக ஈடுபடாமல் இருந்தாலும், அவர்களை உங்கள் வழிக்கு உங்களால் கொண்டுவந்துவிட முடியும் என்று நீங்கள் நம்பிக் கொண்டிருக்கலாம். ஒருவேளை உங்களை அடிக்கடி அவர்கள் நேரில் சந்திக்காமல் இருப்பதற்கு, அவர்கள் வேறு சிலரையும் சந்தித்துக் கொண்டிருப்பது காரணமாக இருக்கலாம்.

இந்தக் கேள்விகளை உங்களிடம் கேளுங்கள்: திருமணம் செய்து கொள்வதற்குச் சம்மதிக்காத நபர்களைத்தான் நான் சந்தித்துக் கொண்டிருக்கிறேனா? நான் முழுமையாக நம்பிக்கை வைத்திராத நபர்களைத்தான் நான் துரத்திச் சென்று கொண்டிருக்கிறேனா? பொறாமை கொண்டுள்ள அல்லது என்னைக் கட்டுப்படுத்த முயல்கின்ற நபர்களுடன் காதல் உறவை வளர்த்துக் கொள்வதில் நான் ஈடுபட்டுக் கொண்டிருக்கிறேனா? தங்களுடைய வாழ்க்கையில் சில மனப் போராட்டங்களைச் சந்தித்துக் கொண்டிருக்கின்ற நபர்களுடன் நான் காதல் உறவு கொண்டிருக்கிறேனா? பிறரை ஏமாற்றுகின்ற நபர்களுடன் நான் இணை பழகலில் ஈடுபட்டுக் கொண்டிருக்கிறேனா? இறுதியில் அந்த உறவுகள் முறிகின்றபோது, அதற்குக் காரணம் அந்தப் 'பைத்தியக்காரர்கள்தாம்' என்று நான் என் நண்பர்களிடம் கூறுகிறேனா?

இவற்றில் எது உண்மையாக இருந்தாலும், நீங்கள் காதலைத் துரத்திச் சென்று கொண்டிருக்கிறீர்கள் என்ற உண்மையை நீங்கள் ஒப்புக் கொண்டாக வேண்டிய வேளை வந்துவிட்டது. உங்களுடைய காதல் உறவில் ஒரு போக்கு இருக்கிறது. அது ஒரு பிரச்சனை. நீங்கள் எதார்த்தத்தில் வாழ்ந்து கொண்டிருக்கவில்லை, மாறாக, அது ஒருவேளை அடுத்தக் கட்டத்திற்குச் செல்லக்கூடும் என்ற மாயையில் நீங்கள் வாழ்ந்து கொண்டிருக்கிறீர்கள்.

இந்தப் போக்கை நீங்களாகவே உடைக்கவில்லை என்றால், அது தொடர்ந்து உங்கள் வாழ்க்கையில் மீண்டும் மீண்டும் தோன்றிக் கொண்டே இருக்கும். மக்கள் தங்களுடைய குழந்தைப்பருவ மற்றும் முந்தைய உறவு அனுபவங்களின் அடிப்படையில், ஆழ்மனரீதியாக அதே விதமான நபர்களையே மீண்டும் மீண்டும் தேர்ந்தெடுத்துக் கொண்டிருப்பர் என்று ஆய்வுகள் தெரிவிக்கின்றன.

உங்கள் விஷயத்தில் இது உண்மையாக இருந்தால், நீங்கள் ஒரு மனநல மருத்துவரிடம் ஆலோசனை பெறுவது நல்லது. அவரிடம் உங்களுடைய கடந்தகாலத்தைப் பற்றி ஆழமாக விவாதித்து, உங்களுடைய பிரச்சனையின் ஆணிவேரைக் கண்டறிவது நல்லது. ஏனெனில், வேறு ஒரு நபரைத் தேர்ந்தெடுப்பதன் மூலம் உங்களுடைய பிரச்சனை மாயாஜாலமாக மறைந்துவிடப்

போவதில்லை.

மற்றோர் உறவு இதற்கான விடை அன்று. இன்னும் சொல்லப் போனால், அது உங்களுடைய பிரச்சனையை மேலும் மோசமாக்கவே செய்யும்.

நீங்கள் தனியராக இருப்பதே நல்லது.

நீங்கள் கனவு கண்டுள்ள ஆரோக்கியமான காதல் உறவை உருவாக்கிக் கொள்ள நீங்கள் விரும்பினால், அடுத்த ஓராண்டுக்குத் தனியராக இருப்பதை நீங்கள் தேர்ந்தெடுக்க வேண்டும். தனியாக மகிழ்ச்சியாக இருப்பற்கும் உங்களைக் குணப்படுத்திக் கொள்வதற்கும் நீங்கள் இக்காலத்தைப் பயன்படுத்திக் கொள்ள வேண்டும்.

"ஆனால், நான் தனியராக இருக்க விரும்பவில்லை. இது ஒரு பெரிய பிரச்சனை என்று நான் நினைக்கவில்லை. நான் தவறான நபர்களைச் சந்தித்துவிட்டிருந்தேன். பிரச்சனை அவர்களிடம்தானே அன்றி, என்னிடமில்லை. நான் வித்தியாசமான நபர்களைச் சந்திக்க வேண்டும், அவ்வளவுதான்," என்று நீங்கள் வாதிடக்கூடும்.

அது உண்மையன்று. நீங்கள்தான் பிரச்சனை.

ஆனால் நீங்கள், "நான் மட்டும் இதற்கு விதிவிலக்கு," என்று கூறி, உங்கள் தரப்பை வலியுறுத்தக்கூடும்.

"எல்லோருமே தாங்கள் தனித்துவமானவர்கள் என்று நினைத்துக் கொண்டிருப்பதால்தான் மற்றவர்களை உங்களால் மாற்ற முடிவதில்லை," என்று டாக்டர் டாலி கூறியிருந்ததை இங்கு நினைவுகூர்வது பொருத்தமாக இருக்கும். ஏனெனில், அதுதான் உங்களுக்கும் நிகழ்ந்து கொண்டிருக்கிறது.

நீங்கள் காதலைத் துரத்திச் சென்று கொண்டிருந்தாலும், அது திருமணத்தில் அல்லது சேர்ந்து வாழ்வதில் முடியாமல் இருந்தால், நீங்கள் இங்கு விதிவிலக்கில்லை என்பதை உணர்ந்திடுங்கள். இந்தப் போக்கு உங்களிடம் இருப்பதை நீங்கள் ஒப்புக் கொள்ளாமல் இருக்கிறீர்கள் என்பதை ஏற்றுக் கொள்வதுதான் இருப்பதிலேயே மிகப் பெரிய சவால். இன்னும் சொல்லப் போனால், நீங்கள் மற்றோர் உறவுக்குள் நுழைவது இந்தப் பிரச்சனை தீர்க்கப்படுவதை மேலும் தாமதப்படுத்தும்.

ஓர் அற்புதமான காதல் உறவைப் பெறுவதற்கு நீங்கள் தகுதியானவர்தான். ஆனால், உங்கள் உறவை அடுத்தக் கட்டத்திற்கு எடுத்துச் செல்ல மறுக்கின்ற அல்லது அதைத் தாமதப்படுத்திக் கொண்டிருக்கின்ற நபர்களின் பின்னால் நீங்கள் ஓடிக் கொண்டிருப்பதற்கான மூல காரணத்தை நீங்கள் கண்டுபிடிக்காதவரை, அது உங்கள் வசப்படாது.

இப்போது நாம் இரண்டாவது பிரச்சனைக்குச் செல்லலாம்.

உறவைத் திருமணக் கட்டத்திற்கு எடுத்துச் செல்லுதல்

காதல் உறவுகளில், அது எதை நோக்கி நகர்ந்து கொண்டிருக்கிறது என்பது குறித்து நீங்கள் யோசித்துக் கொண்டிருக்கின்ற ஒரு கட்டம் வரக்கூடும். அப்படிப்பட்ட ஓர் எண்ணம் உங்களுக்குத் தோன்றினால், உங்களுக்கு இடையே ஓர் உரையாடலைத் தொடங்குவதற்கான வேளை வந்துவிட்டது என்று அர்த்தம்.

நீங்கள் எதற்குத் தகுதியானவரோ அதைக் கேட்பது குறித்து நீங்கள் ஒருபோதும் மோசமாக உணரக்கூடாது. திருமணம் அல்லது சேர்ந்து வாழ்வது குறித்தப் பேச்சை ஏனோதானோவென்று நீங்கள் கருதக்கூடாது. அது குறித்த நேர்மையான ஓர் உரையாடல்தான் ஆரோக்கியமான, அன்பான உறவுக்கான அடித்தளமாகும்.

அதனால், அது குறித்து பயப்படாதீர்கள். அதில் துணிந்து இறங்குங்கள். அந்த உறவு நீடிக்க வேண்டுமென்று விதிக்கப்பட்டிருந்தால், அத்தகைய ஓர் உரையாடல் அதை வலுப்படுத்தவே செய்யும். அது ஒரு போலியான உறவாக இருந்தால், அதை அது தகர்த்தெறிந்துவிடும்.

தங்களுடைய உறவை அடுத்தக் கட்டத்திற்கு எடுத்துச் செல்ல விரும்புபவர்கள் மேற்கொள்கின்ற தவறுகள் குறித்து, பிரபல யூடியூபரும் நூலாசிரியருமான மேத்யூ ஹஸ்ஸியிடம் நான் பேசினேன். அவர் இணை பழகல் தொடர்பான அறிவுரைகளை மக்களுக்கு வழங்கி வருகிறார்.

அவர் என்னிடம் தன்னுடைய தனிப்பட்டக் கதை ஒன்றைப் பகிர்ந்து கொண்டார். அவர் தன்னுடைய மனைவி ஆட்ரேயைச் சந்தித்தபோது, வெவ்வேறு நகரங்களில் இருந்த பல்வேறு பெண்களுடன் இணை பழகலில் அவர் ஈடுபட்டிருந்தார். அதாவது, ஆட்ரேயை அவர் பத்தோடு பதினொன்றாகக் கருதி அவரோடு பழகிக் கொண்டிருந்தார். ஆனால், அந்த உறவைத் தீவிரமாக எடுத்துக் கொண்டிருந்த ஆட்ரே, அதை அடுத்தக் கட்டத்திற்கு எடுத்துச் செல்ல விரும்பினார். அதனால், ஒரு நாள் அவரை வலுக்கட்டாயமாக இழுத்துப் பிடித்து உட்கார வைத்து, ஆட்ரே 'அந்த' உரையாடலைத் தொடங்கினார். மேத்யூ அதைச் சிறிதும் எதிர்பார்த்திருக்கவில்லை என்பதால், அந்த உரையாடலை எப்படித் தொடர்வது என்று முதலில் அவர் தடுமாறினார்.

ஆனால், ஆட்ரே அவரை அசௌகரியமாக உணரச் செய்யவில்லை. அவரைத் தனக்கு மிகவும் பிடித்திருந்ததாகக் கதையளக்கவும் இல்லை. இன்னும் சொல்லப் போனால், அவர் மேத்யூவின்மீது தன் கவனத்தைச் செலுத்தவில்லை. அவர் தன்னுடைய நேரம் வீணாக்கப்படாமல் இருப்பதிலும், தன்

விருப்பத்தின்மீதும் மட்டுமே தன் கவனத்தைக் குவித்திருந்தார்.

தங்களுடைய உறவை அடுத்தக் கட்டத்திற்கு எடுத்துச் செல்ல முயல்பவர்களில் பலர், தங்கள்மீது கவனம் செலுத்தாமல், தங்களுடைய காதலர்மீது கவனத்தைக் குவிக்கின்ற தவற்றைச் செய்கின்றனர் என்று மேத்யூ சுட்டிக்காட்டினார். மேத்யூ விஷயத்தில் ஆட்ரேயின் அணுகுமுறை பலனளித்தது. மேத்யூ உடனடியாக மற்றப் பெண்களைச் சந்திப்பதை நிறுத்தினார். ஆட்ரேயுடனான உறவுக்கு அவர் தன்னை அர்ப்பணித்துக் கொண்டார். இப்போது அவர்கள் ஒரு தம்பதியராக ஆகியுள்ளதோடு, தொழிலிலும் பங்காளிகளாக இருக்கின்றனர்.

அந்த அனுபவத்திலிருந்து பாடம் கற்றுக் கொண்டிருந்த மேத்யூ, இப்போது அதை மற்றவர்களுக்கும் கற்றுக் கொடுத்துக் கொண்டிருக்கிறார். இந்த உரையாடல் தொடர்பாக அவர் என்னிடம் தெரிவித்திருந்த கருத்துகளை இங்கு நான் தொகுத்துக் கொடுத்துள்ளேன்.

இந்த உரையாடலை நீங்கள் தீவிரமானதாக எடுத்துக் கொள்ள வேண்டும். அதை அவசர அவசரமாக மேற்கொள்ளாமல் அதற்குப் போதுமான நேரத்தை ஒதுக்கிக் கொள்ள வேண்டும். நீங்கள் எதிர்பார்க்கின்ற அதே விஷயத்தைத்தான் அந்த நபரும் எதிர்பார்த்துக் கொண்டிருக்கிறார் என்ற எதிர்பார்ப்புடன் அந்த உரையாடலுக்குள் நுழையாதீர்கள். இது அடுத்தக் கட்டத்திற்குச் செல்லவில்லை என்றால், இதில் இனியும் நேரத்தை வீணடித்துக் கொண்டிருப்பதில் அர்த்தமில்லை என்ற கட்டத்தை நீங்கள் வந்தடைந்திருக்கின்ற காரணத்தால், அது குறித்தத் தெளிவை அந்த நபரிடம் பெறுவதற்காகத்தான் நீங்கள் அந்த உரையாடலில் ஈடுபடுகிறீர்கள் என்பதை நினைவில் வைத்துக் கொள்ளுங்கள்.

இது, நீங்கள் விரும்புகின்ற பதிலை அந்த நபரிடமிருந்து பெறுவதற்கான உரையாடலன்று. இந்த இடத்தில் நீங்கள் உங்களுடைய நிலை என்ன என்பதை அறிந்து கொள்வதற்கான உரையாடல் இது. நீங்கள் நேரத்தைச் செலவழிப்பதற்கு ஏற்ற உறவுதானா அது என்பதைத் தெரிந்து கொள்வதற்கான உரையாடல் அது. மேத்யூ பரிந்துரைத்திருந்ததை நான் கீழே கொடுத்துள்ளேன். நீங்கள் அதை உங்களுக்கு ஏற்றவாறு மாற்றிக் கொள்ளலாம்.

உங்களுடன் சேர்ந்து நேரத்தைக் கழிப்பது எனக்குப் பிடித்திருக்கிறது. எனக்கு என்னைப் பற்றித் தெரியும். இந்த உறவுக்கு உங்களை அர்ப்பணித்துக் கொள்ள முடியுமா என்பதை நான் தெரிந்து கொள்ள விரும்புகிறேன். இது எதை நோக்கி நகர்ந்து கொண்டிருக்கிறது என்பது குறித்து இருவருக்கும் ஒரே முன்னோக்கு இருக்கிறதா என்பதை நான் தெரிந்து கொள்ள விரும்புகிறேன். நான் என்னுடைய நேரத்தை மிகவும் மதிக்கிறேன்.

இந்த உறவை அடுத்தக் கட்டத்திற்கு எடுத்துச் செல்ல விரும்பாத ஒரு நபருடன் என் நேரத்தைச் செலவழித்துக் கொண்டிருக்க எனக்கு விருப்பமில்லை. உங்களைப் பொறுத்தவரை நான் அந்தக் கட்டத்தை அடைந்துவிட்டுள்ளேன். இதுவரை நான் உங்களுடன் செலவழித்திருந்த நேரத்தை நான் வெகுவாக இரசித்திருந்தேன். உங்களுடன் நேரம் செலவழித்தது எனக்கு மிகவும் பிடித்திருந்தது. ஆனால், இது அடுத்தக் கட்டத்தை நோக்கி நகரும் என்ற உறுதி இருந்தால் மட்டுமே, இதற்கு மேலும் இதில் நேரத்தை முதலீடு செய்ய நான் தயாராக இருக்கிறேன். நீங்கள் இதை அப்படிப் பார்க்கவில்லை என்றால் பரவாயில்லை. நான் விரும்புகின்ற அதே விஷயத்தை விரும்புகின்ற நபருடன் மட்டுமே நேரத்தைச் செலவழிக்க நான் ஆசைப்படுகிறேன்.

நான் இணை பழகலில் ஈடுபட்டிருந்தபோது இது எனக்குத் தெரிந்திருந்தால் நன்றாக இருந்திருக்கும். மேத்யூவின் இந்த அணுகுமுறையில், நேரடியாக விஷயத்திற்கு வருகின்ற பாங்கு என்னை மிகவும் கவர்ந்தது.

இப்படி ஒருவர் கூறினால் அவர்மீது உங்களுக்கு மரியாதை வரும், இல்லையா? அவர்கள் தங்களுடைய நேரத்தை மதிக்கிறார்கள் என்ற உணர்வு உங்களுக்குத் தோன்றும், அப்படித்தானே? அத்துடன், அந்த நபர் தான் உறவாடிக் கொண்டிருந்த நபருக்குப் பாராட்டுரைகளை வழங்கிக் கொண்டிருந்ததை நீங்கள் கவனித்தீர்களா?

இதில் குற்றவுணர்வு இல்லை. குற்றச்சாட்டுகள் இல்லை. சோகக் கதைகள் இல்லை. வளர்ந்த இருவர் சேர்ந்து சிறிது காலத்தைக் குதூகலமாகக் கழித்திருந்தார்கள். இப்போது, அவர்களில் ஒருவர், வாழ்க்கையில் தனக்கு என்ன வேண்டும் என்பது குறித்தத் தெளிவோடு இருக்கிறார்.

அதை நீங்கள் மதிக்கிறீர்கள், அப்படித்தானே? நான் மதிக்கிறேன். நீங்களும் உங்களுடைய நேரத்தை இதே அளவு மதிப்பீர்கள், சரிதானே?

அத்துடன், இதில் எந்தவிதமான எதிர்பார்ப்புகளும் இடம் பெற்றிருக்கவில்லை என்பதை நீங்கள் கவனித்தீர்களா? கதவைச் சாத்துவதற்கு அவருக்கு ஒரு வாய்ப்பு வழங்கப்பட்டிருந்தது.

சில வேளைகளில், நீங்கள் தேர்ந்தெடுக்கின்ற நபர், பதிலுக்கு உங்களைத் தேர்ந்தெடுக்காமல் போகக்கூடும். அப்போது அதை ஜீரணித்துக் கொள்வது கஷ்டமாகத்தான் இருக்கும். நீங்கள் கடும் விரக்தியடைவீர்கள். அதனால் பரவாயில்லை.

அவர்கள் அதற்கு வேண்டாம் என்று கூறிவிட்டால்கூட, அடுத்து எதைத் தேர்ந்தெடுக்க வேண்டும் என்பதை உங்களால் தீர்மானிக்க முடியும்.

எடுத்துக்காட்டாக, அவர்கள் இதுபோன்ற ஏதாவது ஒன்றைக் கூறக்கூடும்: நீங்கள் வசிக்கின்ற இடத்திற்கு இடம் பெயர நான்

விரும்பவில்லை; நான் உங்களைத் திருமணம் செய்து கொள்ள விரும்பவில்லை; ஆளுக்கொரு மூலையில் இருந்து கொண்டு இந்த உறவைத் தொடர நான் விரும்பவில்லை; எனக்குக் குழந்தைகள் பெற்றுக் கொள்வதில் விருப்பமில்லை. இவற்றில் அவர்கள் எதைக் கூறியிருந்தாலும், அவர்கள் நேர்மையுடன் தங்களுடைய நிலைப்பாட்டை உங்களிடம் தெரிவித்துவிட்டார்கள். அது குறித்து நீங்கள் மகிழ்ச்சியடைய வேண்டும்.

அவர்களை அவர்கள் போக்கில் விட்டுவிடுங்கள்.

நீங்கள் விரும்புவதைத் தாங்கள் விரும்பவில்லை என்று அவர்கள் தங்களுடைய நிலைப்பாட்டைத் தெளிவுபடுத்திய பிறகும் நீங்கள் அந்த உறவைத் தொடர விரும்பினால்?

அப்போது நான் உங்களிடம் கேட்க விரும்புவது இதைத்தான்: உங்களுடைய உறவுக்குத் தன்னை அர்ப்பணித்துக் கொள்ளத் தயாராக இல்லாத ஒருவரோடு உறவைத் தொடர நீங்கள் ஏன் விரும்புகிறீர்கள்? நீங்கள் எதை விரும்புகிறீர்களோ அதை விரும்பாத ஒருவரோடு உறவைத் தொடர நீங்கள் ஏன் ஆசைப்படுகிறீர்கள்?

தனியராக இருப்பது கிலி ஏற்படுத்துகின்ற ஒன்றாக இருக்கும் என்பது உண்மைதான். காதல் உங்களுக்கு வாய்க்காது என்ற முடிவுக்கு நீங்கள் வரக்கூடும். அந்த நபர் அளவுக்குப் புத்திசாலியான, சுவாரசியமான, வசீகரமான ஒரு நபரை மீண்டும் உங்களால் கண்டுபிடிக்க முடியாது என்று நீங்கள் நினைக்கக்கூடும். அது தவறு. அது உண்மையன்று.

துணிச்சலாக இருங்கள். தவறான நபரை வேண்டாம் என்று ஒதுக்குவதன் மூலமாகத்தான் சரியான நபரை உங்களால் அடைய முடியும்.

தாங்கள் யார் என்பதை அவர்கள் வெளிப்படுத்திவிட்டார்கள். நீங்கள் முடிவெடுக்க வேண்டிய வேளை இது.

இந்த உறவுக்குத் தன்னை அர்ப்பணித்துக் கொள்ளத் தயாராக இல்லாத நபருடன் நீங்கள் உங்கள் உறவை முறித்துக் கொள்ளப் போவதாக முடிவெடுங்கள்.

"எனக்குப் பொருத்தமான ஒரு நபரிடம் இது என்னை அழைத்துச் செல்லும் என்ற நம்பிக்கை எனக்கு இருக்கிறது," என்று உங்களுக்கு நீங்களே உத்தரவாதம் அளித்துக் கொள்ளுங்கள்.

உங்கள் வாழ்க்கையைக் கட்டுப்படுத்துகின்ற அதிகாரத்தை மீண்டும் உங்கள் கைகளில் எடுத்துக் கொள்ளுங்கள்.

அத்தியாயம் 20

ஒவ்வொரு முடிவும் ஓர் அழகான தொடக்கம்தான்

உங்கள் உறவில் நீங்கள் எதிர்கொள்கின்ற பிரச்சனைகள், ஒன்று, உங்களால் தீர்க்கப்பட முடிகின்றவையாக இருக்கும், அல்லது நீங்கள் வெறுமனே ஏற்றுக் கொள்ள வேண்டியவையாக இருக்கும். அதை எப்படிக் கண்டுபிடிப்பது? நீங்கள் ஈடுபட்டுள்ள காதல் உறவு இனி தேறாது என்ற கசப்பான உண்மையை எப்போது நீங்கள் ஒப்புக் கொள்ள வேண்டும்?

கிட்டத்தட்ட முப்பது ஆண்டுகளாகத் திருமண உறவில் இருந்து வருகின்றவள் என்ற முறையில் நான் ஒன்றைச் சொல்லிக் கொள்ள விரும்புகிறேன்: ஓர் உறவு வெற்றிகரமாகத் தொடர வேண்டுமென்றால், பரஸ்பர விட்டுக்கொடுத்தல்கள் அதில் கண்டிப்பாக இடம் பெற்றாக வேண்டும். யாருமே கச்சிதமானவர்கள் அல்லர். எந்த உறவும் கச்சிதமானதன்று. எல்லா உறவுகளும் கால ஓட்டத்தின் ஊடாக மாறும்.

ஒரு நீண்டகாலத் திருமண உறவில், சில காலகட்டங்கள் அற்புதமானவையாக இருக்கும், சில கடினமானவையாக இருக்கும். வெற்றிகரமாகத் தொடர்கின்ற திருமண உறவில் இரண்டு முக்கியமான அம்சங்கள் கண்டிப்பாக இடம் பெற்றிருக்கும்.

முதலாவது, அந்த உறவு செம்மையாகச் செயல்பட வேண்டும் என்று அவர்கள் இருவருமே விரும்புவர். அதை மேம்படச் செய்வதற்குத் தேவையான காரியங்களில் ஈடுபட இருவருமே தயாராக இருப்பர். இரண்டாவது, அந்த உறவில் தலைதூக்கியிருக்கின்ற பிரச்சனைகளுக்காக அவர்களில் யாரும் தங்களுடைய விழுமியங்களையோ அல்லது கனவுகளையோ சமரசம் செய்து கொள்ள வேண்டிய தேவை இருக்காது.

நீங்கள் சரியான உறவில்தான் ஈடுபட்டிருக்கிறீர்களா என்பதை நீங்கள் தெரிந்து கொள்ள விரும்பினால், அது நல்ல விஷயம்தான். ஏனெனில், உங்களுடைய ஆகச் சிறந்த வடிவத்தை வெளிக் கொண்டுவரக்கூடிய, ஒரு நல்ல வாழ்க்கையை உருவாக்குவதற்கு உங்களுடன் இணைந்து வேலை செய்யக்கூடிய ஒருவருடன் நீங்கள் இணைந்து கொள்ள விரும்புகிறீர்கள்.

நான் உறவு கொண்டிருந்த நபர் மிகவும் நல்லவராக இருந்தபோதிலும், அவர் எனக்கு ஏற்ற ஒருவர் அல்லர் என்பதை நான் அறிந்திருந்ததுதான் நான் அனுபவித்துள்ளதிலேயே மிகக் கடினமான அனுபவமாகும்.

அதற்கு நேர்மாறாக, நான் உறவு கொண்டிருந்த நபர் நல்லவராக இருந்தாலும், நான் அவருக்குப் பொருத்தமான ஒருத்தியாக இருக்க மாட்டேன் என்ற புரிதல் காரணமாக நான் சில உறவுகளிலிருந்து விலகியிருக்கிறேன்.

நீங்கள் ஈடுபட்டுள்ள உறவு சரியாகப் போய்க் கொண்டிருக்கவில்லை என்பதை ஒப்புக் கொள்வது மிகவும் கடினமான ஒரு காரியம். அது சரியாகப் போய்க் கொண்டிருக்கவில்லை என்பதற்கு அங்கு வெளிப்படையாக எந்த அறிகுறியும் இருக்காது. ஆனால், உங்கள் மனத்தின் ஆழத்தில் அதை நீங்கள் அறிந்திருப்பீர்கள்.

அந்த நபரைக் காதலியுங்கள், அந்த நபரின் சாத்தியக்கூற்றை அல்ல

நீங்கள் ஈடுபட்டுள்ள உறவு உங்களுக்குப் பொருத்தமானதா என்ற சந்தேகம் உங்களிடம் தலைதூக்குகின்றபோது, இக்கேள்வியை உங்களிடம் கேளுங்கள்: “இந்த நபர் எப்படி இருக்கிறாரோ, அப்படியே அவரை ஏற்றுக் கொண்டு அவர்மீது என்னால் அன்பு செலுத்த முடியுமா?”

அதாவது, உங்களுடைய காதலர் அல்லது வாழ்க்கைத் துணைவர் இப்போது எப்படி இருக்கிறாரோ அப்படியே அவரை ஏற்றுக் கொண்டு உங்களால் தொடர்ந்து அவரைக் காதலித்துக் கொண்டிருக்க முடியுமா? அல்லது, முன்பு அவர்கள் எப்படி இருந்தார்களோ அதற்காக அவர்களை நீங்கள் காதலித்துக் கொண்டிருக்கிறீர்களா? அல்லது, நீங்கள் எதிர்பார்க்கின்ற நபராக என்றாவது ஒரு நாள் அவர்கள் மாறுவார்கள் என்பதற்காக அவர்களை நீங்கள் காதலித்துக் கொண்டிருக்கிறீர்களா?

சில குறிப்பிட்ட விஷயங்கள் உங்களைத் தொந்தரவு செய்து கொண்டிருந்தாலும், இறுதியில் அவை உங்களுடைய உறவைத் தடம் புரளச் செய்பவையாக இல்லாமல் போகலாம்.

அவற்றை ஏற்றுக் கொண்டு, உங்கள் உறவைத் தழைக்கச் செய்யத் தேவையான காரியங்களில் நீங்கள் இறங்க வேண்டியிருக்கலாம்.

எடுத்துக்காட்டாக, அவர்கள் திடீரென்று, போதைப் பொருள்களைப் புகைக்கின்ற பழக்கத்திற்கு ஆளாகியிருக்கலாம். அதை உங்களால் சகித்துக் கொள்ள முடியாமல் போயிருக்கலாம். அல்லது, அவர்கள் வேறு ஓர் ஊருக்கு இடம் பெயர மறுப்பது, வெளிநாடுகளுக்கு உல்லாசப் பயணம் செல்லத் தயங்குவது போன்றவையாக அவை இருக்கலாம்.

இது போன்ற குறைபாடுகள் அவர்களிடம் இருந்தாலும், அவர்களை உங்களால் தொடர்ந்து நேசிக்க முடிகிறதா? இது ஒரு முக்கியமான கேள்வி. ஏனெனில், எதார்த்தத்தில் அவர்கள் இதிலிருந்து விடுபடாமலேயே போகலாம் அல்லது தங்களை மாற்றிக் கொள்ளாமல் இருக்கலாம்.

தாங்கள் என்ன நினைக்கிறார்களோ அதைத்தான் மக்கள் செய்வார்கள். உங்களால் அவர்கள்மீது தாக்கம் ஏற்படுத்த முடியும் என்பது உண்மைதான். ஆனால், அவர்கள் மாற வேண்டும் என்று நீங்கள் தொடர்ந்து எதிர்பார்த்து அவர்கள் மாறாமல் இருந்தால், அது உங்களுடைய அன்பைப் பலவீனமாக்குவதோடு, உங்களிடம் மனக்கசப்பை வளர்க்கவும் செய்யும்.

தம்பதியராக நீங்கள் எவ்வளவு நீண்டகாலம் தொடர்கிறீர்களோ, உங்களுடைய வாழ்க்கைத் துணைவர் உங்களைப்போல இருக்க வேண்டும் என்று நீங்கள் அவ்வளவு அதிகமாக விரும்புவீர்கள். அது நியாயமன்று. உண்மையிலேயே அதுதான் காரணமா? அல்லது, உங்களுடைய வேறு ஏதோ ஓர் அடிப்படைத் தேவை பூர்த்தியாகாமல் இருக்கிறதா? எதுவாக இருந்தாலும், நீங்கள் அடிப்படை மனித இயல்பைப் புரிந்து கொண்டிருந்தீர்கள் என்றால், அவர்கள் ஒருக்காலும் மாறப் போவதில்லை என்பதை நீங்கள் உணர்ந்திருப்பீர்கள்.

அதனால், அவர்களை அப்படியே விட்டுவிடுவதைத் தவிர உங்களுக்கு வேறு வழி இல்லை. அதனால், மௌனமாக அவர்களை வெறுத்துக் கொண்டிருப்பதற்குப் பதிலாக, அவர்களை நேசிக்கின்ற ஒருவராக நீங்கள் இருங்கள். ஒன்று, அவர்களை உங்களைப்போல மாற்ற முயல்வதை நிறுத்திவிட்டு அவர்களை அப்படியே ஏற்றுக் கொள்ளுங்கள். அல்லது, அவர்களிடமிருந்து உங்களுக்கு என்ன தேவை என்பது குறித்தும், அது ஏன் உங்களைத் தொந்தரவு செய்து கொண்டிருக்கிறது என்பது குறித்தும் அவர்களுடன் ஓர் அன்பான உரையாடலை நிகழ்த்துங்கள்.

ஒருவேளை அந்த விஷயம் உங்களைத் தொந்தரவு செய்து கொண்டிருக்கிறது என்பதையோ, அல்லது அந்தப் பிரச்சனை குறித்து நீங்கள் எவ்வாறு உணர்கிறீர்கள் என்பதையோ, அல்லது அந்தப் பிரச்சனையைத் தீர்ப்பது உங்களுக்கு எவ்வளவு முக்கியமானது என்பதையோ அவர்கள் அறிந்திராமல்

இருக்கலாம்.

அதனால், அடுத்த ஓராண்டுக்கு அந்த விஷயத்தைப் பற்றி அளவுக்கதிகமாகச் சிந்தித்துக் கொண்டு, அந்த நபர் உங்களுக்குப் பொருத்தமானவரா என்று மண்டையைப் பிய்த்துக் கொண்டிருக்காமல், அந்த உரையாடலில் ஈடுபடுங்கள். பிறகு பொறுமையாகக் காத்திருங்கள். நாம் ஏற்கனவே பார்த்திருந்த மூன்று அம்ச சுழற்சி வட்ட உத்தியை இதற்குப் பயன்படுத்துங்கள். அதை இங்கு ஒரு முறை நினைவுபடுத்திக் கொள்ளலாம்:

மன்னிப்புக் கேளுங்கள், பிறகு திறந்தமுனை கேள்விகளைக் கேளுங்கள்
பின்வாங்குங்கள், பிறகு அவர்களுடைய நடத்தையை அவதானியுங்கள்
கொண்டாடுங்கள், பிறகு ஒரு முன்மாதிரியாக இருப்பதைத் தொடருங்கள்

நீங்கள் இந்த உத்தியைக் கையாண்டாலும், அவர்கள் தங்களுடைய சிந்தனை, செயல் மற்றும் சொல்லின்மீது தொடர்ந்து கட்டுப்பாட்டைக் கொண்டிருக்கவே விரும்புவர். அதனால், அவர்களுக்கு ஒரு மூன்று மாத அவகாசம் கொடுங்கள்.

எதற்காக மூன்று மாதங்கள்? அது தங்களுடைய சொந்த யோசனை என்ற முடிவுக்கு அவர்கள் வருவதற்கு அந்தக் கால இடைவெளி தேவை.

நாம் முன்பு பார்த்த என் தோழியின் உதாரணத்தையே மீண்டும் எடுத்துக் கொள்ளலாம். அவளுடைய கணவரின் உடல்நிலை சில காலமாகவே அவளைத் தொந்தரவு செய்து கொண்டிருந்தது. அவள் தன் கணவரை நேசித்து வந்தாலும், அவர் தனக்கு ஏற்றவர்தானா என்ற சந்தேகம் அவளுக்குள் துளிர்விட்டிருந்தது. தன் உடல்நலன்மீது அக்கறை செலுத்துகின்ற வேறு ஒருவரைத் தான் திருமணம் செய்து கொண்டிருந்திருக்க வேண்டுமோ என்ற ரீதியில் அவளுடைய யோசனை சென்றது.

தன் கணவருக்கு ஒரு முன்னுதாரணமாகத் திகழ்வதற்காக அவள் தினந்தோறும் காலையில் நடைப்பயிற்சிக்குச் சென்றாள். அவர் எப்போதாவது உடற்பயிற்சியில் ஈடுபட்டால் அவள் அவரைப் பாராட்டி ஊக்குவித்தாள்.

பிறகு அவள் காத்திருக்கத் தொடங்கினாள்.

முறிவுக்கான தீர்மானம்

நீங்கள் அந்த மூன்று அம்ச உத்தியைப் பின்பற்றிவிட்டு மூன்று மாதங்கள் காத்திருந்த பிறகும் எதுவும் மாறவில்லை என்றால்

என்ன செய்ய வேண்டும்?

அப்படியெனில், உங்களுடைய வாழ்க்கைத் துணைவர் மாற விரும்பவில்லை என்று அர்த்தம். அவருடைய நடத்தை அதை வெளிப்படுத்திவிடும். இப்போது நீங்கள் ஒரு தேர்ந்தெடுப்பை மேற்கொண்டாக வேண்டும். அந்த மூன்று அம்சத் திட்டத்தில் இப்போது நாம் 4-வது மற்றும் 5-வது அம்சங்களைச் சேர்க்கப் போகிறோம்.

மூன்று அம்சச் சுழற்சி வட்டம்

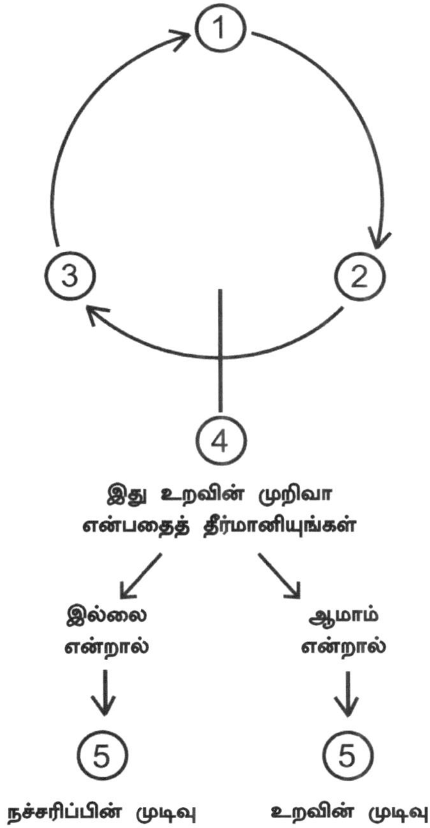

இது உறவின் முறிவா என்பதைத் தீர்மானியுங்கள்

மூன்று மாதங்களுக்குப் பிறகும் அவர்கள் மாறவில்லை என்றால், மாற முயற்சி செய்யவில்லை என்றால், அவர்கள் ஒருபோதும் மாறப் போவதில்லை என்று நீங்கள் உறுதியாக நம்பலாம். அவர்கள் அதற்குத் தயாராக இல்லை என்று அர்த்தம். அவர்கள் அதைச் செய்ய விரும்பவில்லை. அது அவர்களுடைய முன்னுரிமையன்று. அல்லது வேறு ஏதாவது ஓர் ஆழமான பிரச்சனை அவர்களுக்கு இருக்கலாம்.

அல்லது ஒருவேளை அதுதான் அவர்களுடைய இயல்பாக இருக்கலாம். அவர்களுடைய நடத்தைதான் பதில். அதை அவர்கள் தெளிவாகச் சொல்லிவிட்டார்கள்.

எல்லோரும் மாற விரும்புவதில்லை. சில நேரங்களில், வாழ்க்கையில் நீங்கள் செய்யக்கூடிய சிறப்பான காரியம், விஷயத்தைச் சரி செய்ய முயல்வதை நிறுத்திவிட்டு, இருப்பதை ஏற்றுக் கொண்டு, உங்கள் கட்டுப்பாட்டில் எது இருக்கிறதோ அதில் கவனம் செலுத்துவதாக இருக்கலாம்.

உங்கள் கட்டுப்பாட்டில் இருக்கின்ற ஒரு விஷயம், மற்றவர்கள் எப்படி இருக்கிறார்களோ அவர்களை அப்படியே ஏற்றுக் கொள்வதைத் தேர்ந்தெடுப்பது.

இது நியாயமில்லைதான். இது ஏமாற்றமளிக்கிறதுதான். இது விரக்தியளிக்கிறதுதான்.

அவர்களை அப்படியே விட்டுவிடுங்கள்.

உங்களைப் பொறுத்தவரை, இது உறவின் முறிவா என்பதை நீங்கள் தீர்மானிக்க வேண்டும். யாரை எப்படி நேசிப்பது என்பதைத் தீர்மானிப்பவராக எப்போதும் நீங்கள்தான் இருக்கிறீர்கள் என்பதை நினைவில் கொள்ளுங்கள்.

அது உறவின் முடிவா என்பதை எப்படித் தீர்மானிப்பது?

உங்களிடம் இந்தக் கேள்வியைக் கேளுங்கள்: அந்த நபர் ஒருபோதும் மாறவே மாட்டார் என்றாலும், உங்களுடைய மீதி வாழ்நாள் முழுவதும் நீங்கள் அவருடன் இருப்பீர்களா?

இதற்கான உங்களுடைய பதில் ஆமாம் அல்லது இல்லை என்று எதுவாக இருந்தாலும் சரி, 5-வது அம்சத்திற்குச் செல்லுங்கள். ஏனெனில், யாராவது ஒருவர் இந்த உறவு மேம்படுவதற்கு ஏதாவது ஒரு முடிவுக்கு வந்தாக வேண்டும்.

நச்சரிப்பை முடிவுக்குக் கொண்டு வாருங்கள் அல்லது உறவை முடிவுக்குக் கொண்டு வாருங்கள்

அவர்கள் மாறப் போவதில்லை என்பது உறுதியாகிவிட்டது. ஒன்று, இதை சகித்துக் கொண்டு நீங்கள் அந்த நபருடன் சேர்ந்து வாழ வேண்டும் அல்லது அவரிடமிருந்து வெட்டிக் கொள்ள

வேண்டும். அதாவது, நீங்கள் உங்களுடைய நச்சரிப்பை நிறுத்திக் கொள்ள வேண்டும் அல்லது உங்கள் உறவை ஒரு முடிவுக்குக் கொண்டு வர வேண்டும்.

நச்சரிப்பை நிறுத்திக் கொள்வதை நீங்கள் தேர்ந்தெடுத்தால், அவர்கள் இப்போது எப்படி இருக்கிறார்களோ அப்படியே அவர்களை நீங்கள் ஏற்றுக் கொள்ள வேண்டும். என் வாழ்க்கையை எடுத்துக் கொள்ளுங்கள். என்னுடைய 'அவதானப் பற்றாக்குறை மிகையியக்கக் குறைபாடு' (ஏடிஎச்டி) நோய் காரணமாக, நான் என் கணவர் கிறிஸ்ஸைப் பாடாய்ப் படுத்திவிடுவேன். அவருடைய நிலையை நான் நன்றாகவே அறிவேன்.

நான் பாத்திரங்களைக் கழுவாமல் அப்படியே போட்டு வைத்திருப்பேன். என் சாவிகளை அடிக்கடி தொலைத்துவிடுவேன். என் பொருள்கள் வீடு முழுக்க இறைந்து கிடக்கும். எங்குக் கிளம்பினாலும் நான் தாமதமாகத்தான் கிளம்புவேன்.

நாங்கள் வெளியே கிளம்புகின்ற சமயங்களிலெல்லாம் கிறிஸ் பொறுமையுடன் எங்கள் காரில் அமர்ந்திருப்பார். நான் ஏதோ ஒன்றைத் தேடி வீட்டைச் சுற்றி வந்து கொண்டிருப்பேன்.

பல ஆண்டுகளாக, கிறிஸ் இது பற்றி அவ்வப்போது என்னுடன் பேசியிருக்கிறார்.

என்னுடைய நடத்தை நான் அவருடைய நேரத்தை மதிக்காதிருப்பதைப் போன்றதொரு தோற்றத்தை ஏற்படுத்திக் கொண்டிருப்பதை நான் அறிவேன்.

நான் என்னை மாற்றிக் கொள்ள விரும்புகிறேன். நான் என்னை மாற்றிக் கொள்ள முயற்சியும் செய்கிறேன். ஆனால், அதனால் பெரிய விளைவுகள் எதுவும் ஏற்படவில்லை. இது எனக்கே வெறுப்பாக இருக்கிறது.

கிறிஸ் எப்போதும் நேரம் தவறாமையைக் கடைபிடிப்பவர், அனைத்தையும் ஒழுங்குமுறையுடன் செய்பவர். அவர் எப்போதும் அமைதியாக இருப்பார். நான் அவரைப்போல இருக்க வேண்டும் என்று அவர் எதிர்பார்ப்பார். நான் அப்படி இருந்தால், அவருடைய வாழ்க்கை இலகுவானதாக இருக்கும், அவர் என்னை இன்னும் அதிகமாக மதிப்பார், எனக்கு இன்னும் ஆதரவாகச் செயல்படுவார்.

ஆனால், உறவுகள் என்பவை ஒருவர் யாராக இருக்கிறாரோ அவரை அப்படியே ஏற்றுக் கொள்வதுதானே?

கிறிஸ்ஸிடமும் எனக்குப் பிடிக்காத சில விஷயங்கள் இருந்தன. முன்பு அவை எனக்கு எரிச்சலூட்டிக் கொண்டிருந்தன. ஆனால், அவற்றைக் கடந்து நான் கிறிஸ்ஸை அவருடைய நம்பகத்தன்மை, அமைதியான குணம், இரக்க உணர்வு ஆகியவற்றுக்காகப் பெரிதும் நேசித்தேன். அதேபோல, கிறிஸ், என்னுடைய அசாத்தியமான உற்சாகம், தீவிரமான விசுவாசம், நகைச்சுவையுணர்வு ஆகியவற்றைப் பெரிதும் மதித்தார்.

அதனால்தான், என்னுடைய நடத்தை சில சமயங்களில் அவருக்கு விரக்தியைக் கொடுத்தாலும், எங்களுடைய உறவை முறிக்கின்ற அளவுக்கு அவர் செல்லவில்லை. நான் அளித்து வருகின்ற மற்ற அனைத்தின் காரணமாக, கிறிஸ் என்னுடைய நோய் ஏற்படுத்துகின்ற எரிச்சல்களைப் பொருட்படுத்துவதில்லை.

என் வாழ்க்கை முழுவதும் நான் இப்படித்தான் இருப்பேன் என்ற உண்மையை கிறிஸ் ஏற்றுக் கொண்டுள்ளார். அதனோடு வாழ அவர் தன்னைப் பழக்கிக் கொண்டார்.

'அவர்களை அவர்கள் போக்கில் விடுங்கள்' கோட்பாடு என்னுடைய திருமண வாழ்க்கையை வலுவாக்கியுள்ளது. கிறிஸ் யாராக இருக்கிறாரோ அப்படியே அவரை ஏற்றுக் கொள்ள அது எனக்குக் கற்றுக் கொடுத்துள்ளது. அதே போன்ற கருத்தை அவரும் என்னைப் பற்றிக் கொண்டுள்ளார்.

என் தோழியைப் பொறுத்தவரை, அவள் இப்போது காலையில் உடற்பயிற்சி செய்யக் கிளம்புகின்றபோது, முன்புபோல இல்லாமல், தூங்கிக் கொண்டிருக்கின்ற தன் கணவர் விழித்துவிடக்கூடாது என்பதற்காக அதிகச் சத்தம் ஏற்படுத்தாமல் அவள் தயாராகிறாள்.

நான் இந்த எடுத்துக்காட்டுகளை உங்களிடம் பகிர்ந்து கொள்வதற்குக் காரணம், ஒருவர் எப்படி இருக்கிறாரோ அப்படியே அவரை ஏற்றுக் கொண்டு அவரை நேசிப்பது என்பது, நச்சரித்துக் கொண்டிருப்பதை நிறுத்திக் கொள்வதையும் தாண்டிய ஒன்று என்பதைச் சுட்டிக்காட்டத்தான். அவர்கள் எப்படி இருக்கிறார்களோ அப்படியே அவர்களை ஏற்றுக் கொண்டு அவர்களை நேசிப்பதை நீங்கள் உங்களுடைய நடத்தையின் வாயிலாக நிரூபித்துக் காட்டுகிறீர்கள். நீங்கள் அன்பையும் அக்கறையையும் வெளிப்படுத்துகிறீர்கள்.

நீங்கள் உங்களுடைய வாழ்க்கைத் துணைவருக்கு உண்மையிலேயே பொருத்தமானவர்தானா?

நான் முன்பு உங்களிடம் இந்தக் கேள்வியைக் கேட்டுக் கொள்ளுமாறு கோரியிருந்தேன், இல்லையா? "அந்த நபர் ஒருபோதும் மாறவே மாட்டார் என்றாலும், உங்களுடைய மீதி வாழ்நாள் முழுவதும் நீங்கள் அவருடன் இருப்பீர்களா?"

அதற்கான உங்களுடைய பதில், "இல்லை" என்றோ, "எனக்குத் தெரியாது" என்றோ இருந்தால்?

உங்களால் கண்டிப்பாக உங்களுடைய நச்சரிப்பை நிறுத்த முடியாது என்றால், உங்களால் அந்த நபரை அப்படியே ஏற்றுக் கொண்டு அவரை நேசிக்க முடியாது.

அது நல்ல நடத்தை இல்லைதான். ஆனால், தினமும் உங்களுடைய நச்சரிப்பு, கோபத்தை வெளிப்படுத்துகின்ற, கதவை ஓங்கிச் சாத்துவது போன்ற விதங்களில் வெளிப்பட்டுக் கொண்டிருந்தால், அதை எந்தக் கணக்கில் சேர்ப்பது?

நீங்கள் ஓர் உறவை முடிவுக்குக் கொண்டு வருகிறீர்களா என்பது உங்களுடைய தனிப்பட்டத் தீர்மானம். அதை உங்கள் ஒருவரால் மட்டுமே மேற்கொள்ள முடியும். என் தோழி விஷயத்தில் அந்த உறவைத் தொடர்வது என்ற தீர்மானத்தை எடுப்பது அவளுக்குக் கடினமானதாக இருக்கவில்லை. அவளுடைய கணவரின் ஆரோக்கியமற்றப் பழக்கங்கள் அவர்களுடைய திருமண உறவை வெட்டித் தள்ளுகின்ற அளவுக்குத் தீவிரமானவையாக இருக்கவில்லை. தன் கணவர் மாறப் போவதில்லை என்பதால் அவள்தான் தன்னை மாற்றிக் கொள்ள வேண்டியிருந்தது.

தாங்கள் ஒரு சரியான நபருடன் இருக்கிறோமா என்பதைத் தீர்மானிப்பதற்கு ‘அவர்களை அவர்கள் போக்கில் விடுங்கள்’ கோட்பாட்டைப் பயன்படுத்துவது குறித்து மக்கள் கேள்வி கேட்கின்றபோது, பெரும்பாலானோர், தங்களுடைய பரஸ்பர ஒத்துப்போதல் பிரச்சனைகளை மனத்தில் வைத்தே அவ்வாறு கேட்கின்றனர். தங்களுடைய வாழ்க்கைத் துணைவரிடம் அர்ப்பணிப்புடன் இருக்கிறோமா என்ற விசாரணையும், தாங்கள் ஒருவருக்கு ஒருவர் பொருத்தமாக இருக்கிறோமா என்ற அலசலும் வெவ்வேறு விஷயங்கள்.

பரஸ்பரம் ஒருவர்மீது ஒருவர் காதல் கொண்டு, பிறகு திருமணம் செய்து கொண்டு மிக அற்புதமான ஒரு வாழ்க்கையை வாழத் தொடங்குகின்ற சில தம்பதியர், காலப்போக்கில் ஆளுக்கொரு திசையில் பயணிக்கத் தொடங்குவது சாதாரணமாக நடக்கின்ற ஒன்றுதான்.

இங்கு அவர்களுக்கு இடையில் நிலவுகின்ற காதல் அப்படியேதான் இருக்கும். அவர்கள் முன்புபோல ஒருவரோடொருவர் பொருந்திப் போவதில்லை, அவ்வளவுதான்.

விழுந்துவிட்ட இடைவெளியைச் சரி செய்வதற்கு, நீங்கள் இருவருமே விரும்பி, அதற்குத் தேவையான நடவடிக்கைகளை எடுக்கத் தயாராக இருக்கலாம். ஆனால், இனியும் தாங்கள் ஒருவருக்கொருவர் பொருத்தமானவர்கள் அல்லர் என்ற எண்ணம் அவர்களுக்கு வந்துவிட்டால், நீங்கள் எவ்வளவுதான் கடினமாக முயன்றாலும், அந்த உறவு சிறப்பாகச் செயல்படுவதற்கான வாய்ப்பு மிகவும் குறைவுதான்.

எடுத்துக்காட்டாக, இரண்டு வெவ்வேறு நாடுகளில் வசிக்கின்ற காதலர்களில் ஒருவர் ஒரு நாட்டிலும் மற்றொருவர் இன்னொரு நாட்டிலும் வசிக்க விரும்பினால், அப்போது, அவர்களுக்கு இடையே ஒரு பொருத்தமின்மை உருவாகும்.

ஜோடிகளில் ஒருவர் குழந்தைகள் வேண்டும் என்றும், இன்னொருவர் குழந்தைகள் வேண்டாம் என்றும் நினைத்தால், அங்கும் அவர்களுக்கு இடையே பொருத்தமின்மை நிலவும்.

அது குறித்து நீங்கள் உரையாடலாம். மோதிக் கொள்ளலாம். உங்களுடைய துணைவர் எதற்காகத் தன்னுடைய சொந்த நாட்டில் வசிக்க விரும்புகிறார் என்பதை உங்களால் புரிந்து கொள்ள முடியலாம். குழந்தைகளைப் பெற்று வளர்ப்பதிலுள்ள சாதக பாதகங்களை விரிவாக அலசியும் உங்களால் அது குறித்து ஓர் ஒத்தக் கருத்திற்கு வர முடியாமல் இருக்கலாம். தொடக்கத்தில் நீங்கள், “நாம் இதைப் பற்றி இப்போது தீர்மானிக்க வேண்டியதில்லை,” என்று கூறியிருந்திருக்கலாம்.

அந்த ‘இப்போது’ வந்துவிட்டுள்ளது. உங்களால் அது குறித்து ஓர் ஒருமித்தக் கருத்திற்கு வர முடியவில்லை.

அவர் தன்னுடைய சொந்த நாட்டுக்குப் போக விரும்புகிறார். நீங்கள் விரும்பவில்லை.

நீங்கள் குழந்தை பெற்றுக் கொள்ள ஆசைப்படுகிறீர்கள். வேண்டாம் என்று அவர் கூறுகிறார்.

நீங்கள் இருவருமே அந்த உறவிற்கு உங்களை அர்ப்பணித்துக் கொண்டிருந்தாலும், இப்போது முக்கியமான சில விஷயங்களில் உங்களுக்கு இடையே பொருத்தமின்மை நிலவுகிறது.

இதன் அடிப்படையில் உறவை முறித்துக் கொள்ள வேண்டுமா?

அதைக் கண்டுபிடிப்பதற்கு ஒரு வழி இருக்கிறது. எடுத்துக்காட்டாக, தன்னுடைய சொந்த நாட்டுக்குத் திரும்பிச் செல்ல விரும்புகின்ற அவரோடு நீங்களும் சென்றால் என்னவாகும் என்று யோசியுங்கள். அப்படி நீங்கள் இடம் பெயர்ந்தால், உங்களுடைய வயதான பெற்றோருக்கு அருகே உங்களால் இருக்க முடியாது.

அப்போது உங்களிடம் இப்படிக் கேளுங்கள்: அவரைப் பிரிவது எனக்கு அதிகமான பின்வருத்தத்தைத் தருமா அல்லது என் பெற்றோருடன் இருக்க முடியாதது எனக்கு அதிகமான பின்வருத்தத்தைத் தருமா?

இந்த இரண்டில் எதைத் தேர்ந்தெடுத்தாலும் அது உங்களுக்கு மனவேதனை ஏற்படுத்தத்தான் செய்யும். ஒரு தேர்ந்தெடுப்பில், நீங்கள் உங்களுடைய பெற்றோருக்கு அருகில் இருக்க வேண்டும் என்ற எண்ணம் நிறைவேறாமல் போய்விடும். மற்றொன்றைத் தேர்ந்தெடுத்தால், நீங்கள் இப்போதுவரை காதலித்துக் கொண்டிருக்கின்ற ஒரு நபரை நீங்கள் பிரிய வேண்டி வரும்.

இது உங்களுடைய துணைவருக்கும் பொருந்தும். உங்களுடைய துணைவர், நீங்கள் உடன் வந்தாலும் சரி, வராவிட்டாலும் சரி, அவர் தன் சொந்த நாட்டுக்குப் போகப் போகிறார். அது உங்கள் கட்டுப்பாட்டில் இல்லை.

இந்த உறவுக்காக நான் இந்தப் பெரும் சமரசத்தைச் செய்து கொள்ளத் தயாராக இருக்கிறேனா என்ற கேள்வியை நீங்கள் உங்களிடம் கேட்டுக் கொள்ள வேண்டும்.

உறவுகளைப் பற்றிய ஆராய்ச்சிகளில் கடந்த பல ஆண்டுகளாக ஈடுபட்டு வந்துள்ள தம்பதியரான ஜான் மற்றும் ஜூலி கேட்மேனின் ஆய்வுகளின்படி, உங்கள் உறவிலுள்ள 69 சதவீதப் பிரச்சனைகள் தீர்க்கப்பட முடியாதவைதாம்.

தம்பதியர் சண்டை போட்டுக் கொள்கின்ற பிரச்சனைகளில் தலையாயது, ஒருபோதும் மாறாத விஷயங்கள் பற்றித்தான் இருக்கும் என்று அவர்கள் தெரிவிக்கின்றனர். எடுத்துக்காட்டுகள்: அவர்களில் ஒருவர் எப்போதும் தாமதமாக வருவார்; நீங்கள் நினைக்கின்ற அளவுக்கு அவர் பெரிய இலட்சியங்களைக் கொண்டிருக்க மாட்டார்; வார இறுதிகளில் அவர் எப்போதும் தொலைக்காட்சி முன் அமர்ந்திருப்பார்; அவருடைய பொழுதுபோக்குகள் உங்களுடைய பொழுதுபோக்குகளிலிருந்து வேறுபட்டிருக்கும்; அவர்களுடைய அரசியல் கருத்துகள் உங்களுக்கு ஒவ்வாதவையாக இருக்கும்.

இந்தக் கருத்து முரண்பாடுகள் தீர்க்கப்பட முடியாதவை. அதனால், இது குறித்து நீங்கள்தான் முடிவெடுக்க வேண்டும். இதன் காரணமாக நீங்கள் உங்கள் துணைவரிடமிருந்து பிரிந்து செல்ல வேண்டுமா, அல்லது சமரசம் செய்து கொண்டு அவரோடு மணவாழ்க்கையை ஓட்ட வேண்டுமா?

டாக்டர் கேட்மேனின் ஆய்வுகளின்படி, நீங்கள் ஒரே விஷயத்தைப் பற்றிச் சண்டையிட்டுக் கொண்டிருந்தால், பிரச்சனை உண்மையில், உங்கள் கனவுகள் மற்றும் உங்கள் துணைவரின் கனவுகள் தொடர்பான தீவிரமான வேறுபாடுகள் தொடர்பானதாக இருக்கக்கூடும்.

வேறு வார்த்தைகளில் கூற வேண்டுமென்றால், நீங்கள் உங்கள் வாழ்க்கையில் எத்தகைய அனுபவங்களைப் பெற விரும்புகிறீர்கள், உங்களுடைய அன்றாட வாழ்க்கையை எப்படிக் கழிக்க விரும்புகிறீர்கள் என்பது குறித்து நீங்கள் உங்களுடைய துணைவரிடமிருந்து முற்றிலும் வேறுபட்டப் பார்வையைக் கொண்டிருப்பீர்கள், நீங்கள் மதிக்கின்ற விஷயங்கள் முற்றிலும் வேறுபட்டவையாக இருக்கும். உங்களுக்கும் உங்கள் துணைவருக்கும் இடையே நிலவுகின்ற தீர்க்கப்பட முடியாத பிரச்சனைகளுக்கு, நிறைவேறாத கனவுகளே பெரும்பாலும் காரணமாக இருக்கும்.

உங்கள் துணைவருடன் அவருடைய நாட்டுக்குச் செல்வது சமரசம் செய்து கொள்ளக்கூடிய ஒன்றாகத் தெரியலாம். ஆனால், நீங்கள் ஒரு பெண்ணாக இருந்து, நீங்கள் குழந்தை பெற்றுக் கொள்ள விரும்பினால், அது குறித்தத் தீர்மானத்தை நாற்பது வயதுவரை தள்ளிப்போடுவது உங்களுக்குச் சாத்தியப்படாது.

இதற்காக நான் என்னுடைய கனவைப் பலி கொடுக்க வேண்டியிருக்குமா என்று உங்களையே நீங்கள் கேட்டுக் கொள்ளுங்கள். அப்படிக் கொடுக்க வேண்டியிருக்குமென்றால், அது ஒரு பெரும் பிரச்சனைதான்.

இவரைவிட மேம்பட்ட ஒருவர் இருக்கிறாரா?

நீண்டகால உறவில் அர்ப்பணிப்புடன் இருப்பவர்களில் பலர், "இவரைவிட மேம்பட்ட ஒருவர் இருக்கக்கூடுமா?" என்று தங்கள் வாழ்க்கையில் யோசித்திருக்கின்றனர்.

அதற்கான பதில்? உங்களால் அதை ஒருபோதும் அறிய முடியாது.

இந்த யோசனையை, இணை பழகல் கலாச்சாரம், சமூக ஊடகங்கள், நகைச்சுவையான காதல் படங்கள் போன்றவை உங்கள் மண்டைக்குள் போட்டுள்ளன. கச்சிதமானவர் என்று எவருமில்லை. எல்லோருக்குமே கடந்தகாலப் பிரச்சனைகள் இருக்கின்றன. எல்லோரும் ஏதோ ஒரு வேதனையைச் சுமந்து கொண்டிருக்கிறார்கள். உங்களுக்கு வயது அதிகமாகின்றபோது, அச்சுமையின் எடை அதிகரித்துக் கொண்டே போகும்.

உங்களுக்கு முன்னால் உள்ள விஷயங்கள் குறித்து நீங்கள் சிலாகிக்கிறீர்களா இல்லையா என்பதை நீங்கள் மட்டுமே அறிவீர்கள். நீங்கள் பாதி நிறைந்திருக்கின்ற ஒரு குவளையை, பாதி காலியாக இருக்கின்ற ஒரு குவளையாகப் பார்த்துக் கொண்டிருக்கக்கூடும். இக்கரைக்கு அக்கரை பச்சை என்று நீங்கள் கற்பனை செய்யக்கூடும்.

எந்தப் புல்லுக்கு நீர் பாய்ச்சப்படுகிறதோ, அந்தப் புல்தான் அதிகப் பசுமையானதாகக் காட்சியளிக்கும் என்பதே உண்மை.

உங்கள் வாழ்க்கையின் ஏதாவது ஒரு கட்டத்தில் நீங்கள் இரண்டில் ஒன்றைத் தேர்ந்தெடுக்க வேண்டியிருக்கும்.

விதிவிலக்கின்றி, ஒவ்வொரு தம்பதியரும் தங்களுடைய உறவில் தீவிரமான சிக்கல்களைக் கண்டிப்பாக எதிர்கொண்டிருந்திருப்பார்கள். அந்தப் பிரச்சனைகளை ஒன்றாக உட்கார்ந்து பேசித் தீர்த்துக் கொண்டு தங்களுடைய மணவாழ்க்கையைத் தொடர்ந்து சீராக நடத்திச் செல்லத் தீர்மானித்தவர்கள் எவரும் அது குறித்துப் பின்வருத்தம் கொண்டிருந்ததாகத் தெரியவில்லை.

அதே நேரத்தில், விவாகரத்து செய்து கொண்டுள்ள, எனக்குத் தெரிந்த பலரும் தங்களுடைய தீர்மானம் குறித்துப் பின்வருத்தம் கொண்டுள்ளனர். கூடுதல் முயற்சி எடுத்துத் தங்களுடைய பிரச்சனைகளைப் பேசித் தீர்க்கத் தாங்கள் தவறியிருந்தது குறித்து அவர்களுக்கு வருத்தம் இருக்கிறது.

அவர்கள் ஒரு தீவிரமான உரையாடலில் ஈடுபட்டு, ஜோடியாகத் திருமண உறவு ஆலோசகரைச் சந்தித்துத் தங்களுடைய பிரச்சனைகளை அவர் முன் விவாதித்திருந்தால், ஒருவேளை அவர்களால் தங்களுடைய திருமண உறவைக் காப்பாற்றி இருந்திருக்க முடியும். அப்படி ஒருவேளை காப்பாற்றி இருந்திருக்க முடியாது என்றாலும், பிரிவு வலி சற்றுக் குறைவாகவாவது இருந்திருக்கும்.

ஓர் உறவை முறிப்பது என்பது ஒருவருடைய தனிப்பட்டத் தீர்மானம். குறிப்பாக, தங்களுடைய திருமணம் எப்படியாவது தொடராதா என்று ஏங்கிக் கொண்டிருப்பவர்களுக்கு அது ஒரு கடினமான தீர்மானமாக இருக்கும்.

அதே சமயத்தில், உங்கள் கனவு என்ன என்பதை நீங்கள் உணர்ந்திருக்கின்றபோது, அதை அடைவதற்கு உங்களுக்கு உறவின் ஆதரவு தேவைப்படும். அப்படிப்பட்டதொரு சூழல் மணவாழ்க்கையில் இல்லை என்றால், நீங்கள் அந்த உறவைத் தொடர்கின்றபோது நீங்கள் இருவருமே மகிழ்ச்சியாக இருக்க மாட்டீர்கள்.

ஆனால், எதார்த்தத்தில் ஒரு காதல் உறவை வெட்டிக் கொள்வது என்பது, அதிலும் நீங்கள் அந்த நபரை இப்போதும் காதலித்துக் கொண்டிருக்கின்றபோது, அவ்வளவு சுலபமானதாக இருக்காது.

உறவு முறிவைச் சமாளித்தல்

உறவு முறிவு ஏற்படுகின்றபோது அதைச் சமாளிப்பது எளிதல்ல. அப்போது அவரிடம், "நீங்கள் உங்களை நேசிக்க வேண்டும்," என்ற அறிவுரையைக் கொடுப்பது குரூரமானது. ஏனெனில், உறவு முறிவுக்குப் பின்னர், அதன் காரணம் எதுவாக இருந்தாலும் சரி, அதற்கு யார் காரணமாக இருந்தாலும் சரி, நீங்கள் உங்களைக் கடுமையாக வெறுத்துக் கொண்டிருப்பீர்கள்.

நீங்கள் அனைத்தையும் கேள்விக்கு உட்படுத்திக் கொண்டிருப்பீர்கள். உங்களால் மீண்டும் ஒருவர்மீது அன்பு செலுத்த முடியுமா என்று நீங்கள் சந்தேகித்துக் கொண்டிருப்பீர்கள். பழைய வாழ்க்கை எப்படியாவது உங்களுக்குக் கிடைத்துவிடாதா என்று நீங்கள் ஏங்கிக் கொண்டிருப்பீர்கள். உங்கள் இதயமே நொறுங்கிப் போய்விட்டதுபோல நீங்கள் உணர்வீர்கள்.

உண்மையில் நீங்கள் துக்கம் அனுசரித்துக் கொண்டிருப்பீர்கள். நீங்கள் வாழ விரும்பியிருந்த வாழ்க்கை, குழி தோண்டிப் புதைக்கப்பட்டுவிட்டது. உங்கள் அன்புக்குரியவரை இழப்பதற்கு ஒப்பானதுதான் இதுவும். இங்கும் துக்கம் உங்களை ஆட்கொள்ளும். பல மாதங்களுக்கு நீங்கள் அந்த நபரைப் பற்றியே நினைத்துக்

கொண்டிருப்பீர்கள்.

அந்த நபருடைய புகைப்படங்களைப் பார்க்க வேண்டும், அவருக்கு ஒரு குறுஞ்செய்தி அனுப்ப வேண்டும், அவருடன் உரையாட வேண்டும், அவர் எங்கு இருக்கிறார் என்பதைத் தெரிந்து கொள்ள வேண்டும், இப்போது அவர் என்ன செய்து கொண்டிருக்கிறார் என்பதைச் சமூக ஊடகங்களின் வழியாக அறிந்து கொள்ள வேண்டும் என்பன போன்ற துடிப்புகளை அடக்கிக் கொள்ள நீங்கள் கடுமையாகப் போராடிக் கொண்டிருப்பீர்கள்.

இது தொடர்பாக என்னுடைய உளவியலாளர் அன்னேயிடம் நான் கேட்டபோது, அவர் அதை இவ்வாறு விளக்கினார்:

> *பிரிந்து சென்ற பிறகு, அந்த உறவில் இருந்தவரைப் பற்றிய நினைவு உங்களை வாட்டி வதைப்பதற்குக் காரணம் அது உங்களுடைய நரம்பு அமைப்புகளில் பதிந்திருக்கும் என்பதுதான். நீண்டகாலமாகவே நீங்கள் அவருடைய ஒரு பகுதியாகவும், அவர் உங்களுடைய ஒரு பகுதியாகவும் ஆகியிருந்திருப்பீர்கள். அதனால்தான், இப்போதும் அவருடைய இருத்தலை உங்களால் உணர முடிகிறது, அவருடைய குரலை உங்களால் கேட்க முடிகிறது. தினந்தோறும் அவரிடம் மணிக்கணக்கில் பேசிக் கொண்டிருந்த பழக்கம் காரணமாக, இயல்பாகவே நீங்கள் அவரைத் தொடர்பு கொண்டு பேச விழைவீர்கள். உங்களைப்போலவே உங்களுடைய நரம்பு மண்டலமும் அவரை இழந்து தவிக்கும். இது இயல்பானதுதான்.*

இங்கு உங்கள் இதயம் மட்டும் உடைந்திருக்கவில்லை. உங்கள் வாழ்க்கைப் போக்கும் உடைந்து சிதறியிருக்கும். உங்கள் நரம்பு மண்டலம். உங்கள் எண்ணங்கள். உங்கள் மனத்தில் பதிந்துள்ள பிம்பங்கள். நீங்கள் வேலைக்குக் கிளம்புகின்றபோதும் சரி, நீங்கள் வேலையில் இருக்கின்றபோதும் சரி, நீங்கள் எங்குச் சென்றாலும் சரி, அவர்கள் உங்களுடைய மனத்தில் வந்து குதிப்பார்கள்.

ஒருவேளை அவர்களை நீங்கள் எங்காவது சந்திக்க நேர்ந்துவிடுமோ என்று நீங்கள் பயப்படுவீர்கள். அவர்கள் வேறு யாரோ ஒருவரைச் சந்தித்திருக்கக்கூடும் என்ற எண்ணம் உங்களைத் தொந்தரவுபடுத்திக் கொண்டிருக்கும். உறவு முறிவிலுள்ள மிகப் பெரிய பிரச்சனையே இதைக் கடந்து செல்வதுதான்.

தவிர்க்கப்பட முடியாத இதைக் கடந்து சென்று, உங்கள் வாழ்க்கையை நீங்கள் மீண்டும் வாழ்ந்தாக வேண்டும். இதற்குப் பயந்துதான், எண்ணற்ற மக்கள், குட்டையோ நெட்டையோ, தங்களுடைய பழைய வாழ்க்கையை உடும்புப் பிடியாகப் பிடித்துத் தொங்கிக் கொண்டிருக்கிறார்கள்.

இதைக் கையாள்வதற்கு அன்னே கூறிய அறிவுரை இதுதான்: முதல் 30 நாள்களுக்கு அந்த நபருடன் எந்தவிதமான தொடர்பும்

வைத்துக் கொள்ளக்கூடாது. அவருடைய புகைப்படங்களைப் பார்ப்பது, அவருடைய குரலைக் கேட்பது உட்பட பல விஷயங்கள் இதில் அடக்கம். ஏனெனில், அது உங்கள் நரம்பு மண்டலத்தில் பழைய போக்குகளைத் தூண்டிவிடும். அந்த நபர் இல்லாமல் நீங்கள் உங்களுடைய வாழ்க்கையைத் தொடர்வதற்கு உங்களைப் பழக்கிக் கொள்வதை அது கடினமாக்கும்.

அடுத்த மூன்று மாதங்களுக்குப் பிரிவுத் துயரம் உங்களை வாட்டிக் கொண்டிருக்கும்.

11-வது வாரத் தொடக்கத்தில் சுமார் 71 சதவீத மக்கள் சற்று ஆசுவாசமடைவர். இடைப்பட்டக் காலத்தில், வேண்டிய மட்டும் அழுது கொள்ளுங்கள். நீங்கள் மனச்சோர்வுக்குள் விழுந்தால் அதைப் பெரிதாக எடுத்துக் கொள்ளாதீர்கள்.

உறவு முறிவுக்குப் பின்னர் ஏற்படுகின்ற இயல்பான மனரீதியான பின்விளைவுகள்தாம் இவை.

பின்னர், அந்த உறவு முடிவுக்கு வந்துவிட்டது என்பதை நீங்கள் ஏற்றுக் கொள்வீர்கள். சிதறிப் போயிருந்த உங்களுடைய வாழ்க்கையை மீண்டும் ஒன்றிணைத்து நீங்கள் ஒரு புதிய வாழ்க்கையை மேற்கொள்ளத் துணிவீர்கள்.

அப்போது வெறுமனே காலம் உங்களைக் குணமாக்கிவிடும் என்று நீங்கள் ஒன்றுமே செய்யாமல் இருந்துவிட முடியாது. அந்தக் காலகட்டத்தில் நீங்கள் மேற்கொள்ளக்கூடிய சில விஷயங்களை இப்போது நான் உங்களுக்குப் பரிந்துரைக்கிறேன்.

அந்த நபரின் நினைவுகளைத் தூண்டக்கூடிய அனைத்தையும் உங்களுடைய சுற்றுச்சூழலிலிருந்து நீக்கிவிடுங்கள்

அந்த நபரை நினைவுபடுத்தக்கூடிய அனைத்தையும் நீக்கிவிடுங்கள். அதில் அந்த நபருடைய புகைப்படங்கள், அவர் பயன்படுத்தியிருந்த உடைகள், அணிகலன்கள் போன்றவற்றை உங்களுடைய பார்வையிலிருந்து அகற்றிவிடுங்கள். அவை உங்கள் மனத்திலும் மூளையிலும் பதிந்திருக்கும் என்பதால் நீங்கள் உங்களுடைய புதிய வாழ்க்கையை நோக்கி அடியெடுத்து வைப்பதற்கு அது இடைஞ்சலாக இருக்கும் என்பதுதான் இந்தப் பரிந்துரைக்குக் காரணம். அதற்காக, அவர் தொடர்பான அனைத்தையும் தீ வைத்துக் கொளுத்திவிட வேண்டும் என்று அவசியமில்லை.

உங்கள் படுக்கையறையைச் சற்று மாற்றியமைத்துக் கொள்ளுங்கள்

நீங்களும் உங்கள் முன்னாள் துணைவரும் உங்கள் படுக்கையறையில் நிறைய நேரம் செலவிட்டிருக்கக்கூடும் என்பதால், அதை மாற்றியமைப்பது, உங்கள் வாழ்க்கையில் ஒரு புதிய அத்தியாயத்தைத் தொடங்குவதற்கு வெகுவாக உதவும்.

அந்த அறைச் சுவரின் வண்ணத்தை மாற்றலாம். அல்லது அதில் ஒட்டப்பட்டிருந்த வால்பேப்பரை நீக்கிவிடலாம். ஒரு புதிய படுக்கை விரிப்பையும், தலையணைகளுக்குப் புதிய உறைகளையும், ஒரு புதிய போர்வையையும் வாங்கலாம். அந்த அறையிலுள்ள அறைகலன்களை இடம் மாற்றலாம். இவை நிஜமாகவே உங்களுக்கு உதவும்.

உங்கள் நண்பர்கள், சகாக்கள் மற்றும் உறவினர்களை அடிக்கடி தொடர்பு கொள்ளுங்கள்

அந்த நபர் உங்கள் வாழ்வில் ஒரு காலியிடத்தை விட்டுச் சென்றிருப்பார் என்பதால் அது இட்டு நிரப்பப்பட வேண்டும். அதற்கு உங்களுக்கு ஆதரவு தேவை. அதைக் கேட்டுப் பெறுங்கள். அது குறித்து அசௌகரியம் கொள்ள வேண்டிய அவசியமில்லை. எல்லோருமே நேரடியாகவோ அல்லது தெரிந்தவர்கள் மூலமாகவோ பிரிவுத் துயரை அனுபவித்திருப்பார்கள். உங்கள் நண்பர்கள், சகாக்கள் மற்றும் உறவினர்களை அடிக்கடி தொடர்பு கொள்ளுங்கள், அவர்களுடன் உணவகங்களுக்குச் செல்லுங்கள். வீட்டுக்குள்ளேயே அடைந்து கிடக்காமல் வீட்டைவிட்டு வெளியே செல்வதற்கு அவை உங்களுக்கு வாய்ப்பளிக்கும்.

உங்களுடைய நாள்காட்டி பல நிகழ்ச்சிகளால் நிறைந்திருப்பதை உறுதி செய்து கொள்ளுங்கள்

நீங்கள் வசிக்கின்ற நகரத்தில் நடக்கின்ற நிகழ்ச்சிகளுக்கு முன்கூட்டியே டிக்கெட்டுகளை வாங்கி வைத்துக் கொள்ளுங்கள். கடைசி நேரத்தில் நீங்கள் உங்கள் மனத்தை மாற்றிக் கொண்டு வீட்டிலேயே இருந்துவிடாமல் இருப்பதற்கு அது உங்களைத் தூண்டும். வெளியூரில் இருக்கின்ற நண்பர்களின் வீடுகளுக்குச் சென்று அவர்களைச் சந்தியுங்கள். கலைக்கூடங்கள் போன்றவற்றுக்குச் செல்லுங்கள். உங்களுடைய நாள்காட்டி பல நிகழ்ச்சிகளால் நிறைந்திருப்பதை உறுதி செய்து கொள்ளுங்கள். அத்தகைய கவனச்சிதறல்கள் உங்களுக்கு வெகுவாகக் கைகொடுக்கும். எதுவுமே செய்யாமல் இருந்தால், மனம் அலைபாயும், பழைய நினைவுகளில் மூழ்கி உங்கள் வேதனையை அதிகரிக்கும்.

நீங்கள் எப்போதும் விரும்பியிருந்த ஒரு சவாலைத் தேர்ந்தெடுத்துக் கொள்ளுங்கள்

அது நீங்கள் ஏற விரும்பிய ஒரு மலையாக இருக்கலாம். நீங்கள் கலந்து கொள்ள விரும்பிய ஒரு மராத்தான் போட்டியாக

இருக்கலாம். நீங்கள் பயிற்சி எடுத்துக் கொள்ள விரும்பிய ஒரு கலையாக இருக்கலாம். நீங்கள் வாசிக்க விரும்பியிருந்த ஓர் இசைக்கருவியாக இருக்கலாம். இது போன்ற ஏதாவது ஒன்றைத் தேர்ந்தெடுத்துக் கொள்ளுங்கள். நீங்கள் பெருமைப்படத்தக்க ஒன்றைக் கற்றுக் கொள்கின்ற திருப்தியை அது உங்களுக்குக் கொடுக்கும்.

இக்கேள்வியை மீண்டும் உங்களிடம் கேளுங்கள்

ஒருவர் தங்களுடைய உறவை முறித்திருக்கின்றபோது, தான் இனி தன் வாழ்க்கை முழுவதும் தனியராகக் காலம் தள்ள வேண்டியிருக்கும் என்ற பயம் அவருக்கு இயல்பாகவே எழும். தங்களுடைய வாழ்க்கையிலிருந்து வெளியேறியிருந்த நபருக்கு இணையான ஒருவரைத் தங்களால் கண்டுபிடிக்க முடியாது என்ற அவநம்பிக்கை அவர்களிடம் இருக்கும். அது உண்மையன்று. முன்பு நீங்கள் தனியராக இருந்தபோது எப்படி உங்களுக்கான துணையைத் தேடினீர்களோ, அதேபோல மீண்டும் இப்போது ஒரு துணையைத் தேடத் தொடங்குங்கள்.

இன்னொரு விஷயம். பழிவாங்குகின்ற பத்திய உணவுப் பழக்கத்தின் பக்கம் தஞ்சமடைந்துவிடாதீர்கள். உங்களை மீண்டும் வசீகரமானவராக ஆக்கிக் கொள்வதற்காகப் பட்டினி கிடக்காதீர்கள். அளவுக்கு மீறி உடற்பயிற்சிகளை மேற்கொள்ளாதீர்கள்.

நீங்கள் ஆரோக்கியம் வேண்டி உடற்பயிற்சிக்கூடத்திற்குச் செல்வதாக இருந்தால், தாராளமாக அப்படிச் செய்யுங்கள். ஆரோக்கியமான பழக்கங்களை உங்களிடம் வளர்த்துக் கொள்வதற்காகப் புதிய பழக்கங்களை உருவாக்கிக் கொள்வதாக இருந்தால், அவற்றில் தாராளமாக ஈடுபடுங்கள். அந்த நபருக்காக அதைச் செய்யாதீர்கள், உங்களுக்காகச் செய்யுங்கள்.

எல்லாவற்றுக்கும் மேலாக, பொறுமையாக இருங்கள்.

நீங்கள் எவ்வளவு மும்முரமாக இருந்தாலும், நீங்கள் மறக்க நினைப்பவற்றை மறப்பதற்கு உங்களுக்குக் காலம் தேவைப்படும். அதுவரை பொறுமையாகக் காத்திருங்கள். ஆனால், நீங்கள் மெதுவாக முன்னே அடியெடுத்து வைக்கத் தொடங்கினால், உங்களுக்கு நல்லவிதமான உணர்வை அளிக்கின்ற ஓரிடத்தை எப்படியும் நீங்கள் அடைந்துவிடுவீர்கள்.

உங்களுடைய நிஜக் காதலர் நீங்கள்தான்

உறவு முறிவுத் துயரத்தை அனுஷ்டித்துக் கொண்டிருப்பதற்கு நடுவே நீங்கள் நின்று நிதானித்து ஓர் அடிப்படை உண்மையைப்

புரிந்து கொள்ள வேண்டும்: "ஓர் உறவு உங்களை நேசிக்கத்தக்க ஒருவராக ஆக்குவதில்லை, மாறாக, உங்கள் இருத்தல்தான் உங்களை நேசிக்கத்தக்க ஒருவராக ஆக்குகிறது." தொட்டிலிலிருந்து சுடுகாடுவரை உங்கள் வாழ்க்கை முழுவதையும் நீங்கள் ஒரே ஒரு நபருடன்தான் கழிப்பீர்கள். நீங்கள்தான் அது. உங்கள் வாழ்க்கையின் ஒரே நிஜக் காதலர் நீங்கள்தான்.

இந்நூல் முழுவதும் நாம் மற்றவர்களுடனான உங்களுடைய உறவைப் பற்றித்தான் பேசிக் கொண்டிருந்தோம். மற்றவர்களைச் சமாளிப்பது எப்படி, உங்கள் உறவை ஆனந்தமான ஒன்றாக, அர்த்தமிக்க ஒன்றாக மாற்றிக் கொள்வது எப்படி என்று நாம் பார்த்தோம். ஆனால், வேறு எந்த உறவுகளையும்விட மிக முக்கியமானது, நீங்கள் உங்களுடன் கொண்டிருக்கின்ற உறவுதான்.

நீங்கள் தனியராக இருந்தாலும் சரி, மணமானவராக இருந்தாலும் சரி, அல்லது விவாகரத்து பெற்றிருந்தவராக இருந்தாலும் சரி, அற்புதமான உறவுகளை வளர்த்தெடுப்பதற்கான சக்தி உங்களுக்குள் இருக்கிறது. மனித உறவுச் சிக்கல்களை எப்படிச் சமாளிப்பது, மற்றவர்கள் யாராக இருக்கிறார்களோ அப்படியே இருக்க அவர்களை எப்படி அனுமதிப்பது என்பன உட்படப் பல்வேறு விஷயங்களை 'அவர்களை அவர்கள் போக்கில் விடுங்கள்' கோட்பாடு உங்களுக்குக் கற்றுக் கொடுத்துள்ளது. நீங்கள் இதுவரை கற்றுக் கொண்டிருந்த அனைத்தையும் பயன்படுத்தி, உங்களுடனேயே ஓர் அற்புதமான உறவை ஏற்படுத்திக் கொள்வதற்கான வேளை வந்துவிட்டது.

அவர்கள் அவர்களாக இருக்கட்டும். நீங்கள் நீங்களாக இருங்கள்.

உங்களுடைய மகிழ்ச்சி, ஆரோக்கியம், அன்பு, தொடர்பு ஆகியவற்றுக்கான மூலாதாரமாக மற்றவர்களால் இருக்க முடியும் என்பதை நீங்கள் கற்றுக் கொண்டுள்ளீர்கள். உங்களை மேம்படுத்திக் கொள்ள உதவுகின்ற உறவுகளை உருவாக்கிக் கொள்ள நீங்கள் முற்றிலும் தகுதியானவர்தாம். ஆனால், பிறருடனான உங்களுடைய அற்புதமான உறவுகள் அனைத்தும் ஒரு முக்கியமான அடித்தளத்தின்மீதுதான் கட்டமைக்கப்படுகின்றன. நீங்கள் உங்களை எப்படி நடத்துகிறீர்கள் என்பதுதான் அது.

உங்களுக்கு நீங்களே வகுத்துக் கொண்டுள்ள வரம்பெல்லைகளை நீங்கள் மதிக்கிறீர்களா? நீங்கள் நேசிக்கின்ற மற்றவர்களுக்கு நீங்கள் வழங்குகின்ற நேசத்தையும் அவர்களிடம் காட்டுகின்ற பரிவையும் உங்களுக்கும் நீங்கள் வழங்கிக் கொள்கிறீர்களா? வேறு ஒருவருடைய அங்கீகாரத்திற்காகக் காத்துக் கொண்டிருக்காமல், உங்களுடைய கனவைப் பின்தொடர்வதற்கான அனுமதியை உங்களுக்கு நீங்களே வழங்கிக் கொண்டிருக்கிறீர்களா?

நீங்கள் சேர்ந்து கழிப்பதற்கு உத்தரவாதமுள்ள ஒரே

நபர் நீங்கள்தான். இது ஒரு நாடகத்தனமான வசனமன்று. கலப்படமற்ற உண்மை இது. அப்படியானால், உங்களுடன் நீங்கள் எத்தகைய உறவை வளர்த்துக் கொள்ள விரும்புகிறீர்களா? நீங்கள் உங்களை நேசிக்க வேண்டும் என்று நான் உங்களுக்குக் கட்டளையிடப் போவதில்லை. ஆனால், தேர்ந்தெடுப்பதற்கு உங்களுக்கு ஒரு தெரிவு இருக்கிறது. உங்கள் தேவைகளையும் ஆசைகளையும் மகிழ்ச்சியையும் முன்னுரிமைப்படுத்துவதை உங்களால் தேர்ந்தெடுக்க முடியும்.

வாழ்க்கையில் உங்களை மட்டுமே நீங்கள் மையப்படுத்திக் கொள்ள வேண்டும் என்றும், மற்றவர்களை உதைத்து வெளியே தள்ளிவிட வேண்டும் என்றும் இதற்கு அர்த்தமில்லை. உங்களுக்கு நீங்களே வழங்கிக் கொண்டிருக்கின்ற அன்பு, மரியாதை மற்றும் அக்கறையின் அளவும் தரமும்தாம், உங்கள் வாழ்க்கையில் இடம் பெற்றுள்ள மற்றவர்களுக்கு நீங்கள் வழங்கவிருக்கின்ற அன்பு, மரியாதை மற்றும் அக்கறையின் அளவையும் தரத்தையும் தீர்மானிக்கும்.

நீங்கள் மகிழ்ச்சியாக இருப்பதற்கோ, உங்களுடைய இலட்சியப்படி வாழ்வதற்கோ அல்லது உங்களுடைய கனவுகளைப் பின்தொடர்ந்து செல்வதற்கோ உங்களுக்கு யாருடைய அனுமதியும் தேவையில்லை. அதற்கு உங்களுடைய அனுமதி மட்டும் இருந்தால் போதுமானது. நீங்கள் பெற ஏங்கிக் கொண்டிருப்பவற்றை மற்றவர்கள் உங்களுக்குத் தருவார்கள் என்று அவர்களை எதிர்பார்த்துக் காத்துக் கிடந்தது போதும். அது அன்பாக இருக்கலாம், ஏற்றுக் கொள்ளலாக இருக்கலாம் அல்லது அங்கீகாரமாக இருக்கலாம். ஆனால், நீங்கள் தேடிக் கொண்டிருக்கின்ற அனைத்தும் உங்களிடமிருந்துதான் தொடங்குகின்றன.

'அவர்களை அவர்கள் போக்கில் விடுங்கள்' கோட்பாடு, மற்றவர்களுடனான உங்களுடைய உறவுகளை மட்டும் கையாள்வதற்கான ஒரு கருவியன்று. அது, உங்களை நீங்களே எப்படி அன்புடனும் பரிவுடனும் மரியாதையுடனும் நடத்திக் கொள்ள வேண்டும் என்பதை உங்களுக்கு விளக்குகின்ற ஒரு வழிகாட்டியும்கூட.

அவர்கள் அவர்களாக இருப்பதை அனுமதிப்பது முக்கியமானதுதான். ஆனால், அதைவிட முக்கியமாக, நீங்கள் உண்மையிலேயே எப்படி இருக்கிறீர்களோ அப்படியே இருக்க உங்களை நீங்கள் அனுமதிக்க வேண்டும்.

உங்களுடைய சொந்த மகிழ்ச்சிக்கு முன்னுரிமை அளியுங்கள்.

உங்களுடைய கனவுகளைத் துடிப்புடன் பின்தொடருங்கள்.

ஒரு சரியான துணையும், ஒரு நல்ல நண்பரும், ஒரு பொருத்தமான வாய்ப்பும் உங்களுக்கு வாய்க்கும் என்று காத்துக் கொண்டிருப்பதைப் பற்றியதன்று இது. உங்கள் மகிழ்ச்சி மற்றும்

உங்கள் மனநிறைவின் மூலாதாரம் நீங்கள்தான் என்பதைப் புரிந்து கொள்வதைப் பற்றியது இது. நீங்கள் இதை உண்மையிலேயே சுவீகரித்துக் கொள்கின்றபோது மற்ற அனைத்தும் சரியாகப் பொருந்திக் கொள்ளும்.

இதை நீங்கள் நினைவில் வைத்துக் கொள்ளுங்கள்: நீங்கள்தான் உங்களுடைய நிஜக் காதலர். அர்த்தமுள்ள உறவுகள், மகிழ்ச்சி, மனநிறைவு ஆகியவை நிறைந்த ஒரு வாழ்க்கையை உருவாக்குவது, உங்களை நீங்கள் எப்படி நேசிக்கிறீர்கள் என்பதிலிருந்துதான் தொடங்குகிறது.

நீங்கள் மேற்கொண்டுள்ள ஓர் அற்புதமான பயணத்தின் சுருக்கத்தை இப்போது நாம் பார்க்கலாம். உங்கள் வாழ்க்கையையும், எந்த அன்பிற்கு நீங்கள் தகுதியானவரோ அந்த அன்பையும் உருவாக்குவதற்கான சக்தி எப்போதும் உங்களுக்குள்தான் இருக்கிறது என்பதை நீங்கள் கண்டுபிடித்துள்ளீர்கள்.

இந்நாள்வரை, நீங்கள் எதற்குத் தகுதியானவரோ அதைவிடக் குறைவானவற்றையே நீங்கள் ஏற்றுக் கொண்டு வந்துள்ளீர்கள். உங்களுடைய உண்மையான மதிப்பு எவ்வளவு என்பதை 'அவர்களை அவர்கள் போக்கில் விடுங்கள்' கோட்பாடு உங்களுக்குக் காட்டியுள்ளது. உங்களைச் சிறப்பாக நடத்தாதவர்களை உங்கள் வாழ்க்கையிலிருந்து கழற்றி விட்டுவிட்டு, உங்களுக்குத் தகுதியான ஒருவரைக் கண்டுபிடிப்பதில் உங்கள் கவனத்தைக் குவியுங்கள்.

1. **பிரச்சனை:** நீங்கள் எந்த அன்புக்குத் தகுதியானவரோ அதற்குக் குறைவாகவே நீங்கள் இதுவரை ஏற்றுக் கொண்டு வந்துள்ளீர்கள். உங்களுடனான வாழ்க்கைக்குத் தங்களை அர்ப்பணித்துக் கொள்ளத் தயாராக இல்லாதவர்களின் பின்னால் நீங்கள் இதுவரை ஓடிக் கொண்டிருந்தீர்கள். நீங்கள் அவர்களை நேசித்த அளவுக்குத் திருப்பி நேசிக்கத் தவறியிருந்தவர்களுக்காக நீங்கள் உங்களுடைய நேரத்தைக் கொட்டியிருந்தீர்கள். அவர்கள் எப்படி இருந்தார்களோ அப்படியே அவர்களை ஏற்றுக் கொள்ள நீங்கள் மறுத்தீர்கள். உங்களுடைய உறவுகளின்மீது மற்றவர்களுக்கு எந்தவிதமான சக்தியும் கிடையாது. உங்களுக்கு மட்டுமே அந்த சக்தி உள்ளது.
2. **உண்மை:** இணை பழகலைப் பொறுத்தவரை, தங்களுடைய நடத்தையின் மூலம் தங்களை வெளிப்படுத்திக் கொள்ள மற்றவர்களை நீங்கள் அனுமதிக்க வேண்டும். உறவுகளைப் பொறுத்தவரை, மற்றவர்கள் உண்மையில் எப்படி இருக்கிறார்களோ அப்படியே அவர்களை ஏற்றுக் கொண்டு அவர்களை நேசிக்க நீங்கள் கற்றுக் கொள்ள வேண்டும். அவர்கள் எப்படி இருக்க வேண்டும் என்று நீங்கள்

விரும்புகிறீர்களோ அப்படி இல்லை என்பதற்காக அவர்களை உங்களால் தண்டிக்க முடியாது. ஆனால், அவர்கள் அப்படி இல்லாதிருக்கின்றபோது, அது குறித்து அவர்களுடன் நீங்கள் கலந்துரையாடி, தேவையெனில் கடினமான முடிவுகளையும் எடுக்க வேண்டியிருக்கும்.

3. **தீர்வு:** *அன்பான உறவுகளை உருவாக்குவது உங்கள் பொறுப்பு. ஆனால், அவர்களுடைய நடத்தையை அப்படியே ஏற்றுக் கொள்வது உங்களைப் பொறுத்தது. அது சரிப்பட்டு வரவில்லை என்றால், பழைய உறவுகளைக் கழற்றி விட்டுவிட்டுப் புதிய உறவுகளை உங்களால் உருவாக்கிக் கொள்ள முடியும்.*

நேசத்தைத் தேடுவதை நிறுத்திவிட்டு அதைத் தேர்ந்தெடுப்பதில் ஈடுபடுங்கள்.

முடிவுரை

உங்களுடைய 'என்னை என் போக்கில் விடுங்கள்' யுகம் தொடங்கிவிட்டது

இந்நூலில் இதுவரை நாம் மற்றவர்களைப் பற்றி எக்கச்சக்கமாகப் பேசிவிட்டோம். அவர்களுடைய அபிப்பிராயங்களைப் பற்றி, அவர்களுடைய உணர்ச்சிகளைப் பற்றி, அவர்களுடைய நடவடிக்கைகள் உங்களுக்கு ஏற்படுத்துகின்ற எரிச்சல், கோபம், விரக்தி, ஏமாற்றம் ஆகியவற்றைப் பற்றி நாம் பேசினோம். ஆனால், உண்மையில் இப்புத்தகம் மற்றவர்களைப் பற்றியதன்று. இது உங்களைப் பற்றியது.

இது மற்றவர்களைப் பற்றியது என்று நீங்கள் நினைத்துக் கொண்டிருந்தால், இதன் மையக் கருத்தை நீங்கள் தவறவிட்டுவிட்டீர்கள் என்று அர்த்தம். மற்றவர்கள்தாம் பிரச்சனை என்று இப்போதும் நீங்கள் நினைத்துக் கொண்டிருந்தால், நீங்கள் இந்த நூலை முதலிலிருந்து மீண்டும் படிக்கத் தொடங்க வேண்டும். இதில் கூறப்பட்டுள்ள மையக் கருத்து இதுதான்: அதிகாரம் உங்கள் கையில்தான் இருக்கிறது. அதைப் பிறருக்குத் தாரை வார்த்துக் கொடுத்துக் கொண்டிருப்பது நீங்கள்தான்.

தொடர்ந்து மாறிக் கொண்டே இருக்கின்ற ஒரு வானத்தின் கீழ் நீங்கள் நின்று கொண்டிருப்பதாகக் கற்பனை செய்து கொள்ளுங்கள். அந்த வானம் சில நேரங்களில் தெளிவாகவும் நீல நிறத்திலும் இருக்கிறது, சில நேரங்களில் அது மேகங்களால் மூடப்பட்டிருக்கிறது, சில நேரங்களில் சூறாவளியால் கர்ஜித்துக் கொண்டிருக்கிறது. மேகங்கள் நகர்ந்து செல்ல வேண்டும் என்று வேண்டிக் கொண்டு, நீல வானமே எப்போதும் இருக்க வேண்டும் என்பதற்காக உங்களுடைய ஆற்றலையும் நேரத்தையும் நீங்கள் அதற்காகச் செலவிட்டுக் கொண்டிருக்கிறீர்கள். உங்கள்

விருப்பம் என்ன என்பது குறித்து வானத்திற்குச் சிறிதும் அக்கறை கிடையாது. தான் விரும்புவதைத்தான் அது செய்யும்.

ஒரு முக்கியமான விஷயத்தை நீங்கள் புரிந்து கொள்கின்றபோது, உங்களுடைய கண்கள் திறக்கும். மேகங்கள் அல்லது சூறாவளியால் அந்த வானின் அழகு சிறிதும் குறையவில்லை என்பதுதான் அது. உண்மையில், அந்தப் பன்முகத்தன்மையும், அதை ஊகிக்க முடியாமையும்தான் அதை மகத்துவமிக்கதாக ஆக்குகின்றன. சூறாவளிகள் அமைதியின் அருமையையும், மேகங்கள் சூரியனின் பெருமையையும் எடுத்துரைக்கின்றன.

கட்டுப்படுத்தப்பட முடியாத ஒன்றைக் கட்டுப்படுத்த நீங்கள் முயல்கிறீர்கள், உங்களுடைய எதிர்பார்ப்புகளின்படி இருக்க இந்த உலகத்தை நீங்கள் வளைக்கப் பார்க்கிறீர்கள். அதற்குப் பதிலாக, இந்த உலகம் உங்களை நோக்கி எதை எறிகிறதோ அதற்கு நீங்கள் எப்படி எதிர்வினையாற்றிக் கொண்டிருக்கிறீர்கள் என்பதில் நீங்கள் உங்களுடைய கவனத்தைக் குவித்தால் எப்படியிருக்கும்? உங்களால் வானிலையை மாற்ற முடியாது. ஆனால், அது உங்கள்மீது எப்படிப்பட்டத் தாக்கம் ஏற்படுத்துகிறது என்பதை உங்களால் மாற்ற முடியும்.

உங்களைச் சுற்றி என்ன நடந்து கொண்டிருந்தாலும் சரி, அது எப்படி உங்களைப் பாதிக்கும் என்பதை நீங்கள்தான் தீர்மானிக்கிறீர்கள்.

உங்கள் அன்புக்குரியவர் உங்களிடம் உதிர்க்கின்ற ஒரு சொல் உங்கள் சுயமதிப்பை அழித்துவிட வேண்டுமா அல்லது அது அலட்சியப்படுத்தப்பட வேண்டுமா என்பதைத் தீர்மானிக்க வேண்டியது நீங்கள்தான். இணை பழகலில் உங்களுக்கு ஏற்பட்ட மோசமான அனுபவங்களின் காரணமாக நீங்கள் உங்களுடைய தரத்தைக் குறைத்துக் கொள்ள வேண்டுமா என்பதைத் தீர்மானிக்க வேண்டியது நீங்கள்தான். வேறு ஒருவருடைய வெற்றி உங்களுக்கு உத்வேகமூட்ட வேண்டுமா அல்லது உங்களுடைய பாதையிலிருந்து நீங்கள் விலகிக் கொள்வதைத் தேர்ந்தெடுக்க வைக்க வேண்டுமா என்பதைத் தீர்மானிக்க வேண்டியது நீங்கள்தான்.

அவ்வளவு எளிது இது. ஏனெனில், அதிகாரமும் சக்தியும் உங்களிடம்தான் இருக்கின்றன.

இறுதியில் வானின் உண்மையான இயல்பைப் புரிந்து கொள்வதை ஒத்தது இந்தப் புரிதல். ஒரு சமயம் உங்களுக்கு விரக்தியளித்துக் கொண்டிருந்த மேகங்கள், இப்போது தொடர்ந்து மாறிக் கொண்டேயிருக்கின்ற ஆகச் சிறந்த ஓர் ஓவியத்தின் ஓர் அங்கமாக உங்களுக்குத் தென்படுகின்றன. ஒரு சமயத்தில் உங்களுக்குக் கிலியேற்படுத்திக் கொண்டிருந்த சூறாவளி, உங்களுக்கு வலுவையும் மீண்டெழுதலையும் கற்றுக் கொடுக்கின்ற ஆற்றல்மிக்க அம்சமாக உங்களுக்குத் தெரிகிறது. வானின் அந்த

ஊகிக்கப்பட முடியாத தன்மைதான் அதற்கு மகத்துவத்தை அளிக்கிறது என்பதை நீங்கள் பார்க்கத் தொடங்குகிறீர்கள்.

இப்படி யோசித்துப் பாருங்கள். வானம் எதைச் செய்கிறதோ அதைத்தான் அது செய்து கொண்டிருக்கும். அங்கு மேகங்கள் சூழும், சூறாவளிகள் உருவாகும், தான் விரும்புகின்றபோது சூரியன் ஜொலிக்கும். அவை எதையும் உங்களால் கட்டுப்படுத்த முடியாது. அதன் கீழ் எப்படி இயங்குவது என்பது உங்களுடைய கட்டுப்பாட்டில் இருக்கிறது. நீங்கள் ஒரு குடையைப் பிடித்துக் கொண்டு நடந்து போகலாம், மழையில் நடனமாடலாம், நீங்கள் விரும்பினால் சூரியனைத் துரத்திக் கொண்டு செல்லலாம்.

உங்களைச் சுற்றியிருக்கின்ற மக்களும் சூழலும் வானிலையைப் போன்றவர்கள். உங்களால் ஒருபோதும் மற்றவர்களைக் கட்டுப்படுத்த முடியாது. அவர்கள் எப்படிச் சிந்திக்கிறார்கள், எப்படி நடந்து கொள்கிறார்கள், எப்படி அன்பு செலுத்துகிறார்கள், கடையில் வரிசையில் நிற்கும் உங்களை எவ்வளவு விரைவாக அனுப்பி வைக்கிறார்கள் போன்ற எதுவும் உங்கள் கட்டுப்பாட்டில் இல்லை.

நிலைமை அப்படி இருக்கின்றபோது, நீங்கள் மட்டும் எதற்காக உங்களைக் கட்டுப்படுத்துகின்ற அதிகாரத்தை மற்றவர்களுக்குக் கொடுக்க வேண்டும்?

உங்கள் தன்னம்பிக்கை, மனநிம்மதி, மகிழ்ச்சி, கனவு ஆகியவற்றை உங்களைச் சுற்றியுள்ளவர்களின் கரங்களில் எதற்காக நீங்கள் ஒப்படைக்க வேண்டும்?

'அவர்களை அவர்கள் போக்கில் விடுங்கள்' கோட்பாட்டை நீங்கள் பயன்படுத்தாவிட்டால், மற்றவர்களுடைய அபிப்பிராயங்கள், அவர்களைப் பற்றிய கவலைகள், அது உண்டாக்குகின்ற பாதுகாப்பின்மை உணர்வு ஆகியவை உங்கள்மீது தாக்கம் ஏற்படுத்த நீங்கள் அனுமதிப்பீர்கள்.

கடையில் காத்திருப்பு வரிசை சீக்கிரமாக நகர வேண்டும் என்றும், ஒருவருக்கு நீங்கள் அனுப்பிய குறுஞ்செய்திக்கு அவர்கள் உடனடியாக உங்களுக்குப் பதிலனுப்ப வேண்டும் என்றும், உங்களுடைய அருமையை உங்களுடைய மேலதிகாரி அங்கீகரிக்க வேண்டும் என்றும், மற்றவர்கள் உங்களை விரும்ப வேண்டும் என்றும், உங்களுடைய வேலை மாற்ற முயற்சிக்கு உங்களுடைய குடும்பம் ஆதரவளிக்க வேண்டும் என்றும் ஏங்கிக் கொண்டிருப்பதற்கு உங்களுடைய ஆற்றலையும் நேரத்தையும் நீங்கள் வீணாக்கிக் கொண்டிருக்கவில்லை என்றால், அவற்றை நீங்கள் உங்களுக்கு அர்த்தமுள்ளதாகப் படுகின்ற விஷயங்களில் செலவழித்துக் கொண்டிருப்பீர்கள், இல்லையா? அப்படிச் செய்திருந்தால், நீங்கள் இப்போது எந்த இடத்தில் இருந்து கொண்டிருப்பீர்கள்? எந்த மாதிரியான ஒருவராக நீங்கள் உருவெடுத்திருப்பீர்கள்? என்னென்ன சாதனைகளைப்

புரிந்திருப்பீர்கள்?

'அவர்களை அவர்கள் போக்கில் விடுங்கள்' கோட்பாட்டை நீங்கள் பயன்படுத்தாமல் இருந்தால், அதற்கு நீங்கள் இந்த விலையைக் கொடுக்க வேண்டியிருக்கும்.

அப்படிப் பயன்படுத்தாமல் போனதால் நீங்கள் எதையெல்லாம் இழந்தீர்கள் என்று யோசித்துப் பாருங்கள். நீங்கள் வெகுவாக மதித்தவர்களுக்கு நீங்கள் அறிமுகம் செய்து வைக்கப்பட்டிருந்திருக்கலாம்; நீங்கள் விரும்பியிருந்த பதவி உயர்வு உங்களுக்குக் கிட்டியிருந்திருக்கலாம்; நீங்கள் ஒரு புத்தகத்தை எழுதியிருந்திருக்கலாம்; ஓர் இசையை உருவாக்கியிருந்திருக்கலாம்; உங்களைக் கவர்ந்தவரிடம் உங்களுடைய உள்ளக்கிடக்கையைக் கொட்டியிருந்திருக்கலாம்.

'இதற்கு நான் பொறுப்பேற்றுக் கொள்கிறேன்' என்று நீங்கள் கூறாமல் இருந்ததற்கு நீங்கள் கொடுத்துள்ள விலை இது.

இவ்வளவு பெரிய விலையைக் கொடுக்கக்கூடிய நிலையிலா நீங்கள் இருக்கிறீர்கள்?

நம்மால் அடைய முடியாத ஒன்றை ஒருவர் அடைந்திருந்தால், அதை நம்மால் அடைய முடியாமல் போனதற்கு நாம் நியாயம் கற்பிக்கப் பார்ப்போம். அவர்கள் பிறவிப் பணக்காரரர்கள் என்போம். அவர்கள் வசீகரமானவர்கள் என்போம். அவர்களுக்கு எல்லாம் சுலபமாகக் கிடைக்கிறது என்போம். அவர்கள் அதிர்ஷ்டசாலிகள் என்போம்.

அது உண்மையன்று. அவர்களுக்கும் உங்களுக்கும் இடையே எந்த வித்தியாசமும் இல்லை. அவர்கள் தனிப் பிறவிகள் அல்லர்.

ஆனால், அவர்கள் ஒரு விஷயத்தைக் கண்டுபிடித்துள்ளனர்: தங்களைச் சுற்றியுள்ள உலகம் தங்களுடைய கனவுகளைத் தடம் புரளச் செய்ய அவர்கள் அனுமதிப்பதில்லை. அவர்கள் வானிலையை ஏற்றுக் கொண்டு, தங்களுடைய இலக்கை நோக்கித் தொடர்ந்து முன்னேறுகின்றனர். மற்றவர்கள் தங்களைப் பற்றி என்ன நினைக்கிறார்கள் என்பது பற்றி அவர்கள் துளிகூட அலட்டிக் கொள்வதில்லை.

அவர்கள் கவனக்குவிப்புடன் செயல்பட்டுத் தங்களுடைய முன்னோக்கை நனவாக்குவதில் மும்முரமாக இருக்கின்றனர்.

நீங்கள் புதிதாக ஒரு பத்திய உணவுத் திட்டத்தைத் தொடங்கினால் மற்றவர்கள் என்ன நினைப்பார்கள், துளிர் நிறுவனம் ஒன்றைத் தொடங்குவதற்கு நீங்கள் தயாரித்துள்ள தொழில்திட்டம் குறித்து மற்றவர்கள் என்ன நினைப்பார்கள் என்பன போன்ற, மற்றவர்களின் அபிப்பிராயங்கள் குறித்த பயம் உங்களிடம் வேரூன்ற நீங்கள் அனுமதிக்கின்றபோது, உங்களை நீங்களே இழுத்துப் பிடிக்கிறீர்கள்.

அற்ப விஷயங்கள் உங்கள் மூளையின் இடத்தை ஆக்கிரமிக்க அனுமதிக்காதீர்கள். அற்புதமான விஷயங்களைச் சாதிக்கக்கூடிய

திறன் படைத்தவர் நீங்கள். அதில் உங்கள் நேரத்தைச் செலவிடுங்கள்.

மற்றவர்களின் அபிப்பிராயங்கள் குறித்த பயம் உங்களை உறைந்து போகச் செய்ய அனுமதிக்காதீர்கள். உங்கள் கனவுகளை வெட்கமின்றிப் பின்தொடர்வதற்கான வேளை இது.

மற்றவர்களின் உணர்ச்சிகளைக் காயப்படுத்திவிடுமோ என்ற பயத்தில், அவர்களுக்குப் பின்னால் ஒரு பூனைபோல அடிமேல் அடி வைத்து நடந்து கொண்டிருக்காதீர்கள். உங்களுடைய அமைதியைப் பாதுகாத்துக் கொள்வதற்கான வேளை இது.

மற்றவர்களுடைய வெற்றி உங்களைப் பேதலிக்க வைக்க இடம் கொடுக்காதீர்கள். நீங்கள் களத்தில் இறங்குங்கள், கடின உழைப்பில் ஈடுபடுங்கள்.

உங்களுடைய சமூக வாழ்க்கையை மற்றவர்களுடைய பொறுப்பாக ஆக்காதீர்கள். அற்புதமான நட்புகளை நீங்களே உருவாக்கிக் கொள்ளுங்கள்.

மாற விரும்பாத நபர்களை மாற்ற முயலாதீர்கள். வளர்ந்தவர்கள் வளர்ந்தவர்களாக இருக்க அனுமதிப்பதற்கான வேளை இது.

போராடிக் கொண்டிருப்பவர்களை மீட்டெடுக்கக் கிளம்புவதை நிறுத்துங்கள். தாங்கள் எப்படிக் குணமடைய வேண்டும் விரும்புகிறார்களோ அப்படிக் குணமடைய மற்றவர்களை அனுமதிப்பதற்கான வேளை இது.

மற்றவர்களை உங்களை நேசிக்க வைப்பதற்கான முயற்சிகளில் நேரத்தை வீணாக்காதீர்கள். நீங்கள் எந்த அன்புக்குத் தகுதியானவரோ அதைத் தேர்ந்தெடுத்துக் கொள்வதற்கான வேளை இது.

உங்கள் அதிகாரத்தையும் உங்கள் வாழ்க்கையையும் மீட்டெடுப்பதற்கான வேளை இது.

அந்த அதிகாரத்தை மீட்டெடுப்பதற்கு உங்களுக்கு 'அவர்களை அவர்கள் போக்கில் விடுங்கள்' கோட்பாடு வெகுவாக உதவும்.

நீங்கள் எத்தகைய வாழ்க்கையை எப்போதும் விரும்பி வந்துள்ளீர்களோ அதை உங்களால் அடைய முடியும்.

நீங்கள் எப்போதும் கனவு கண்டு வந்த அந்தக் காதல் கதையின் நாயகராக அல்லது நாயகியாக ஆக உங்களால் முடியும்.

உங்களுக்கு மனநிறைவையும் சவாலையும் தருகின்ற அந்த வேலையை உங்களால் பெற முடியும்.

இவற்றைச் செய்ய நீங்கள் உங்களை அனுமதிப்பீர்களா என்பதுதான் கேள்வி.

ஏனெனில், அதை வேறு யாராலும் தடுக்க முடியாது. அதன் முழுப் பொறுப்பும் உங்களுடையது.

உங்களுடைய சொந்த மகிழ்ச்சிக்கு நீங்கள்தான் பொறுப்பு என்பதை 'அவர்களை அவர்கள் போக்கில் விடுங்கள்' கோட்பாடு

உங்களுக்குப் புரிய வைக்கும். அர்த்தமுள்ள விஷயங்களில் உங்களுடைய கவனத்தைக் குவிக்க வேண்டிய பொறுப்பு உங்களுடையது. எவை உங்களுக்கு அர்த்தமிக்கவை என்பதை வரையறுத்துக் கொள்ள வேண்டிய பொறுப்பு உங்களுடையது. உங்களுக்கு எதைச் செய்யவும் எவரும் கடன்பட்டிருக்கவில்லை. அனைத்திற்கும் நீங்கள்தான் பொறுப்பு.

வாழ்வில் நீங்கள் எங்கே இருக்க வேண்டும் என்று நீங்கள் விரும்பியிருந்தீர்களோ, அங்கே இப்போது நீங்கள் இல்லை என்றால், அதற்கும் நீங்கள்தான் பொறுப்பு. ஆனால், அதை மாற்ற வேண்டும் என்று நீங்கள் நினைக்கின்ற கணத்தில் அதை உங்களால் மாற்றிவிட முடியும்.

மற்றவர்களுடைய சொல், செயல் மற்றும் சிந்தனைக்கு முக்கியத்துவம் கொடுத்து நீங்கள் எண்ணற்ற வருடங்களை வீணாக்கிவிட்டீர்கள். அதிலிருந்து விழித்தெழுவதற்கான வேளை வந்துவிட்டது. அனைத்திற்கும் நீங்கள்தான் பொறுப்பு.

இந்த விழிப்புணர்வு ஒரு சாபமன்று. இது உங்களுக்கு விடுதலையளிக்கும்.

மற்றவர்களால் உங்கள்மீது எந்தத் தாக்கமும் ஏற்படுத்த முடியாது என்ற புரிதல் அற்புதமானது, இல்லையா?

நீங்கள் சிந்திக்கின்ற, சொல்கின்ற மற்றும் செய்கின்ற விஷயங்கள்மீது உங்களுக்கு முழுக் கட்டுப்பாடு இருக்கிறது என்பது அபாரமான செய்தி, இல்லையா?

உங்கள் நேரத்தையும் ஆற்றலையும் எப்படிச் செலவழிப்பது என்பதை உங்களால் தேர்ந்தெடுக்க முடியும் என்பது நம்ப முடியாத ஒன்றாக இருக்கிறது, இல்லையா?

உங்கள் அதிகாரத்தை மீட்டெடுப்பது என்பது பொறுப்பை மறுபடியும் உங்கள் கையில் எடுத்துக் கொள்வதாகும். நேரம் வேகமாக ஓடிக் கொண்டிருப்பதால், நீங்கள் உங்களிடமிருந்து இன்னும் அதிகமானவற்றைக் கோர வேண்டும், உங்களுடைய கட்டுப்பாட்டில் இருக்கின்ற விஷயங்கள்மீது கவனத்தைக் குவிக்க வேண்டும்.

மீண்டும் அந்த வானத்தைக் கற்பனை செய்து கொள்ளுங்கள். அது எதைக் கொண்டுவந்தாலும், அது எப்படி மாறினாலும், அதன் கீழ் எப்படி இயங்குவது என்பதைத் தீர்மானிக்கப் போவது நீங்கள்தான். எப்படி எதிர்வினையாற்றுவது, எப்படிச் செயல்நடவடிக்கையில் இறங்குவது, எப்படி வாழ்வது என்பதைத் தேர்ந்தெடுக்கப் போவது நீங்கள்தான். மேகம், சூறாவளி, சூரிய வெளிச்சம் ஆகியவற்றுக்கு அதனதன் இடம் இருக்கிறது. ஆனால், நீங்கள் யார் என்பதை அவற்றால் வரையறுக்க முடியாது. உங்களை நீங்கள்தான் வரையறுத்துக் கொள்ள வேண்டும்.

அது எளிதாக இருக்காதுதான்.

ஆனால், கட்டுப்பாட்டை உங்கள் கையில் எடுத்தவுடன்,

காலப்போக்கில் அது நிகழ்ந்துவிடும். உங்கள் வேலை, உங்கள் துணைவர், உங்கள் நண்பர்கள், உங்கள் ஆரோக்கியம், உங்கள் இலட்சியம் ஆகிய அனைத்தும் இப்போது உங்களுடைய முழுக் கட்டுப்பாட்டில் இருக்கின்றன.

'என்னை என் போக்கில் விடுங்கள்' யுகம் தொடங்கிவிட்டது.

நீங்கள் தொடங்குங்கள்.

ஆபத்திற்குள் துணிந்து இறங்குங்கள்.

உங்களுக்கு என்ன வேண்டுமோ அதை ஒளிவுமறைவின்றிச் சொல்லுங்கள்.

உங்களுடைய கனவு வேலைக்கு விண்ணப்பியுங்கள்.

உங்களுக்கு மகிழ்ச்சியளிக்கின்ற, உங்களைப் பெருமைப்பட வைக்கின்ற ஒரு மேம்பட்ட வாழ்க்கையை உருவாக்கிக் கொள்ளுங்கள்.

அதை நீங்கள் அடைவீர்கள் என்ற நம்பிக்கை எனக்கு இருக்கிறது.

நன்றியுரை

என்னுடைய வலையொலிப்பதிவுகளின் இலட்சோபலட்சம் இரசிகர்களுக்கும், சமூக ஊடகங்களில் என்னைப் பின்பற்றுகின்ற, என் பதிவுகளைப் பகிர்ந்து கொள்கின்ற அனைவருக்கும் நன்றி. உங்கள் உதவி இல்லாமல், நான் வெகுவாக விரும்புகின்ற இப்பணியை என்னால் செய்து கொண்டிருக்க முடியாது. இப்புத்தகத்திற்கும் நீங்கள்தாம் காரணம். என்னுடைய முந்தைய புத்தகத்திற்குப் பிறகு, இனி நான் இன்னொரு புத்தகத்தை எழுத மாட்டேன் என்று எனக்கு நானே செய்திருந்த சத்தியத்தை மீறி என்னை இப்புத்தகத்தை எழுத வைத்தது உங்கள் அன்பும் ஆதரவும்தாம். என்னுடைய இந்த மகத்தான பயணத்தின் ஓர் அங்கமாக விளங்கியமைக்காக உங்களுக்கு நன்றி. நான் இதுவரை உருவாக்கியுள்ளதிலேயே மிகச் சிறந்த படைப்பு என்று நான் கருதுகின்ற ஒன்றைப் படைக்க எனக்கு உதவியமைக்கு உங்களுக்கு நன்றி. இதை நான் உங்களுக்காகத்தான் எழுதினேன் என்பதால், இது எனக்கு எந்த அளவுக்குச் சொந்தமோ, அதே அளவுக்கு உங்களுக்கும் இது சொந்தம். இப்புத்தகம் உங்களையும் உங்களுடைய உறவுகளையும் மேம்படுத்துவதற்கு எந்த அளவுக்கு உதவியிருக்கிறது என்பதைத் தெரிந்து கொள்ள நான் ஆவலாக இருக்கிறேன். நீங்கள் உங்கள் வாழ்வில் அதிகமான அன்பையும் ஆனந்தத்தையும் அமைதியையும் பெறுவதற்குத் தகுதியானவர். அவற்றை அடைவதற்கு, ‘அவர்களை அவர்கள் போக்கில் விடுங்கள்’ கோட்பாடு உங்களுக்கு உதவும்.

என் வலையொலிப்பதிவுகளிலும் இப்புத்தகத்தின் பக்கங்களிலும் இடம்பெற்றுள்ள அனைத்து வல்லுநர்களுக்கும், நீங்கள் உங்களுடைய நேரத்தைச் செலவழித்து என் இடத்திற்கு வந்து பேட்டி அளித்தமைக்கு நன்றி. உங்கள் ஒவ்வொருவரிடமிருந்தும் நான் ஏகப்பட்ட விஷயங்களைக் கற்றுக் கொண்டுள்ளேன். உங்களுடனான என் சந்திப்புகளும், உங்களுடன் நான் நடத்திய உரையாடல்களும் நான் இப்புத்தகத்தைச் சிறப்பாக

வடிவமைக்கவும் என் வாழ்க்கையை மேம்படுத்திக் கொள்ளவும் எனக்கு உதவியுள்ளன. இந்நூலைப் படிக்கவிருக்கின்ற வாசகர்களின் சார்பிலும், என் வலையொலிப்பதிவுகளின் இரசிகர்கள் சார்பிலும், நீங்கள் உங்களுடைய ஞானத்தை எங்களுடன் பகிர்ந்து கொண்டமைக்காக நான் உங்களுக்கு நன்றி தெரிவித்துக் கொள்கிறேன்.

சாயர்: என்னுடைய மகள். புத்திசாலி. இந்த நூலை என்னுடன் இணைந்து எழுதியுள்ளவர், இதற்காக என்னுடன் சேர்ந்து ஆய்வுகளை மேற்கொண்டவர். உன்னுடைய அம்மாவுக்காக ஒருபோதும் வேலை பார்க்க மாட்டேன் என்று மிகவும் உறுதியாக இருந்தாயே, இப்போது என்ன ஆயிற்று என்று பார்த்தாயா? " 'அவர்களை அவர்கள் போக்கில் விடுங்கள்' என்ற என்னுடைய ஒரு சிறிய ஆய்வுக்காக எனக்கு உன்னால் சற்று உதவ முடியுமா?" என்று நான் உன்னிடம் கேட்டபோது, அதற்கு நீ சம்மதம் தெரிவித்ததை நான் தினந்தோறும் நன்றியுடன் நினைத்துக் கொள்கிறேன். அதில் ஆழமாக மூழ்கிய நீ, அதற்குப் பிறகு அதிலிருந்து ஒருபோதும் மேலே வரவேயில்லை. உன் அம்மா என்ற முறையில் மட்டுமல்லாமல், நீ வகித்திருந்த இணை ஆசிரியர் பாத்திரத்திற்காகவும் நான் உன்னை நினைத்துப் பெருமை கொள்கிறேன். நான் உன்னை ஆழமாக நேசிக்கிறேன். இப்புத்தகத்திற்காக நான் உன்னுடன் இணைந்து பணியாற்றிய ஒவ்வொரு கணத்தையும் நான் மிகவும் நேசித்தேன். அச்சமயம் முழுவதும் என்னை என் போக்கில் விட நீ பாடுபட்டுக் கொண்டிருந்தாய் என்பதையும் நான் அறிவேன்.

டிரேசி: என்னுடைய வலது கரமாகவும், வலது மூளையாகவும், என் வாக்கியத்தை நிறைவு செய்பவராகவும், தயாரிப்பு நிர்வாகியாகவும் திகழ்பவர். நீங்கள் இல்லை என்றால் என் நிலைமை என்னவாக இருந்திருக்கும் என்று என்னால் யோசிக்கக்கூட முடியவில்லை. பாய்மரமில்லா நடுக்கடல் கப்பலாக நான் தள்ளாடியிருந்திருப்பேன். நீங்கள்தான் என் கப்பலை மிதந்து கொண்டிருக்கச் செய்து கொண்டிருக்கிறீர்கள். உங்களிடம் நான் மெச்சுகின்ற மிகச் சிறந்த குணங்கள் எவை தெரியுமா? நீங்கள் எதற்கும் முகம் சுளித்து நான் ஒருபோதும் பார்த்ததில்லை. எதிர்மறைப் போக்கு உங்களிடம் துளிகூடக் கிடையாது. என் வாழ்விற்குள் கதிரவனைக் கொண்டுவந்ததற்கு உங்களுக்கு நன்றி. இந்த சாகசப் பயணத்தில், கடந்த எட்டு ஆண்டுகளுக்கும் மேலாக அமைதியாக என்னை நீங்கள் வழிநடத்தி அழைத்துச் சென்று கொண்டிருப்பதற்காக நான் உங்களுக்கு நன்றிக்கடன் பட்டிருக்கிறேன்.

சுசி: இந்த எழுத்துப் பணிக்குள் கதை சொல்லுதலையும் வேடிக்கையையும் கொண்டு வந்தமைக்காக உங்களுக்கு நன்றி. நீங்கள் என்னை ஒரு மேம்பட்ட எழுத்தாளராக ஆக்கியுள்ளீர்கள்.

இத்திட்டத்திற்குக் கூடுதல் ஆழத்தையும் ஜீவனையும் நீங்கள் அளித்துள்ளீர்கள். இந்நூலுக்கான உங்களுடைய பங்களிப்பைத் தனியாகப் பிரித்தெடுக்க முடியாது. நீங்கள் எனக்குக் கிடைத்துள்ள ஒரு வரப்பிரசாதம். உங்கள் உதவி இல்லாமல் இருந்திருந்தால், இந்நூல் இப்போது இருப்பதைப்போல உருவாகி இருந்திருக்காது. இந்நூல் நம் இருவரையும் ஒன்றாகப் பிணைத்துள்ளது குறித்தும், நம் கூட்டு அற்புதமாக மலர்ந்து கொண்டிருப்பது குறித்தும் நான் பெருமகிழ்ச்சி அடைகிறேன்.

ஜூனா: நீங்கள் ஒரு சூறாவளியாக என் வாழ்க்கைக்குள் நுழைந்தீர்கள். உங்களுடைய அற்புதமான எழுத்துத் திறமை என்னை அசர வைத்துள்ளது. மொழிமீதான உங்களுடைய ஆளுமை இந்நூலுக்கு ஒரு நல்ல அதிர்வை ஊட்டியுள்ளது. நான் கூற வந்த விஷயங்களை ஆற்றல்மிக்கவையாக மாற்றியதில் உங்களுக்கு ஒரு மிகப் பெரிய பங்கு இருக்கிறது. உங்களிடம் எனக்குப் பிடித்த விஷயம், நீங்கள் சிந்திக்கின்ற விதம்தான்.

லைன்: சில நேரங்களில், நம் வாழ்வில் ஒருவர் புதிதாக அடியெடுத்து வைக்கின்றபோதுதான் அதுவரை நாம் எதைத் தவறவிட்டிருந்தோம் என்பதை நாம் உணர்வோம். என் வாழ்வில் அது நீங்கள்தான். என் வாழ்வின் ஒரு தேவையை நீங்கள் நிறைவேற்றி இருந்தீர்கள். உங்களுடன் சேர்ந்து பணியாற்றத் தொடங்கியதற்குப் பிறகுதான், உண்மையான ஆதரவு என்பது எப்படி இருக்கும் என்ற உணர்வை நான் அனுபவிக்கத் தொடங்கினேன். மிக உயர்ந்த தரத்தை நீங்கள் நிச்சயித்துக் கொண்டிருந்தீர்கள். நீங்கள் இல்லாமல் இப்பணியை என்னால் நிறைவேற்றி இருந்திருக்க முடியாது. இப்போது உங்கள் மடிக்கணினியை மூடிவிடுங்கள். வேலை பார்த்தது போதும். நானும் எங்கேயும் போகப் போவதில்லை, நீங்களும் எங்கேயும் போகப் போவதில்லை. ஓய்வெடுத்துக் கொண்டு ஆசுவாசமாக வார இறுதியை அனுபவியுங்கள்!

சின்டி: அழகு தேவதையாக எங்கள் குழுவில் மின்னுகின்ற உங்களை நான் இதயபூர்வமாக நேசிக்கிறேன். எங்கள் வாழ்விற்குள் நீங்கள் நுழைந்த கணத்திலிருந்து நீங்கள் ஏராளமான மகிழ்ச்சியையும் சிரிப்பையும் கொண்டு வந்துள்ளீர்கள். என்னுடைய ஐம்பத்தாறாவது வயதில் என்னை அன்பாக அதட்டி உருட்டுகின்ற ஓர் அம்மா கிடைப்பார் என்று நான் நினைத்திருக்கவில்லை. ஒரு மொத்தச் சமுதாயத்தையும் உங்களுடைய அன்பால் வளைத்துப் போடக்கூடிய அற்புதமான மனுஷி நீங்கள். என் வாழ்வின் இக்கட்டத்தில் உங்களை சின்டி ராபின்ஸ் என்றே அழைத்துவிடலாம். என் செல்ல நாய்களான யோலோவும் ஹோமியும், என்னைப் பார்க்கும்போதைவிட உங்களைப் பார்க்கின்றபோதுதான் அதிகப் பரவசமடைகின்றன.

ஏமி & ஜெஸ்ஸி: வெர்மான்ட் தேவதைகள் நீங்கள். இந்தச் சிறிய கிராமப்புற நகருக்கு நான் குடிபெயர்ந்தபோது, "என்னடா இங்கு வந்து மாட்டிக் கொண்டேனே!" என்று நான் நினைத்தேன். இங்கு நான் இடம் பெயர்ந்தது ஒரு தற்செயலான நிகழ்வல்ல, பிரபஞ்சத்தின் ஏற்பாடு அது. கடந்த நான்கு ஆண்டுகளில், நாம் ஒன்றாகச் சேர்ந்து சிரித்திருக்கிறோம், அழுதிருக்கிறோம், பல தடைகளைக் கடந்திருக்கிறோம். அத்துடன், ஒரு நடுக்காட்டில் இருந்து கொண்டு, உலகிலேயே மிக வேகமாக வளர்ந்த வலையொலிப்பதிவு நிகழ்ச்சி ஒன்றை நாம் தயாரித்திருந்தோம். உங்களுக்கு மிகவும் நெருக்கமாக ஆகின்றவர்களை நீங்கள் உங்களுடைய வாழ்க்கையின் பின்பாதியில் சந்திப்பதில் ஒருவிதமான மாயாஜாலம் இருக்கிறது. அடுத்த அத்தியாயம் இன்னும் தெய்விகமானதாகவும் பிரம்மாண்டமானதாகவும் இருக்கும் என்று நான் நம்புகிறேன். இதற்கிடையே இங்கு இப்போது நாம் நம்முடைய பாத்திரத்தை மிகவும் இரசித்து அனுபவித்துக் கொண்டிருக்கிறோம் என்பது எனக்கு முழுத் திருப்தியளிக்கிறது.

மெலடி: எங்களுடைய எடிட்டர். மெய்திருத்தச் சாம்பியன். என்னுடைய பல நீண்ட இரவுகளைச் சிறப்பாக நிர்வகித்ததற்கும், கடைசி நேரத் தாமதங்களைச் சிறப்பாகக் கையாண்டதற்கும் நன்றி. முகத்தில் எப்போதும் ஒரு புன்னகையைத் தவழவிட்டவாறு, இப்புத்தகம் மெருகேற்றப்பட்டுக் கச்சிதமான ஒன்றாக வெளிவருவதை நீங்கள் உறுதி செய்தீர்கள். உங்களுக்கு நான் மலையளவு கடமைப்பட்டிருக்கிறேன்.

மார்க்: நான் உங்களை எந்த அளவுக்குக் கொண்டாடுகிறேன் என்பதை நீங்கள் ஏற்கனவே அறிவீர்கள். நீங்கள் இப்புத்தகத்தைச் சாத்தியப்படுத்தியுள்ளதோடு, அது கூறுகின்ற செய்தி, பல்வேறு மொழிகளில் உலகெங்குமுள்ள வாசகர்களைச் சென்றடைவதை உறுதி செய்துள்ளீர்கள். மிகச் சிறந்த வர்த்தக உடன்பாடுகளை ஏற்பாடு செய்வதில் நீங்கள் தலைசிறந்தவர். பல நூலாசிரியர்களால் சாதிக்க முடியாததை நான் சாதிப்பதை நீங்கள் சாத்தியப்படுத்தியுள்ளீர்கள். உங்களுக்கு என்னுடைய மனமார்ந்த நன்றி.

கிறிஸ்டைன்: என்னுடைய அண்ணி, வியாபாரக் கூட்டாளி, சக ஆஸ்திரேலிய ஆட்டு மந்தைப் பிரியை, நல்ல தோழி. என்னுடைய வலுவான தூணாக இருப்பதற்கு உங்களுக்கு நன்றி. இந்த நூலின் உருவாக்கத்தின் ஊடாக நான் மனமுடைந்து போயிருந்த பல சமயங்களில், இரவு-பகல் பாராமல் உங்களைக் குறுஞ்செய்திகள் வாயிலாகவும் மின்னஞ்சல்கள் வாயிலாகவும் நான் தொந்தரவு செய்துள்ளேன். உணர்ச்சிகளை நிர்வகிப்பது குறித்து இந்தப் புத்தகத்தில் நானே எழுதியிருக்கிறேன். அதனால், பிறருடைய உணர்ச்சிக் கொந்தளிப்புகளைக் கையாள்வதிலுள்ள

சிரமங்கள் அனைத்தையும் நான் அறிவேன். என்மீது இந்த அளவு இரக்கம் காட்டியமைக்கு உங்களுக்கு நன்றி. மிகச் சாதாரணமாகத் தொடங்கப்பட்ட நம்முடைய நிறுவனத்தைத் தனிநபர் வளர்ச்சித் துறையில் உலகத் தரம் வாய்ந்த ஒரு பெருநிறுவனமாக வளர்த்தெடுப்பதற்கு வழிகாட்டி உதவியதற்கு நான் உங்களுக்கு நன்றி தெரிவித்துக் கொள்கிறேன். நான் உங்களைப் பற்றி மிகவும் பெருமைப்படுகிறேன். உங்களுடைய கூட்டாளியாக இருப்பதற்கு நான் கொடுத்து வைத்திருக்க வேண்டும். நீங்கள் எப்போதும் என்னருகிலேயே இருக்கிறீர்கள் என்ற உணர்வு இல்லாமல் இருந்திருந்தால், இதை என்னால் சாதித்திருக்க முடியாது. நாம் செய்து கொண்டிருப்பதை வாழ்க்கை நடத்துவதற்கான ஒரு தொழிலாக நாம் நடத்திக் கொண்டிருக்கிறோம் என்பதை என்னால் நம்பவே முடியவில்லை என்று நான் தினந்தோறும் காலையில் எழுந்தவுடன் எனக்கு நானே கூறிக் கொள்கிறேன்.

கிறிஸ்: நீண்டகாலம் எடுத்துக் கொண்ட இந்நூலை நான் எழுதிக் கொண்டிருந்தபோது நீங்கள் அடிக்கடி முகாமிற்குச் சென்றுவிடுவீர்கள். அதற்கு உங்களுக்கு நன்றி. ஒரு புத்தகத்திற்கு முதுகு எந்த அளவு முக்கியமோ, அதை போன்ற ஒரு முக்கியமான பாத்திரத்தை நீங்கள் என் வாழ்வில் வகிக்கிறீர்கள். நம் குடும்பத்தை நீங்கள் கட்டுக்கோப்பாக வைத்துக் கொள்கிறீர்கள். என் வாழ்க்கையில் நான் மிகவும் நேசிப்பது, அதை நான் உங்களுடன் பகிர்ந்து கொண்டிருக்கிறேன் என்பதைத்தான்.

கென்டால் மற்றும் ஓக்லி: நான் சாயருடன் சேர்ந்து கடினமாக உழைத்து இப்புத்தகத்தை உருவாக்கிக் கொண்டிருந்த காலம் முழுவதும் நீங்கள் இருவரும் லாஸ் ஏஞ்சலீஸில் ஒரு கல்லூரியில் படித்துக்கொண்டிருந்தது குறித்து சந்தோஷப்பட்டிருப்பீர்கள் என்று நான் நினைக்கிறேன். நான் என் கனவுகளைப் பின்தொடர்வதற்கு நீங்கள் எப்போதுமே ஆதரவளித்து வந்துள்ளீர்கள். இதை நினைவில் வைத்துக் கொள்ளுங்கள்: உங்களுடைய வாழ்க்கையை நீங்கள் எப்படி வாழத் தீர்மானித்தாலும், அதன் ஒவ்வொரு கட்டத்திலும் நான் உங்களுடன் இருப்பேன்.

அப்பா, அம்மா: அம்மா, நான் என் போக்கில் வாழ்கின்ற மனப்போக்கை நான் ஒரு சிறுமியாக இருந்தபோதே என்னிடம் ஊன்றியிருந்த பெருமை உங்களையே சேரும். என் காரியங்களை நானே பார்த்துக் கொள்வதற்கான நல்ல அறிவுரைகள் அடங்கிய வாசகங்களை நீங்கள் என்னுடைய தலையணையில் பூவேலைப்பாடுகளுடன் தைத்துக் கொடுத்தது இப்போதும் எனக்கு நினைவிருக்கிறது. எப்போதும் என்னுடைய மிகப் பெரிய ஆதரவாளராக இருந்து வந்ததற்கும், தேவைப்பட்டபோதெல்லாம் சாய்ந்து கொள்ள ஒரு தோளாக இருந்தமைக்கும் உங்களுக்கு நன்றி. என்னைக் குறித்து நீங்கள் பெருமை கொண்டுள்ளீர்கள் என்பதை நான் அறிவேன். உங்களைக் குறித்தும், உங்களுடைய

மணவாழ்க்கை குறித்தும், உங்களுக்காக நீங்கள் உருவாக்கிக் கொண்டுள்ள வாழ்க்கை குறித்தும் நானும் பெருமை கொண்டுள்ளேன் என்பதை நீங்களும் அறிந்து கொள்ளுங்கள்.

ஆன்: ஒரு பூரணமான மனுஷியாக ஆவது எப்படி என்பதை எனக்குக் கற்றுக் கொடுத்தமைக்காக உங்களுக்கு நன்றி. என் தனிப்பட்ட வாழ்க்கையிலும், என் மணவாழ்க்கையிலும், என் முழு ஆற்றலை பயன்படுத்தக்கூடிய என் திறனிலும் நீங்கள் ஏற்படுத்தியுள்ள தாக்கத்தை என்னால் ஒருபோதும் சரியான வார்த்தைகளில் வடிக்க முடியாது. நான் உங்களை மிகவும் நேசிக்கிறேன்.

டேவிட்: எனக்கு அறிவுரையோ, ஒரு புதிய கண்ணோட்டமோ, ஊக்குவிப்போ, அல்லது சேர்ந்து சிரிப்பதற்கு ஒருவரோ தேவைப்படும்போதெல்லாம் நான் அணுகுகின்ற நபராக நீங்கள்தான் எப்போதுமே இருந்து வந்துள்ளீர்கள். என்னுடைய நெருங்கிய நண்பராக ஆவதற்கு முன்பே, ஒரு நல்ல மேலதிகாரியாக இருப்பது எப்படி என்பதை எனக்குக் கற்றுக் கொடுத்தமைக்காக உங்களுக்கு நன்றி. நீங்கள் இல்லாமல் என்னாலும் கிறிஸ்டைனாலும் எங்கள் தொழிலை வெற்றிகரமாக நடத்தியிருக்க முடியாது. அப்படி நடத்தவும் நாங்கள் விரும்ப மாட்டோம். நான் உங்களை நேசிக்கிறேன்.

பீட்: இப்புத்தகத்தின் அட்டை வடிவமைப்பின் மூலம் நீங்கள் என்னை அசத்திவிட்டீர்கள். என் நூலின் அட்டை எப்படி இருக்க வேண்டும் என்று நான் கனவு கண்டிருந்தேனோ, அதைவிடப் பிரமாதமாக நீங்கள் அதை உருவாக்கிவிட்டீர்கள். என்னுடன் இணைந்து பணியாற்றுவது உங்களுக்கு மிகவும் சிரமமாக இருந்திருக்கும் என்பதையும், நீங்கள் என்னைப் பல முறை கண்டபடி மனத்தில் திட்டியிருந்திருப்பீர்கள் என்பதையும் நான் அறிவேன். கடைசி நிமிடக் குழப்பங்களின்போது பொறுமை காத்ததற்காக உங்களுக்கு நன்றி. உங்களுடைய படைப்பாற்றலுக்கு நன்றி. இதன் அட்டை பிரமாதமாக வந்துள்ளது குறித்து உங்களுக்கு எவ்வளவு பெருமை இருக்குமோ, அதே அளவு பெருமை எனக்கும் இருக்கிறது.

ஜூலி: உங்களைப் பற்றி நான் என்ன சொல்வது? இந்த நூலின் உட்பகுதி தெளிவாகவும், படிப்பதற்கு இலகுவானதாகவும், சரியானதாகவும் இருக்கிறது. அனைத்தையும் நீங்கள் ஒழுங்குமுறையுடன் இதில் அமைத்துள்ளீர்கள். இந்நூலின் இறுதி வடிவம் எனக்குப் பூரண திருப்தி அளித்துள்ளது. உங்களுடைய கடின உழைப்புக்கும் அர்ப்பணிப்புக்கும் நன்றி.

லின்சே: நான் ஒரு புத்தகத்தை வெளியிட்டுக் கொண்டிருக்காதபோதும்கூட நான் உங்களுடைய ஆதரவை எந்த அளவுக்கு மெச்சுகிறேன் என்பதை வார்த்தைகளில் வடிக்க

இயலாது. நான் பல ஊடகங்களில் தோன்றுவதற்கு நீங்கள் ஏற்பாடு செய்து கொடுத்தீர்கள். நீங்கள் மிகவும் திறமைசாலி, அர்ப்பணிப்புள்ளவர். நான் உங்களுடன் தொடர்ந்து பணியாற்ற ஆர்வத்துடன் காத்துக் கொண்டிருக்கிறேன்.

என்னுடைய குழுவினர் அனைவருக்கும்: நானும் சாயரும் இந்நூலை எழுதுவதற்கு எங்களுக்குத் தேவைப்பட்டத் தனிமையை அனுமதித்ததற்கு உங்கள் அனைவருக்கும் நன்றி. இதற்கிடையே நீங்கள் வாரத்திற்கு இரண்டு வலையொலிப்பதிவுகளைப் பதிவேற்றிக் கொண்டிருந்தீர்கள், ஆறு மாதகால அளவு கொண்ட இணையப் பயிற்சி வகுப்புகளையும் நடத்தினீர்கள், சொற்பொழிவுகளுக்கு ஏற்பாடு செய்து கொடுத்தீர்கள், ஒலிப் புத்தகங்கள் தொடர்ந்து வருவதற்குத் தேவையான காரியங்களை மேற்கொண்டிருந்தீர்கள், இன்னும் பற்பல வேலைகளைச் செய்தீர்கள். இந்த உலகிலேயே தலைசிறந்த குழு நீங்கள்தான். உங்களுடைய உதவியும் அர்ப்பணிப்பும் இல்லாமல் இதை என்னால் சாதித்திருக்க முடியாது.

பச்சை குத்துகின்ற கலைஞர்கள்: நீங்கள் உங்களுடைய கலைகளின் மூலமாகவும், அவை வெளிப்படுத்திய கதைகளின் மூலமாகவும் இப்புத்தகத்திற்குப் பெரிதும் ஊக்கமளித்தீர்கள். இதில் கூறப்பட்டுள்ள கோட்பாடு, ஒரு கருத்துருவிலிருந்து வெளிப்பட்டு, மெதுவாக இந்த அளவுக்குப் பிரம்மாண்டமாக வளர்ந்திருப்பதைப் பார்க்கும்போது, அது ஒரே நேரத்தில் பிரமிப்பையும் அடக்கத்தையும் என்னிடம் உண்டுபண்ணுகிறது. இவை அனைத்தும் உங்களிடமிருந்துதான் தொடங்கின. உங்களுடைய அர்த்தமுள்ள, அழகான வடிவங்களை இந்த உலகுடன் பகிர்ந்து கொள்வதற்கு எனக்கு வாய்ப்பு கிடைத்திருந்தது குறித்து நான் என்றென்றைக்கும் நன்றியுடையவளாக இருப்பேன்.

பேட்டி, ரெய்டு, டயானா, லிஸ்ஸி, ஆர்யா-மெஹர், மார்லின் பெட்சி, கேத்தலீன் மற்றும் ஹே ஹவுஸ் பதிப்பகத்தின் மொத்தக் குழுவுக்கும்: உங்களுடைய கூட்டாளியாக இருப்பது குறித்து நான் மகிழ்ச்சியடைகிறேன். நீங்கள் ஏகப்பட்டக் காரியங்களைச் செய்துள்ளதால், எதைப் பட்டியலிடுவது என்பதுகூடத் தெரியாமல் நான் தடுமாறுகிறேன். இந்த நூலைப் படித்துப் பார்ப்பதற்கும், எடிட் செய்வதற்கும், தயாரிப்பதற்கும், சந்தைப்படுத்துவதற்கும், விற்பனை செய்வதற்கும் ஒரு பெரிய படையே தேவை. உங்கள் அணியில் ஒருத்தியாக இருந்ததை எனக்குக் கிடைத்த ஒரு கௌரவமாக நான் கருதுகிறேன்.

ஆடிபிள் நிறுவனம்: நான் உங்கள் நிறுவனத்துடன் இணைந்து பணியாற்றத் தொடங்கி இப்போது ஏழு ஆண்டுகள் ஆகிவிட்டன. நாம் இணைந்து எவ்வளவு காரியங்களைச் செய்திருக்கிறோம் என்று நினைத்தால் மலைப்பாக இருக்கிறது. இந்த நூலின்

ஒலிப் புத்தகத்திற்கான தயாரிப்பு வேலைகள் ஒரு புறம் நடந்து கொண்டிருந்தாலும், நம்முடைய ஏழாவது இணை ஒலிப் புத்தகத் தயாரிப்பு தொடர்பான ஆய்வுகளில் நான் ஈடுபட்டுள்ளேன். எண்ணற்றோரின் வாழ்க்கையை மாற்றக்கூடிய இலட்சியம் ஒன்றில் குதித்துள்ள உங்களுடன் இணைந்து பணியாற்றுவது குறித்து நான் மிகவும் மகிழ்ச்சியடைகிறேன். நாம் இணைந்து இன்னும் பல ஒலிப் புத்தகங்களை வெளியிடுவோமாக. எனக்கு உங்களை மிகவும் பிடித்திருக்கிறது.

அலைன் பிஆர்: நான் முதன்முதலாக அமர்த்தியுள்ள ஒரு விளம்பர முகமை நிறுவனம் நீங்கள்தான். அதற்கு நீங்கள் தகுதியானவர் என்பதை நான் புரிந்து கொண்டுள்ளேன். நீங்கள் சிந்திக்கின்ற விதம், இயங்குகின்ற முறை, உங்கள் கலையில் சிறப்பாகத் திகழ்வது போன்றவற்றைக் கண்டு நான் பிரமித்துப் போயுள்ளேன். இத்துறையில் தலைசிறந்த நிறுவனமான உங்களுடன் இணைந்து பணியாற்றுவதில் நான் மிகவும் பெருமைப்படுகிறேன்.

PSV குமாரசாமி

மொழிபெயர்ப்பாளர்

கடந்த நாற்பது ஆண்டுகளில், இலக்கியம், சுற்றுச்சூழல், பொருளாதாரம், அறிவியல், சுயமுன்னேற்றம் போன்ற பல்வேறு துறைகள் சார்ந்த நூல்களையும் கவிதைகளையும் இவர் ஆங்கிலத்திலிருந்து தமிழுக்கு மொழிபெயர்த்துள்ளார். ரோன்டா பைர்னின் உலகப் புகழ்பெற்ற நூலான ‘இரகசியம்’, ஜே. கே. ரோலிங்கின் புகழ்பெற்ற ‘ஹாரி பாட்டர்’ நூல் வரிசையில் முதல் இரண்டு நூல்கள், ஸ்டீபன் ஹாக்கிங்கின் ‘ஆழமான கேள்விகள், அறிவார்ந்த பதில்கள்’, டோனி ஜோசஃபின் ‘ஆதி இந்தியர்கள்’, ஹெக்டர் கார்சியாவின் ‘இக்கிகய்’, அகதா கிறிஸ்டியின் நான்கு சிறுகதைத் தொகுப்புகள் ஆகியவை இவருடைய மொழியாக்கத்தில் வெளிவந்துள்ள நூல்களில் குறிப்பிடத்தக்கவை.

2022 ஆம் ஆண்டில் தமிழக அரசு இவருக்குச் சிறந்த மொழிபெயர்ப்பாளர் விருது வழங்கி இவரைக் கௌரவித்துள்ளது.

இவர் தன் மனைவி நாகலட்சுமி சண்முகத்துடனும் தன் மகன்கள் இருவருடனும் தற்போது மும்பையில் வசித்து வருகிறார்.

மெல் ராபின்ஸ்

நூலாசிரியர்

மெல் ராபின்ஸ், நியூயார்க் டைம்ஸ் பத்திரிகை தொகுத்து வழங்குகின்ற, விற்பனையில் சிறந்து விளங்குகின்ற நூல்களின் பட்டியலில் இடம்பெற்றுள்ள ஒரு நூலாசிரியர். இவருடைய நூல்கள் 41 மொழிகளில் மொழிபெயர்க்கப்பட்டுள்ளன. ஊக்குவிப்பு, மனப்போக்கு, நடத்தை மாற்றம் போன்றவற்றில் ஒரு வல்லுநராகவும் இவர் அறியப்படுகிறார்.

இலட்சக்கணக்கான புத்தகங்களையும் மின்னூல்களையும் ஒலிப் புத்தகங்களையும் விற்றுள்ளதன் மூலம் அவர் உலகளாவிய விதத்தில் பெரும் தாக்கம் ஏற்படுத்தியுள்ளார். கல்விசார் வலையொலிப்பதிவில் உலகின் தலைசிறந்த ஒன்று என்ற விருதைப் பெற்றுள்ள அவருடைய வலையொலிப்பதிவு, 194 நாடுகளிலுள்ள வாசகர்களுக்குத் தினந்தோறும் பெரும் ஊக்கமளித்து வருகிறது.

அவருடைய ஊடக நிறுவனமான '143 ஸ்டூடியோஸ்' நிறுவனம், ஸ்டார்பக்ஸ், ஜேபிமோர்கன்சேஸ், லிங்க்ட்இன், ஹெட்ஸ்பேஸ், அல்ட்ரா பியூட்டி போன்ற நிறுவனங்களின் ஊழியர்களுக்கான பயிற்றுவிப்புத் திட்டங்களைத் தயாரித்துக் கொடுத்தல், மக்களை ஊக்குவிக்கின்ற ஆடியோ மற்றும் வீடியோ உள்ளடக்கங்களை உருவாக்கிக் கொடுத்தல், நிகழ்ச்சிகளை நடத்திக் கொடுத்தல் போன்றவற்றில் ஈடுபட்டு வருகிறது. ஃபோர்ப்ஸ் பத்திரிகை தொகுத்து வழங்கும், ஐம்பது வயதிற்கு மேற்பட்ட ஐம்பது பிரபலங்களின் பட்டியலில் அவர் இடம்பெற்றுள்ளார். 'ஆம்ப்ளிஃபை' பதிப்பகத்தின் நிர்வாகக் குழுவிலும் அவர் இடம்பெற்றுள்ளார்.

சிக்கலான விஷயங்களை எளிமையாக்கி நடைமுறைக்கேற்ற நடவடிக்கைகளாக மாற்றிக் கொடுக்கின்ற ஆற்றல்மிக்கவர் மெல் ராபின்ஸ். இதுவரை வெளிவந்துள்ள அவருடைய நூல்களில், அதிகத் தாக்கம் ஏற்படுத்துகின்ற ஒன்றாக இந்நூல் கருதப்படுகிறது.

அவரைப் பற்றி மேலும் அறிந்து கொள்ள நீங்கள் அணுக வேண்டிய வலைத்தளம்: *melrobbins.com.*